Từ Điển
NGUỒN GỐC TÊN CÂY

PHẠM HOÀNG HỘ
và LÊ CÔNG KIỆT

NHÂN ẢNH
2022

TỰ ĐIỂN NGUỒN GỐC TÊN CÂY

Biên soạn: Phạm Hoàng Hộ & Lê Công Kiệt
Bìa: Uyên Nguyên Trần Triết
Nhân Ảnh xuất bản 2022

ISBN: 9781088079409

Thay lời tựa

Trong những khó khăn những người học thực vật nhập môn gặp phải, ngoài số loài nhiều như vô tận phải phân biệt, rồi còn phải học tên, lại thêm cái tên khoa học. Trong khi tên bằng tiếng La-tinh có một chút giá trị trực giác cho người Âu thì nó lại là một ngôn ngữ quá xa lạ cho người Việt Nam.

Nhận thấy khó khăn thường làm nản chí những người Việt yêu cây cỏ muốn tiến sâu hơn về thực vật học, giáo sư Phạm Hoàng Hộ đã nảy ý thực hiện một quyển từ điển bỏ túi giải thích từ nguyên các tên La-tinh của các loài cây, đặt những tên cây trong ngữ cảnh để người đọc dễ dàng tiếp thu. Tham vọng khi làm quyển từ điển này là giúp người học gần gũi hơn với những tên mới học khó nhớ, là phần bổ túc cần thiết cho quyển Cây Cỏ Việt Nam.

Quyển này được thực hiện cùng với Tiến sĩ Lê Công Kiệt. Công việc lâu nay dở dang do nhiều biến cố khách quan khác nhau. Gần đây, tôi mới có cơ hội gặp giáo sư để đối chiếu công việc với phần của thân phụ tôi.

Tuy thời đại Internet đã mang kiến thức nhạy bén đến đại chúng, từ điển này vẫn là một công cụ hữu ích với những thông tin chỉ tìm được trong những sách chuyên môn. Từ điển được biên soạn trong một khoảng thời gian, trong khoảng đó, tiếng Việt cũng đã tiến hóa, chắc chắn người tra sẽ thấy những từ ngữ khác nhau nhưng đồng nghĩa, và điều đó không làm mất giá trị khoa học và tính trong sáng của công trình.

Quyển từ điển này chắc chắn là một viên gạch mới cho khoa thực vật học Việt Nam.

Phạm Hoàng Dũng

Thiết kế

Trình bày:

Từ điển gồm 3 148 tên giống (chi) ghi trong 3 quyển I, II, III Cây Cỏ Việt Nam, Nhà xuất bản Trẻ, thành phố Hồ Chí Minh, in lần thứ hai, năm 1999-2000.

1) -chỉ ghi tên khoa học, không ghi tên thông thường;

2) -tên giống (chi) in **nét đậm** và đứng = tên đang được chấp nhận;

3) -tên giống (chi) in *nét mảnh* và *nghiêng* = tên cũ và có tên thay thế được chấp nhận;

4) -mỗi tên giống (chi) được trình bày theo thứ tự từ trên xuống dưới:

-hàng thứ nhứt: tên giống (chi), tên tác giả (viết tắt) kèm năm công bố, tên họ;

-hàng thứ nhì (+ thứ ba, nếu quá dài): chữ nghiêng, tên nguồn tài liệu gốc (viết tắt);

-hàng thứ ba (hoặc thứ tư) trở xuống: giải thích từ nguyên và ý nghĩa;

-hàng chót: nếu có tên thay thế tên cũ -ví dụ "*Adenobotrys,* xem **Callerya** (CCVN-I/899)" .

Các chữ viết tắt:

Bct. = biến thể chính tả

CCVN- I = Cây Cỏ Việt Nam, quyển I

CCVN-II = Cây Cỏ Việt Nam, quyển II

CCVN-III = Cây Cỏ Việt Nam, quyển III

(CCVN-I/899) = trong Cây Cỏ Việt Nam, quyển I, trang 899

đvh = nhà động vật học

ĐVH = môn, ngành Động Vật Học

n. cons. = tên được giữ lại

thnh = nhà thiên nhiên học

tk. = thế kỷ

trước CN = trước Công Nguyên

tvh = nhà thực vật học

TVH = môn, ngành Thực Vật Học

Vđl. = viết đúng là.

Thống kê:

Vần	*số tên*	*số trang*
A	310	43
B	144	25
C	413	51
D	176	25
E	138	19
F	42	9
G	132	18
H	162	18
I	40	5
J	13	2
K	35	6
L	148	20
M	205	25
N	69	9
O	82	10
P	358	46
Q	9	1
R	93	12
S	281	35
T	172	23
U	16	2
V	43	7
W	20	4
X	20	3
Y	2	1
Z	25	4
Tổng cộng:	**3 148**	**423**

A

Abacopteris   Fée1852   Thelypteridaceae
Mém. Foug. 3: 309–310 1852
La. *abax, abacus,* mượn từ tiếng hylạp; Hy. *abaks, -akos* "bàn toán", và *pter, pteris* "cánh"; có lẽ liên tưởng đến các nang quần sắp xếp thành hàng như các viên nhỏ của bàn toán.

Abarema   Pittier 1927   Fabaceae
Arb. Legum. 56 1927
Từ tên thông thường ở Nam-Mỹ của cây; VN có *Abarema dalatensis* Kosterm. 1966 *Adansonia, n.s. 6(3): 363 1966*

Abelmoschus   Medik. 1787   Malvaceae
Medik. Malvenfam. 45–46   1787
Clarke Abel (1780-1826), ysĩ, tvh, thnh Anh, du hành và thu mẫu thực vật; 1816-1817 ysĩ phục vụ đại sứ quán ở Bắc kinh với Lord Amherst, năm 1818 gia nhập Linnean Society, tác giả viết về Trung quốc (*A Narrative of a Journey in the Interior of China*). Nguồn của xạ hương.

Abies   P. Miller 1754   Pinaceae
Gard. Dict. Abr. (ed. 4) vol. 1   1754
La. *abiès* "cây mọc cao"; Hy. *bios* "sống mãi"; tên La. của Linh-sam bạc.

Abroma   N.J. Jacq. 1776   Malvaceae
Hort. Bot. Vindob. 3: 3   1776
Hy. *a* "không", *broma* "ăn được, thực phẩm"; những cây nầy hơi độc.

Abrus   Adans. 1763   Fabaceae
Fam. Pl. 2: 327, 511   1763
Hy. *abros* "mềm, duyên dáng, tinh tế"; liên tưởng đến lá dịu mềm.

Abutilon   P. Miller 1754   Malvaceae
Gard. Dict. Abr. (ed. 4) [23]   1754
Từ tên Ảrập do Avicenna đặt cho nhiều cây tương tợ như cây Cối xay hoặc cây Dâu tằm.

Acacia   P. Miller 1754   Fabaceae

Gard. Dict. Abr. (ed. 4) vol. 1   1754

Hy. *akis* "nhọn, râu, gai, có gai"; tên Hy. *akakie* từ *ake*hay*akis* "mũi sắc bén"; liên tưởng đến các gai bén, nhọn.

Acalypha   L. 1753   Euphorbiaceae
Sp. Pl. 2: 1003   1753

Hy. *a* "không", *kalyphos* "bao"; tên Hy. của *Urtica* Hy. *akalephes* "cây tầm ma" là tên xưa của một loài tầm ma, nhưng Linné lấy đặt tên cho giống nầy do lá giống như của tầm ma (*Urtica*).

Acampe   Lindl. 1853   Orchidaceae
Fol. Orchid. Acampe 1   1853

Hy. *akampes* "khó uốn cong", *akamptos,* "cứng"; hoa dễ vỡ.

Acanthephippium   Blume ex Endl. 1837   Orchidaceae
Gen. Pl. 200   1837

Hy. *akanthos* "gai", *ephippi* "yên"; môi hoa hình yên ngựa với những mũi nhọn như gai.

Acanthopanax   (Dcne & Pl.) Miq. 1863   Araliaceae
Ann. Mus. Bot. Lugduno-Batavi 1: 3, 10 1863

Hy. *akanthos*: gai, và tên giống *Panax.*

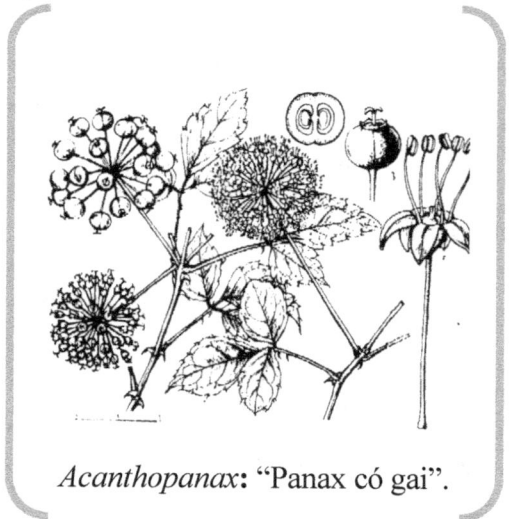

Acanthopanax: "Panax có gai".

Acanthus   L. 1753   Acanthaceae
Sp. Pl. 2: 639   1753

Hy. *akantha, akanthos* "gai", cũng có nghĩa là "mũi nhọn, gié"; liên tưởng tới các gié hoa tồn tại lâu nhiều tuần; người Hylạp dùng hình tượng của lá để trang trí trong kiến trúc, nhất là ở các đầu cột kiểu Corinthian.

Acareosperma Gagn. 1919 Vitaceae
Bull. Mus. Hist. Nat. (Paris) 25: 131 1919
không có hột .

Acer L.1753 Sapindaceae
Sp. Pl. 2: 1054 1753
La. *acer* "cứng"; cây Phong; tên La. cũ của cây Phong, từ có lẽ cùng gốc với từ *acrid* và có thể là *acerbic*, liên tưởng đến sự sắc bén hoặc độ cứng, gỗ cứng được người La Mã dùng làm bảng viết và cán giáo, tên bắn.

Achasma Griff.1851 Zingiberaceae
Not. Pl. Asiat. 3: 427 1851
Hy. *a* "không", và *chasme* "hổng, hở".

Achillea L. 1753 Asteraceae
Sp. Pl. 2: 896 1753
hoặc từ tên của Achille, anh hùng thành Troy; hoặc cây đã dùng trị vết thương cho Achille; hoặc Achille dùng các loài của giống cây này để trị vết thương cho binh sĩ bị vây ở thành Troy. Theo Homer thì trong thần thoại hylạp Achille là một học trò của Chiron, nhân-mã nổi tiếng với kiến thức về cây thuốc. Gọi trớ trêu là "chảy máu mũi", dường như được dùng để gây chảy máu mũi như một phương tiện chữa nhức đầu. *Achillea* từng là một dược thảo đã được tìm thấy dấu vết ở một di chỉ bãi chôn cất người Neanderthal cách đây 60 000 năm ở Irak.

Achras L. 1753 Sapotaceae
Sp. Pl. 2: 1190 1753
tên Hy. *Αχρας* "cây Lê hoang dại".

Achyranthes L. 1753 Amaranthaceae
Sp. Pl. 1: 204 1753
Hy. *akyr* "trấu"; *anthos* "hoa".

Acidosasa C.D. Chu & C.S. Chao ex Keng f. 1982 Poaceae
J. Bamboo Res. 1(2): 31 1982
Hy. *akis* "mũi", và tên giống (chi) *Sasa*.

Acilepis D. Don1825 Asteraceae
Prodr. Fl. Nepal. 169 1825
Hy. *aci* "nhọn", và *lepis* "vảy".

Aclisia   E.H.F. Meyer ex K.B. Presl. 1827   Commelinaceae
Reliq. Haenk. 1: 137   1827

Theo tên của *Ahklys*, nữ thần hylạp của bóng tối, sương mù, đau khổ và đêm vĩnh cửu; có lẽ bởi vì cây sống trong bóng râm, hoặc ám chỉ những hoa không có bao hoa nên không thấy rõ ràng. Hy. *achlys* "luôn luôn tối", hay *aklisia* "ngay thẳng"; La. *aclys* hay *aclis* "cây lau nhỏ".

Acmena   DC.1828   Myrtaceae
Prodr. 3: 262   1828

Hy. *acmenos* "đầy sức sống", và tên của nữ thần Hylạp, Venus.

Aconitum   L. 1753   Ranunculaceae
Sp. Pl. 1: 532   1753

tên La. của cây; do sống trên đá; tên Hy. xưa của cây nầy, lược dịch là "chất độc không thể chinh phục được".

Acorus   L. 1753   Araceae
Sp. Pl. 1: 324   1753

Hy. *akoron* và *akoros*, tên xưa áp dụng cho cả hai loài *Acorus calamus* và loài *Iris pseudacorus*. Hippocrates (460-377 tr. CN) dùng làm thuốc. Trở thành tên La. *acorus* và *acorum* mà Theophrastus (371-287 tr. CN) rồi Dioscorides và Plinius (tk. I) dùng tên *acoron* gọi cây Xương bồ (*Acorus calamus*) có căn hành thơm được dùng trong mỹ phẩm.

Acrachne   Wight & Arn. ex Chiov. 1908 Poaceae
Annuario Reale Ist. Bot. Roma 8(3): 361 1908

Hy. *akris* "đỉnh, cao nhất, ở ngọn"; *akros* "đầu, nhọn", và *achne* "trấu" liên tưởng đến trấu ở tận ngọn.

Acriopsis   Blume 1825   Orchidaceae
Bijdr. Fl. Ned. Ind. 8: 376   1825

Dạng như *Acris*.

Acrocarpus   W. & Arn. 1838   Fabaceae
Mag. Zool. Bot. 2: 547   1838

Hy. *akros* "đầu, nhọn", *karpos* "quả, trái", có hột ở phần ngọn.

Acrocephalus   Benth. 1829   Lamiaceae
Edwards's Bot. Reg. 15: , pl. 1282   1829

Hy. *akros* "đầu, nhọn"; *kephale* "đầu".

Acroceras   Stapf. 1920   Poaceae
Fl. Trop. Afr. 9: 621   1920

Hy. *akros* "đầu", *keras* "sừng", liên tưởng đến các trấu có mào.

Acroceras munroanum: cỏ Lá tre.

Acronychia   J. R. & J. G. A. Forsk. 1775   Rutaceae
Char. Gen. Pl. 53, pl. 27   1775
Hy. *akron* "chùm", *onyx* "móng, vuốt"; cánh hoa có mũi nhọn cong như móng vuốt.

Acrophorus   H.B. Presl 1836   Dryopteridaceae
Tent. Pterid. 93–94, pl. 3, f. 2   1836
Hy. *akros* "ngọn, cuối, cao nhất", và *phoros, phorus* "mang, chở", *phero, phoreo* "mang"; liên tưởng đến các nang quần trên lá.

Acrosorus   Copel 1906   Polypodiaceae
Philipp. J. Sci. 1(Suppl. 2): 158–159   1906
Hy. *akro* "ngọn, cuối", *sorus* "nang quần".

Acrostichum   L. 1753   Pteridaceae
Sp. Pl. 2: 1067 1753
Hy. *akros* "ngọn, cuối, tận cùng", và *stichos* "hàng, lằn"; có lẽ liên tưởng đến các thứ-diệp thụ ở ngọn lá, hoặc cách sắp xếp của các nang quần.

Actephila   Blume 1826   Euphorbiaceae
Bijdr. Fl. Ned. Ind. 581 1825
Hy. *akte* "bờ biển", *philos* "ưa thích"; liên tưởng đến nơi sống của cây ở ven biển.

Actinidia   Lindl. 1836   Actinidiaceae
Intr. Nat. Syst. Bot. (ed. 2) 439   1836
Hy. *aktin* "tia"; vòi nhụy tủa; đề cập đến các vòi nhụy của hoa .

Actinodaphne   C.G.D. Nees 1831   Lauraceae
Pl. Asiat. Rar. 2: 61, 68 1831
Hy. *aktinos* "tia", và *daphne* "nguyệt quế". Tiên nữ Daphne, trong thần thoại Hylạp, đã bị biến thành cây Nguyệt quế để trốn thoát thần Apollo.

Actinostemma   W. Griff. 1841   Cucurbitaceae
Account Bot. Coll. Cantor 24   1841
Hy. *aktinos* "tia", và *stemma* "vòng hoa".

Adansonia   L. 1759   Malvaceae
Syst. Nat. (ed. 10) 2: 1144   1759
Michel Adanson (1727-1806), tvh Pháp, đvh, địa-lý học, dân-tộc-học, khí-tượng và thiên-văn-học, 1748-53 phục vụ "Compagnie des Indes", du-khảo nhiều ở Phi châu, năm 1763 đề xướng trong *"Familles des Plantes"* một hệ thống phân loại thực vật, thành viên của Viện Hàn Lâm Khoa học Pháp, viết nhiều cho Bách khoa từ điển của Denis Diderot và Jean-Baptiste le Rond d'Alembert.

Adenanthera   L. 1753   Fabaceae
Sp. Pl. 1: 384   1753
Hy. *aden* "tuyến", *anthera* "bao phấn"; bao phấn có một tuyến ở ngọn.

Adenia   Forsk. 1775   Passifloraceae
Fl. Aegypt.-Arab. , pl. 77, descr. 1775
Tìm ra được ở Aden.

Adenium   Roem. & Schult. 1819   Apocynaceae
Syst. Veg. (ed. 15 bis) 4: xxxv, 411   1819
Tìm ra được ở Aden.

Adenobotrys   Fabaceae
Hy. *aden* "tuyến", *botrys* "chùm nho".
        xem **Callerya** (CCVN-I/899)

Adenodus   Lour. 1790   Elaeocarpacea
Fl. Cochinch. 294   1790

Hy. *aden* "dính, tuyến", và *-odes* "giống như, dạng như ", La. *nodus* "một khớp, nút, gút". Ý nghĩa liên quan không rõ, tối nghĩa; loài *Adenodus silvestris* có 5 tuyến mật quanh noãn sào; cũng có thể là một lỗi chính tả.

xem **Elaeocarpus** (CCVN-I-1748)

Adenoncos   Blume 1825   Orchidaceae
          Bijdr. Fl. Ned. Ind. 6: t. 2   *1825*
Hy. *aden* "tuyến", và *oncos* "phù lên, sưng"; liên tưởng đến cục chai (mô sẹo) có tuyến ở phần gốc của môi.

Adenosacme   Wall. 1832   Rubiaceae
          Numer. List n. 6280–6282   *1832*
Hy. *aden* "tuyến", *akme* "ngọn, đỉnh, sắc bén".

Adenophora   Fisch. 1823   Campanulaceae
          Mém. Soc. Imp. Naturalistes Moscou 6: 165 1823
Hy. *aden* "tuyến", *phora* "mang"; mang hoặc tạo ra các tuyến; liên tưởng đến các tuyến dính, trĩn.

Adenosma   R. Br. 1810   Scrophulariaceae
          Prodr. 442   1810
Hy. *aden* "tuyến", *osma* "mùi, mùi thơm, mùi bạc hà".

Adenostemma   J. R. Forst. & G. Forst. 1775   Asteraceae
          Char. Gen. Pl. 45, pl. 45   *1775*
Hy. *aden*: tuyến, *stemma* "tràng hoa lá"; vành có tuyến.

Adhatoda   Mill. 1754   Acanthaceae
          Gard. Dict. Abr. (ed. 4) 1754
Latin-hóa tên ở Sri Lanka của một cây mà lá có vị đắng.
xem **Justicia** (CCVN-III/79)

Adiantum   L. 1753   Adiantaceae
          Sp. Pl. 2: 1094 1753
Hy. *adiantos* "khô"; nhúng nước vẫn khô; hay là không thấm nước; nước nhễu, chảy mà không thấm vào lá.

Adina   R.D. Salisbury 1808   Rubiaceae
          Parad. Lond. , pl. 115 ["116"] 1808
Hy. *adinos* "đông , dày, chật"; hoa thành đầu; liên tưởng đến hoa xếp thành nhiều đầu.

Adinandra   Jack 1822   Theaceae
Malayan Misc. 2(7): 49 1822
Hy. *adinos* "đông, dày, chật", *andros*: đực; tiểu nhụy nhiều.

Aegiceras   J. Gaertn 1788   Myrsinaceae
Fruct. Sem. Pl. 1(1): 216   *1788*
Hy. *aix, aigos* "trừu", *keras* "sừng"; trái hình trụ và uốn cong giống sừng trừu.

Aeginetia   L. 1753   Orobanchacea
Sp. Pl. 2: 632   1753
Hy. *aiganen* "cây lao, cây giáo"; nụ giống cây lao; hay là: Vinh danh ông Paulus Aegineta (Paulos Aeginetes, Paul of Aegina), một ysĩ lừng danh ở Ai cập tk. 7. Công trình quan trọng nhất của ông là bộ bách khoa tự điển y học.

Aegle   Correa 1800   Rutaceae
Trans. Linn. Soc. London 5: 222–223   1800
Aegle: một trong những tiên nữ trong thần-thoại Hylạp, cai quản sông, suối và ao hồ.

Aeluropus   Trinius 1820   Poaceae
Fund. Agrost. 143, pl. 12   *1820*
Hy. *ailouros* "con mèo, một loài chồn", và *pous* "chân". La. *ailurus* "mèo", liên tưởng đến các gié, gai.

Aerides   Loureiro 1790   Orchidaceae
Fl. Cochinch. 2: 525   1790
Hy. *aer* "không khí, gió"; sống trong không trung; liên tưởng đến dạng sống phụ sinh.

Aerua   A.L. Juss. 1789 (orth. var.)   Amaranthaceae
Genera Plantarum 88. 1789
Tên Ảrập *erona*, viết thành *Aerua*.

Aerva   Forskäl 1775   Amaranthaceae
Fl. Aegypt.-Arab. 170   1775
Từ các tên Ảrập *râ, aerua, ärua, erona, eroua* để gọi một loài của giống, latinh-hóa tên Ả-rập của cây nầy.

Aesandra   Pierre ex L. Planch. 1890   Sapotaceae
Not. Bot. 2   1890
Hy. *aiso, anisos* "không như, không chắc, không đều", và *andra*

"nhị đực, tiểu nhụy", *andros*: hùng, nam. Có lẽ từ tên *Isonandra* Wight, Sapotaceae).

Aeschynomene Nocca 1793 (orth. var.) Fabaceae
L. 1753 *Sp. Pl. 2: 713 1753*
Hy. *aischuno* "xấu hổ, xấu xí, hoặc gây xấu hổ"; lá vài loài xụ khi động như mắc cở do tên Hylạp xưa mà Plinius gọi một cây mắc cỡ, *aischynomene*, từ chữ *aischyno* "xấu hổ", và do tên Latinh *aeschynomene* của một cây xụ lá khi bị chạm.

Aesculus L. 1753 Hippocastaneaceae
Sp. Pl. 1: 344 1753
La. *escare* "ăn"; tên La. của một loài Dẻ, hạt dẻ hoang, ăn được. La. *aesculus* "cây Sồi" (*Quercus*), hạt ăn được, mà Linné lấy đặt tên cho giống cây Dẻ Ấnđộ.

Aeschynanthus Jack 1823 (nom. cons.) Gesneriaceae
Trans. Linn. Soc. London 14: 42 1823
Hy. *aischuno* "xấu hổ", *anthos* "hoa"; liên tưởng đến màu đỏ (đỏ bẽn lẽn, đỏ mặt) của hoa.

Aetheocephalus Gagn. 1920 Asteraceae
Bull. Mus. Hist. Nat. (Paris) 26: 172. 1920
Hy. *aethes* "không đều, bất thường, không bình thường" và *kephale* "đầu"; *cephalus*: đầu
xem **Athroisma** (CCVN-III/265)

Aframomum K. Schum. 1904 Zingiberaceae
Pflanzenr. IV. 46(Heft 20): 201 1904
afr- "Phi châu", *amomum* "Gừng", từ Africa, hay của Africa (châu Phi), và tên giống *Amomum* (thuộc họ Gừng); tên giống thuộc họ Gừng từ Tây Phi.

Afzelia J.E. Sm. 1798 (nom. cons.) Fabaceae
Trans. Linn. Soc. London 4: 221 1798
Adam Afzelius (1750-1837), tvh Thụyđiển ở Uppsala, học trò của Linné; 1777 dạy ngôn ngữ Đông phương ở Đại học Uppsala, 1785 Giảng nghiệm viên TVH, từ 1792 đến duyên hải Tây Phi châu, 1797-1798 Thư ký của đạisứ quán Thụyđiển ở London, 1802 được bầu làm Chủ tịch của "Zoophytolithic Society" (sau nầy gọi là Linnean Institute), từ 1812: giáo sư *Materia Medica* ở Đại học Uppsala, viết nhiều về TVH, năm 1823 công bố quyển Tự truyện của Carl von Linné.

Aganonerion Pierre ex Spire 1906 Apocynaceae
Caoutchouc Indo-Chine 431906

Aganonerion Pierre 1894 Apocynaceae
Prodr. Apoc. 206 1894

Hy. *aganos* "dịu dàng, dễ thương, thương", và *neros* "ẩm ướt",
nero "nước", xem thêm tên giống *Nerium* L.

Aganosma (Bl.) G. Don 1837 Apocynaceae
Gen. Hist. 4: 69, 77 183

Hy. *agaos* "dễ thương", *osma* "mùi".

Agapanthus L'Hérit. de Brutelle 1789 (n. cons.) Amaryllidaceae
Sert. Angl. 10 1788 [1789]

Hy. *agap-* "dễ thương", *anthos* "hoa"; hoa tình yêu.

Agapetes D. Don ex G. Don 1834 Ericaceae
Gen. Hist. 3: 862 1834

Hy. *agapetos* "dễ thương"; cây dễ thương.

Agastache Clayton ex Gronovius1762 Lamiaceae
Fl. Virgin. (ed. 2) 88 1762

Hy. *aga* "nhiều", *stachys* "gié"; liên tưởng đến hình dáng của gié
hoa.

Agathis Salisb. 1807 (n. cons.) Araucariaceae
Trans. Linn. Soc. London 8: 3111807

Hy. có nghĩa một cuộn chỉ, vì dạng của chùy.

Agave L. 1753 Agavaceae
Sp. Pl. 1: 323 1753

Hy. *agavos* "anh hùng", vì phát hoa hùng vĩ; do tên Hylạp *Agaue*,
tên một nhân-vật trong thần-thoại Hylạp. *Agauos* cũng có nghĩa là
"đài cát"; giới thực-vật đặt tên này có lẽ do dạng của phát-hoa
đẹp, hùng vĩ, quí phái.

Agelaea Sol. ex Planch. 1850 Connaraceae
Linnaea 23: 437 1850

Hy. *agelaios* "hợp đoàn"; hoa cho nhiều trái.

Ageratum L. 1753 Asteraceae
Sp. Pl. 2: 839 1753

Hy. *a* "không", *geras* "già"; cây lâu héo; Hy. *ageratos*, *ageraton*
"không trở nên già"; liên tưởng đến các hoa lâu phai màu.

Aglaodorum Schott 1858 Araceae
Gen. Aroid. 58 1858
Hy. *aglaos* "sáng", *odor* "mùi".

Aglaomorpha H.W. Schott 1936 Polypodiaceae
Gen. Fil. 4: , ad pl. 19   1836
Hy. *aglaos* "sáng", *morphos* "hình".

Aglaonema H.W. Schott 1829 Araceae
Wiener Z. Kunst 1829(3): 892   1829
Hy. *aglaos* "sáng", *nema* "sợi"; có lẽ chỉ tiểu nhụy; từ tên Hylạp
có nghĩa là mũi nhọn; các lá bắc của hoa-đầu có dạng như mũi
giáo.

Aglaia Loureiro 1790 Meliaceae
Fl. Cochinch. 1: 98, 1731790
Aglaia: trong thần thoại Hylạp là nữ thần của khả năng sinh sản
hoặc quyến rũ; hoa đẹp và thơm.

Agrimonia L. 1753 Rosaceae
Sp. Pl. 1: 448   1753
Hy. *argemon*: cườm mắt, có lẽ là tên của những cây mà người
Hylạp cho là trị cườm (đục) thủy-tinh-thể mắt. Hy. *argema*: một
chứng bịnh ở mắt, do cho rằng cây có dược tính, nhưng không
thấy có tài liệu nào về *Agrimonia* đã được dùng trị bịnh mắt.
Cũng có thể là một tên xưa *argemone* mà Plinius và Dioscorides
dùng gọi cây Anh-túc, hoặc *argemonion* mà Dioscorides gọi cây
Anemone. Cả hai từ nguyên nầy có thể cũng liên quan đến cùng
một đối tượng, bởi vì *argemone* là một từ mà người Hylạp xưa
gọi những cây trị bịnh mắt. Lại có một gợi ý giải thích – không
xác đáng lắm – có thể là do chữ Hy. *agros* "cánh đồng hoặc đất
trống", và *monos* "một mình, vắng vẻ".

Agrostis L. 1753 Poaceae
Sp. Pl. 1: 61   1753
Tên La. và Hy. của một loại cỏ, Hy. *agros* "cỏ", *agron* hay *agros*,
"cánh đồng, đồng cỏ", gốc của một từ có nghĩa là "nông nghiệp";
liên tưởng đến nơi mọc của cỏ.

Agrostistachys Dalzell 1850 Euphorbiaceae
Hooker's J. Bot. Kew Gard. Misc. 2: 41 1850
Hy. *agros* "cỏ", *stachys* "gié".

Agrostophyllum Bl. 1825 Orchidaceae
Bijdr. Fl. Ned. Ind. 8: 368 *1825*
Hy. *agros* "cỏ", *phyllum* "lá".

Agyneia Hassk. 1842 (orth. var.) Euphorbiaceae
Cat. Hort. Bot. Bogor. 240 *1844*

Agyneia L. 1771 Euphorbiaceae
Mant. Pl. 2: 161, 296 [576] *1771*
Hy. *a* "không có, thiếu", và *gyne* "nữ, phụ nữ, bộ phận nữ";

Aidia Loureiro 1790 Rubiaceae
Fl. Cochinch. 143 *1790*
Hy. *aidios* "lâu dài"; vì gỗ tốt, rất lâu mục.

Ailanthus Desf. 1786 (n. cons.) Simaroubaceae
Hist. Acad. Roy. Sci. Mém. Math. Phys. (Paris, 4) 1786: 265–271, t. 8 1788
Từ một tên địa phương ở Amboine (Molucca) là *aylanto, ailanto*
"cây của Thiên đường", vì các loài ở Molucca có kích thước cao
lớn.

Ailantopsis Gagn. 1944 Meliaceae
Notul. Syst. (Paris) 11: 163 *1944*
Ailantus, Ailanthus, và *opsis* : dạng như; dạng như *Ailantus*.
Xem (CCVN-II-379) *Trichilia*.

Ainsliaea O. Ktze 1891 (o. var.) Asteraceae
Prodr. 7(1): 13 1838
Sir Whitelaw Ainslie (1767-1837), Ysĩ người Anh, có thời gian
công tác ở Ấn độ, tác giả hay đồng tác giả các sách "*Materia*
Indica", "*Treatise upon Edible Vegetables*", và "*Materia Medica*
of Hindostan".

Aira L. 1753 Poaceae
Sp. Pl. 1: 63 *1753*
Tên Hy. xưa gọi một loài khác, có lẽ là *Lolium temulentum*; La.
aera gọi một cỏ dại trong ngũ cốc, cỏ lùng.
xem **Sacciolepis** (CCVN-III/668)

Ajuga L. 1753 Lamiaceae
Sp. Pl. 2: 561 *1753*
Biến thể của tên La. *Abiga*.

Alangium Lamk. 1783 (nom cons.) Cornaceae
Encycl. 1: 174 1783
Từ tên Malabar là *alangi.*

Albizia Durazz. 1772 (orth. var.) Fabaceae
Mag. Tosc. 3(4): 13–14 1772
Filippo (di Luca) degli Albizzi (1724-1789), quí tộc Ý, thnh, tvh,
đem cây *A. julibrissin* từ Constantinople vào Ý lần đầu vào năm
1749. Đôi khi viết là *Albizzia.*

Alcea L. 1753 Malvaceae
Sp. Pl. 2: 687 1753
Hy. *alkea* hay *alkaia*, và La. *alcea*, "một loại cây cối xay" *Malva
alcea* L.
xem **Hibiscus** (CCVN-I/525)

Alchornea O. Sw. 1788 Euphorbiaceae
Prodr. 6, 98 1788
Stanesby Alchorne (1727-1800), tvh Anh, sưu tập cổ vật, thu mẫu
thực vật, giảng nghiệm viên thực vật, chăm sóc Chelsea Physic
Garden là Vườn Thực vật xưa bậc nhì ở Anh quốc (từ *Physic* ở
đây có liên quan đến sự chữa bệnh); ông gom góp được nhiều
sách xưa thành một thư viện quan trọng.

Alectra Thunb. 1784 Scrophulariaceae
Nov. Gen. Pl. 4: 81–82 1784
Hy. *alektros* "chưa kết hôn", *a* "không", và *lektron* "ghế dài,
giường, giường tân hôn", hoặc Hy. *alektor* "vòi nước", liên tưởng
đến các hoa của giống nầy.

Alesmonium = Plesmonium Schott 1856 Araceae
Syn. Aroid. 34 1856
xem CCVN-III/359-9147: ***Alesmonium coudercii*** Bogner
= ***Plesmonium coudercii*** Bogner *Adansonia 20(3): 305 1980*
Hy. *plesmone* "no đầy, thoả mãn, đầy ứ ra, thừa thãi".

Aletris L. 1753 Agavaceae
Sp. Pl. 1: 319 1753
Chữ Hy. có nghĩa là "xay, nghiền"; *Aletris* là tên một nữ nô lệ
chuyên xay bột; liên tưởng đến dạng như có bột của các loài cây
nầy.
xem **Dracaena** (CCVN-III/739)

Aleurites   J.R. & J.G.A. Forst. 1775   Euphorbiaceae
Char. Gen. Pl. 111, pl. 56   *1775*
Hy. *aleuron* "bột". Có lẽ mặt lá có lông như bột.

Alisma   L. 1753   Alismataceae
Sp. Pl. 1: 342   *1753*
Tên Hy. do Dioscorides đặt cho một loài thực vật thủy sinh .

Allaeanthus   Thw. 1854   Moraceae
Hooker's J. Bot. Kew Gard. Misc. 6: 302   *1854*
Có lẽ từ Hy. *allas* "xúc xích" và *anthos* "hoa".

Allamanda   L. 1771   Apocynaceae
Mant. Pl. 2: 146, 214, (576)   *1771*
Jean Frédéric François Louis Allamand (1736-1803), ysĩ và tvh Thụy sĩ, đến ở Leiden (Hòa Lan) từ 1749, thu mẫu thực vật ở Surinam và Guyana, gởi hột cho Linné, viết *"Genera Plantarum Americanarum"*, sau đó là ysĩ ở hoàng triều Katharina II ở Saint Petersburg, Nga.

Alleizetella   Pit. 1923   Rubiaceae
Fl. Indo-Chine 3: 278   *1923*
Aymar-Charles d'Alleizette (1884-1967), sĩquan quân đội Pháp, tvh và thám hiểm, 1901-22 thu mẫu thực vật ở Madagascar, Đông dương và Algérie, 1943-50 làm việc ở Bảo tàng thiên nhiên quốc gia ở Paris, sau đó làm Quản thủ Thảo tập viện ở Clermont-Ferrand, quan tâm nhiều đến Lan của châu Âu và Bắc Phi, viết *"Contribution à l'étude de la végétation des environs de Tananarive"*.

Allium   L. 1753   Liliaceae
Sp. Pl. 1: 294   *1753*
Tên La. của Tỏi.

Allmania   R. Br. ex Wight 1834   Amaranthaceae
J. Bot. (Hooker) 1: 226 1834
William Allman (1776-1846), ysĩ và tvh Ireland, 1804-09 hành nghề ysĩ ở miền Nam Ireland, 1809-44 giáo sư TVH ở Đại học Dublin, tác giả *"On the Mathematical Relations of the Forms of the Cells of Plants"*; bạn của Robert Brown.

Allochilus   Gagn. 1932   Orchidaceae
Bull. Mus. Natl. Hist. Nat., sér. 2 4: 591 1932

Hy. *allo* "khác", *chilus, cheilos* "môi".
xem **Goodyera** (CCVN-III/781)

Allomorphia   Reich. 1841 (Orth. var.)   Melastomataceae
            Deut. Bot. Herb.-Buch 174   *1841*
Hy. *allos* "đủ thứ", *morphe* "hình".

Allophilus   Adams 1763 (orth. var.)   Sapindaceae
            Familles des Plantes 2: 515. 1763.
        Viết đúng là: **Allophylus** L.   1753
                Sp. Pl. 1: 348   1753
Hy. *allos* "đủ thứ, khác, khác hơn, xa lạ", và *philon* "bộ lạc, gia
đình, họ hàng" La. *allophylus, a, um* "của một bộ tộc, chủng tộc
khác, ngoại quốc, đến từ một đất nước xa xôi". Theo một số tác
giả khác thì tên giống có thể có nghĩa "những lá khác nhau", do
Hy. *allos* và *phyllon* "lá".

Allospondias   Stapf 1900   Anacardiaceae
            Hooker's Icon. Pl. 2667 1900
Hy. *allos* "khác, đủ thứ"; và tên giống *Spondias.*

Alloteropsis   J. Presl 1830   Poaceae
            Reliq. Haenk. 1(4–5): 343, pl. 47   *1830*
Hy. *allos* " khác", và *opsis* "dạng như".

Alniphyllum   Matsumura 1901   Styracaceae
            Bot. Mag. (Tokyo) 15: 67   *1901*
La. *alnus, i* "cây trăn" và Hy. *phyllon* "lá". lá như *Alnus.*

Alnus   P. Mill. 1754   Betulaceae
            Gard. Dict. Abr. (ed. 4) vol. 1   1754
tên latinh xưa của giống cây nầy: *alnus, i* "cây trăn"; Tiếng
Akkad *alanu, elanu* "cây sồi, trái sồi".

Alocasia   (H.W. Schott) G.Don 1839   Araceae
Hort. Brit. (ed. 3) 631   1839

Hy. *a* : không, và tên giống *Colocasia* Schott, hàm ý là khác với *Colocasia*; Cũng có gợi ý là Hy. *aulax, aulakos, alox, alokos* "một rãnh".

Alocasia macrorrhiza: cây ráy, không phải colocasia, môn.

Aloe   L. 1753   Liliaceae
Sp. Pl. 1: 319   1753

tên Ảrập *alloeh*, tên Hy. xưa *aloe* "nước ép lá khô có vị rất đắng", La. *aloe*, Pháp *aloes*.

Alopecurus   L. 1753   Poaceae
Sp. Pl. 1: 60   1753

Hy. *alopekouros*, cỏ giống như một đuôi chồn từ đó ra *alopex*, "con cáo" và *oura*, "đuôi"; liên tưởng đến hình dạng của gié.
xem **Polypogon** (CCVN-II/632)

Aloysia   A.L. Juss. 1806   Verbenaceae
Ann. Mus. Hist. Nat. 7: 73   1806

Maria-Luisa Teresa, công chúa Bourbon-Parma (1751-1819), vợ của vua Carlos IV Tây Ban Nha, nâng đỡ các nhà tvh Hipólito Ruiz López và José Antonio Pavón Jiménez.

Alphitonia   Reissek & Endl. 1840   Rhamnaceae
Gen. Pl. 1098   1840

Hy. *alphiton* "bột luá mạch"; đề cập đến chất lượng bột khô của trung-quả-bì trong trái.

Alphonsea   Hook. F. & Thoms. 1855   Annonaceae
Fl. Ind. 1: 152   1855

Alphonse Louis Pierre Pyrame de Candolle (1806-1893), tvh Thụy sĩ, giáo sư TVH ở Đại học Genf, kế vị cha mình là Augustin Pyramus de Candolle và là cha của Casimir Pyramus de Candolle; ngoài TVH ông cũng quan tâm đến Khoa học Xã-hội, tác giả *"Histoire des sciences et des savants depuis deux siècles"*, *"Lois de la nomenclature botanique"*, *"Origine des plantes cultivées"*.

Alpinia   Roxb. 1810 (n. cons)   Zingiberaceae
                               Asiat. Res. 11: 350–352 1810

Prospero Alpino (1553-1617), ysĩ và tvh Ý, ysĩ cho Lãnhsự quán Venise ở Cairo, Aicập, thám hiểm Phichâu, có lẽ là một trong những người đầu tiên nhận thức được những khác biệt giới tính ở thực vật mà sau nầy là nền tảng của hệ thống phân loại học của Linné; ông là tác giả của *"De Plantis Aegyptii Liber"* (1592), công trình của ông về *"De Medecina Egyptiorum"* đã giới thiệu cây Càphê, Chuối và cây Baobab đến các độc-giả châu Âu.

Alseodaphne   CGD Nees 1831   Lauraceae
                               Pl. Asiat. Rar. 2: 61, 71 1831

Hy. *alseo* "một rãnh , cụm rừng, lùm; *daphne* "nguyệt quế" (Tiên nữ Daphne, trong thần thoại Hylạp, đã bị biến thành cây Nguyệt quế để trốn thoát thần Apollo).

Alsodeia   du Petit Thouars 1805   Violaceae
                               Hist. Vég. Isles Austral. Afriq. 55   1805

Hy. *alsodes*: có lá.
     xem **Rinorea** (CCVN-I/553)

Alsophila   R. Br. 1810   Cyatheaceae
                               Prodr. 158   1810

Hy. *alsos* "lùm, rừng" và *philos* "thương".
     xem **Cyathea** (CCVN-I/115)

Alsomitra   (Bl.) Roem. 1846   Cucurbitaceae
                               Fam. Nat. Syn. Monogr. 2: 113, 117   1846

Hy. *alsos* "1 rảnh", *mitra* "tế mão, mũ giáo chủ".
     xem **Neoalsomitra** (CCVN-I/564)

Alstonia   R. Br. 1810 (n. cons.)   Apocynaceae
                               Mem. Wern. Nat. Hist. Soc. 1: 75   1811

Charles Alston (1685-1760), ysĩ Scotland, nhà hóa-học, giáo sư TVH và dược-lý-học ở Đại học Edinburgh; quản trị Royal

Botanical Garden ở Edinburgh, năm 1718 đến Leiden Hòa lan thọ giáo nhà khoa-học nhân văn, ysĩ và tvh Herman Boerhaave; tác giả của *"Index Plantarum praecipue officinalium"* và *"Index medicamentorum simplicium"*; ông chủ trương theo hệ thống phân loại tự nhiên của Tournefort vốn phủ nhận sự hiện hữu của phái tính ở thực vật và do đó phản đối hệ thống của Linné.

Alternanthera Forsk. 1775   Amaranthaceae
       Fl. Aegypt.-Arab. 28, 59 1775
       La. *Alternus* "xen, luân phiên" và *anthera* "bao phấn"; tiểu nhụy thụ xen với tiểu nhụy lép.

Althaea   L. 1753   Malvaceae
       Sp. Pl. 2: 686   1753
       Hy. *althaino* "chữa lành", *altheo* "trị bịnh"; vài loài có vị thuốc.

Altingia   Noronha 1790   Hamamelidaceae
       Verh. Batav. Genootsch. Kunsten 5 (art. 2): 1 1790
       Vinh danh Willem Arnold Alting (1724-1800), là quan toàn-quyền Hòa-Lan ở Indonesia khi nhà thực vật học Francisco Noronha đến làm việc tại đây.

Alysicarpus   Neck. ex Desv. 1813(n. cons.)   Fabaceae
       J. Bot. Agric. 1(3): 120–121, pl. 4, f. 8   1813
       Hy. *Halusis* "dây chuyền", và *karpos* "trái".

Quả *Alysicarpus rugosus.*

2 cm

Alyxia Banks ex Br. 1810 Apocynaceae
Prodr. 469 1810
do tên Ấnđộ.

Amalocalyx Pierre 1898 Apocynaceae
Bull. Mens. Soc. Linn. Paris 1: 28 1898
Hy. *amalos* "mềm, yếu" và *kalyx* "đài hoa".

Amaranthus L. 1759 Amaranthaceae
Syst. Nat. (ed. 10) 2: 1268 1759
Sp. Pl. 2: 989 1753
Hy. *a* "không, chống lại, không có", và *marainos* "héo, khô héo";
Hy. *amarantos* "không phai màu"; La. *amaranthus*; đài và lá hoa
lâu phai màu.

Amaryllis L. 1753 Amaryllidaceae
Sp. Pl. 1: 292 1753
Theo tên của một phụ nữ đẹp, chăn cừu, người Hylạp *Amaryllis*
trong thi ca cổ điển và thi ca Anh trong các tk 16 và 17.

Amentotaxus Pilger 1916 Taxaceae
Bot. Jahrb. Syst. 54(1): 41 1916
La. *amentum* "dây đeo"; *amento* "gié thòng".

Amesiodendron Hu 1936 Sapindaceae
Bull. Fan Mem. Inst. Biol., Bot. 7: 207 1936
Oakes Ames (1874–1950), tvh Hoa kỳ (chuyên gia họ Lan), 50
năm làm việc ở Đại học Harvard tại Cambridge, Massachusetts,
1909-22 Giám đốc Vườn Thực vật và 1923-27 Quản thủ Thảo tập
viện, 1937-45 Giám đốc Bảo tàng thực vật, xây dựng *Ames
Botanic Laboratory* (một trung tâm nghiên cứu Lan), viết và mô
tả nhiều giống (chi) và loài Lan mới, vợ ông là Blanche Ames, là
người minh họa các sách của ông về Lan.

Amischophacelus R.S. Rao &R.V. Kammathy 1966 Commelinaceae
J. Linn. Soc., Bot. 59 (379): 305–306 1966
Hy. *mischos* "cọng, cuống", *amischos* "không cọng" và *phakelos*
"một cụm, bó"; liên tưởng đến bản chất của phát-hoa.

Amischotolype Hassk. 1863 Commelinaceae
Flora 46: 391 1863
Hy. *amischos* "không cọng" và *tolype* "một quả cầu len, một
cục"; liên tưởng đến phát-hoa.

Amitostigma Schltr. 1919 Orchidaceae
Repert. Spec. Nov. Regni Veg. Beih. 4: 91–92 1919
Hy. *a-* "không, không có", *mitos* "chỉ. sợi", và *stigma* "nuốm".

Ammannia Scopoli 1771 (O. var.) Lythraceae
Intr. Hist. Nat. 209 1771
Paul Ammann (1634-1691), ysĩ và tvh Đức, giáo sư ở Đại học Leipzig, giám đốc Vườn dược thảo ở đây; tác giả *"Supellex Botanica"* (1675) liệt kê các cây thuốc của Vườn và vùng phụ cận, *"Medecina Critica"* (1670), *"Paraenesis ad Docentes occupata circa Institutionum Medicarum Emendationem"* (1673), *"Irenicum Numae Pompilii cum Hippocrate"* (1689), và *"Character Naturalis Plantarum"* (1676).

Ammi L. 1753 Apiaceae
Sp. Pl. 1: 243 1753
Tên La. xưa của một cây họ Hoa tán; cũng có thể từ tên Hy. *ammos* "cát".

Amomum Roxb. 1820 (n. cons.) Zingiberaceae
Pl. Coromandel 3: 75 1820
Hy. *amomon, amomum* "gia-vị".

Amoora Roxb. 1820 Meliaceae
Pl. Coromandel 3: 54 1819 [1820]
Amur: tên địaphương ở Bengal của loài *Amoora cucullata* Roxb.

Amorphophallus Bl.ex Dcne 1834(n. cons.) Araceae
Nouv. Ann. Mus. Hist. Nat. 3: 366 1834
không có hình thù nhất định.

Ampelocissus J.E. Planchon 1884 (n. cons.) Vitaceae
Vigne Amér. Vitic. Eur. 8(1): 371–372 1884
Hy. *ampelos* "dây nho", và *Cissus* "dây Thường xuân".

Ampelopsis A. Michx. 1803 Vitaceae
Fl. Bor.-Amer. 1: 159–160 1803
Hy. *ampelos* "dây nho", *opsis* "dạng như".

Ampelopteris O. Ktze 1848 Thelypteridaceae
Bot. Zeitung (Berlin) 6: 114–115 1848
Hy. *ampelos* "dây nho", *pter* "cánh".

Amphicarpaea   Elliot ex Nutt. 1818 (n. & orth. cons.)   Fabaceae
             Gen. N. Amer. Pl. 2: 113–114   1818
      Hy. *amphi* "2 thứ, 2 bên" , *carpon* "trái"; có trái ở đất khác trái
      trên không.

Amphineuron   Holtt. 1971   Thelypteridaceae
             Blumea 19(1): 45–46, f. 19, 19a 1971
      Hy. *amphi* "2 bên, 2 thứ", *neuron* "gân".

Amygdalus   L. 1753   Rosaceae
             Sp. Pl. 1: 472   1753
      tên Hy. xưa của cây Hạnh nhân.
             xem **Prunus** (CCVN-I/804)

Anacardium   L. 1753   Anacardiaceae
             Sp. Pl. 1: 383   1753

Hy. *ana* "trên", *cardia* "tim"; trái như tim mọc trên cuống.

Anacardium: trái như tim mọc trên cuống.

Anacolosa   (Bl.) Bl. 1850   Olacaceae
             Mus. Bot. 1: 250, t. 46   1850 [1851]
      Hy. *anakolos* "thắt nút"; viền của đài hoa hình chén.

Anadendron = Anadendrum) Schott. 1857 (orth. var.)   Araceae
             Oesterr. Bot. Wochenbl. 7: 118 1857
      Hy. *anadendras, anadendrados* tên gọi một dây leo lên các cây
      to: *ana* "lên" và *dendron* "cây".

Anamirta Colebr. 1821 Menispermaceae
Trans. Linn. Soc. London 13: 52, 66 *1821*
có lẽ từ một tên tiếng Tamil *anai-amyrtavalli*: "*Tinospora (amyrtavalli)* voi"; giống nầy to lớn hơn *Tinospora* Miers.

Ananas P. Mill. 1754 Bromeliaceae
Gard. Dict. Abr. (ed. 4) no. 1 *1754*
tên tiếng thổ-dân Tupi, Brasil.

Ananeton = **Anaxeton** Gaertn. 1791 Asteraceae
De Fructibus et Seminibus Plantarum 2: 406. 1791
Hy. *anaxaino* "cào, xé ra", liên tưởng đến bề mặt của các lá.

Anaphalis A.P. de Cand. 1838 Asteraceae
Prodr. 6: 271–275 *1837 [1838]*
Hy. *ana* "hướng lên", *phalis* "sáng, trắng", từ tên Hylạp xưa của một cây tương tự.

Anaphalium = *Gnaphalium* L. 1753 Asteraceae
Sp. Pl. 2: 850 *1753*
Hy. *gnaphalion*, một cây mà lá mềm, trắng được dùng để dồn gối, nhồi đệm.
xem **Pterocaulon** (CCVN-III/266)

Anaxagorea A. de St. Hil. 1825 Annonaceae
Nouv. Bull. Sci. Soc. Philom. Paris 1825: 91 *1825*
Anaxgoras (500-428 trước CN), nhà hiềntriết Hylạp, học giả, quan tâm thiên văn học, bạn của Euripides và Perikles, viết về việc trồng rừng.

Ancistrocladus Wall. 1829 (n. cons.) Ancistrocladaceae
Numer. List 1052 *1829*
Hy. *ancistros* "lưỡi câu"; *clados* "nhánh".

Andira Lam. 1783 Fabaceae
Encycl. 1: 171 1783
Latinh-hóa tên tiếng Brasil của giống cây này.
xem **Euchrestia** (CCVN-I/991)

Andrachne L. 1753 Euphorbiaceae
Sp. Pl. 2: 1014 1753
tên Hy. xưa *andrachne, andrachle, andrachlos, andrachnos* "rau sam, dâu", do Theophrastus dùng.

xem **Leptopus** (CCVN-II/185)

Andrographis Wall. Ex Nees 1832 Acanthaceae
Pl. Asiat. Rar. 3: 77, 116 *1832*
Hy. *aner* "đàn ông", và *graphis* "bút, cây cọ".

Andropogon L. 1753 Poaceae
Sp. Pl. 2: 1045 1753

Hy. *aner, andros* "đàn ông", *pogon* "râu"; ở gié-hoa sóng đầy lông giống như râu đàn ông.

2 cm

Andropogon ascinodis: gié-hoa sóng giống như râu đàn ông.

Androsaces Ascherson 1864 (orth. var.) Primulaceae
Flora der Provinz Brandenburg 1: 555. 1864
Một tên do Dioscorides gọi một cây khác; Hy. *aner, andros* "đàn ông, đực", và *sakos* "cái khiên"; liên tưởng đến lá , hoặc hình dáng của các bao phấn.

Aneilema P.Br. 1810 Commelinaceae
Prodr. 270 *1810*
Hy. *a* "không", *eilema* "tổng bao".

Anemone L. 1753 Ranunculaceae
Sp. Pl. 1: 538 1753
Hy. *anemos* "gió". Tên do Theophrastus đặt.

Anerincleistus P.W. Korthals 1844 Melastomataceae
Verh. Nat. Gesch. Ned. Bezitt., Bot. 250 1844
Hy. *aner* "đàn ông, đực", và *enkleistos* "bị chèn, nhốt, vào trong"; đề cập đến bao phấn bị chèn vào trong các buồng bên ngoài bầu noãn. xem **Sporoxeia** (CCVN-II/85)

Anethum   L. 1753   Apiaceae
Sp. Pl. 1: 263   1753
Hy. *anethon*: rau thì là; tên Hy. và La. của Thì là *Anethum graveolens.*

Angelica   L. 1753   Apiaceae
Sp. Pl. 1: 250   1753
tên Hy. của cây Bạch chỉ vì cho là có dược-tính thần tiên! cho là đã được một thiên thần tiết lộ cho một tu sĩ rằng đó là một thuốc chữa bịnh dịch hạch.

Angelonia   Humb. & Bonpl. 1812   Scrophulariaceae
Pl. Aequinoct. 2(14): 92–94, pl. 108   1809 [1812]
Agelon : tên địaphương Nam-Mỹ.

Angiopteris   Hoffm. 1796   Marattiaceae
Commentat. Soc. Regiae Sci. Gott. 12(Cl. Phys.): 29 1796
Hy. *angeion* "mạch", *pter, pteryx* "cánh".

Ania   Lindley 1831   Orchidaceae
Gen. Sp. Orchid. Pl. 129   1831
Hy. *ania* "sầu muộn, nỗi buồn, khó khăn", *aniao* "đau buồn, đau khổ"; có lẽ liên tưởng đến vị trí phân loại và giống (chi) *Tainia* Blume.
        xem **Tainia** (CCVN-III/868)

Aniselytron   Merr. 1910   Poaceae
Philipp. J. Sci. 5: 328   1910
Hy. *aniso* "không bằng nhau", và *elytron* "vỏ, bao , bao bọc, vỏ đậu"; liên tưởng đến các dĩnh và trấu.

Aniseia   J.D. Choisy 1834   Convolvulaceae
Mém. Soc. Phys. Genève 6(2): 481–482 1834
Hy. *aniso* "không bằng nhau", liên tưởng đến hai lá đài ngoài cùng, hoặc đài hoa.

Anisochilus   Wall. ex Benth. 1830   Lamiaceae
Edwards's Bot. Reg. 15: , pl. 1300   1830
Hy. *aniso* "không bằng nhau", *chilus, cheilos* "môi".

Anisomelos   Hassk. 1844 (orth. var)   Lamiaceae
Cat. Hort. Bog.ed. 2 133. 1844.

Hy. *aniso* "không bằng nhau", và *melos* "chi, đốt"; bao-phấn tiểunhụy dài bằng một nửa .

Anisopappus W.J. Hooker & Arn. 1837 Asteraceae
Bot. Beechey Voy. 196 1837
Hy. *aniso* "không bằng nhau, bất cân xứng", *pappos* "lông tơ, lông-mào"; liên tưởng đến vòng lông-mào.

Anisophyllea R. Br. ex Sabine1824 Anisophyllaceae
Trans. Hort. Soc. London 5: 4461824
Hy. *aniso* "không bằng nhau, bất cân xứng", *phyllum* "lá"; có lá không bằng nhau

Anisoptera P.W. Korthals 1841 Dipterocarpaceae
Verh. Nat. Gesch. Ned. Bezitt., Bot. 65 1841
Hy. *aniso* "không bằng nhau, bất cân xứng", *pter* "cánh".

Anna Pellegr. 1930 Gesneriaceae
Bull. Soc. Bot. France 77: 46 1930
Từ gốc Hebrew có nghĩa là duyên dáng, quyến rũ, và là tên của bà mẹ của thánh Maria. Cũng là tên của nhiều phụ nữ Đức (Anna), Anh (Ann), Pháp (Anne). Hay phải chăng Pellegrin muốn đề cập đến hình dáng quyến rũ của cây hay của hoa, hay có thể muốn kỷ niệm một phụ nữ tên Anna.
Anna submontana Pellegr., type species (1-4)

Annamocarya A. Chevalier 1941 Juglandaceae
Rev. Bot. App. Agric. Trop. 21: 504. 1941.
Rev. Bot. App. Agric. Trop. 30: 426. 1950
Annam, và tên giống *Carya. Annamocarya sinensis* (Dode) Leroy Chò đãi.

Anneslea Wall. 1829 (n. cons.) Theaceae
Pl. Asiat. Rar. 1: 5, pl. 51829
George Annesley (1769-1844), Bá-tước Mountnorris, Tử-tước Valentia (1770-1844), quí tộc Anh, tvh và chính-trị-gia, du hành đến Ấn độ, Trung Đông, vùng Biển Đỏ và Cao nguyên Ethiopia, viết "*Voyages and Travels to India*", giao thiệp với James Edward Smith.

Annona   L. 1753   Annonaceae
Sp. Pl. 1: 536   1753

do tên tiếng thổ dân Taino đảo Hispaniola, Caribê: *anon*; (Linné viết với *nn*).

Annona: quả na.

Annulodiscus Tard.-Bl. 1948   Celastraceae
Bull. Soc. Bot. France 95 (7–9): 264–265   1948
Hy. *annularis* "vòng, khoen", và *diskos* "đĩa".

Anodendron   A. DC. 1844   Apocynaceae
Prodr. 8: 443   1844
Hy. *ano* "lên", *dendron* "cây"; cây mọc mau.
Hoặc *Anoda* là tên tiếng Sinhala (Sri Lanka) gọi một loài Cối xay *Abutilon*. Hoặc:
1) Hy. *a* "không", và *odous, odontos* "răng", liên tưởng đến lá,
2) Hy. *a* "không", và La. *nodus* "khớp, nút, gút", do cọng phát hoa không có khớp (tham chiếu giống *Anoda*).

Anoectochilus   Bl. 1828 (n. & orth. cons.)   Orchidaceae
Bijdr. Fl. Ned. Ind. 8: 411–412 1825
Hy. *anoiktos* "mở", *cheilos* "môi".

Anogeissus (A.P. de Cand.) Guill., Perr. & Rich. 1832   Combretaceae
Fl. Seneg. Tent. 1: 279 1832
Hy. *ano* "lộn ngược, trở lên", *geisson* "ngói"; trái (dực quả) có hai cánh dẹp, có mũi đứng.

Anomianthus   Zoll. 1858   Annonaceae
Linnaea 29: 324   1858
Hy. *anomalos* "dị thường, không thường xuyên, không bằng nhau", *anomia, anomos* "vô trật tự" và *anthos* "hoa".

Anomospermum   Dalzell 1851   Euphorbiaceae
                             Hooker's J. Bot. Kew Gard. Misc. 3: 228   1851
        Hy. *anomos* "vô trật tự", và *spermum* "hột".
            xem **Actephila** (CCVN-II/186)

Anotis   A.P. de Cand. 1830   Rubiaceae
                             Prodr. 4: 431   1830
        Hy. a "không ", và *ous, otos* " vành tai"; không có răng xen giữa
        các thùy của đài hoa.
            xem **Neanotis** (CCVN-III/123)

Anplectrum   Triana 1871 [1872]   Melastomataceae
                             Trans. Linn. Soc. London 28(1): 84 1871 [1872]
        Hy. *a* "không", và *plektron* "cựa".
            xem **Diplectria** (CCVN-II/95)

Antennaria   Gaertn. 1791   Asteraceae
                             Fruct. Sem. Pl. 2(3): 410, pl. 167, f. 3   1791
        La. *antenna*; các hoa đực nhìn giống như râu của côn trùng.
            xem **Anaphalis** (CCVN-III/267)

Antheroporum   Gagn. 1915   Fabaceae
                             Notul. Syst. (Paris) 3: 180   1915
        Hy. *anthero* "bao phấn", và *poros* "lỗ".

Anthistiria   L.f 1779   Poaceae
                             Nov. Gram. Gen. 35   1779
        Hy. *anthistemi* "đứng lên chống lại, kháng cự, so sánh", *anti*
        "chống lại" và *istemi* "đứng lên"; hoặc từ chữ *anthesterion* là
        tháng thứ tám của lịch Attica (Hy lạp cổ đại), khi có *anthesteria*
        "Lễ hội Hoa"diễn ra.
            xem **Cymbopogon** (CCVN-III/721)

Anthocephalus   A. Rich. 1830   Rubiaceae
                             Mém. Rubiac. 157   1830
        Hy. *anthos* "hoa", *kephale* "đầu".
            xem **Neolamarckia** (CCVN-III/143)

Anthogonium   Wall. ex Lindl. 1840   Orchidaceae
                             Gen. Sp. Orchid. Pl. 425   1840
        Hy. *anthos* "hoa", *gonium* "cạnh".

Anthostyrax   Pierre 1892   Styracaceae
                    Fl. Forest. Cochinch. 4: , pl. 260   1892
    Hy. *anthos* "hoa" và tên giống *Styrax* L.
        xem **Styrax** (CCVN-I/662)

Anthoxanthum   L. 1753   Poaceae
                    Sp. Pl. 1: 28   1753
    Hy. *anthos* "hoa" và *xanthos* "màu vàng"; liên tưởng đến màu của
    gié khi chín.
        xem **Perotis** (CCVN-III/651)

Anthriscus   Persoon 1805 (n. cons.)   Apiaceae
                    Syn. Pl. 1: 320 1805
    Tên Hy. của rau mùi *Anthriscus sylvestris;* từ tên Hy. và La. của
    một cây khác, nhưng không định danh được.

Anthurium   H.W. Schott. 1829   Araceae
                    Wiener Z. Kunst 1829(3): 828   1829
    Hy. *anthos* "hoa", *oura* "đuôi".

Antiaris   Lesch. 1810 (n. cons.)   Moraceae
                    Ann. Mus. Natl. Hist. Nat. 16: 478   1810
    do tên Java của mủ độc cây *Antiaris toxicaria*

Antidesma   L. 1753   Euphorbiaceae
                    Sp. Pl. 2: 1027 1753
    Hy. *anti* "cho", *desma* "băng, dải"; có loài làm dây.

Antigonon   Endl. 1837   Polygonaceae
                    Gen. Pl. 4: 310 1837
    Hy. *anti* "chống",
    gonia "góc", có lẽ
    vì thân chữ *chi*.

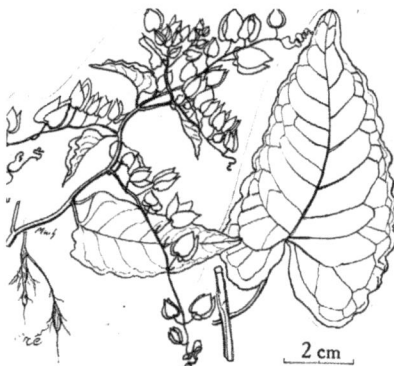

Antigonon, thân chữ Z: dây ti-gôn.

Antirrhinum   L. 1753   Scrophulariaceae
Sp. Pl. 2: 612   1753

Hy. *anti* "như", *rhin, rhinon* "mũi"; do các hoa có vẻ như có một mõm.

Antitaxis   Miers 1851   Menispermaceae
Ann. Mag. Nat. Hist. ser. 2. 7: 44   1851

Hy. *anti* "như", *taxis* "hàng, dảy".
    xem **Pycnarrhena** (CCVN-I/332)

Antrophyum   Kaulf. 1824   Pteridaceae
Enum. Filic. 197, 282   1824

Hy. *antron* "hang động", *phuo* "mọc"; sống ở hang động.

Apalatoa   Aubl. 1775   Fabaceae
Hist. Pl. Guiane 1: 382, pl. 147 1775

từ tên địa phương ở Guyana, Amazon.
    xem **Crudia** (CCVN-I/867)

Aphanamixis   Bl. 1825   Meliaceae
Bijdr. Fl. Ned. Ind. 165 1825

Hy. *aphanos* "không thấy rõ", *mixis* "giao phối", phần thụ trong ống tiểu nhụy . Hy. *aphanes* "không rõ rệt, không thấy được, không rõ ràng, kín đáo, che khuất", và *mixis* "pha trộn, trộn lẫn"; những bông hoa là không dễ thấy được.

Aphananthe   J.E. Planchon 1848 (n. cons.)   Cannabaceae
Ann. Sci. Nat., Bot., sér. 3, 10: 265   1848

Hy. *aphanes* "không rõ rệt, không thấy được, không rõ ràng, kín đáo, che khuất", *anthos* "hoa"; liên tưởng đến những hoa nhỏ.

Aphania   Blume 1825   Sapindaceae
Bijdr. Fl. Ned. Ind. 236 1825

Hy. *aphanes* "không rõ rệt, khuất"; liên tưởng đến các hoa.
    xem **Lepisanthes** (CCVN-II/319)

Aphanochilus   Benth. 1829   Lamiaceae
Edwards's Bot. Reg. 15: 1829

Hy. *aphanes* "không rõ rệt", *chilus, cheilos* "môi".
    xem **Elsholtzia** (CCVN-II/860)

Aphelandra   R. Br. 1810   Acanthaceae
Prodr. 475   1810

Hy. *apheles* "đơn", và *andra* "đực"; liên tưởng đến bao phấn có một-buồng; cũng có nghĩa là bao phấn trơn, láng.

Aphyllodium (A.P. de Cand.) Gagn.1916 Fabaceae
Notul. Syst. (Paris) 3: 254 *1916*
Hy. *aphyllos*; không có lá đi kèm theo phát-hoa.
xem **Desmodium** (CCVN-I/915)

Aphyllorchis Bl. 1825 Orchidaceae
Tab. Pl. Jav. Orch. , f. 77 *1825*
Hy. *a* "không", *phyllon* "lá", và *orchis* "Lan".

Apios Fabric 1759 (n. cons.) Fabaceae
Enum. 176 *1759*
tên Hylạp có nghĩa là trái lê; liên tưởng đến hình dạng của củ.

Apium L. 1753 Apiaceae
Sp. Pl. 1: 264 *1753*
tên La. của Ngò; *apon* "nước"; sống dựa nước *Apium*, một tên La. xưa gọi cây rau cần tây hay rau mùi tây.

Aplotaxis DC. 1833 Asteraceae
Arch. Bot. (Paris) 2: 330 *1833*
Hy. *aploos* "đơn", và *taxis* "loạt, hàng, trật tự, sắp xếp"; liên tưởng đến cấu trúc của vòng lông-mào.
xem **Saussurea** (CCVN-III/302)

Apluda L. 1753 Poaceae
Sp. Pl. 1: 82 *1753*
La. *apluda* (*appl-*) *ae* "trấu hoặc cám"; ám chỉ các tổng-bao.

Apocopis = Apocopsis Nees. 1841 Poaceae
Proc. Linn. Soc. Lond. 1: 93 *1841*
có lẽ từ Hy. *apokope* "cắt, cắt cụt", *apokopos* "thiến, đột ngột".

Apocynum L. 1753 Apocynaceae
Sp. Pl. 1: 213 *1753*
Hy. *apo* "luôn luôn, cách xa, tránh xa", và *cynos, kyon, kunos* "chó"; cây được cho là "độc" cho chó lúc xưa dùng để thuốc (đầu độc) chó .

Apodytes E. Mey. ex Arn. 1840 Icacinaceae
J. Bot. (Hooker) 3: 155 1840

Hy. *apodyo, apodytos* "trần, cởi, lột ra"; hoa nhỏ và vành để hở, không được bao quanh.

Aponogeton L. 1782 (n. cons.) Aponogetonaceae
Suppl. Pl. 32, 214 *1781 [1782]*
Aquae Aponi, tên xưa của Abano, Ý; và *geiton* "gồm, láng giềng", từ tên La. của một suối chữa bịnh ở Aquae Aponi, nước Ý, và *geiton* "láng giềng"; lúc đầu dùng để gọi một cây gặp sống ở đó, rồi gọi luôn bằng tên ấy do trú quán thủy sinh của nó.

Aporusa = Aporosa Bl. 1825 Euphorbiaceae
Bijdr. Fl. Ned. Ind. 10: 514 *1825 [1826]*
Hy. *aporos* "khó, không dứt khoát", từ chữ Hy. *aporia* "khó khăn, lúng túng, bối rối, hồ nghi", có lẽ do tác giả lúng túng về phân loại của giống cây nầy.

Apostasia Bl. 1825 Orchidaceae
Bijdr. Fl. Ned. Ind. 8: 423 *1825*
từ tiếng La. có nghĩa là "bỏ đạo"; đề cập đến sự việc các Lan nầy bị đưa ra khỏi họ Orchidaceae.

Appendicula Bl. 1825 Orchidaceae
Bijdr. Fl. Ned. Ind. 7: 297 *1825*
Liên tưởng đến một phụ bộ (*appendiculatus*) nhỏ trên môi của hoa .

Aquilaria Lamk. 1783 (n. cons.) Thymelaeaceae
Encycl. 1(1): 491783
La. *aquila* "phượng hoàng".

Arabena xem tên **Abarema** (ở trên)

Arachis L. 1753 Fabaceae
Sp. Pl. 2: 741 *1753*
Hy. *Arakos*: một loài họ Đậu hoang; Hy. *a* "không", *rachis* "nhánh".

Arachnis Bl. 1825 Orchidaceae
Bijdr. Fl. Ned. Ind. 8: 365 *1825*
Hy. *arachne* "con nhện"; hoa có hình dạng như con nhện.

Arachniodes C.L. Bl. 1828 Dryopteridaceae
Enum. Pl. Javae 2: 241–242 *1828*
Hy. *arachne* "nhện". Dạng như con nhện.

Araiostegia   Copel. 1927 (n . cons.) Davalliaceae
       Philipp. J. Sci. 34(3): 240–242, pl. 1, 2 1927
 Hy. *araios* "ốm, gầy", và *stege* "mái nhà"; đế cập đến bao-mô.
    xem **Gymnogrammitis** (CCVN-I/203)

Aralia   L. 1753   Araliaceae
       Sp. Pl. 1: 273   1753
 nguồn gốc không rõ Latinh-hóa một tên xưa Pháp-Canada hoặc thổ dân Mỹ.

Aralidium   Miq. 1856   Aralidiaceae
       Fl. Ned. Ind. 1(1): 762 1856
 Một giống trung gian giữa Cornaceae và Araliaceae; giống như *Aralia*.

Araucaria   A.L. Juss. 1789 Araucariaceae
       Gen. Pl. 413   1789
 Tên tiếng thổdân ở Chili và một nơi mà loài ấy có nhiều: *araucanos.*

Arbutus   L. 1753   Ericaceae
       Sp. Pl. 1: 395   1753
 Tên latinh của giống cây này.

Arcangelisia Becc. 1877   Menispermaceae
       Malesia 1: 145 1877
 Giovanni Arcangeli (1840-1921), tvh Ý, giáo sư TVH ở Đại học Torino đến 1880, Giám Đốc các Vườn Thực Vật ở Torino (1879-1883) và Pisa (1881-1915), tác giả *"Compendio della flora italiana".*

Archangiopteris Christ & Giesenhagen 1899 Marattiaceae
       Flora 86(1): 77 1899
 Hy. *arche* "đầu tiên, bắt đầu", và tên giống *Angiopteris.*

Archiboehmeria C.J. Chen 1980 Urticaceae
       Acta Phytotax. Sin. 18(4): 477   1980
 Hy. *arche* "đầu tiên, bắt đầu, quyền lực, quyền tối cao", và tên giống *Boehmeria.*

Archidendron F.V. Muell. 1865 Fabaceae
       Fragm. 5: 59   1865

Hy. *archon* "trưởng, thủ lĩnh", và *dendron* "cây", liên tưởng đến kích thước của cây. Hy. *arche, archi* "quyền lực, quyền tối cao, trội hơn cả", và *dendron* "cây". Ở Úc, vài nơi một loài nầy trội cả.

Archytaea   C.F.P. Martius 1826   Theaceae
                 Nov. Gen. Sp. Pl. 1: 1171824 [1826]
Archytas (435/410-350 trước CN), sống ở Tarent (thuộc địa của Hylạp), triết gia Hylạp, nhà toán-học, chính khách và tướng lãnh quân đội, bạn của Platon, học trò của Pythagore, cũng quan tâm đến Âm nhạc, Vũ trụ học, Quang học, Cơ học.

Arctium   L. 1753   Asteraceae
                 Sp. Pl. 2: 816   1753
Hy. *arction*, tên của một cây lấy từ chữ *arctos* "con gấu"; liên tưởng đến vẻ thô kệch của tổng bao, vì giả-quả đầy mấu.

Ardisia   O. Sw. 1788 (n. cons.)   Myrsinaceae
                 Prodr. 3, 48   1788
La. *ardis* "mũi"; bao phấn có mũi.

Areca   L. 1753   Arecaceae
                 Sp. Pl. 2: 1189 1753
Từ tên Ấn độ của cây *areec* hay *atakka*, ở bang Kerala; trong đẳng cấp Nairs, từ *areca* có nghĩa là "kiêu hãnh, ngang tàng".

Arenga   Labillardière 1800 (n. cons.)   Arecaceae
                 Bull. Sci. Soc. Philom. Paris 2: 162   1800
Từ tên Mãlai hoặc Molucca: *areng.*

Arethusa   L. 1753   Orchidaceae
                 Sp. Pl. 2: 950   1753
Theo tên một tiên nữ trong thần thoại Hylạp được Artemis biến thành một con suối để tránh sự chú ý của thần sông Alpheus.
                 xem **Nervilia**(CCVN-III/794)

Arfeuillea   Pierre ex Radlkofer 1895   Sapindaceae
                 Nat. Pflanzenfam. 3(5): 362   1895
Charles Hippolyte Marie Mourin d'Arfeuille (1837-1909), sĩ quan Hải quân Pháp, đến vùng sông Mêkong (Nam kỳ và Lào), lập bản đồ một đoạn sông Mêkong, bạn của Jean Baptiste Louis Pierre.

Argemone   L. 1753   Papaveraceae
                 Sp. Pl. 1: 508   1753

tên Hy. của loài do *argemon* "bịnh cườm mắt" (*argema*) mà cây trị. Hy. *argemos*, "một đốm trắng (đục thủy tinh thể) trên mắt" mà có một lần cây nầy trị được. David Hollombe viết thêm như sau: "Cây *Argemone* của người hylạp là *Papaver argemone*. Linné đã 'tái chế' tên để đặt cho một giống (chi) ở châu Mỹ. Tôi có đọc các câu chuyện về các cây *Argemone* của chúng ta đã được sử dụng thay cho *P. argemone* ở Ấn độ, hậu quả là gây ra bịnh tăng nhãn áp bởi lẽ các alkaloid trong hai cây là khác nhau."

Argostemma Wall. 1824 Rubiaceae
Fl. Ind., ed. 1820 2: 324 1824
Hy. *arg-* "bạc", và *stemma* "vòng hoa".

Argusia Boehmer 1760 Boraginaceae
Def. Gen. Pl. (ed. 3) 507 1760
La. *Argos* và Hy. *Argus* có trăm con mắt có phận sự chăn giữ *Io*, trong thần thoại hylạp.

Argyreia Loureiro 1790 Convolvulaceae
Fl. Cochinch. 1: 95, 134 1790
Hy. *argyreios* "bạc"; mặt dưới lá màu bạc.

Argyronerium Pit. 1933 Apocynaceae
Fl. Indo-Chine 3: 1234 1933
Hy. *argyreios, argyros, argyro* "bạc, ánh bạc", và tên giống (chi) *Nerium*

Arisaema C.F.P. von Mart. 1831 Araceae
Flora 14: 459 1831
Hy. *aris, aron* "arum" và *haima, haimatos* "máu", liên tưởng đến họ hàng gần với giống (chi) *Arum*, hoặc lá có đốm màu ở một số loài. Arum, và *aima* "máu đỏ".

Aristida L. 1753 Poaceae
Sp. Pl. 1: 82 1753
La. *arista* "mũi, ngọn bông lúa"; có phụ bộ giống như lông ở ngọn hoặc ở lưng của trấu (mày).

Aristolochia L. 1753 Aristolochiaceae
Sp. Pl. 2: 960 1753
Hy. *aristos* "tốt nhất"; *locheia, lochia* "sanh đẻ"; cho rằng giúp cho sự sanh đẻ dễ hơn.

Arnicratea   N. Hallé 1984   Celastraceae
Bull. Mus. Natl. Hist. Nat., B, Adansonia, sér. 4 6: 12   1984
Tên giống của một loài cây leo ở Ấn độ, cho rằng trị bệnh ngoài da.
Từ nguyên không rõ.

Artabotrys   R. Br. ex Ker-Gawl. 1820   Annonaceae
Bot. Reg. 5: , pl. 423   1820
Hy. *artane, artao* "chịu, chống cho một vật được treo lên", *botrys*
"chùm, chùm nho"; liên tưởng đến chùm vòi cứng mọc ra từ cọng
(cuống) hoa; trái có vòi chịu, trái treo.

Artanema   D. Don 1834   Scrophulariaceae
Brit. Fl. Gard. 3: t. 234 1834
Hy. *artane, artao* "chống chịu, chống cho một vật được treo lên",
và *nema* "chỉ, sợi"; liên tưởng đến các phụ bộ của chỉ (tua) do chỉ
dài.

Artemisia   L. 1753   Asteraceae
Sp. Pl. 2: 845   1753
tên Hy. của loài; Artemis, nữ-thần săn bắn và của trinh nữ trong
thần-thoại Hy-lạp; nữ thần của thiếu nữ. Cũng từ La. xưa
artemisia "cây ngải cứu" (Plinius). Một giải thích khác, mặc dầu
ít có khả năng hơn, là cây được đặt theo tên của Hoàng hậu
Artemisia của Halicarnassus ở Tiểu Á (Thổ nhĩ kỳ), là vợ của vua
Mausolus, trị vì, sau khi vua mất, từ năm 352 đến 350 trước CN,
và đã xây dựng trong triều đại ngắn ngủi của bà, một trong bảy kỳ
quan của thế giới cổ đại, là lăng ở Halicarnassus, mà không may
bà không còn sống để chiêm ngưỡng lúc hoàn thành.

Arthraxon   P. de Beauv. 1812   Poaceae
Ess. Agrostogr. 111, pl. 11, f. 6   1812
Hy. *arthron* "khớp", và *axon* "trục "; liên tưởng đến trục của phát-
hoa.

Arthrocnemum   Moq.1840   Amaranthaceae
Chenop. Monogr. Enum. 111–113   1840
Hy. *arthron* "có đốt, khớp", và *knêmê* "chân", hay *knemis,
knemidos* "cẳng chân, ống quyển"; đề cập đến các khớp của nhánh
mang hoa.

Arthromeris   (Moore) J. Sm. 1875   Polypodiaceae
Hist. Fil. 110   1875
Hy. *arthron* "có đốt", *meris* "mẫu, phần"

Arthrophyllum   Blume 1826   Araliaceae
Bijdr. Fl. Ned. Ind. 878 1826
Hy. *arthron* "có đốt", *phyllum* "lá".

Arthropteris   J. Sm. ex Hook. f. 1854   Arthropteridaceae
Fl. Nov.-Zel. 2: 43   , pl. 82 1854
Hy. *arthron* "có đốt", *pter, pteris* "cánh".

Arthrostemma   Pav. ex D. Don   1823   Melastomataceae
Mem. Wern. Nat. Hist. Soc. 4: 283, 298–299   1823
Hy. *arthron* "khớp, có đốt", và *stemma* "tràng hoa lá, vòng hoa".
xem **Oxyspora** (CCVN-II/82)

Artocarpus   J.R. & J.G.A. Forst. 1775   Moraceae
Char. Gen. Pl. 101, t. 51a–f 1775
Hy. *artos* "bánh mì", *karpos* "trái". Các ngôn ngữ phương Tây gọi
xa kê là "trái bánh mì" (Anh: *breadfruit*, Pháp: *fruit à pain*,…).

Artocarpus altilis: trái xa kê
bột như bánh mì.

Arum   L. 1753   Araceae
Sp. Pl. 2: 964   1753
Hy. *aron* : tên hylạp xưa do Theophrastus dùng cho một "cây leo
quấn" cũng dùng để gọi một cây độc có họ hàng với cây củ cải Ấn
(*Arisaema triphyllum*).

Arundina   Bl. 1825   Orchidaceae
Bijdr. Fl. Ned. Ind. 8: 401   *1825*
do *arundo* "sậy".

Arundinaria   A. Michx 1803   Poaceae
Fl. Bor.-Amer. 1: 73   *1803*
La. *harundinès* "dạng của sậy".

Arundinella   Raddi 1823   Poaceae
Agrostogr. Bras. 36–37, pl. 1, f. 3   *1823*
Nhỏ bé hơn giống Sậy *Arundo*.

Arundo   L. 1753   Poaceae
Sp. Pl. 1: 81   *1753*
Tên La. gọi cây sậy.

Arytera   Bl. 1849   Sapindaceae
Rumphia 3: 169 1849
Hy. *aruter* "hình muỗng"; do hình thù của trái.

Asarum   L. 1753   Aristolochiaceae
Sp. Pl. 1: 442   *1753*
Tên Hylạp xưa *Asaron* được Dioscorides gọi, có nghĩa là khó chịu: hoa không đẹp.

Aschistanthera   C. Hans.1987   Melastomataceae
Nordic Journal of Botany, vol. 7, issue 6, Dec. 1987: 653-654
Hy. *a* "không, thiếu", *schistos* "cắt ra" và *anthera* "bao phấn"; bao phấn không chia làm 2 buồng. Giống (chi) mới cho Việt Nam, chỉ mới biết có một loài năm 1987: *A. cristanthera* C. Hans.

Asclepias   L. 1753   Asclepiaqdaceae
Sp. Pl. 1: 214   *1753*
La. *asclepias* và Hy. *asklepias* "cây bông tai" Hy. *Asklepios, Aesculapius*: thần y khoa hylạp, việc thờ phụng Asclepius tập trung ở Epidaurus.

Ascocentron=Ascocentrum Schltr. ex J.J. Sm. 1914   Orchidaceae
Bull. Jard. Bot. Buitenzorg, sér. 2 14: 491914
Hy. *ascos* "túi, túi da đựng rượu", và *kentron* "trung tâm, cựa, mũi nhọn, kim chích"; liên tưởng đến cựa của môi hoa.

Ascochilus   Ridl. 1896   Orchidaceae
J. Linn. Soc., Bot. 32: 374   *1896*
Hy. *askos* "túi, bàng quang, túi da đựng rượu", và *cheilos, cheilus* "môi, bìa"; cựa hình chén, cốc.

xem **Grosourdya** (CCVN-III/929)
Thrixspermum (CCVN-III/948)

Ashtonia Airy-Shaw 1968 Euphorbiaceae
Kew Bull. 21: 357 1968
Ashton, Peter Shaw Ashton (27/06/1934 - x), tvh Anh, giáo sư
Lâm-học ở Đại học Harvard, 1978-87 Giám Đốc Arnold
Arboretum ở Hoa Kỳ, chuyên nghiên cứu rừng nhiệt đới Á châu,
từng làm việc ở Bộ Lâm nghiệp ở Sarawak, quan tâm đến họ
Euphorbiaceae ở Borneo, tác giả *"The Quaternary Era in
Malesia"*.

Asparagus L. 1753 Asparagaceae
Sp. Pl. 1: 313 1753
Hy. *asparagos, aspharagos* (có lẽ từ chữ *spharageomai* "nứt, vỡ
ra với một tiếng nổ"; hoặc từ tiếng Persia xưa *sphurjati*; hoặc một
tên cũ tiếng hylạp. La. *asparagus, i*, tên cũ do nhà sử học La mã
C. Suetonius Tranquillus (sinh vào cuối tk. I sau CN) và Plinius
sử dụng.

Aspidistra K. Gawl. 1822 Liliaceae
Bot. Reg. 8: , pl. 628 1822
Hy. *aspis* "cái khiên, lá chắn", *aspidion* "lá chắn tròn nhỏ", Hy.
aspidiseon "giáp, khiên, lá chắn tròn nhỏ"; có lẽ liên tưởng đến
hình dạng của nuốm.

Aspidium Sw. 1801 Dryopteridaceae
J. Bot. (Schrader) 1800(2): 4, 29 1801
Hy. *aspidion* (khiên, lá chắn nhỏ); liên tưởng đến bao-mô.
xem **Polystichum** (CCVN-I/182)

Aspidopterys A.H.L. de Juss. 1840 Malpighiaceae
Gen. Pl. 1060 1840
Hy. *aspidion, aspis, aspidos* "khiên, lá chắn", và *pterus, pteryx*
"cánh"; liên tưởng đến các tâm bì.

Asplenium L. 1753 Aspleniaceae
Sp. Pl. 2: 1078 1753
La. *asplenum, asplenon* "ráng can-xỉ". Hy. *asplenon* "ráng can-xỉ
Asplenium ceterach L." Hy. *a* "không", *splen* "lá lách". Đề cập
đến các dược tính của một số loài được cho (có tiếng) là chữa trị
bịnh lá lách.

Assa   Houtt. 1775   Dilleniaceae
                          Nat. Hist. 2(5): 275, t. 26, f. 1   1775
        La. *assa* "y tá, vú em".
        xem **Tetracera** (CCVN-I/407)

Aster   L. 1753   Asteraceae
                          Sp. Pl. 2: 872   1753
        Hy. *aster, asteris* "ngôi sao"; mô tả hoa-đầu hình tia, ngôi sao.

Asteriastigma   Bedd. 1872   Flacourtiaceae
                          Fl. Sylv. S. India 266   1872
        Hy. *aster* "ngôi sao", *asterias* "hình ngôi sao", và *stigma*: nuốm.
        xem **Hydnocarpus** (CCVN-I/540)

Astilbe   F.Hamilton ex D.Don 1825   Saxifragaceae
                          Prodr. Fl. Nepal. 210–211   1825
        Hy. *a* "không", *stilbe* "láng chói", liên tưởng đến các hoa tách
        riêng ra, hoặc các lá không toả sáng.

Astragalus   L. 1753   Fabaceae
                          Sp. Pl. 2: 755   1753
        Hy. *astragalos* "xương mắt cá" và một tên xưa gọi một số cây
        trong họ cây này do hình dạng của hột. La. *astragalus* và Hy.
        astragalos, để gọi "xương mắt cá", nhưng cũng để gọi một cây họ
        Đậu, Đậu tằm sữa, *Orobus niger* (Dioscorides 4.61) hoặc một loài
        của giống *Astragalus*.

Asystasia   Bl. 1826   Acanthaceae
                          Bijdr. Fl. Ned. Ind. 14: 796   1826
        Hy. *a-* "không", và *systasia* "hiệp, thích hợp"; Hy. *asystasia*
        "nhầm lẫn, không thống nhất, cần hiệp nhất", *asystatos* "lỏng lẻo,
        không gắn kết"; để cập đến cách mọc của cây.

Asystasiella   Lindau 1895   Acanthaceae
                          Nat. Pflanzenfam. 4 (3b): 326   1895
        Nhỏ bé hơn giống (chi) *Asystasia* Blume.

Atalantia   Corr. 1805   Rutaceae
                          Ann. Mus. Natl. Hist. Nat. 6: 383–384 1805
        Atalanta, trong thần thoại Hylạp, là con gái vua Schoeneus của
        Scyros; vua muốn có con trai nên sau khi được sinh ra Atalanta bị
        cha đem bỏ trên đỉnh núi cho chết; cô được một gấu cái cho bú và
        chăm sóc cho đến khi có các thợ săn tìm thấy và nuôi dưỡng cô, cô

đã học chiến đấu và săn mồi như gấu; sau đó cô hòa-hợp lại với cha mình; cô thề giữ trinh bạch với nữ thần Artemis.

Atherandra Descaisne 1844 Apocynaceae
Prodr. 8: 497 1844
Hy. *ather, atheros* "lông cứng, râu, gai", và *aner, andros* "đàn ông, nam".

Atherolepis Hook. f. 1883 Asclepiadaceae
Fl. Brit. India 4(10): 8 1883
Hy. *ather* "lông cứng, râu"; *lepis* "vảy"; liên hệ đến tràng phụ với 5 vảy chẻ hai hình râu cứng.
(CCVN-II/728-6908: **Atheropsis** = in sai)

Athroisma A.P. de Cand. 1833 Asteraceae
Arch. Bot. (Paris) 2: 516 1833
Hy. *athroos* "đông đúc, chen chút", liên tưởng đến các phát-hoa.

Athyrium A.W. Roth 1799 Woodsiaceae
Tent. Fl. Germ. 3(1): 31, 58–59 1800
Hy. *athyros, athyron* "không có cửa, mở", liên tưởng đến các nang quần, hay là ráng không bao-mô. Hy. *athyrium* "cánh cửa nhỏ"; Hy. *a*, "không" và (1) *thurium*, "khiên, lá chắn" hoặc (2) *thura*, "cánh cửa" vì bào tử nang mở một bên.

Atractylis L. 1753 Asteraceae
Sp. Pl. 2: 829 1753
La. *atractylis* và Hy. *atraktylis, atraktyllis* một loại cây gai (*Carthamus lanatus* L.) dùng làm que xiên, kim đan, con quay; Hy. *Atraktos* "que xiên, kim đan, trâm cài tóc, con quay, cuộn chỉ" .
xem **Atractylodes** (CCVN-III/299)

Atractylodes DC. 1838 Asteraceae
Prodr. 7(1): 48 1838
Tên giống *Atractylis*, và Hy. *eidos, oides* "giống, dạng như", dạng như *Atractylis*.

Atragene L. 1753 Ranunculaceae
Sp. Pl. 542 1753
Có lẽ từ Hy. *ather* "râu, gai, trấu, lông cứng"; hoặc *ater, tra, trum* "đen" và *geneion* "râu". *atr-* "cực-, tối-" (*atropurpurea* = tím đậm) (*atratus*: đen / *atrorubens*: đỏ sẫm / *atrovirens*: lục đậm).

xem **Naravelia** (CCVN-I/320)

Atrichodendron   Gagn. 1950   Solanaceae
              Notul. Syst. (Paris) 14(1): 29   1950
Hy. *a* "không", *thrix, trichos* "lông", và *dendron*: cây; Hy. *athrix*, "không lông".

Atriplex   L. 1753   Chenopodiaceae
              Sp. Pl. 2: 1052 1753
Một tên La. xưa của cây này *atriplex, icis*, mà Plinius dùng để gọi tên rau lê, một loại rau dùng trong bếp.

Attalea   Kunth 1816   Arecaceae
              Nov. Gen. Sp. (quarto ed.) 1: 309–310   1815 [1816]
La. *atalus* "huy hoàng, rực rỡ", Attalus III Philometor, vua của Pergamum ở Tiểu Á (138-133 trước CN); Attalus là tên của nhiều vua của Pergamos hay Pergamum; Attalea hay Attalia là tên của một thành phố Hylạp, ở Pamphylia, trong vùng Mysia, ở Galatia; *Attaleia* là một lễ hội ở Delphi; *attalianon* là một loại hàng may mặc.

Atylosia   W.&A. 1834   Fabaceae
              Prodr. Fl. Ind. Orient. 257–258 1834
Hy. *a* "không" và *tylos* "một núm, sưng"; không có núm sẹo trên cánh hoa giữa ("cờ") ở nhiều loài.
              xem **Cajanus** (CCVN-I/964)

Aucklandia   Falc. 1841   Asteraceae
              Ann. Mag. Nat. Hist. 6: 475   1841
George Eden (1784-1849), Bá-tước Auckland, thẩm phán và chính khách Anh, nghị sĩ quốc hội, ba lần làm Bộ trưởng Bộ Hải-quân Anh, 1836-42 Thống đốc Ấn độ; tên thành phố Auckland ở New Zealand để vinh danh ông.

Aucuba   Thunb. 1783   Cornaceae
              Nov. Gen. Pl. 3: 61–62 1783
      Từ tên Nhật *aukubi, ao-ki, aokiba.*

Aulacia   Lour. 1790   Rutaceae
              Fl. Cochinch. 1: 273   1790
              Hy. *aulax* "luống cày".
          xem **Micromelum** (CCVN-II/422)

Aulacolepis Hack. 1906 [1907] Poaceae
Repert. Spec. Nov. Regni Veg. 3(42–43): 241 1906 [1907]
Hy. *aulax, aulakos* "luống cày " và *lepis* "vảy".
xem **Aniselytron** (CCVN-III/633)

Avena L. 1753 Poaceae
Sp. Pl. 1: 79 1753
La. *avena, ae*: tên La. xưa mà Plinius, Horatius và Vergilius gọi loài Yến mạch *Avena*; do chữ phạn *av* "tự thoả mãn, thưởng thức", vì là một cây lương thực.

Averrhoa L. 1753 Oxalidaceae
Sp. Pl. 1: 428 1753
Averroës, Averrhoës (Ibn Ruschd) (1126-1198), triết gia, luật gia và ysĩ Ả-rập ở Sevilla và Cordoba, quan tâm đến thiên văn học và triết học, đã dịch sách của Aristoteles ra tiếng Ả-rập và là nhà phê bình về Aristoteles.

Avicennia L. 1753 Verbenaceae
Sp. Pl. 1: 110 1753
Avicenna hay "Abu" Alij al-Husain Ibn Sina (980-1037), hiền triết và ysĩ người Iran, được xem là nhà triết, nhà thiên văn và ysĩ nổi bật nhất thời hoàng kim của Hồi giáo; đóng góp vào các lĩnh vực Triết học Aristoteles và Y-học; trong số 450 công trình đã viết ra nay chỉ còn sót lại 240, bao gồm 150 về triết học và 40 về y-học; những công trình danh tiếng nhất của ông là *"The Book of Healing"* một bách khoa tự điển về triết học và khoa học, và *"The Canon of Medicine"*, một bách khoa tự điển về y-học, là một kinh-điển ở nhiều đại học thời Trung cổ vẫn còn sử dụng đến khoảng năm 1650; ngoài triết học và y-học Avicenna còn viết về thiên văn, thuật giả kim, địa lý, địa chất, tâm lý học, thần học Hồi giáo, logic-học, toán học, vật lý học và thơ.

Axonopus Pal. De Beauv. 1812 Poaceae
Ess. Agrostogr. 12. 154 1812
Hy. *axon, axonos* "trục, thân, trục xe", và *pous, podos* "chân"; liên tưởng đến các thân bò hoặc các phát-hoa chẻ hai. La. *axon, onis* (*axis, is* "trục xe, trục", do các từ *ago, egi, actum, ere* "để di chuyển"); từ tiếng Ấn độ xưa *aksa*; từ tiếng Đức xưa *ahsa* và tiếng Avestic *asa* .

Azadirachta A.H.L. Juss. 1830 Meliaceae
Mém. Mus. Hist. Nat. 19: 220 1830

Tên Ấnđộ: *Azad-dirak*: *azed'arach*: rút gọn một tên thông thường bằng tiếng Ba-Tư, *azaddhirakat*, hoặc *azaddhirakt* "cây xuất sắc, cây cao quý", đề cập đến sự hữu ích và tầm quan trọng kinh tế đáng kể của giống (chi) cây này.

Azima Lamk. 1783 Salvadoraceae
Encycl. 1: 343 1783
Không rõ từ đâu, hoặc từ tên Madagascar *azimena*, hoặc từ tên một thành phố cổ của Thrace, là Azimus, mà các thanh kiếm có lưỡi thẳng như gai của *Azima*.

Azolla Lamk. 1783 Salviniaceae
Encycl. 1(1): 343 1783
Hy. *azo* "khô, để khô, làm cho khô", *azos* "khô", *aza* "sự khô hạn"; và *ollumi* hay *olluo*, *ollyo* "giết, tiêu diệt"; làm khô thì chết, khi khô thì chết.

....

B

Baccaurea   Loureiro 1790   Euphorbiaceae
Fl. Cochinch. 641, 661 1790
Hy. *bacca* "phì quả, quả mập", *aureus* "vàng"; La. *baca* (hay *bacca*), *ae* "phì quả, quả mập, quả nhỏ tròn", và *aureus, a, um* "màu vàng, vàng".

Baccharis   L. 1753   Asteraceae
Sp. Pl. 2: 860 1753
Vinh danh Bacchus, thần rượu Hy-lạp. Hy. *bakkaris, bakkaridos* "thuốc cao" (*asaron*) làm từ cây Xương bồ *Acorus* hoặc Tế tân *Asarum*; Hy. *bakcharis*, tên xưa do Diocorides gọi cây Anh thảo, *Cyclamen hederaefolium*; Hy. *bakchar, bakchari* "thuốc cao"; La. *baccar* (hay *bacchar*) *baccaris*: tên một thực vật mà rễ thơm, được trích làm dầu thơm.
       xem **Pluchea** (CCVN-III/264)

Bacopa   Aublet 1775 (n. cons.)   Scrophulariaceae
Hist. Pl. Guiane 1: 128–130, pl. 49 1775
từ tiếng thổ dân ở Guiyane thuộc Pháp, Nam Mỹ

Baeckea   L. 1753   Myrtaceae
Sp. Pl. 1: 358 1753
Abraham Baeck (1713-1795), ysĩ Thụyđiển, thnh, tvh nghiệp dư, bạn của Linné, ngự-y của vua Thụyđiển.

Baissea   A. DC. 1844   Apocynaceae
Prodr. 8: 424 1844
Nicolas Sarrabat (1698-1739), biệt hiệu là "tu viện trưởng (abbé) *de la Baisse*", người Pháp, linh mục dòng Tên (Jesuits), thnh (Vật-lý, Toán học), đã làm những thí nghiệm xem thực vật hút chất lỏng chứa phẩm màu lên cây.
       xem **Cleghornia** (CCVN-II/720)

Balanites   Delile 1813   Zygophyllaceae
Descr. Égypte, Hist. Nat. 77 1813
La. *balanus* và Hy. *balanos* "quả đấu, quả dẻ", một loại quả dẻ lớn", La. và Hy. *balanitis, balanites* "dạng quả đấu", trái có hình dạng giống như một quả đấu.

Balanophora   J.R. & J.G.D. Forst 1775   Balanophoraceae

Char. Gen. Pl. 50   1775

Hy. *balanos* "quả đấu, quả dẻ" và *phoros* "mang", liên tưởng đến phát-hoa cái.

Baliospermum   Bl. 1826   Euphorbiaceae
                Bijdr. Fl. Ned. Ind. 12: 603   1825
Hy. *balios* "lốm đốm", *sperma* "hột, hạt", hạt có đốm.

Ballota   L. 1753   Lamiaceae
               Sp. Pl. 2: 582   1753
Hy. *ballo* "từ chối", do mùi rất hôi tanh của cây; súc vật không ăn cây nầy.
        xem **Hyptis** (CCVN-II/855)

Bambusa   Schreb. 1789 (n. cons.)   Poaceae
               Gen. Pl. 1: 236 1789
Do tên Mã lai.

Banisteria   L. 1753   Malpighiaceae
               Sp. Pl. 1: 427   1753
John Banister (1650-1692) (Virginia, Hoa kỳ), nhà truyền giáo người Anh (sinh ở Glos), giáo sĩ Anglican và là nhà tvh, thnh, thu mẫu thực vật cho R. Morison, liên lạc với Leonard Plukenet (1642-1706) và M. Lister.
        xem **Hiptage** (CCVN-I/343)

Banksia = Banksea   J.König 1783   Zingiberaceae
               Observ. Bot. 3: 75   1783
Joseph Banks (1743-1820), tvh và thnh Anh, thám hiểm và thu mẫu thực vật; người giàu có, bảo trợ cho khoa học; cố vấn cho vua George III; tháp tùng với Thuyền trưởng James Cook trong chuyến thám hiểm thứ nhất trên tàu Endeavor đến Nam Mỹ, Tahiti, New Zealand và Australia; từ 1778 Chủ tịch Royal Society trong vòng 41 năm; ảnh hưởng rất lớn trên các cuộc thám hiểm của Anh quốc và gởi nhiều nhà thám hiểm và tvh đến nhiều vùng trên thế giới; ảnh hưởng lớn nhất của ông là về việc chiếm Australia làm thuộc địa; tên ông cũng được ghi vào nhiều đặc trưng địa lý.
        xem **Costus** (CCVN-III/432)

Baphicacanthus   Bremek. 1944   Acanthaceae
Verh. Kon. Ned. Akad. Wetensch., Afd. Natuurk., Tweede Sect. 41(1): 190 1944

Hy. *baphe* "thuốc nhuộm, ngâm màu", *baphikos* "nghệ thuật nhuộm" và *akantha, akanthes* "gai", đề cập đến bản chất của cây.

Barbarea   W.T. Aiton1812   Brassicaceae
Hort. Kew. (ed. 2) 4: 109   *1812*

Tặng thánh Barbara (tk. 2 đến 4), thánh bổn mạng của pháo binh và thợ mỏ, một vị thánh tử đạo sớm của Kitô-giáo. Theo truyền thuyết, thánh Barbara đã bị chính cha mình, một người ngoại đạo giàu có tên Dioscorus, chém đầu, vì đã bày tỏ niềm tin vào Chúa Kitô.

Barclaya   Wall. 1827   Nympheaceae
Trans. Linn. Soc. London 15: 442   *1827*

Robert Barclay (1751-1830), người Anh, sản xuất rượu bia, và là nhà bảo trợ cho khoa học; năm 1788 Hội viên Linnean Society.

Barleria   L. 1753   Acanthaceae
Sp. Pl. 2: 636   *1753*

Jacques Barrelier (Jacobus Barrelierus) (1606-1673), người Pháp, giáo sĩ dòng Dominicain, ysĩ và tvh, nhà thám hiểm, tác giả *"Plantae per Galliam, Hispaniam et Italiam observata"*. (Di-cảo, Paris 1714).

Barringtonia   J.R. & J.G.D. Forst 1776 (n. cons) Lecythidaceae
Char. Gen. Pl. 38   *1775*

Tử-tước Daines Barrington (1727-1800), người Anh, luật-gia, tvh, thnh, sưu tập đồ cổ, năm 1767 Hội viên Royal Society.

Barthea   Hook. f. 1867   Melastomataceae
Gen. Pl. 1: 731, 751   *1867*

Heinrich Barth (1821-1865), người Đức, nhà thám hiểm, học giả về châu Phi, nhà ngữ-học biết tiếng Anh, Pháp, Tâybannha, Ý và Ả rập, giáo sư Địa-lý-học ở Đại học Berlin, tác giả *"Travels and Discoveries in Northand Central Africa"* in 5 vols. (1857-1858) và *"Collection of Vocabularies of Central African Languages* (1862). Ông cũng được ghi nhớ trong tên loài Lúa *Oryza barthii*.

Baryxylum   Lour. 1790   Fabaceae
Fl. Cochinch. 266   *1790*

Hy. barys "nặng", xylum "gỗ"; có lẽ liên tưởng đến chất liệu gỗ cứng và nặng của gỗ Lim, do tên thông thường "Lim sét" (thuộc giống (chi) Peltophorum).
     xem **Peltophorum** (CCVN-I/839)

Basella L. 1753 Basellaceae
Sp. Pl. 1: 272 1753
tên Malabar *Vasala* hay *basella-kira*, gọi dây Mồng tơi *Basella rubra* L.

Basilicum Moench. 1802 Lamiaceae
Suppl. Meth. 143 1802
Hy. *basilikos*, La. *basilicus, a, um* "hoàng, hoàng gia, vương giả".

Bassia Allioni 1766 Amaranthaceae
Mélanges Philos. Math. Soc. Roy. Turin 3: 177, pl. 4 1766
Ferdinando Bassi, 1710-1774, tvh và thnh Ý, Quản đốc Vườn Bách thảo Bologna.
xem **Madhuca** (CCVN-I/632)

Bauhinia L. 1753 Fabaceae
Sp. Pl. 1: 374 1753
Để tưởng nhớ hai anh em nhà tvh và thảo-dược người Thụysĩ, tk. 16, là: Jean (Johannes) Bauhin (1541-1613) và Gaspard (Casper) Bauhin (1560-1624, Basel), là con của Jean Bauhin (1511-1582), một ysĩ người Pháp phải bỏ quê hương do đã cải đạo theo đạo Tin Lành. Jean Bauhin học ở Montpellier theo Rondeletvà ở Zurich theo Gesner, có hợp tác vớiJacques Daleschamps ở Lyon, là nhà du hành, nhà tvh, và là ysĩ của Công tước Frederick Württemberg. Gaspard Bauhin là ysĩ và tvh, giáo sư Giải-phẫu-học và TVH ở Đại học Basel, đã phân biệt giữa giống (chi) và loài, là người đầu tiên xây dựng một hệ thống khoa học về danh pháp tên kép trong phân-loại-học, mà sau đó Linné đã triển khai tiếp. *"Pinax theatri botanici"* (1596) là công trình của Bauhin lần đầu tiên áp dụng quy ước nầy để gọi tên các loài. Ông cũng thử áp dụng cho danh pháp giải-phẫu-học ở người. Giống (chi) *Bauhinia* đặc trưng ở hai chóp lá tượng trưng cho hai anh em Bauhin.

Bauhinia bassacensis, (Móng bò Hậugiang): Hai chóp lá tượng trưng cho hai anh em Bauhin.

Baylosynapsis (= **Belosynapsis**)   Commelinaceae
     xem **Cyanotis** (CCVN-III/385)

Beaumontia   Wall. 1824   Apocynaceae
         Tent. Fl. Napal. 14, pl. 7   *1824*

Công nương Diana Beaumont (1765-1831), ở Bretton Hall, Yorkshire, được mô tả trong Tạp chí *Botanical Curtis Tập 7 (New Series)* năm 1833 như là "một người đam mê và bảo trợ hào phóng cho ngành trồng hoa, người đã giám sát việc xây dựng Vườn Thực Vật ở Bretton Hall trong suốt ba thập kỷ". Bà tích lũy được một bộ sưu tập khoáng-sản lớn và đã cùng chồng xây dựng hai nhà Bảo tàng và một nhà kính có dạng chuông lớn cao 70 bộ (foot) và 100 bộ đường kính để trồng các thực vật lạ. Thật không may, các nhà Bảo tàng và nhà kính đã bị con trai bà, Thomas Wentworth, phá hủy sau khi bà qua đời. Bà cũng đã có một cơ sở nuôi thú mà bây giờ đã mất đi, mặc dù công viên cảnh quan mà bà đã tạo ra hiện nay là một phần của khuôn viên Đại học Leeds. Tên giống (chi) *Beaumontia* được công bố vào năm 1824 bởi nhà tvh người Đanmạch và bác sĩ phẫu thuật Nathaniel Wallich. Bà cũng gởi nhiều mẫu thực vật cho nhà tvh này ở Vườn Thực Vật Calcutta.

Begonia   L. 1753   Begoniaceae
         Sp. Pl. 2: 1056 1753

Michel Bégon de la Picardière (1638-1710), quan toàn quyền ở Canada và Saint Domingue (đảo Haiti), bảo trợ cho ngành TVH. Tên giống *Begonia* do nhà tvh Pháp Charles Plumier đặt ra khi đến Đại Tây dương viếng và nghiên cứu những bông hoa nầy mọc rất nhiều ở Haiti.

Beilschmiedia   Nees 1831   Lauraceae
         Pl. Asiat. Rar. 2: 61, 69 1831

Carl Traugott Beilschmied (1793-1848), dược sư và tvh Đức, chuyên về Đài-thực-vật, cũng quan tâm đến Địa-lý-học thực vật.

Belamcanda   Adans. 1763   Iridaceae
         Fam. Pl. 2: 60, 524   *1763*

tên Ấn độ, tiếng Phạn: *malakanda*.

Beloperone   C.G.D. Nees 1832   Acanthaceae
         Pl. Asiat. Rar. 3: 76, 102   *1832*

Hy. *belos* "mũi tên" và *perone* "dải, dây đeo" chung đới hình mũi tên.

Belosynapsis Hassk. 1871 Commelinaceae
Flora 54: 259 1871
Hy. *belos* "mũi tên"; *synapsis* "tiếp diện, tiếp hợp".

Belvisia Mirbel 1802 Polypodiaceae
Hist. Nat. Vég. 5: 473 1802
Ambroise Marie François Joseph Palisot de Beauvois (Pallisat de Beauvois) (1752-1820), nhà du hành và thám hiểm người Pháp, 1786-1788 tham gia chuyến thám hiểm của Landolphe đến Vịnh Guinea (châu thổ sông Niger); tác giả các sách *"Essai d'une nouvelle Agrostographie"*, hay những giống (chi) mới của họ Poaceae (Hòa thảo). Paris 1812 và *"Flore d'Oware et de Bénin"* (ở châu Phi). 1804-1807 [1803-1820].

Bembix Lour. 1790 Ancistrocladaceae
Fl. Cochinch. 359, 282 1790
Hy. *bembix, bembikos* "ngọn roi da, xoáy nước" đề cập đến phát-hoa.
xem **Ancistrocladus** (CCVN-I/446)

Benincasa G. Savi. 1818 Cucurbitaceae
Bibliot. Ital. (Milan) 9: 158 1818
Bá tước Giuseppe Benincasa (Giuseppe Casabona, Joseph Goodhouse, Josef Goodenhuyse) (?-1596), tvh Ý gốc Bỉ, Giám đốc Vườn *dei Semplici* ở Florence, từ 1592 đến 1596 sáng lập Vườn Bách Thảo ở Pisa, Ý.

Bennettiodendron Merr. 1927 Salicaceae
J. Arnold Arbor. 8(1): 10 1927
thế tên: **Bennettia** Miq. 1858 non Gray 1821 (trong *Fl. Ned. Ind. 1(2): 105 1858*)
John Joseph Bennett (1801-1876), tvh Anh, năm 1841 Hội viên Royal Society, năm 1828 Hội viên Linnean Society, biên tập *"the Miscellaneous Botanical Works of Robert Brown"*. London 1866-1868, đồng tác giả với R. Brown và T. Horsfield của *"Plantae javanicae rariores"*. London 1838-1852.

Benzoin Boerh. ex Schaeff. 1760 Lauraceae
Bot. Exped. 60 1760
Tất cả các danh từ *benjoin* (Pháp), *benjui* (Tây ban nha), *beijoin* (Bồ đào nha) đều từ nguồn tiếng Å-rập *lubān-jāwī*, là "hương" từ Java, Sumatra (Indonesia) được biết từ tk. 16; âm-tiết đầu của *lubān-jāwī* bị bỏ, không đọc. *Lubān jāwī* là một nhựa thơm dùng trị kích ứng da; Tên *benzoin* được dùng trong vài cách phân loại

để gọi cây *Lindera benzoin* và một số cây khác thường được gom vào giống (chi) *Lindera*.

xem **Lindera** (CCVN-I/373)

Berberis L. 1753 Berberidaceae
Sp. Pl. 1: 330 1753
tên Ảrập của trái cây nầy, có nghĩa vỏ sò; phiến hoa như vỏ nghêu.

Berchemia Neck. ex DC. 1825 (n.cons.) Rhamnaceae
Prodr. 2: 22 1825
Jacob Pierre Berthoud van Berchem (1763-1832), thnh Thụysĩ (gốc Hòalan) và khoáng-vật-học, 1783-90 Tổng-thư-ký *Société des sciences physiques de Lausanne*, tác giả *"Principe de mineralogie"*, cũng viết về Hệ động vật và Hệ thực vật vùng núi Alpes, và *"Excursions dans les mines du haut Faucigny et description de deux nouvelles routes pour aller sur le Buet et le Breven"* (vùng gần Chamonix).

Bergera J. Koenig ex L. 1771 Rutaceae
Mant. Pl. 2: 555, 563 1771
Alwin Berger (1871-1931), tvh Đức và trồng hoa kiểng, một tác giả có thẩm quyền về họ Cactaceae; Quản đốc Vườn Hanbury ở La Mortola, Ý.

xem **Murraya** (CCVN-II/423)

Berghausia Endl. 1843 Poaceae
Gen. Pl. 3: 57 1843
Heinrich Karl Wilhelm Berghaus (1797-1884), người Đức, chuyên vẽ bản đồ, giáo sư Toán-học.

xem **Garnotia** (CCVN-III/694)

Bergia L. 1771 Elatinaceae
Mant. Pl. 2: 152, 241 1771
Peter (Petrus) Jonas Bergius (1730-1790), tvh Thụyđiển, thu mẫu thực vật, học trò của Linné, 1766-1790 giáo sư Vạn-vật-học và Dược-học ở Collegium Medicum, Stockholm.

Berrya Roxb. 1820 (n. cons.) Malvaceae
Pl. Coromandel 3: 60 1819 [1820]
Andrew Berry, ysĩ Anh, hưng thịnh khoảng 1780-1810, cháu của James Anderson (?-1809, Madras, Ấn độ), 1784-1814 là ysĩ và tvh ở Madras, góp phần phát triển Vườn Thực Vật ở Calcutta của Công ty Đông Ấn, bạn của William Roxburgh.

Bertholletia Bonpl. 1808 [1807] Lecythidaceae
Pl. Aequinoct. 1: 122, t. 36 *1808 [1807]*
Claude-Louis de Berthollet (1748-1822), nhà hóa-học Pháp tìm ra
Cl làm trắng; ysĩ, 1780 được bầu làm việnsĩ Hàn Lâm Khoa Học,
1794 giảng dạy ở École Normale, 1798 đi theo Napoléon viễn
chinh ở Ai cập, 1804 được Napoléon phong Bá-tước và bổ nhiệm
Nghị sĩ cho Montpellier, năm 1807 cùng với Pierre-Simon de
Laplace (1749-1827) thành lập Société d'Arcueil.

Beta L. 1753 Amaranthaceae
Sp. Pl. 1: 222 1753
tên La. xưa của củ dền; ngôn ngữ celtic *bett* "đỏ".

Betula L. 1753 Betulaceae
Sp. Pl. 2: 982 1753
tên La. *betulla, ae* của cây bạch dương *Betula* từ tiếng Hebrew
betula "con gái, trinh nữ, cô dâu"; Hebrew *bat* và Akkadian
bintu "cô gái, con gái, nữ sinh".

Bhesa Buch.-Ham. ex Arn. 1834 Celastraceae
Edinburgh New Philos. J. 16: 315 1834
Tiếng Pali *Bhesa* và bhesa bol, liên tưởng đến nhựa, mủ.

Biasolettia C. Presl 1835 Hernandiaceae
Reliq. Haenk. 2(2): 141 1835
Bartolomeo Biasoletto (1793-1858), người Ý, dược sĩ, tvh, và
tảo-học; 1820 là thành viên sáng lập của một tổ hợp dược phẩm ở
Trieste, dưới sự bảo hộ đó, sau đó ông đã xây dựng Vườn thực
vật đầu tiên ở Trieste. Ông được biết đến nhiều nhất do cuộc điều
tra về hệ thực vật ở Istria và Carniola, và cũng do các nghiên cứu
của ông về Rong biển.
xem **Hernandia** (CCVN-I/402)

Bidens L. 1753 Asteraceae
Sp. Pl. 2: 831 1753
La. *bi* "hai"; *dens* "răng" gọi là song nha vì bế-quả có hai răng.

Biermannia King & Pantl. 1897 Orchidaceae
J. Asiat. Soc. Bengal, Pt. 2, Nat. Hist. 66(2): 591 1897
Johann Karl Adolph Biermann, tk. 19, ysĩ Đức, 1818 viết khảo-
luận *"De Vermium Intestinalium ..."* và 1842 *"Über die
Molkenanstalt zu Rehburg überhaupt und besonders den dortigen
Mineral-Bädern"*.

Bignonia L. 1753 Bignoniaceae
Sp. Pl. 2: 622   1753
Jean-Paul Bignon (1662-1743), tu-viện-trưởng, 1718-1741 quản thủ thư viện của vua Pháp Louis XIV, và đã đưa danh tiếng Thư viện quốc gia nầy của Pháp lên đỉnh cao nhất ở châu Âu.

Bilbergia K. Koch 1861 Bromeliaceae
Wochenschr. Gärtnerei Pflanzenk. 4: 190   1861
Gustaf Billberg (1772-1844), tvh và đvh Thụyđiển, tác giả *"Botanicon Scandinaviae seu plantarum in Suecia et Norvegia sponte crescentium icones…"* Stockholm. Uppsala, Carolstad, Arosia, Orebrô 1822.

Biophytum A.P. de Cand. 1824 Oxalidaceae
Prodr. 1: 689   1824
Hy. *bios* "sống"; *phyton, phytum* "cây", lá và trái xụ xuống khi bị va chạm (xúc ứng động).

Biota (D. Don) Endl. 1847 Cupressaceae
Syn. Conif. 46   1847
Hy. *bios* "sự sống, đời sống"
xem **Thuja** (CCVN-I/225)

Bischofia Bl. 1827 Euphorbiaceae
Bijdr. Fl. Ned. Ind. 17: 1168–1169 1826 [1827]
Gottlieb Wilhelm T.G. Bischoff (1797-1854), người Đức, dược sĩ, biên tập từ điển và nhà văn chú giải, giáo sư TVH ở Heidelberg, Đức. Các quan sát của ông về các thực vật ẩn-hoa đã dọn đường cho khám phá của Wilhelm F.B. Hofmeister về sự luân phiên thế hệ.

Bixa L. 1753 Bixaceae
Sp. Pl. 1: 512   1753
tên do tiếng thổ dân ở Brazil *"biche"* của cây Điều nhuộm.

Blaberopus A. DC. 1844 Apocynaceae
Prodr. 8: 410   1844
Hy. *blaberos* "có hại" và *pous, podos* "chân".
xem **Alstonia** (CCVN-II/691)

Blachia Baillon 1858 Euphorbiaceae
Étude Euphorb. 385   1858

Jean Gaston Marie Blache (1799-1871), ysĩ Pháp ở Paris, bạn và nâng-đỡ nhà tvh Henri Ernest Baillon.

Blackburmana   Glazebrook 1829   Arecaceae
Vđl. *Sabal blackburniana* Glazebr. 1829
Gard. Mag. & Reg. Rural Domest. Improv.) 5: 52, f. 10–13. 1829
Tên tặng Bà H. Blackburn, phu nhân của một trưởng trạm ở Calitzdorp, tk. 20, tỉnh Tây Cape, Cộng Hòa Nam Phi. Ghi chú dưới tên *Sabal blackburniana* Glazebrook.

Bladhia   Thunberg 1781   Myrsinaceae
Nov. Gen. Pl. 1: 6 1781
Peter Johan Bladh (1746-1816), tvh Phầnlan, thu mẫu thực vật cho Công Ty Đông Ấn của Thụy Điển, liên lạc với Thunberg, Anders Jahan Retzius (1742-1821), Bäck, Bergius, và Sir Joseph Banks.
    xem **Ardisia** (CCVN-I/687)

Blainvillea   Cassini 1823   Asteraceae
Dict. Sci. Nat. (ed. 2) 29: 493–494   1823
Henri Marie Ducrotay de Blainville (1777-1850), người Pháp, ysĩ và thnh, đvh, cổ-sinh-vật-học, giáo sư ĐVH, Giải-phẫu-học so sánh và Sinh-lý-học.

Blastus   Loureiro 1790   Melastomataceae
Fl. Cochinch. 2: 517, 526   1790
Hy. *blatos* : "chồi, mầm, bầu noãn, chồi-rễ" đề cập đến các bao phấn và bầu noãn.

Blechnum   L. 1753   Blechnaceae
Sp. Pl. 2: 1077 1753
La. *blachnon* hay *blechnon* do Plinius dùng gọi tên một dương xỉ; tên Hy. xưa *blechnon* dùng gọi một loài dương xỉ, *Aspidium filix-mas*, nhưng chắc chắn không phải để gọi loài *Blechnum indicum* hay *B. orientale* ở nước ta.

Bleekrodea   Blume 1856   Moraceae
Mus. Bot. Lugd.-Bat. 2: 87. Feb 1856
Salomon Abraham Bleekrode (1814-1862), ysĩ Hòa lan, rất danh tiếng ở Groningen (Hòa Lan). Mặc dù hành nghề Y-khoa của mình, ông cũng đã cống hiến cho khoa học và công nghệ. Từ năm 1844, ông là giáo sư đầu tiên giảng dạy Khoa học về Trái đất, khoáng-vật-học, địa-chất-học và luyện kim tại Hàn Lâm Viện

Hoàng Gia ở Delft, sau đó là TVH và ĐVH. Công đức lớn nhất của ông là đã mang sự tiến bộ của khoa học trong thời kỳ đó đến với người dân.

xem **Streblus** (CCVN-II/543)

Blepharis   A.L. de Juss. 1789   Acanthaceae
                        Gen. Pl. 103   1789

Hy. *blepharis, blepharon*: "lông mi, mí mắt"; ám chỉ các lá bắc và lá bắc con có tua, hoặc các bao phấn có tua trắng; lá hoa rìa.

Bletia   Ruiz & Pav. 1794   Orchidaceae
                       Fl. Peruv. Prodr. 119, pl. 26   1794

Luis Blet y Gazel (1742-1808), dược sư, tvh Tâybannha, có một Vườn cây thuốc ở Algeciras, Tâybannha.

xem **Bletilla** (CCVN-III/878)

Bletilla   Rchb. f.1853   Orchidaceae
                       Fl. Serres Jard. Eur. 8: 246   1852-1853 [1853]

Dạng rút ngắn của tên giống (chi) *Bletia*.

Blighia   K. Koenig 1806   Sapindaceae
                       Ann. Bot. (König & Sims) 2: 571   1806

William Bligh (1754-1817), nhà hải-hành Anh, tháng Ba năm 1776 được bổ nhiệm điều khiển tàu trong chuyến đi thứ 2 của Thuyền trưởng James Cook trên tàu *Resolution*; Thuyền trưởng tàu *Bounty* năm 1787 đến Thái Bình Dương thu thập cây xa-kê (*Artocarpus altilis*); 1805 Thống đốc Bang New South Wales; 1810 viết "*A narrative of the Mutiny on Board His Majesty's Ship Bounty; and the Subsequent Voyage of Part of the Crew, in the Ship's Boat*". London 1790 và "*A voyage to the South Sea*". London 1792; du nhập loài *Blighia sapida* vào Royal Botanical Garden, Kew; 1814 thăng cấp Phó đô đốc.

Blumea   A.P. de Cand. 1833 (n. cons.)   Asteraceae
                       Arch. Bot. (Paris) 2: 514   1833

Karl Ludwig von Blume (1796-1862), người Hòa Lan gốc Đức, ysĩ, tvh, nhà du hành, thu mẫu thực vật, Giám đốc các Vườn Thực Vật ở Buitenzorg, Giám đốc Leyden Rijksherbarium.

Blumeopsis   Gagn. 1920   Asteraceae
                       Bull. Mus. Natl. Hist. Nat. 26: 75   1920

Tựa như giống (chi) *Blumea*.

xem **Laggera** (CCVN-III/263)

Blyxa
          Noronha ex du Petit-Th. 1806   Hydrocharitaceae
          Gen. Nov. Madagasc. 4   1806
Có lẽ từ chữ Hy. *blyzo* "tràn, phun ra", *blyzein* "bong bóng, phồng lên, chảy ra", liên tưởng đến nơi sống của cỏ nầy.

Bocagea
          A. St.-Hil. 1825   Annonaceae
          Fl. Bras. Merid. (quarto ed.) 1(2): 41   1825
Joseph Maria de Souza du Bocage, người đã dịch một cách thanh lịch bài thơ của Ignaz Franz Castelli (1780-1862) về Hoa sang tiếng Bồ Đào Nha, và minh họa với nhiều ghi chú.
          xem **Alphonsea** (CCVN-I/276)

Boea
          Comm. ex Lamk 1785   Gesneriaceae
          Encycl. 1: 401   1785
Franz de le Boë (Franciscus de le Boe Sylvius, Franciscus Sylvius) (1614-1672), ysĩ Hòalan, giáo sư Y-khoa ở Leiden, là một trong những người đầu tiên biện hộ cho lý thuyết của Harvey, một môn đồ của trường phái hóa-y-học (*iatrochemistry, iatrochemical school*: chủ trương trị bệnh bằng hóa chất, tức tiền thân của ngành dược ngày nay), tác giả *"Opera medica"*. [Ấn bản đầu tiên, sau khi chết] Amstelodami 1679. Tên ông cũng được đặt cho "khe Sylvius" trong não.

Boehmeria
          Jacq. 1760   Urticaceae
          Enum. Syst. Pl. 9, 31   1760
George Rudolph Boehmer (1723-1803), ysĩ và tvh Đức, giáo sư TVH và Giải-phẫu-học ở Đại Học Würtemberg.

Boeica
          T. Anders. ex C.B. Clarke 1874   Gesneriaceae
          Commelyn. Cyrtandr. Bengal. 118, t.871874 (Baeica)
     = *Beauica* Clarke 1883   Gesneraceae
     = *Beauica* Post & Kuntze 1903   Gesneriaceae
          Lexicon Generum Phanerogamarum 63. 1903(Lex. Gen. Phan.)
Một biến thể của tên giống (chi) *Boea*.

Boenninghausenia
          Reichb. & Meissn. 1837 (n. cons.)   Rutaceae
          Pl. Vasc. Gen. 1: 60   1837
Clemens Maria Friedrich von Bönninghausen (1785-1864), người Đức, thẩm phán, công chức của Hòa lan và Phổ, tvh, nông học, ysĩ và tiên phong trong lĩnh vực liệu pháp vi-lượng đồng-căn (homeopathy).

Boerhavia   L. 1753   Nyctaginaceae
       Sp. Pl. 1: 3 *1753*

Herman Boerhaave (1668-1739), ysĩ và tvh Hòalan, giáo sư TVH và Y-khoa, là một trong những bác sĩ lâm sàng và nhà giáo dục khoa học có nhiều ảnh hưởng nhất của tk. 18. Công bố nhiều công trình mô tả nhiều loài thực vật mới. Ông cũng giỏi về môn hóa học. Công trình của ông đã làm tăng rất nhiều danh tiếng của Đại học Leiden, ở đó có một nơi ông từng nghiên cứu về giải-phẫu-học nay trở thành trung tâm của một bảo tàng mang tên ông, Bảo tàng Boerhaave.

Boesenbergia   O. Ktze 1891   Zingiberaceae
       Revis. Gen. Pl. 2: 685 *1891*

Năm 1891, Carl Ernst Otto Kuntze đặt tên nầy để vinh danh người em gái thân yêu của mình là Clara và chồng bà là Walter Boesenberg.

Bolbitis   Schott 1834   Lomariopsidaceae
       Gen. Fil. , pl. 14 *1834*

Hy. *bolbos* "một củ", đề cập đến các gân nhỏ.

Boltonia   l'Hérit. 1789   Asteraceae
       Sert. Angl. 16, t. 35, 36 1788 [1789]

James B. Bolton (1735-1799), thnh Anh, tvh (Nấm), hoạsĩ thực vật trong *"Filices Britannicae"* (Dương xỉ ở Anh), *"An History of Fungusses growing about Halifax"* (về Nấm), cũng vẽ hình Chim ở Anh trong *"Harmonia ruralis"*.
   xem **Kalimeris** (CCVN-III/251)

Bombax   L. 1753   Malvaceae
       Sp. Pl. 1: 511 *1753*

Hy. *bombus* "tơ"; Hy. *bombyx* "tơ, lụa", đề cập đến những sợi lông mượt xung quanh các hạt. La. *bombyx, bycis* "tằm, lụa, chất xơ mịn", Plinius áp dụng cho bông vải. *Bombax pentandra*: cây gòn, trái chứa sợi như tơ.

Bonamia Du Petit-Thouars 1804 (n. cons.) Convolvulaceae
       Hist. Vég. Îles France 33–34, t. 8 *1804*

François Bonamy (1710-1786), ysĩ và tvh Pháp, 50 năm ở Đại học Nantes và có lúc là Viện trưởng, xây dựng một Vườn Thực vật ở đây, tác giả *"Florae nannetensis prodromus"*. Nannetis [Nantes] 1782.

Bonduc   Mill. 1754   Fabaceae
                               Gard. Dict. Abr. (ed. 4) 1754
                               = *Bonduc* Adans. 1763 *Fam. Pl. 2: 318   1763*
Do tên Ảrập *akit-makit, banduc; bunduq hindi* (Aicập) của loài
Caesalpinia bonduc, mà hột (trị sốt), lá, rễ và vỏ cây dùng làm
thuốc. Cũng thường trồng làm hàng rào.
                   xem **Caesalpinia** (CCVN-I/842)

Bonia   Balansa 1890   Poaceae
                               J. Bot. (Morot) 4: 29   1890
Henry François Bon (1844-1894), linh mục và tvh Pháp, nhà
truyền giáo thuộc Dòng Thừa sai Paris, du hành, thu mẫu thực vật
ở Đông dương.

Boniodendron   Gagn. 1946   Sapindaceae
                               Notul. Syst. (Paris) 12: 246–247 1946
Bonio từ tên người, "Bon", và *dendron* "cây"; để tặng linh mục
Henry François Bon, tvh Pháp đã thu mẫu giống (chi) nầy ở miền
Bắc Việt Nam.

Bonnaya   Link & Otto 1828   Scrophulariaceae
                               Icon. Pl. Select. 25–26, pl. 11   1828 [1821]
Charles François, Hầu tước de Bonnay (1750-1825), sĩ quan quân
đội Pháp, thẩm phán, nhà ngoại giao và chính khách, hai lần Chủ
tịch Quốc hội, đại sứ Pháp tại Copenhagen 1814-1816, sứ thần
của Hoàng gia Pháp đến nước Phổ, tác giả của *"La Prise des
Annonciades"* (1790) và một bản dịch của *"Tristram Shandy"*
(1785).
                   xem **Lindernia** (CCVN-II/911)

Boottia   Wall.   1830   Hydrocharitaceae
                               Pl. Asiat. Rar. 1: 51   1830
Francis C. M. Boott (1792–1863), ysĩ và tvh Hoakỳ, lưu trú ở
Anh từ năm 1820; Hội viên Linnean Society từ 1919; chuyên về
giống (chi) *Carex*, tác giả 4 quyển *"Illustrations of the Genus
Carex"*, 1858-67, xuất bản bằng chi phí riêng và phân phối giữa
các nhà tvh.
                   xem **Blyxa** (CCVN-III/322)

Borago   L. 1753   Boraginaceae
                               Sp. Pl. 1: 137   1753

Có lẽ từ tiếng Ảrập *abu "araq"* làm chảy mồ hôi", hoặc từ tiếng La. *burra, ae* (*burrus a, um*) "màu đỏ"; Akkadian *burruqu* "với khuôn mặt hơi đỏ và mái tóc đỏ", "quần áo xù xì, lông lá".

xem **Trichodesma** (CCVN-II/808)

Borassus	L. 1753	Arecaceae
	Sp. Pl. 2: 1187 1753	

tên Hy. của buồng Chàlà non: buồng chín nhỏ hơn buồng Chàlà.

Borreria	G. Mey.1818	Rubiaceae
	Prim. Fl. Esseq. 79, t. 1 1818	

William J. Borrer, the Elder (1781-1862), tvh Anh, trồng hoa kiểng, du hành, thu mẫu thực vật, năm 1805 Hội viên Linnean Society, năm 1835 Hội viên Royal Society, đồng tác giả với Dawson Turner của "*Specimen of a Lichenographia Britannica*". Yarmouth 1839, tác giả của *English Botany*; bạn của Sir Joseph Banks và Sir William Hooker, và được coi là cha đẻ của ngành Địa-y-học ở Anh.

Bothriochloa	O. Ktze 1891	Poaceae
	Revis. Gen. Pl. 2: 762 1891	

Hy. *bothros* "một cái hố, lỗ", *bothrion* "một hố nhỏ" và *chloe, chloa* "cỏ hòa bản", ám chỉ đến các dĩnh, khớp và cuống, hoặc các dĩnh dưới có lỗ của các gié-hoa cụt.

Bothriospermum	Bunge 1833	Boraginaceae
	Enum. Pl. China Bor. 47	*1833*

Hy. *bothrion* "một hố nhỏ, lỗ nhỏ" và *sperma* "hột, hạt", các bế-quả có lỗ nhỏ ngoài mặt.

Botrychium	Sw. 1800	Ophioglossacae
	J. Bot. (Schrader) 1800(2): 8, 110 1800 [1801]	

Hy. *botrys* "một chùm, chùm nho", liên tưởng đến các lá hoặc các nang-quần nhóm thành chùm.

Bouea	C.F. Meissn. 1837	Anacardiaceae
	Pl. Vasc. Gen. 1: 75 1837	

Ami (Amédée) Boué (1794-1881), ysĩ Đức, học y-khoa ở Đại học Edinburgh (M.D. 1817), bảo vệ một luận án về Địa-lý-thực-vật ở Scotland, nhà tvh, địa chất học, du hành, là một trong những người sáng lập Hội Địa chất học Pháp, năm 1849 được bầu làm thành viên của Viện Hàn Lâm Khoa học ở Vienna.

Bougainvillea   Comm. ex A.L. Juss.1789   Nyctaginaceae
Gen. Pl. 91   *1789*

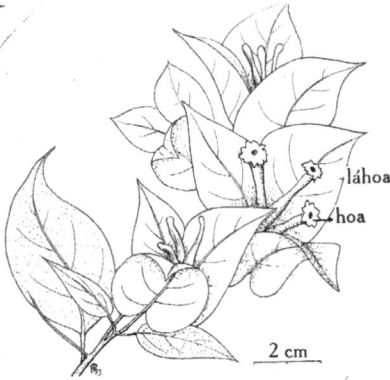

Bougainvillea: Bông Giấy

Bá-tước Louis Antoine de Bougainville (1729-1811), nhà hải-hành Pháp, cũng là luật sư, nhà khoa học, toán học; từ 1766 đến 1769 là người Pháp đầu tiên đi tàu biển vòng quanh thế giới, đã mưu toan chiếm quần đảo Falklands làm thuộc địa, nhưng không thành công; năm 1756 được bầu làm Hội viên của Royal Society of London, đã thực hiện biểu đồ đầu tiên các kinh độ ở Thái Bình Dương.

Bousigonia   Pierre 1898   Apocynaceae
Bull. Mens. Soc. Linn. Paris ser. 2, 1: 35.   *1898*
Bousigon, tk. 19, sĩ quan Hải-quân Pháp, ở Nam-kỳ, thu mẫu động vật và thực vật cho Bảo tàng thiên nhiên quốc gia ở Paris.

Bowringia   Champ. ex Benth. 1852   Fabaceae
Hooker's J. Bot. Kew Gard. Misc. 4: 75 1852
Tên do Champion đặt để vinh danh người bạn của ông là John Charles Bowring (1820-1893), thương gia người Anh, quan tâm đến TVH (Rêu và Dương xỉ) và côn trùng, người đã có một thời gian điều tra hệ thực vật của Hồng Kông và đã hình thành bộ sưu tập lớn thực vật ở đó.

Boynia = Boymia   A. Juss. 1825   Rutaceae
Mém. Mus. Hist. Nat. 12: 507. 1825
Michał Piotr Boym (1612[14]-1659), người Ba lan, s. ở Ukraina, m. ở Quảng châu gần biên giới Việt nam-Trung quốc, tên chữ Hán 卜彌格 *Bặc Di Các*, linh mục (1643) truyền giáo dòng Jesuit, là nhà khoa học, nhà thám hiểm, được xem như là một trong những nhà Hán học người tây phương đầu tiên, thám hiểm Trung quốc đại lục (1646) và có nhiều công trình về hệ động vật, hệ thực-vật, địa-lý và y-học Trung quốc. Từng đảm nhiệm sứ mạng ngoại giao giữa Giáo-hoàng và triều vua cuối cùng của Nhà Minh. Công trình được biết đến nhiều nhất là *Flora Sinensis* (xuất bản ở Vienna 1656) lần đầu tiên mô tả một hệ sinh thái của miền

Viễn Đông được xuất bản ở châu Âu; các công trình khác gồm *"Specimen medicinae Sinicae"* (Mẫu cây thuốc Trung Quốc) và *"Clavis medica ad Chinarum doctrinam de pulsibus"*, mô tả Y-học cổ truyền Trung quốc và giới thiệu nhiều phương pháp chữa trị và chẩn đoán chưa từng biết đến ở châu Âu, đặc biệt là đo nhịp tim (bắt mạch).

xem ***Tetradium*** (CCVN-II/413)

Brachiaria   (Trin.) Griseb. 1853   Poaceae
                       Fl. Ross. 4(14): 469   1853
La. *brachium, ii (bracchium)* "cánh tay", liên tưởng đến hình dáng của cỏ hòa thảo nầy, hoặc đến các chùm hoa giống như cánh tay; Hy. *brachion.*

Brachycorythis   Lindley 1838   Orchidaceae
                       Gen. Sp. Orchid. Pl. 363   1838
Hy. *brachys* "ngắn" và *korys, korythos* "mũ bảo hiểm", liên tưởng đến cánh môi có dạng mũ (nắp), môi phân ra thành hai phần: phần gốc (*hypochile*) hình chiếc thuyền và có cựa trong khi phần ngọn (*epichile*) thì phẳng và có 3 thùy.

Brachypeza   Garay 1972   Orchidaceae
                       Bot. Mus. Leafl. 23: 163 1972
Hy. *brachys* "ngắn" và *pous, podos, peza* "chân, đáy", chân của trục hợp-nhụy rất ngắn.

Brachypodandra   Gagnep. 1948   Dipterocarpaceae
                       Bull. Soc. Bot. France 95(1): 30 1948
Hy. *brachys* "ngắn" và *pous, podos* "chân, đáy", *aner, andros* "đực, tiểu nhụy"; có lẽ vì chỉ của tiểu nhụy rất ngắn.

xem **Vatica** (CCVN-I/444)

Brachypterum   (Wight & Arn.) Benth. 1837   Fabaceae
                       Comm. Legum. Gen. 37 1837
Hy. *brachys* "ngắn" và *pteron* "cánh".
xem **Derris** (CCVN-I/905)

Brachystemma   D. Don 1825   Caryophyllaceae
                       Prodr. Fl. Nepal. 216   1825
Hy. *brachy* "ngắn"; *stemma* "vòng hoa, vương miện".

Brachytome   J.D. Hook 1871   Rubiaceae
                       Hooker's Icon. Pl. 11: 70, pl. 1088   1871

Hy. *brachy* "ngắn", *tome* "chia, cắt" đề cập đến các hoa, răng đài cạn.

Bradleia= *Bradleja* Banks ex Gaertn. 1791 Euphorbiaceae
                  Fruct. Sem. Pl. 2: 127   1791
Richard Bradley (1688-1732), tvh Anh, nhà văn khoa-học, thu mẫu thực vật cho James Petiver (1658-1718) và Nữ-công-tước Beaufort; 1724-1732 giáo sư TVH ở Đại học Cambridge; năm 1712 hội viên Royal Society.
    xem **Glochidion** (CCVN-II/202)

Brainea J.Sm. 1856 Blechnaceae
                  Cat. Ferns Gard. Kew 5 1856J.
C. Braine, thương gia người Anh Hồngkông; thu thập dương xỉ ở Hồngkông trong khoảng các năm 1844-1852.

Brandisia Hook. f. &Thoms. 1865 Scrophulariaceae
                  J. Linn. Soc., Bot. 8: 11–12, pl. 4   1865
Dietrich Brandis (1824-1907), tvh Lâm nghiệp Đức, chuyên về cây thân gỗ, quan tâm đến Hóa học thực vật, 1856-62 Thanh tra Lâm nghiệp ở Miến điện, 1864-83 Cố vấn cho chính-quyền Ấnđộ ở Calcutta, sau đó làm việc ở Edinburgh và Kew, viết sách về Lâm-nghiệp *The forest flora of North-West and Central India*", về cây gỗ rừng *Indian trees*" ở Ấn độ.

Brassaia Endl. 1839 Araliaceae
                  Nov. Stirp. Dec. 1: 89   1839
1)- Có lẽ theo tên của Samuel von Brassai (1800-1897), người Hungari, nhà ngôn-ngữ-học, triết-gia, thnh (tvh), giáo sư Sử-học, Địalý-học ở Klausenburg, Giám đốc Bảo tàng Zevenburg (Siebenburg), Hungari.
2)- Cũng có thể từ tên của Công nương Annie Brassey, một nhà nữ-du-hành người Anh đã kết hôn với Lord Thomas Brassey năm 1860; bà được biết tiếng nhiều nhất do Nhật ký và các ghi chép về chuyến du hành của bà đến Ấn độ và Úc châu trên tàu *Sunbeam*.

Brassaiopsis Dcne & Planch. 1854 Araliaceae
                  Rev. Hort. 3: 106   1854
Tựa như giống (chi) *Brassaia* Endl..

Brassica L. 1753 Brassicaceae
                  Sp. Pl. 2: 666   1753

tên La. *brassica, ae* của Cải; ngôn ngữ celtic *Kaber* do Kabeires, một nơi của Iran, nguồn của Cải.

Bretschneidera　　　　Engl. & Gilg 1924　　　　Bretschneideraceae
Syllabus (ed. 9 & 10) 218　1924
Emil Wassiljewitsch Bretschneider (1833-1901), người Latvia, ysĩ và tvh, nhà Hán học và Địa-lý-học, 1862-65 ysĩ cho Đại-sứ-quán Nga ở Teheran và sau đó đến Bắckinh, thu mẫu thực vật ở Trung quốc, tác giả *"Botanicon sinicum"* và *"History of European Botanical Discoveries in China.* London". Saint Petersburg 1898 [Leipzig, 1981]

Breynia　　　　J.R. & J.G.P. Forst 1776　　　　Euphorbiaceae
Char. Gen. Pl. (ed. 2) 145–146, pl. 73　1776
1)- Jacob Breyne (1637-1697), thnh và thương gia Đức ở Dantzig, sưu tập thực vật , và con là
2)- Johann Philipp Breyne (1680-1764), ysĩ và tvh, cùng ở Danzig. Hai người là tác giả sách về thực vật hiếm *"Prodromi fasciculi rariorum plantarum* primus et secundus". Danzig 1739.

Breyniopsis　　　　Beille　1925　　　　Euphorbiaceae
Bull. Soc. Bot. France 72: 157–158　1925
Tựa như giống (chi) *Breynia.*
xem **Sauropus** (CCVN-II/215)

Briedelia = Bridelia　　Willd. 1806　　　　Euphorbiaceae
Species Plantarum. Editio quarta 4(2): 978. 1805[1806]. (Sp. Pl.)
Samuel Elisée von Bridel (Samuel Elias von Bridel-Brideri) (1761-1828), tvh Thụysĩ, chuyên về đài-thực-vật, thi sĩ, và quản thủ thư viện ở Gotha. Ông học ở Đại học Lausanne, Thụysĩ và sau đó đến Gotha (Thuringia, Đức), làm gia-sư cho các hoàng tử Augustus và Friedrich von Gotha-Altenburg. Ông là một trong số những người đứng đầu chuyên ngành Đài-thực-vật ở thời của ông. Ông được biết tiếng nhiều nhất do bộ sách *Bryologia universa,* Leipzig 1826-1827, và cũng công bố công trình gồm 2 quyển *Muscologia recentiorum.* Gothae, Parisiis 1797-1803. Phần lớn thảo tập Rêu của ông đã được Bảo tàng Thực vật Berlin mua lại và đã may mắn không bị hủy diệt trong một cuộc không-kích hồi Thế chiến II.

Bromelia　　　　L. 1753　　　　Bromeliaceae
Sp. Pl. 1: 285　1753

Olof Ole Bromel (Olaus Bromelius), (1629[39?]-1705), ysĩ và tvh Thụyđiển ở Göteborg.

Bromheadia J. Lindl. 1841 Orchidaceae
Edwards's Bot. Reg. 27: Misc. 89 1841
Sir Edward Thomas French Bromhead (1789-1855), tvh Anh; 1817 là Hội viên các Hội Hoàng gia London và Edinburgh, năm 1844 hội viên Linnean Society, thành viên Gonville và Caius College ở Cambridge.

Brousmichea Bal. 1890 Poaceae
Journ. de Bot. 4: 163. 1890
Édouard Brousmiche (1850-1920), hóa-dược-sĩ của Hải quân Pháp, từng là chủ tịch Phòng Thương Mại Hải Phòng, hưng thịnh 1882–88, Giám đốc Vườn Bách thảo Saigon, mất ở Roscoff ngày 26/12/1920. Đến 1886, đã gởi về Bảo Tàng Paris 160 số-hiệu mẫu thực vật.
xem **Zoysia** (CCVN-III/652)

Broussonetia L'Hérit. ex Ventenal 1799 Moraceae
Tabl. Regn. Veg. 3: 547 1799
Pierre Marie August Broussonet (1761-1807), người Pháp, ysĩ, thnh, tvh, đvh, nhà du hành, sưu tập thực vật ở Maroc và quần đảo Canary, giáo sư TVH và giám đốc Vườn Thực vật Montpellier.

Browalia = Browallia L. 1753 Solanaceae
Sp. Pl. 2: 631 1753
Johan Browall (Browallius) (1707-1755), tvh Thụy điển, Giám mục ở Turku, giáo sư ở viện hàn lâm Åbo, bạn của Linné; năm 1739 bênh vực hệ thống phân loại của Linné dựa theo phái tính.

Brownea N.J. Jacq. 1774 (O. cons.) Fabaceae
Enum. Syst. Pl. 6, 26 1760
Patrick Browne (1720-1790), ysĩ và thnh người Ireland, thám hiểm, sưu tập thực vật, bạn của Linné, 1746-1755 đến các quần đảo trong Vịnh Caribê, tác giả *"The Civil and Natural History of Jamaica in three parts"*. [Phần thứ ba ghi ở tựa sách nhưng chưa hề công bố] London 1756.

Brownlowia Roxb. 1819 Tiliaceae
Pl. Coromandel 3: 61 1819 [1820]
Công nương Brownlow, nước Anh, đầu tk. 19, giúp đỡ TVH.

Brucea   J.F. Mill. 1779   Simaroubaceae
Icon. Anim. Pl., pl. 25   1779
James Bruce (1730-1794) (Kinnaird), người Scotland, nhà thám hiểm, thu mẫu thực vật, du hành ở châu Phi, năm 1776 Hội viên Royal Society, là người Âu đầu tiên đi tìm nguồn sông Nile, đã khám phá nguồn sông Nile Xanh (nhưng không phải sông Nile thực, như đã tuyên bố).

Brugmansia   Pers. 1805   Solanaceae
Syn. Pl. 1: 216   1805
Sebald (Sebaldus) Justin(us) Brugmans (1763-1819), ysĩ và tvh Hòa Lan, giáo sư TVH và Y-khoa ở Leiden, tác giả *"Elenchus Plantarum quae in Horto Lugduno-Batavo coluntur"*, và *"Pharmacopoea Datava"*.

Bruguiera   Lamk. 1793   Rhizophoraceae
Tabl. Encycl. , pl. 397   1793
Jean Guillaume Bruguière (1750–1798), nhà mỹ thuật thực vật, nhà du hành và thu mẫu thực vật, từng được nhà nước Pháp phái đến Madagascar, Mauritius, Rodrigues và đã tham gia chuyến thám hiểm Kerguélen đến các quần đảo ở Nam cực (do nhà hải-hành Pháp Yves-Joseph de Kerguélen-Trémarec (1754-1797) khám phá năm 1772 và sau đó được thăm dò bởi nhà thám hiểm người Anh, Thuyền trưởng James Cook.

Bruinsmia   Boerl. & Koord. 1893   Styracaceae
Natuurk. Tijdschr. Ned.-Indië 53(1): 1, 68   1893
Abraham Eduard Johannes Bruinsma (1852-1943), người Hòa lan, phục vụ trong Sở Lâm Nghiệp Đông Ấn của Hòa Lan năm 1876; được bổ nhiệm Thanh tra Lâm nghiệp năm 1897, thăng chức Chánh Thanh tra Lâm nghiệp năm 1900; nghỉ hưu năm 1907. Nhờ ông mà Koorders có cơ hội nghiên cứu hệ thực vật ở Java.

Brunfelsia   L. 1753   Solanaceae
Sp. Pl. 1: 191   1753
Otto Brunfels (1488-1534), tu-sĩ, ysĩ và tvh Đức; rời tu viện Carthusian năm 1521, tốt nghiệp Bác sĩ Y khoa ở Basel.

Bryonia   L. 1753   Cucurbitaceae
Sp. Pl. 2: 1012   1753

Hy. *bryo* "mọc lên, đâm chồi", ám chỉ sự tăng trưởng hàng năm từ các chồi trên củ của giống cây leo nầy; La. và Hy. *bryonia* do Dioscorides và Plinius dùng tên nầy (*B. dioica* Jacq.)

    xem   **Zehneria** (CCVN-I/566-567),
            Coccinia (CCVN-I/575),
            Diplocyclos (CCVN-I/576)

Bryonopsis   Arn. 1841   Cucurbitaceae
                  J. Bot. (Hooker) 3: 274 1841

Tựa như giống (chi) *Bryonia*.
    xem **Diplocyclos** (CCVN-I/576)

Bryophyllum   R.A. Salisb. 1805   Crassulaceae
                  Parad. Lond. pl. 3   1805

Hy. *bryo* "nảy mầm, phát triển", đâm chồi, mọc ra; *phyllon* "lá"; những cây con mới, mọc ra từ lá; có chôi đâm ra từ lá.
    xem **Kalanchoe** (CCVN-I/765)

Buchanania   Pierre 1898   Anacardiaceae
                  Fl. Forest. Cochinch. 5: t. 381 1898

Francis Hamilton-Buchanan (1762-1829), người Scotland, cũng quen gọi là Francis Buchanan-Hamilton (Buch.-Ham.), ysĩ phẫu thuật ở Bengal Medical Service của Công Ty Đông Ấn, tvh, thnh, địa-lý-học, nhà thám hiểm; năm 1806 Hội viên Royal Society, năm 1814 Giám đốc Vườn Bách thảo Calcutta, năm 1816 Hội viên Linnean Society.

Buchnera   L. 1753   Scrophulariaceae
                  Sp. Pl. 2: 630   1753

1) -có lẽ Johann Gottfried Buchner (1695-1749), thnh Đức;
2) -hoặc Andreas Elias Buchner (1701-1769), ysĩ và thnh Đức, giáo sư Y-khoa ở Đại học Erfurt, sau đó giáo sư ở Đại học Halle.
    Người thứ nhất chắc là đúng hơn.

Bucklandia   R.Br. ex W. Griff. 1836   Hammamelidaceae
                Asiat. Res. 19(1): 95   1836

William Buckland (1784-1856), giáosĩ Anh, nhà Địa-chất-học, Khoáng vật-học, và Cổ-sinh-vật-học, giáo sư Địa chất ở Oxford.
    xem **Symingtonia** (CCVN-II/528)

Buddleja   L. 1753   Buddlejaceae
                  Sp. Pl. 1: 112   1753

Adam Buddle (1660-1715), giáosĩ và tvh Anh, thu mẫu cỏ Hòa-bản và Rêu. Tên giống thường viết là **Buddleia** nhưng Linne viết *Buddleja*.

Bulbophyllum Du Petit-Thouars 1822 (n. cons.) Orchidaceae
Hist. Orchid. Table 3 of the species of orchids 1822
Hy. *bulbos, bolbos* "củ tròn, hành"; *phyllon*: lá. Giống Lan này tạo ra giả-hành. Liên tưởng đến các giả-hành chỉ có một mắt (đốt), mang lá dày mập, phát hoa mọc ra từ gốc của giả-hành.

Bulbostylis Kunth 1837 (n. cons.) Cyperaceae
Enum. Pl. 2: 205 1837
Hy. *bolbos,bulbos* "hành"; *stylis, stylos* "vòi nhụy, trục hợp nhụy", vòi nhụy có một phần ở gốc phù to như "hành".

Bumelia O.Sw. 1788 (n. cons.) Sapotaceae
Prodr. 3, 49 1788
Do tên Hy. của cây *Fraxinus*.

Bupleurum L. 1753 Apiaceae
Sp. Pl. 1: 236 1753
Tên Hy. xưa *boupleuron, boupleuros* (*bous* "con bò" và *pleura, pleuron* "xương sườn"), một tên Hy. gọi các cỏ dại "hoa tai-thỏ" (*Conringia*) và loài *Ammi majus*; La. *bupleuron, i*, tên La. của loài *Bupleurum baldense* Host.

Burmannia L. 1753 Burmanniaceae
Sp. Pl. 1: 287 1753
1)- Vinh danh Johannes Burman, (1706/7-1779/80), ysĩ và tvh Hòalan, giáo sư TVH ở Đại học Amsterdam, từng học Y-khoa ở Leyden dưới sự hướng dẫn của giáo sư Herman Boerhaave (1668-1739). Ông là bạn thân và liên lạc với Linné, tác giả *Thesaurus zeylanicus*, chuyên về các thực vật ở Sri Lanka, Indonesia và Cape Colony.
2)- Hay là Nicholaas Laurens Burman (1743-1793), tvh Hòa lan, là con trai của Johannes Burman và nối nghiệp cha mình trong chức vụ Trưởng ngành TVH ở Đại học Amsterdam. Cả hai cha con đều là những nhà tvh ở Vườn Thực Vật Amsterdam.

Burretiodendron Rehder 1936 Malvaceae
J. Arnold Arbor. 17(1): 47 1936
Karl Ewald Maximilian Burret (1883-1964), tvh Đức, 1910-21 làm việc ở Đại học Nông nghiệp Berlin, sau đó làm Giám đốc

Vườn Bách thảo Berlin-Dahlem, giáo sư TVH ở Đại học Berlin, quan tâm đến họ Cọ, nghiên cứu ở Sri Lanka, Java và Sumatra, tác giả *"Systematische Übersicht über die Gruppen der Palmen"* và *"Beiträge zur Kenntnis der Tiliaceen"*.

Bursera N.J.Jacq. ex L.1762 (n.cons) Burseraceae
Sp. Pl. (ed. 2) 1: 471 1762
Joachim Burser (1583-1639), ysĩ và tvh Đức, nhà du hành, thu mẫu thực vật, bạn của Caspar Bauhin, từ 1625 đến 1639 giáo sư TVH và Y-khoa ở Đan Mạch.

Bursinopetalum Wight 1845 Cornaceae
Icon. Pl. Ind. Or. 3(3): 4 1845
La. *burs-, bursa* "dày như da; bao nhỏ, cái ví"; *bursiculatus, -a, -um* "hình thành như cái ví, túi nhỏ; *byrs-, byrsa-* "túi da, cái bóp"; *petalum* "cánh hoa".
xem **Mastixia** (CCVN-II/117)

Butea Koen. ex Roxb.1792 (n.cons.) Fabaceae
Asiat. Res. 3: 469–473 1792
John Stuart, Bá tước Bute thứ 3 (1713-1792), quí-tộc Scotland, Thủ tướng Anh (1762-1763), giúp đở khoa học cũng như văn chương và nghệ thuật. Ông cũng là tvh, đã du nhập nhiều loài vào Vườn thực vật Kew, là tác giả *Botanical tables*, liệt kê các họ thực vật ở Anh.

Butomopsis Kunth 1841 Limnocharitaceae
Enum. Pl. 3: 164 1841
Tựa như giống (chi) *Butomus* L. 1753. Hy. *bous* "con bò"; *tome* "chia, cắt", *tome, tomos, temmo* "chia, cắt", liên tưởng đến các bìa lá sắc bén; Tên Hy. xưa *boutomos, boutomon* gọi loài cỏ Lác, *Carex riparia*, Theophrastus, *HP.* 1.10.5; bìa lá bén cắt lưỡi động vật ăn cỏ. Hy. *opsis* "tựa như".
xem **Tenagocharis** (CCVN-III/315)

Buxus L. 1753 Buxaceae
Sp. Pl. 2: 983 1753
La. *buxus, i* "gỗ hoàng dương, the box-tree" tên xưa do Vergilius và Plinius dùng; Hy. *pyxos, buxos* "hộp" để gọi cây *Buxus sempervirens*, mà gỗ dùng làm hộp.

Byttneria Loefl. 1758 (n. cons.) Sterculiaceae
Iter Hispan. 313–314 1758

David Sigismund August Büttner (1724-1768), ysĩ và tvh Đức, giáo sư Y-khoa và TVH ở Collegio Medico-Chirurgico ở Berlin, sau đó ở Đại học Göttingen.

....

C

Cabomba   Aubl. 1775   Cabombaceae
Hist. Pl. Guiane 1: 321, t. 124   *1775*
Tên giống (chi) do nhà thực vật học Pháp Jean Baptiste Christophore Fusée Aublet (1720-1778) đặt ra đầu tiên, để mô tả *C. aquatica*, có lẽ từ một tên địa phương Guyana.

Cacalia   L. 1763   Asteraceae
Sp. Pl. 2: 834   *1753*
Kakalia "rất có hại"; Hy. *kako-lian* tên do Dioscorides dùng.

Cactus   L. 1753   Cactaceae
Sp. Pl. 1: 466   *1753*
Tên do Linné gọi, từ tên La. xưa của *Melocactus*, một cây gai, có cọng ăn được, gặp ở Sicily, "atisô Tâybannha".
xem **Cereus, Opuntia, Nopalea, Pereskia** (CCVN-I/721-722)

Cadariocalyx viết đúng = *Codariocalyx* Hassk. 1842   Fabaceae
Flora 25(2): 48 1842
xem **Desmodium** (CCVN-I/916)

Caelospermum   Blume 1826   Rubiaceae
Bijdr. Fl. Ned. Ind. 994 1826
Hy. *koilos* "bộng"; *sperma* "hột"; hình thái của các tâmbì, hột bộng.

Caesalpinia   L. 1753   Fabaceae
Sp. Pl. 1: 380   *1753*
Andreas Caesalpini (1519-1603), ysĩ, triếtgia, thnh và tvh Ý, giáosư Y-khoa và TVH ở Pisa, Roma; ysĩ của Giáohoàng Clement VIII, quản thủ Vườn Bách thảo đầu tiên của Pisa và sáng lập Vườn Bách thảo thứ nhì ở đó, viết nhiều sách về y-học, triết học, khoáng vật học và quyển sách danh tiếng về thực vật *De plantis libri XVI* (1583) đề cập lần đầu tiên về phân loại khoa học thực vật dựa trên hình thái và sinh lý; ông cũng là một trong những nhà tvh đầu tiên xây dựng một thảo tập viện chứa khoảng 1 500 thực vật.

Cajanus   Adans. 1763   Fabaceae
Fam. Pl. 2: 326, 529   *1763*
chữ Mãlai (*carjuna, kachang, katjang*) của Đậu-săng.

Caladium   Ventenat 1801   Araceae
Mag. Encycl. 4: 463   *1800 [1801]*
chữ Ấn độ: *kelady* (gọi một cây họ Môn có lá như tai voi).

Calamagrostis   Adans. 1763   Poaceae
Fam. Pl. 2: 31, 530   *1763*
Hy. *kalamos* "sậy"; *agrostis, agrostidos* "cỏ, cỏ dại, cỏ gà".
xem **Agrostis** (CCVN-III/632)

Calamintha   Adans. 1763   Lamiaceae
Fam. Pl. 2: 192 1763
Hy. *kalo, kalos* "đẹp"; *minthe* "bạc-hà".

Calamus   L. 1753   Arecaceae
Sp. Pl. 1: 325   *1753*
Hy. *calamos* "sậy, gậy"; gốc từ Ả rập *kalom,* thân dây Mây giống như thân Sậy.

Calanthe   R. Br. 1821 (n. cons.)   Orchidaceae
Bot. Reg. 7: , sub pl. 573   *1821*
Hy. *kalos* "đẹp"; *anthos* "hoa"; hoa đẹp.

Calathea   G.F.W. Mey 1818   Marantaceae
Prim. Fl. Esseq. 6–7   *1818*
Hy. *kalathos* "giỏ"; chùm hoa giống một giỏ hoa.

Caldesia   Parlatore 1860   Alismataceae
Fl. Ital. 3: 598   *1860*
Ludovico Caldesi (1821-1884), người Ý, chínhtrịgia, tvh, thnh, nghisĩ quốc hội, tác giả của *"Flora faventinae tentamen"* trong *Nuovo Giornale Botanico Italiano,* 1879-1880.

Calendula   L. 1753   Asteraceae
Sp. Pl. 2: 921   *1753*
La. *calendae* "ngày đầu tháng": ngày hoa trổ hoài, nhắc nợ / hoa nở trả nợ đúng giờ như lịch, nhắc nợ đúng ngày phải trả.

Calla   L. 1753   Araceae
Sp. Pl. 2: 968   *1753*
Hy. *kallos* "đẹp", một biến thể của La. *calsa,* tên một cây do Plinius gọi.
xem **Homalonema** (CCVN-III/347)

Callerya Endl. 1843 Fabaceae
Gen. Pl. 3(Suppl.): 104 1843
Joseph Gaëtan Pierre Maxime Marie Callery (1810-1862), nhà truyền giáo, Hán-học và tvh Pháp ở Hànquốc và Trungquốc, thông ngôn cho Đại sứ quán Pháp ở Trung quốc, du khảo ở Trung quốc, Java, Philippin, thu mẫu thực vật cho Joseph Decaisne, viết một tự điển Trung-Latinh và *"Mémoire sur la Corée"*, *"Voyages sur les côtes de Chine faits en 1838"*.

Calliandra Benth. 1840 Fabaceae
J. Bot. (Hooker) 2(11): 138–141 1840
La. *calli, callis* "đẹp", *andra* "đực, tiểunhụy".

Callicarpa L. 1753 Verbenaceae
Sp. Pl. 1: 111   1753
Hy. *kalli, kallos* "đẹp"; *karpos* "trái".

Callistemon R. Br. 1814 Myrtaceae
Voy. Terra Austral. 2(App. 3): 547.   1814
Hy. *kalli, kallos* "đẹp"; *stemon* "tiểunhụy" thường tiểunhụy đỏ, đẹp.

Callistephus Cassini 1825 (n. cons.) Asteraceae
Dict. Sci. Nat. (ed. 2) 37: 491   1825
Hy. *kallos* "đẹp"; *stephos* "tràng hoa, vòng hoa"; do các phụ bộ trên trái.

Callitriche L. 1753 Callitrichaceae
Sp. Pl. 2: 969   1753
Hy. *kalli, kallos* "đẹp"; *thrix, trix* "tóc"; thân, nhánh mãnh như tóc.

Callostylis Blume 1825 Orchidaceae
Bijdr. Fl. Ned. Ind. 7: 340   1825
Hy. *kallos, kalli* "đẹp"; *stylos* "vòi nhụy".
    xem **Eria** (CCVN-III/805)

Calocedrus S. Kurz 1873 Cupressaceae
J. Bot. 11: 196 1873
Hy. *kalos:* "đẹp"; *cedrus* "thông tuyết".

Calogyne R. Br. 1810 Goodeniaceae
R. Br.   Prodr. 579   1810

Hy. *kalos* "đẹp"; *gyn* "nữ, bầunoãn".
xem **Goodenia** (CCVN-III/105)

Caloneura   Araliaceae
Hy. *kalos* "đẹp"; *neuron* "gân, thần kinh".

Calonyction   Choisy 1833   Convolvulaceae
                         Mém. Soc. Phys. Genève 6(2): 441   1834
Hy. *kalos* "đẹp"; *nyktos* "đêm"; trổ đêm.

Calophanes   D. Don 1833   Acanthaceae
                         Brit. Fl. Gard., ser. 2 2: pl. 181 1833
Hy. *kalos* "đẹp"; *phaino* "tỏa sáng, hiện ra"; liên tưởng đến hoa
và lá.
xem **Dischoriste** (CCVN-III/55)

Calophyllum   L. 1753   Guttiferae
                         Sp. Pl. 1: 513   1753
Hy. *kalos* "đẹp"; *phyllon* "lá"; lá đẹp.

Calopogonium   Desv. 1826   Fabaceae
                         Ann. Sci. Nat. (Paris) 9: 423   1826
Hy. *kalos* "đẹp"; *pogon* "râu"; do lông của cờ.

Calotis   R. Br. 1820   Asteraceae
                         Bot. Reg. 6: , pl. 504   1820
Hy. *kalos* "đẹp"; *otos* "tai"; vảy của lông-mào.

Calotropis   R. Br. 1810   Asclepiadaceae
                         Asclepiadeae 28   1810
Hy. *kalos* "đẹp"; *tropis* "tàu"; tràng phụ và tiểunhụy như một
chiếc tàu.

Calycopteris   Lamk. 1793   Combretaceae
                         Tabl. Encycl. 1: , t. 357 1793
Hy. *kalyx* "đài"; *pteron* "cánh"; vì lườn của ống đài.

Calymnodon   Presl. 1836   Grammitidaceae
                         Tent. Pterid. 203-204 pl. 9, f. 1   1836
Hy. *kalymna* "cái bao"; *odous, odontos* "răng".

Calyptranthus   Juss. 1806   Myrtaceae
                         Dict. Sci. Nat. 6: 274   1806

Hy. *kalyptra kaliptre* "vỏ, màn che, mũ, nắp"; *anthos* "hoa"; đài hoa được che phủ.

xem **Syzygium** (CCVN-II/47)

Camarotis	Lindl. 1833	Orchidaceae
	Gen. Sp. Orchid. Pl. 219	*1833*

Hy. *kamarotos* "uốn vòng cung, uốn vòm"; do hình dạng và cấu trúc của môi.

xem **Micropera** (CCVN-III/934)

Camchaya	Gagn. 1920	Asteraceae
	Notul. Syst. (Paris) 4: 14	*1920*

tên núi Camchay ở Campuchia.

Camellia	L. 1753	Theaceae
	Sp. Pl. 2: 698 1753	

George Joseph Kamel (Camellus) (1661-1706), linhmục dòng Tên (Jesuits) ở Moravia, dượcsĩ, hoạsĩ thựcvật và thu khoảng 360 thực vật ở đảo Luzon (Philippin) gởi cho John Ray, và James Petiver để được công bố trong *Herbarium aliarumque stirpium in insula Luzone Philippinarum (Herbs and Medicinal Plants in the island of Luzon, Philippines)*; chuyến gởi đầu tiên các hình vẽ thực vật của ông không về đến Anh quốc do bị cướp biển; Kamel cũng viết một trình thuật đầu tiên về Chim ở Philippin *"Observationes de Avibus Philippensibus"* (1702) do Royal Society ấn-hành.

Cameraria	L. 1753	Apocynaceae
	Sp. Pl. 1: 210 1753	

Joachim Camerarius (1534-1598), ysĩ, tvh và thnh Đức, tác giả *'Hortus medicus et philosophicus'*, *'Symbolorum et emblematum'*, *'Camerarius Florilegium'*.

xem **Hunteria** (CCVN-II/690)

Campanula	L. 1753	Campanulaceae
	Sp. Pl. 1: 163 1753	

La. "chuông nhỏ", từ giảm nhẹ nghĩa của *campana* "chuông"; do hình dạng của vành.

Campanumoea	Blume 1826	Campanulaceae
	Bijdr. Fl. Ned. Ind. 726 1826	

La. *campana* "chuông"; Hy. *homoios, homios* "tương tự, tựa như".

xem **Codonopsis** (CCVN-III/101)

Campestigma Pierre ex Cost. 1912 Apocynaceae
Fl. Indo-Chine 4: 117 1912
Hy. *kampe* "uốn cong, cong"; *stigma* "nuốm".

Campium C. Presl 1836 Dryopteridaceae
Tent. Pterid. 238, pl. 10, f. 22, 23 1836
xem **Bolbitis** (CCVN-I/196)

Campsis Lour. 1790 (n. cons.) Bignoniaceae
Fl. Cochinch. 2: 358, 377 1790
Hy. *kampe* "cong", *kampsis* "uốn cong"; tiểunhụy cong.

Campylospermum Tieghem 1902 Ochnaceae
Tiegh. J. Bot. (Morot) 16: 35, 40 1902
Hy. *kampylos* "cong"; *sperma* "hột".

Campylotropis Bunge 1835 Fabaceae
Pl. Monghol.-Chin. 6 1835
Hy. *kampylos*: "cong"; *tropis, tropidos* "có lườn, sống của ghe, tàu"; lườn, sống của cánh hoa có mỏ.

Campylus Lour. 1790 Menispermaceae
Fl. Cochinch. 94, 113 1790
Hy. *kampylo, kampylos* "cong".
xem **Tinospora** (CCVN-I/330)

Cananga (A. DC.) Hook. f. ex Thoms. 1855 (n. cons.) Annonaceae
Fl. Ind. 129 1855
tên Mãlai : *kenanga*.

Canarium L. 1759 Burseraceae
Amoen. Acad. 4: 121 1759
tên Mãlai: *canari* tên ở Molucca: *kanari* hoặc *kenari*.

Canavalia A. DC. 1825 (n. cons.) Fabaceae
Prodr. 2: 403–404 1825
tên Malabar: *kanavali*hay *kana-valli* (*kanam* "rừng", *valli* "dây leo").

Canna L. 1753 Cannaceae
Sp. Pl. 1: 1 1753
Hy. *kanna, kanne* "sậy"; La. *canna, ae* "sậy, gậy".

Cannabis   L. 1753   Cannabaceae
Sp. Pl. 2: 1027 1753
Hy. *kannabis, kannabios, kannabeos* gọi cây Gai dầu.

Canscora   Lamk. 1785   Gentianaceae
Encycl. 1: 601 1785
từ tên Malabar *Kansgan-cora* ở bang Kerala, Ấn độ.

Cansjera   A. L. Juss. 1789 (n, cons.)   Opiliaceae
Gen. Pl. 448   1789
tên Ấn độ *Tsjeru valli Canjiram* hoặc *tsjerou cansjeram; tsjeru*
"nhỏ", *valli* "dây leo", *canjiram* "hột Mã-tiền".

Canthium   Lamk. 1785   Rubiaceae
Encycl. 1: 602 1785
tên malabar: *kanti.*

Capillipedium   Stapf. 1917   Poaceae
Fl. Trop. Afr. 9: 11, 169 1917
La. *capilli, capillus* "rất mảnh, tóc"; *pes, pedis* "cọng, chân"; các
gié-hoa và cọng hoa có nhiều lông mịn.

Capparis   L. 1753   Capparaceae
Sp. Pl. 1: 503   1753
Hy. *kapparis* hay *kappari* tên gọi cây Cáp và trái là *capu*; từ Ả rập
kabar: đầu; nụ giống một đầu.

Capraria   L. 1753   Scrophulariaceae
Sp. Pl. 2: 628   1753
La. *caper, capri* "con dê", *capra, ae* "dê cái", *caprarius, a, um*
"thuộc về con dê"; *capraria* "của dê cái"; Hy. *kapros* "lợn rừng";
dê ưa ăn lá cây nầy; cũng có nghĩa "mùi của nách".
    xem **Lindernia** (CCVN-II/913)

Caprifolium   Mill. 1754   Caprifoliaceae
Gard. Dict. Abr. (ed. 4) 1754
Tên xưa *caprae-folium* "lá của dê".
    xem **Lonicera** (CCVN-II/228)

Capsella   Medik. 1792 (nom. cons.)   Brassicaceae
Pfl.-Gatt. 85, 99 1792
La. *capsella, ae* "hộp nhỏ, rương nhỏ" nghĩa giảm nhẹ của *capsa*
"hộp"; do hình dạng của trái.

Capsicum L. 1753 Solanaceae
Sp. Pl. 1: 188 1753
Hy. *kapto* "làm cay, gây cay", do vị cay; hoặc *capsa*: "hộp", trái giống như cái hộp.

Capusia Lecomte 1926 Celastraceae
Bull. Mus. Hist. Nat. (Paris) 32: 195 1926
xem **Siphonodon** (CCVN-I/161)

Carallia Roxb. 1811 (n. cons.) Rhizophoraceae
Pl. Coromandel 3: 8 1811
Karalli (*karu* "rừng"; *alli* "sáng, sáng ngời", nói về lá): tên *telugu* ở bang Andhra Pradesh, Ấn độ gọi một loài nầy.

Carapa Aubl. 1775 Meliaceae
Hist. Pl. Guiane 2(Suppl.): 32, t. 387 1775
tên ở Nam Mỹ *caraipé* gọi cây *Carapa procera.*

Carara Medik. 1792 Brassicaceae
Pfl.-Gatt. 34–37, pl. 1, f. 4 1792
xem **Coronopus** (CCVN-I/605)

Cardamine L. 1753 Brassicaceae
Sp. Pl. 2: 654 1753
Hy. *kardamis, kardamine*: từ giảm nhẹ nghĩa của *kardamon*, tên mà Dioscorides gọi cây cải xoong. La. *cardamina, ae* và *cardamum* gọi một loài cải xoong.

Cardanthera F. Ham. ex C.G. Don 1847 Acanthaceae
Prodr. 11: 69 1847
Hy. *kardia* "tim"; *anthera* "bao phấn".

Cardiochlamys D. Oliv. 1883 Convolvulaceae
Hooker's Icon. Pl. 15: , pl. 1403 1883
Hy. *kardia* "tim"; *chlamys* "áo choàng".
xem **Cardisepalum** (CCVN-II/773)

Cardiopteris Wall. ex Bl. [1849] Cardiopteridaceae
Rumphia 3: 205, 207. 1847
Hy. *kardia* "tim"; *pteron* "cánh"; do trái.

Cardiospermum L. 1753 Sapindaceae
Sp. Pl. 1: 366 1753

Hy. *kardia* "tim"; *sperma* "hột"; hình dạng của hột .

Cardisepalum xem **Cordisepalum**

Carex L. 1753 Cyperaceae
Sp. Pl. 2: 972   1753
Hy. *keiro* "tôi cắt"; bìa lá bén cắt.

Careya Roxb. 1811 (n. cons.) Lecythidaceae
Pl. Coromandel 3: 13   1811
William Carey (1761-1834), ở Serampore, Ấn độ, nhà truyền giáo, nhà tvh, đôngphương học và ngôn ngữ học; năm 1794 thành lập Vườn Thựcvật ở Serampore (thường được gọi là *Vườn của Tiếnsĩ Carey*).

Carica L. 1753 Caricaceae
Sp. Pl. 2: 1036 1753
La. *carica, ae* của trái Sung; Hy. *karike* và *karikos.*

Carissa L. 1767 (n. cons.) Apocynaceae
Syst. Nat. (ed. 12) 2: 135, 189   1767
tên tiếng Phạn *krishna* "xanh đậm hoặc đen", do màu của trái chín; tên cây là *krisnaphala*; tiếng Malayalam gọi là *karimulla*, có lẽ từ *kari* "đậm, đen" và *mullu* "gai, có gai", do màu và gai của trái.

Carlemannia Benth. 1853 Carlemanniaceae
Hooker's J. Bot. Kew Gard. Misc. 5: 3081853
Charles Morgan Lemann (1806-1852), ysĩ và tvh Anh, thu mẫu tv ở Madeira và Gibraltar, đã tặng Thảo tập riêng (30 000 tiêu bản) cho Đại học Cambridge.

Carmona Cavan. 1799 Boraginaceae
Icon. 5: 22   1799
Bruno Salvádor Carmona, hoạsĩ Tâybannha, từ 1754 đến 1756 cùng đi với nhà tvh và thám hiểm người Thụyđiển Pehr Loefling (1729-1756) đến vùng phía Bắc của Nam Mỹ.

Carolinea L. f. 1781 [1782] Malvaceae

Suppl. Pl. 51, 314   1781 [1782]
Karoline Luise (1723-1783) Công nương Hessen-Darmstadt, Đức, vợ của Thái-công Karl Friedrich von Baden, nghệ sĩ (hội

hoạ và âm nhạc), vạn vật học, đam mê TVH, tiếp đãi các nghệ sĩ, giao thiệp với Linné, tiếp xúc với các văn hào đương thời như Voltaire, các nhạc sĩ và các nhà khoa học, thông thạo các tiếng Latinh, Đức, Ý, và Pháp là tiếng mà Bà trao đổi thư từ với hơn 750 danh nhân đồng thời, biến Karlsruhe thành một trung tâm văn hóa ở Đức, chơi đàn harpsichord (tiếng Pháp: clavecin) trong dàn nhạc cung điện của Thái công Karl Friedrich von Baden, thành viên của Viện Hàn Lâm Nghệ thuật Đanmạch, vẽ tranh màu nước và phấn màu và có một xưởng vẽ ngay trong lâu đài Karlsruhe, điều khiển một xưởng làm xàphòng và đèn sáp, mất do đột quỵ ở Paris 1783; các bộ sưu tập của Bà là nền tảng của Bô Sưu tập quốc gia Nghệ thuật và Bảo tàng thiên nhiên quốc gia Karlsruhe. Danh phận và kiến thức của Bà luôn được các nhà tvh trân trọng.

xem **Pachira** (CCVN-I/515)

Carpesium   L. 1753   Asteraceae
Sp. Pl. 2: 859   1753
Hy. *karpesion* "gỗ thơm, cây có mùi thơm".

Carpinus   L. 1753   Betulaceae
Sp. Pl. 2: 998   1753
tên La. của cây duyênmộc, cây trăn.

Carthamus   L. 1753   Asteraceae
Sp. Pl. 2: 830   1753
từ Ảrập *quartom, qurtum* hay *qurtom* "sơn"; từ Hebrew *qarthami* "màu đỏ-cam"; hoa cho màu rực rỡ, trích làm phẩm nhuộm.

Carum   L. 1753   Apiaceae
Sp. Pl. 1: 263   1753
tên Hy. *karo, karon* do Dioscorides dùng.

Carya   Nutt. 1818 (n. cons.)   Juglandaceae
Gen. N. Amer. Pl. 2: 220   1818
tên Hy. của cây *karya* hay *kaura* "hồ-đào"; Carya, tiên-nữ trong thần thoại Hylạp, con gái của Oxylus và Hamadryas, tình nhân của Dionysos, bị Bacchus biến thành một cây hồ-đào.

Caryodaphnosis   Airy-Shaw. 1940   Lauraceae
Bull. Misc. Inform. Kew 1940(2): 74-75   1940
tựa như *Caryodaphne* Blume ex Nees.

Caryophyllus   L. 1753   Myrtaceae
                        Sp. Pl. 1: 515   1753

Hy. *karyophyllon* "nụ đinh-hương khô". Tên Ả rập *karankul* của Đinh-hương *Eugenia caryophyllata*.
xem **Syzygium** (CCVN-II/45)

Caryopteris   Bunge 1835   Lamiaceae
                         27   1835 [1835]

Hy. *karyon*: "quả nhân cứng, quả hạch"; *pteron* "cánh"; trái nứt thành bốn quả hạch nhỏ có cánh.

Caryota   L. 1753   Arecaceae
                     Sp. Pl. 2: 1189 1753

Hy. *karyon* "quả nhân cứng, quả hạch"; do dạng trái.

Casearia   N.J. Jacq. 1760   Flacourtiaceae
                      Enum. Syst. Pl. 4, 21   1760

Johannes Casearius (1642-1678), giáo sĩ truyền giáo, làm việc cho Côngty Đông Ấn Hòa lan, đồng tácgiả với Hendrik A. Van Rheede của hai quyển đầu của *"Hortus Indicus Malabaricus"*.

Cassia   L. 1753   Fabaceae
                    Sp. Pl. 1: 376   1753

tên Hy. xưa *kasia*, từ tiếng Dothái cổ *qetsiah* của nhiều loài giavị thơm.

Cassine   L. 1753   Celastraceae
                     Sp. Pl. 1: 268   1753

tên ở Bắc Mỹ gọi cây *Cassine glauca* (Pers.) O. Kuntze hoặc *Ilex vomitoria* (Aiton).

Cassytha   L. 1753   Lauraceae
                      Sp. Pl. 1: 35–36 1753

Hy. *kassuyo, kassyein* "may khâu, vá, bao, quấn"; La. *cassis, is* "mạng, lưới, mạng nhện"; thân dây bện xoắn thật rối.

Castanea   P. Miller 1754   Fagaceae
                      Gard. Dict. Abr. (ed. 4) 1: vol. 1 1754
tên Hy. *kastanon, kastana* của cây Dẻ.

Castanola   Llanos 1859   Connaraceae
                     Mem. Real Acad. Ci. Exact. Madrid 2: 503   1859

Antonio Em Blanco y Castañola, làm việc trong Bảo tàng ở Manila.
xem **Agelaea** (CCVN-I/761)

Castanopsis (D. Don.) Spach. 1841 (n. cons.)   Fagaceae
Hist. Nat. Vég. 11: 142, 185   *1841*
tựa như *Castanea.*

Casuarina   L. 1759   Casuarinaceae
Amoen. Acad. 4: 123, 143   *1759*
tên Mãlai *pohon kasuari* "nhánh thòng dài như lông của Đà-điểu *Cassuarinus*".

Catharanthus   G. Don 1837   Apocynaceae
Gen. Hist. 4(1): 71, 95–96   *1838 [1837]*
Hy. *catharos* "thuần khiết"; hoa hoànhảo, hoa rất đẹp.

Cathormion   Benth.) Hassk. 1855   Fabaceae
Retzia 1: 231   *1855*
Hy. có nghĩa: xâu chuỗi; trái có eo.

Catimbium   A.L. Juss. 1789   Zingiberaceae
Gen. Pl. 62   *1789*
Hy. *kata, kato* "xuống, trở xuống, dưới ở dưới"; *bios* "sống".

Cattleya   Lindl. 1821   Orchidaceae
Coll. Bot. No. 7: t. 33   *1821*
William Cattley (1788-1835), người Anh, sưu tập thực vật (đặc biệt là Lan) và bảotrợ TVH.

Caucalis   L. 1753   Apiaceae
Sp. Pl. 1: 240   *1753*
tên Hy. xưa gọi một cây họ Hoa-tán.
xem **Torilis** (CCVN-II/480)

Caulinia   Willd. 1801   Hydrocharitaceae
Mém. Acad. Roy. Sci. Hist. (Berlin) 1798: 87   *1801*
Filippo Cavolini (Caulinus) (1756-1810), tvh Ý, giáo sư Động vật học ở Đại học và Giám đốc Bảo tàng động vật ở Naples, nghiên cứu sinh học biển, viết về "*Zosterae oceanicae*".
xem **Halophila** (CCVN-III/318)

Caulokaempferia   Larsen 1964   Zingiberaceae

Bot. Tidsskr. 60: 166   1964

Hy. *kaulo* "thân cây"; tên giống *Kaempferia*.

Cautleya	Royle ex Hook. 1888	Zingiberaceae
	Bot. Mag. 114: , pl. 6991	*1888*

Sir Proby Thomas Cautley (1802-1871), kỹsư, cổ-sinh-vật-học và thnh Anh, nổi tiếng do thiết kế và chủ trì xây dựng kênh (Ganges) dài 560 km ở Ấn độ; thám hiểm nghiên cứu các hóa thạch vùng Siwaliks ở Nam Himalaya, viết nhiều bài về địa chất và địa khai ở vùng Siwaliks đăng trong *Proceedings of the Bengal Asiatic Society* và *Geological Society of London,* về một thành phố chìm sâu 20 bộ (foot) dưới lòng đất, về than đá và than non ở Himalaya, về một loài rắn mới, về các Voi răng mấu ở vùng Siwaliks, về cách sản xuất hắc ín, về những cách đãi vàng ở vùng Siwaliks; năm 1837, được tặng huân chương Wollaston của Geological Society và khi trở về Anh quốc năm 1858 được phong *"Knight Commander of the Order of Bath."*

Cayratia	A. L. Juss. 1818 (n. cons.)	Vitaceae
	Dict. Sci. Nat. (ed. 2) 10: 103	*1818*

từ tên thông thường *cay-rat* (Vác) ở Việt Nam gọi một dây leo.

Ceanothus	L. 1753	Rhamnaceae
	Sp. Pl. 1: 195 1753	

tên Hy. *keanothos*, một cây có gai.

xem **Colubrina** (CCVN-II/451)

Cebatha	Forssk. 1775	Menispermaceae
	Fl. Aegypt.-Arab. 171 1775	

từ tiếng Ảrập *kebath*.

Cecropia	Loefl. 1758	Urticaceae
	Iter Hispan. 272 1758	

Kekrops, theo thần thoại Hylạp, là vua và là người xây dựng Athens xưa; Cecropia là tên thành lũy của Athene.

Cedrela	P. Br. 1756	Meliaceae
	Civ. Nat. Hist. Jamaica 158, pl. 10, f. 1 1756	

từ Tâybannha *cedrelo*, nghĩa giảm nhẹ của La. *Cedrus*; gỗ có mùi thơm tương tự.

xem **Toona** (CCVN-II/386)

Ceiba	P. Miller 1754	Bombacaceae

Gard. Dict. Abr. (ed. 4) [287]   1754
Tên thổ dân ở Nam Mỹ gọi cây Gòn.

Celastrus   L. 1753   Celastraceae
           Sp. Pl. 1: 196   1753
Hy. *kelastron, kelastros* của 1 loài còn giữ trái trong mùa đông.

Celosia   L. 1753   Amaranthaceae
           Sp. Pl. 1: 205   1753
Hy. *keloo* "bị cháy", *keleos* "cháy"; màu bông như bị cháy hoặc
hoa khô của vài loài.

Celtis   L. 1753   Ulmaceae
           Sp. Pl. 2: 1043 1753
tên Hy. xưa của một cây có trái ngọt; Linné dùng La. gọi cây Sếu.

Cenchrus   L. 1753   Poaceae
           Sp. Pl. 2: 1049 1753
Hy. *kenchros* "cỏ kê", cũng có nghĩa "châm chọc"; các gié-hoa
bất-thụ tạo thành những gai bám vào lông thú. La. *cenchros*, do
Plinius dùng gọi một kim cương Ảrập hoặc một viên đá quí nào
đó to cỡ một hạt Kê.

Cenocentrum   Gagn. 1909   Malvaceae
           Notul. Syst. (Paris) 1: 78   *1909*
Hy. *kenos* "trống, rỗng"; *kentron* "cựa".

Cenolophon   Bl. 1827   Zingiberaceae
           Enum. Pl. Javae 60   1827
Hy. *kenos* "trống, rỗng"; *lophos* "mào, bờm"; lông cứng rỗng.

Centaurea   L. 1753   Asteraceae
           Sp. Pl. 2: 909   1753
Hy. *Kentaurion*, Dioscorides đặt ra, theo thần thoại Hy Lạp là cây
làm lành vết thương của Cheiron (Chiron), do Hercule gây ra.

Centella   L. 1763   Apiaceae
           Sp. Pl. (ed. 2) 2: 1393   1763
La. *cento, onis* "mảnh vụn chắp vá" hoặc *centum* "một trăm" hay
centrum "trung tâm"; Hy. *kentron* "mảnh chắp vá, gai, mũi nhọn",
hoặc *kenteo* "châm chích, tra tấn, ngòi chích, đâm chọc".

Centipeda   Loureiro 1790   Asteraceae

Fl. Cochinch. 2: 492   1790

La. *centi* "nhiều, một trăm"; *peda* "chân, thân", *centipeda* "con rết"; nhiều nhánh, lá bò ở đất.

Centotheca   Desv. 1810   Poaceae
Nouv. Bull. Sci. Soc. Philom. Paris 2: 189   1810
Hy. *kenteo* "châm chích"; *theke* "hộp, bẹ"; do nhiều lông cứng ngược trên vỏ trấu.

Centranthera   R. Br. 1810   Scrophulariaceae
Prodr. 438   1810
Hy. *kentron* "cựa"; *anthera* "bao phấn"; baophấn có cựa.

Centratherum Cass. 1817   Asteraceae
Bull. Sci. Soc. Philom. Paris 1817: 31   1817
Hy. *kentron* "cựa, gai"; *ather* "ngạnh, gai, vỏ trấu, lông gai"; mào có lông cứng lởm chởm.

Centrolepis   Labill. 1804   Restionaceae
Nov. Holl. Pl. 1: 7   1804
Hy. *kentro* "cựa, bén nhọn"; *lepis* "vảy".

Centrosema   (A. DC.) Benth. 1837 (n. cons.) Fabaceae
Comm. Legum. Gen. 53 1837
Hy. *kentro* "cựa"; *sema* "cánh cờ, cờ hiệu"; cánh cờ có cựa;

Centrostachys   Wall. 1824   Amaranthaceae
Fl. Ind., ed. 1820 2: 497 1824
Hy. *kentro* "cựa" ; *stachys* "gié".

Ceodes   J.R. Forst. & G. Forst. 1775 Nyctaginaceae
Char. Gen. Pl. 71   1775
Hy. *"*mùi thơm"; hoa thơm.
    xem **Pisonia** (CCVN-I/718)

Cephäelis   Sw. 1788 (n. cons.)   Rubiaceae
Prodr. 3, 45   1788
Hy. *kephale* "đầu"; pháthoa rậm hình đầu.

Cephalantheropsis Guillaumin   1960   Orchidaceae
Bull. Mus. Natl. Hist. Nat., sér. 2 32(2): 188–189   1960
Hy. kephale "đầu", *anthera* "bao phấn"; do hình dạng của các bao phấn. Tựa như *Cephalanthera*.

Cephalanthus L. 1753 Rubiaceae
Sp. Pl. 1: 95   1753
Hy. *kephale* "đầu"; *anthos* "hoa"; hoa tập họp thành hình đầu tròn ở nách lá.

Cephalomanes H. B. Presl. 1843 Hymenophyllaceae
Hymenophyllaceae 17–18   1843
Hy. *kephale* "đầu"; *manes* "chén".

Cephalostachyum Munro 1868 Poaceae
Trans. Linn. Soc. London 26(1): 138   1868
Hy. *kephale* "đầu"; *stachys* "gié".

Cephalotaxus Sieb. & Zucc. 1842 Taxaceae
Gen. Pl. 2: 27   1842
Hy. *kephale* "đầu"; tên giống (chi) *Taxus*.

Cephanoides Acanthaceae
Hy. *kephale* "đầu"; *oides* "tựa như".

Cerastium L. 1753 Caryophyllaceae
Sp. Pl. 1: 437   1753
Hy. *kerastis, kerastes* "có sừng"; dạng trái cong

Ceratanthus F. Muell. ex G. Taylor 1936 Lamiaceae
J. Bot. 74: 35   1936
Hy. *keras* "sừng"; *anthos* "hoa".

Ceratophyllum L. 1753 Ceratophyllaceae
Sp. Pl. 2: 992   1753
Hy. *keras* "sừng"; *keratos* "dạng sừng" ; *phyllon* "lá"; lá dạng như sừng nai.

Ceratopteris Brongn. 1822 Parkeriaceae
Bull. Sci. Soc. Philom. Paris 1821: 186   1822
Hy. *keras* "sừng"; *kerato* "dạng sừng"; *pteris* "ráng".

Ceratostylis Bl. 1825 Orchidaceae
Bijdr. Fl. Ned. Ind. 7: 304   1825
Hy. *kerato* "dạng sừng"; *stylis* "vòi nhụy".

Cerbera L. 1753 Apocynaceae
Sp. Pl. 1: 208   1753

Hy. *Kerberos* (La. *Cerberus*), theo thần thoại Hylạp, là chó 3 đầu canh giữ cửa âm ty; cây độc.

Cereus P. Mill. 1754 Cactaceae
Gard. Dict. Abr. (ed. 4) 1: 1754
La. *cera* "sáp, đuốc"; dáng cây như đuốc.

Ceriops Arnott 1838 Rhizophoraceae
Ann. Nat. Hist. 1: 363 1838
Hy. *keros* "sáp"; *opsis* "tựa như"; do vài loài ứa ra chất sáp; hoặc Hy. *keras* "sừng", vì trục hạ-diệp thò ra khỏi trái.

Ceropegia L. 1753 Apocynaceae
Sp. Pl. 2: 211 1753
Hy. *keros* "sáp"; *pege* "suối nước, vòi phun"; pháthoa như suối sáp.

Cestrum L. 1753 Solanaceae
Sp. Pl. 1: 191 1753
tên Hy. xưa *kestron* "mũi nhọn, ngòi chích, cái đục chạm" mà Dioscorides gọi một loài họ Húng, *Stachys officinalis*. Plinius dùng La. *cestros, i* gọi cây Hoắc hương.

Ceterach Willd. 1804 Aspleniaceae
Anleit. Selbststud. Bot. 578 1804
từ nguyên không rõ, do tên Ả rập *chetrak* gọi một loài ráng; hoặc từ tiếng Đức *Kratze* tên một cây gây ngứa.
xem **Colysis** (CCVN-I/93)

Chaetocarpus Thw. 1854 (n. cons.) Euphorbiaceae
Hooker's J. Bot. Kew Gard. Misc. 6: 300, pl. 10a 1854
Hy. *chaite* "gai", có nhiều lông cứng; trái có lông cứng.

Chalcas L. 1767 Rutaceae
Syst. Nat. (ed. 12) 2: 293 1767
Hy. *chalcas, ados* gọi cây cúc *Chrysanthemum* (Dioscorides).
xem **Murraya** (CCVN-II/422)

Chamabainia R. Wight. 1853 Urticaceae
Icon. Pl. Ind. Orient. 6: 11 1853
Hy. *chamai* "sân, trên mặt đất, lùn, sà"; *baino* "đứng vững"; dạng sống của cây.

Chamaecyparis Spach 1841 Cupressaceae

Hist. Nat. Vég. 11: 329 1841
Hy. *chamai* "lùn" và *cyparis* "cây bách".

Chamaeraphis	R. Br. 1810	Poaceae

Prodr. 193   1810
Hy. *chamai* "lùn"; *rhaphis, raphidos* "cái kim"
   xem **Pseudoraphis** (CCVN-III/689)

Chamaerops	L. 1753	Arecaceae

Sp. Pl. 2: 1187 1753
Hy. *chamai* "lùn"; *rhops* "cây bụi"; mọc thành bụi; La. *chamaerops* và Hy. *chamairops* do Plinius gọi cây Cọ lùn.
   xem **Rhapis** (CCVN-III/402)

Champereia	W. Griff. 1844	Opiliaceae

Calcutta J. Nat. Hist. 4: 237   1843
tên Mãlai *chemperai*.

Chasallia	Comm. ex A.L. Juss. 1820	Rubiaceae

Mém. Mus. Hist. Nat. 6: 379   1820
François de Chazal de la Genesté (1731-1795/96), nhà quý tộc Pháp, đến với Côngty Đông Ấn thuộc Pháp, lập đồn điền ở Mauritius, khuyến khích nông nghiệp.

Chaydaia	Pit 1912	Rhamnaceae

Fl. Indo-Chine 1: 925   1912
   xem **Rhamnella** (CCVN-II/446)

Cheilanthes	Sw. 1806	Pteridaceae

Syn. Fil. 5, 126 1806
Hy. *cheilos* "môi, bìa, biên"; *anthos* "hoa", baomô giả bao lấy các nang quần ở mép lá.

Cheilopleuria= **Cheiropleuria**	Presl. 1851	Cheiropleuriaceae

Epim. Bot. 189 1851
Hy. *cheir* "tay"; *pleura, pleuron* "hông, sườn".

Cheirostylis	Bl. 1825	Orchidaceae

Bijdr. Fl. Ned. Ind. 8: 413   1825
Hy. *cheiro* "tay"; *styles* "vòi"; bìa môi có rìa to nhiều như ngón tay.

Chenopodium	L. 1753	Chenopodiaceae

Sp. Pl. 1: 218   1753

Hy. *chen* "ngỗng"; *podion* "chân"; lá có dạng chân ngỗng.

Chilocarpus Bl. 1823 Apocynaceae
  Cat. Buitenzorg 22 *1823*
Hy. *cheilos* "môi"; *carpos* "trái", do cách nứt ra của trái.

Chiloschista Lindl. 1832 Orchidaceae
  Edwards's Bot. Reg. 18: , ad pl. 1522 *1832*
Hy. *cheilos* "môi, bìa"; *schistos* "cắt"; *schizo* "chia ra"; môi có thùy giữa như chẻ làm hai.

Chimonobambusa Makino 1914 Poaceae
  Bot. Mag. (Tokyo) 28(329): 153 1914
Hy. *cheimon* "mùa đông", và *bambusa* "tre"; tre mùa đông, mọc măng trong mùa đông lạnh.

Chionachne R.Br. 1838 Poaceae
  Pl. Jav. Rar. 15, 18 *1838*
Hy. *chio, chion, chiono* "tuyết"; *achne* "trấu"; do các bế quả hoặc dạng của các gié-hoa.

Chirita F. Ham. ex G. Don 1822 Gesneriaceae
  Prodr. Fl. Nepal. 89 *1825[1822]*
Cheryta, tên Ấnđộ của một loài *Gentiana*.

Chisocheton Bl. 1825 Meliaceae
  Bijdr. Fl. Ned. Ind. 168 1825
Hy. *schizo* "chẻ"; *chiton* "áo, bao"; ống nhị đực chẻ sâu.

Chlamydoboea Stapf. 1913 Gesneriaceae
  Bull. Misc. Inform. Kew 1913(9): 354–356 *1913*
Hy. *chlamys, chlamydos* "áo choàng"; và tên giống *Boea*.

Chloranthus O. Sw. 1787 Chloranthaceae
  Philos. Trans. 77: 359 *1787*
Hy. *chlor, chloro, chloros* "lục"; *anthos* "hoa"; hoa màu lục.

Chloris O. Sw. 1788 Poaceae
  Prodr. 1, 25 *1788*
Hy. *Chloris*: nữ thần của hoa, *chloros* "xanh lục"; Nữ thần tương đương của Lamã là *Flora*; La. *chloris, chloridis* "xanh tươi, cỏ xanh".

Chlorophytum Ker-Gawler 1807 Liliaceae
Bot. Mag. 27: , t. 1071 1807
Hy. *chloros* "lục"; *phyton* "cây".

Choerospondias B.L. Burtt & A.W. Hill 1937 Anacardiaceae
Ann. Bot. (Oxford), n.s. 1: 254 1937
La. *choeras, adis* "lao hạch"; Hy. *choiras* "hạch ở cổ", và tên giống *Spondias*.

Chonemorpha G. Don 1937 (n. cons.) Apocynaceae
Gen. Hist. 4: 69, 76 1837
Hy. *chone* "cái phễu"; *morpha* "hình"; dạng của hoa.

Christella Leveillé 1915 Thelypteridaceae
Fl. Kouy-Tchéou 472 1915
Konrad Hermann Heinrich Christ (1833-1933), thẩm phán Thụysĩ, tvh, chuyên về Khuyết thực vật, Địalý thực vật, giáosư TVH ở Basel, làm việc với và bảo trợ các sứ vụ ở châu Phi; tác giả *Die Rosen der Schweiz* (Basel 1873), và *La flore de la Suisse et ses origines* (Basel, Genève, Lyon 1883); qua đời ngay trước sinh nhật thứ 100.

Christensonia Haager 1993 Orchidaceae
Orchid Digest 57(1): 40 1993
Eric Alston Christenson (1956-2011), tvh Hoakỳ, đóng góp hiểu biết nhiều Lan trên thế giới, đặc biệt là Hồ-điệp *Phalaenopsis*.

Christia Moensch. 1802 Fabaceae
Suppl. Meth. 39 1802
Johann Ludwig Christ (1739-1813), giáo sĩ, tvh và côntrùnghọc người Đức, nghiên cứu cây ăn trái, viết "*Handbuch der Obstbauzucht und Obstlehre*", "*Naturgeschichte, Klassification und Nomenclatur der Insekten vom Bienen, Wespen und Ameisengeschlecht*".

Christiopteris (Christ) Copel. 1905 Polypodiaceae
Fragm. Fl. Philipp. 188 1905
Konrad Hermann Heinrich Christ (1833-1933), thẩm phán và tvh Thụysĩ, chuyên Khuyết thực vật, Địa lý thực vật, Lịch sử TVH, quan tâm bảo tồn các Vườn quốc gia và Luật bảo tồn thiên nhiên; viết nhiều sách, như "*La flore de la Suisse*", "*Die Farnkräuter der Erde*", "*Die Rosen der Schweiz*".

Christisonia   Gardner 1847   Orobanchaceae
                            Calcutta J. Nat. Hist. 8: 153   1847
Robert Christison (1797-1882), ysĩ và nhà độc-chất-học Anh, giáosư Y-khoa ở Đại học Edinburgh, ngự-y của nữ hoàng Victoria.

Chroesthes   Benoist 1927   Acanthaceae
                          Bull. Mus. Hist. Nat. (Paris) 33: 107   1927
Hy. *chroo, chroos* "có màu"; *esthes* "y phục, lớp phủ ngoài".

Chrozophora   Neck. ex A. Juss. 1824   Euphorbiaceae
                          Euphorb. Gen. 27   1824
Hy. *chrozo* "nhuộm màu, tô màu"; *phoros* "mang, chở"; nguồn phẩm lam.

Chrysalidocarpus   H. Wendland 1878   Arecaceae
                                Bot. Zeitung (Berlin) 36(8): 171 1878
Hy. *chrys, chrysos* "vàng"; *karpos* "trái"; trái màu vàng kim.

Chrysanthemum   L. 1753   Asteraceae
                             Sp. Pl. 2: 887   1753
Hy. *chrysos* "vàng"; *anthemon* "hoa"; màu của hoa-đầu.

Chrysobalanus   L. 1753   Chrysobalanaceae
                             Sp. Pl. 1: 513   1753
Hy. *chrysos* "vàng"; *balanos* "quả đầu"; do trái màu vàng.

Chrysoglossum   Blume 1825   Orchidaceae
                             Bijdr. Fl. Ned. Ind. 7: 337   1825
Hy. *chrysos* "vàng"; *glossa* "lưỡi"; môi màu vàng.

Chrysophyllum   L. 1753   Sapotaceae
                             Sp. Pl. 1: 192   1753
Hy. *chrysos* "vàng"; *phyllum* "lá".

Chrysopogon   Trin. 1820   Poaceae
                           Fund. Agrost. 187   1820
Hy. *chrysos* "vàng"; *pogon* "râu", do màu vàng nâu của các lông cứng ở một vài loài.

Chukrasia   D.H.L. Juss. 1830   Meliaceae
                         Mém. Mus. Hist. Nat. 19: 251   1830
chữ Bengal *chikrassee*.

Chuniophoenix Burret 1937 Arecaceae
Notizbl. Bot. Gart. Berlin–Dahlem 13: 583 1937
Giáosư Woon Young Chun (1890-1971), tức Trần Hoán Dông 陈焕镛 tự Văn Nông 文农, hiệu Thiệu Trung 韶钟, tvh Trungquốc, Viện trưởng Viện TVH, Cao đẳng Nông nghiệp ở Đại học Tôn Dật Tiên (Zhongshan University), Quảngchâu, Trungquốc; chuyên gia về gỗ, 1915-20 nghiên cứu ở Arnold Arboretum thuộc Đại học Harvard ở Boston, Massachusetts; và tên giống (chi) *Phoenix*.

Cibotium Kaulf. 1820 Thyrsopteridaceae
Berlin. Jahrb. Pharm. Verbundenen Wiss. 21: 531820
Hy. *kibotos* "cái hộp"; bàotửnang như cái hộp

Cicer L. 1753 Fabaceae
Sp. Pl. 2: 738 1753
tên La. xưa *cicer, ciceris* của Đậu mỏ; tên Đức xưa *kichurra, Kicher.*

Cichorium L. 1753 Asteraceae
Sp. Pl. 2: 813 1753
La. *chicoreum, ei, cichorium, cichorea*; tên Hy. *kichoreion, kichorion, kichora*, từ tên Ảrập *chikouryeh* của rau diếp xoăn.

Cichorium intybus: rau diếp xoăn

Cimicifuga L. ex Wernisch. 1763 Ranunculaceae
Gen. Pl. 298, 321 1763
La. *cimex, cimicis* "con rệp"; *fugo* "xua đuổi", do dùng *Cimicifuga foetida* L. để trừ rệp; *cimicis-(fugo, fugare, fugavi, fugatom).*

Cinchona L. 1753 Rubiaceae
Sp. Pl. 1: 172   1753
Francisca Enriquez de Rivera, nữ-bá-tước Chinchón, vợ của Luis Jerónimo Fernández de Cabrera de Bobadilla Cerda y Mendoza IV, Phó vương Peru từ 1629 đến 1639, theo tục truyền, đã được một thầy thuốc người Inca dùng vỏ cây nầy trị hết sốt rét cho Bà. Vỏ cây là nguồn kí-nin. José Celestino Bruno, nhà tvh Tâybannha đã khámphá ra giống cây nầy.

Cinnadenia Kosterm. 1973 Lauraceae
Adansonia, n.s. 13: 223 1973
Hy. *kinna*, có lẽ từ *Cinnamomum* "Quế"; *aden* "tuyến".

Cinnamomum Schneffer 1760 (n. cons.) Lauraceae
Bot. Exped. 74 1760
Hy. *kinnamomon, kinnamon*, và do chữ Ảrập *kinamon*, có lẽ từ tiếng Mãlai.

Cipadessa Bl. 1825 Meliaceae
Bijdr. Fl. Ned. Ind. 4: 162   1825
chữ Java *Kipadessa*.

Circaea L. 1753 Onagraceae
Sp. Pl. 1: 8   1753
La. *circaea, ae*, một cây dùng làm bùa mê; Hy. *kirkaia* "đàn bà bỏ bùa mê", cây mà Circee, bà phùthủy trong Odyssey, dùng làm bùa mê. Trái có gai.

Circaeocarpus C.Y. Wu 1957 Saururaceae
Acta Phytotax. Sin. 6(2): 222–223   1957
tên giống *Circaea*, và *carpos* "trái".

Cirrhopetalum J. Lindl. 1830 (n. cons.) Orchidaceae
Gen. Sp. Orchid. Pl. 45, 58   1830
Hy. *kirrhos* "vàng-vàng"; *cirrhus* "vòi quấn", lá đài cạnh dài; *petalon* "cánh hoa"; cánh hoa vàng-vàng.

Cirsium P. Mill. 1754 Asteraceae
Gard. Dict. Abr. (ed. 4) 1:   1754
La. *cirsion, ii* và Hy. *kirsion* "cây Đạikế (*Cirsium*)"; cho là chữa lành *kirsos* "chứng giãn tĩnh mạch"; có loài cho là trị phù tĩnh mạch.

Cissampelopsis (DC.) Miq. 1856 Asteraceae
Fl. Ned. Ind. 2: 102   1856
tựa như *Cissampelos*.

Cissampelos L. 1753 Menispermaceae
Sp. Pl. 2: 1031 1753
Hy. *kissos* "dây thường xuân (*Hedera*)"; *ampelos* "dây nho"; leo như dây thường xuân và pháthoa như chùm nho.

Cissus L. 1753 Vitaceae
Sp. Pl. 1: 117   1753
Hy. *kissos* "dây thường xuân (*Hedera*)"; dạng của cây.

Citharexylum L. 1753 Verbenaceae
Sp. Pl. 2: 625   1753
Hy. *kithara* "đàn lia"; *xylon* "cây"; gỗ làm đờn.

Citrofortunella J.W. Ingram & H.E. Moore 1975 Rutaceae
Baileya 19(4): 169–171 1975
tên giống cây lai giữa *Citrus* và *Fortunella*.

Citrullus H.A. Schrader 1836 (n. cons.) Cucurbitaceae
Enum. Pl. Afr. Austral. 2: 279 1836
nghĩa giảm nhẹ của *Citrus*; dạng trái tương tợ. .

Citrus L. 1753 Rutaceae
Sp. Pl. 2: 782   1753
do tên La. *citrus, i* "cây chanh", Hy. *kitrea, kitrion* "cây chanh", *kitron* "chanh".

Citta Lour. 1790 Fabaceae
Fl. Cochinch. 456   1790
Hy. *kitta* "chim ác là, chim sáo", do hoa phồng lên và có nhiều vệt đen và trắng, nên Loureiro so sánh với bộ lông của chim ác là.
xem **Mucuna** (CCVN I/941)

Cladium P. Br. 1756 Cyperaceae
Civ. Nat. Hist. Jamaica 114   1756
Hy. *klados* "chia nhánh"; pháthoa chia nhánh.

Cladodes Lour. 1790 Euphorbiaceae
Fl. Cochinch. 2: 540, 574   1790

Hy. *klados* "nhánh";
xem **Alchornia** (CCVN-II/257)

Cladogynos   Zippelus ex Span. 1841   Euphorbiaceae
                          Zipp. ex Span. Linnaea 15: 349   1841
Hy. *klados* "nhánh"; *gynos* "phần cái".

Cladopus   H. Mull. 1899   Podostemaceae
                          Ann. Jard. Bot. Buitenzorg 16: 115   1899
Hy. *klados* "chia nhánh"; *pous* "chân".

Claoxylon   A.H.L. Juss. 1824   Euphorbiaceae
                          Euphorb. Gen. 43, pl. 14, f. 43   1824
Hy. *klao* "giòn, gãy"; *xylon* "gỗ"; gỗ giòn dễ gãy.

Clausena   N.L. Burm. 1768   Rutaceae
                          Fl. Indica 87, 243   1768
Peder Claussen Friis (1545-1614), giáo sĩ và thnh Đan-mạch (sinh
ở Na-Uy).

Clayera = Cleyera   Thunb. 1783   Theaceae
                          Nov. Gen. Pl. 3: 68. 1783
Andreas Cleyer (1634-1697/98), người Đức, bào chế thuốc, phục
vụ ở Côngty Đông Ấn thuộc Hòa lan, thu mẫu cây thuốc, giao
thiệp với nhiều ysĩ và các nhà bào-chế thuốc về TVH, ĐVH và Y-
học; năm 1682 có viết một sách về y-học Trungquốc; cũng có một
khảo luận về Trà.
xem **Ternstroemia** (CCVN-I/414)

Cleghornia   R. Wight 1848   Apocynaceae
                          Icon. Pl. Ind. Orient. 4(2): 5   1848
Hugh Francis Clark Cleghorn (1820-1895), ysĩ và tvh Anh, phục
vụ ở Sở Y-tế Madras, Ấnđộ, giáo sư TVH và Y-khoa ở Madras
Medical College, cũng làm thanh tra Lâm nghiệp ở Sở Lâm
nghiệp Madras, viết *"The Forests and Gardens of South India"*,
từ 1851 là Hội viên của Linnean Society.

Cleidiocarpon   Airy Shaw 1965   Euphorbiaceae
                          Kew Bull. 19: 313   1965
Hy. *kleidion* "chìa khóa nhỏ"; *karpos* "trái".

Cleisocentron   Brühl 1926   Orchidaceae
                          Guide Orchids Sikkim 136   1926

Hy. *kleis* "khóa, then cài", *kleio* "đóng"; *kentron* "cựa".

Cleisomeria Lindl. ex G. Don 1855 Orchidaceae
Encycl. Pl. (ed. 2) 1448. 1472 1855
Hy. *kleis* "khóa, then cài"; *meris* "phần"; chỉ về cựa (móng) và cục chai ở họng.

Cleidion Bl. 1826 Euphorbiaceae
Bijdr. Fl. Ned. Ind. 612 1826
Hy. *kleidion, klidion*, từ giảm nhẹ nghĩa của *kleis* "khóa"; do các tiểunhụy hoặc các cuống của hoa cái.

Cleisostoma Blume 1825 Orchidaceae
Bijdr. Fl. Ned. Ind. 8: 362 1825
Hy. *kleio* "kín, khóa"; *stoma* "miệng"; miệng của cựa bị khép kín bởi mô chai.

Cleisostomopsis Seidenf. 1992 Orchidaceae
Opera Bot. 114: 370, 372 1992
tựa như *Cleisostoma.*

Cleistanthus Hook ex Pl. 1848 Euphorbiaceae
Hooker's Icon. Pl. 8: , pl. 779 1848
Hy. *kleistos* "kín, đóng"; *anthos* "hoa"; hoa bị che bởi những lá-bắc đầy lông.

Cleistocalyx Bl. 1850 Myrtaceae
Mus. Bot. Lugd.-Bat. 1: 84 1850
Hy. *kleistos* "kín, đóng"; *calyx* "đài".

Clematis L. 1753 Ranunculaceae
Sp. Pl. 1: 543 1753
tên La. *clematis* và Hy. *klematis, klematidos* (từ giảm nhẹ nghĩa của *klema, klematos* "đọt, nhánh") gọi nhiều loài dây leo.

Cleome L. 1753 Capparaceae
Sp. Pl. 2: 671–672 1753
từ do Theophrastus dùng; từ nguyên không rõ, có lẽ từ Hy. *kleio, kleiein* "đóng" do các phần của hoa; hoặc *kleio, kleiein* "vinh danh, tán dương" hay *kleomai* "nổi danh".

Clerodendranthus Kudô 1929 Lamiaceae
Mem. Fac. Sci. Taihoku Imp. Univ. 2(2): 117 1929

Clerodendron và *anthos* "hoa".
    xem **Orthosiphon** (CCVN-II/849)

Clerodendrum   L. 1753   Verbenaceae
                  Sp. Pl. 2: 637   1753
Hy. *kleros* "hên, may mắn"; *dendron* "cây"; có tính thuốc, tính chất ma thuật.

Clethra   L. 1753   Clethraceae
                  Sp. Pl. 1: 396   1753
tên Hy. xưa *Klethra* của cây *Alnus*, do lá giống.

Clianthus   Sol. ex J. Lindl. 1835   (n. cons.)   Fabaceae
                  Edwards's Bot. Reg. 21: pl. 1775   1835
Hy. *kleios* "danh dự, vinh quang"; *anthus* "hoa"; Glory Pea, Glory flower "Danh hoa".

Clinacanthus   Nees 1847   Acanthaceae
                  Prodr. 11: 511 1847
Hy. *kline* "nghiêng, giường"; *akantha* "gai".

Clinogyne   Salisb. ex Benth. 1883   Marantaceae
                  Gen. Pl. 3: 651 1883
Hy. *kline* "nghiêng, giường"; *gyne* "nữ, bầu noãn"; hình dạng của bầunoãn.
    xem **Schumannianthus** (CCVN-III/466)

Clinopodium   L. 1753   Lamiaceae
                  Sp. Pl. 2: 587   1753
Hy. *kline* "nằm, sà, giường"; *podion* "chân nhỏ"; dạng của pháthoa như chân giường.

Clitoria   L. 1753   Fabaceae
                  Sp. Pl. 2: 753   1753
do chữ *kleitoris* "âm vật, âm hạch", bộ phận trên âm hộ (mòng đốc).

Clivia   J. Lindl. 1828   Amaryllidaceae
                  Bot. Reg. 14: , pl. 1182 1828
Charlotte Florentina Clive (1787-1866), Nữ Công tước Northumberland, cháu nội của Lord Robert Clive (1725-74), người xây dựng đếquốc Anh ở Ấn độ, Thống đốc Bengal, phục vụ

Côngty Đông Ấn. Bà rất thích cây cảnh và có trồng các loài Clivia trong vườn nhà.

Clutia   Boerh. ex L. 1753   Euphorbiaceae
               Sp. Pl. 2: 1042 1753

Outgers (Outgaerts) Cluyt (Theodorus Angerius Clutius) (1590-1650), tvh Hòa lan, bàochế thuốc, sưu tập thực vật, có vườn cây thuốc riêng, du khảo ở Đức, Pháp, Tâybannha và Bắc Phi, gởi cây và hột về Vườn Thực vật ở Leyden, Hòa lan.
     xem **Sauropus** (CCVN-II/212)

Clypea   Blume 1825   Menispermaceae
               Bijdr. Fl. Ned. Ind. 26 1825

La. *clypeus, clypei* "khiên hình tròn"
     xem **Stephania** (CCVN-I/338)

Cnesmone   C.L. Bl. 1826   Euphorbiaceae
               Bijdr. Fl. Ned. Ind. 630 1826

Hy. *knesmos* "ngứa"; *knesiao* "gây ngứa".

Cnesmon   Gagnep. 1924   Euphorbiaceae
               Bull. Soc. Bot. France 71: 864 1924 [1925]

Hy. *knesmos* "ngứa"; *knesiao* "gây ngứa".
     xem **Cnesmone** (CCVN-II/267)

Cnestis   A.L. Juss. 1789   Connaraceae
               Gen. Pl. 374 1789

Hy. *knesiao* "gây ngứa"; có tơ ngứa ở trái.

Cnicus   L. 1753 (n. cons.)   Asteraceae
               Sp. Pl. 2: 826 1753

tên Hy. *knikos* của cây Kế làm thuốc nhuộm.

Cnidium   Cusson ex Juss. 1787   Apiaceae
               Hist. Soc. Roy. Méd. 5: 280 1782 [1787]

Hy. *knide* "cây tầm ma" (*Urtica*); La. *cnide, cnides* "cây ngứa *urtica*" (Plinius).

Coccinia   R. Wight et Arn. 1834   Cucurbitaceae
               Prodr. Fl. Ind. Orient. 1: 347–348 1834

La. *coccineus* "đỏ"; trái đỏ.

Coccoceras   Miq. 1861   Euphorbiaceae

Fl. Ned. Ind., Eerste Bijv. 455   1861
Hy. *kokkos* "phì quả", *keras* "sừng".
xem **Mallotus** (CCVN-II/248)

Coccoloba   L. 1756   Polygonaceae
          Civ. Nat. Hist. Jamaica 209–210   1756
Cocolobis hoặc *cocolubis*, tên tiếng tâybannha gọi một loại cây
Nho; Hy. *kokkos* "phì quả"; *lobos* "thùy"; trái có thùy giống phì
quả.

Cocculus   DC 1818   Menispermaceae
          Syst. Nat. 1: 511, 515–531   1818 [1817]
Hy. từ giảm nhẹ nghĩa của *kokkos* "phìquả, hạt"; La. *coccum, i* ;
phì quả nhỏ màu đỏ tươi.

Cochlospermum   Humb., Bonpl.&Kunth 1822(n. cons.)   Bixaceae
          Nov. Gen. Sp. (quarto ed.) 5: 297   1821 [1822]
Hy. *kochlos* "ốc, vỏ ốc, quắn, xoắn"; *sperma* "hột"; do hình dạng
của hột.

Cocos   L. 1753   Arecaceae
          Sp. Pl. 2: 1188 1753
Hy. *kokkos* "phì quả"; hay tiếng portugal và Tâybannha *coco* "con
khỉ, mặt nạ, mặt khỉ, ông ba bị (ngoáo ộp)", vì sọ dừa với 3 thẹo
lõm trông giống đầu khỉ.

Codiaeum   A.H.L. Juss. 1824 (n. cons.)   Euphorbiaceae
          Euphorb. Gen. 33   1824
Hy. *kodeia, kodia* "đầu, giò hành, nangquả"; cũng có thể từ tên
địa phương ở Mãlai: *kodiho* hay *codebo*.

Codonacanthus   C.G.D. Nees 1847   Acanthaceae
          Prodr. 11: 103 1847
Hy. *kodon* "chuông"; *anthos* "hoa".

Codonopsis   Wall. 1824   Campanulaceae
          Fl. Ind., ed. 1820 2: 1031824
Hy. *kodon* "chuông"; *opsis* "giống, tựa như"; hình dạng của hoa.

Coelachne   R.Br. 1810   Poaceae
          Prodr. 187   1810
Hy. *koilos* "bộng"; *achne* "trấu, mày, vảy", trấu bộng, hoặc mày
hình túi.

Coelodiscus   Baillon 1858   Euphorbiaceae
                       Étude Euphorb. 293   1858
Hy. *koilos* "bộng"; *diskos* "cái đĩa".
xem **Mallotus** (CCVN-II/251)

Coeloglossum   Hartm. 1820   Orchidaceae
                       Handb. Skand. Fl. 323, 329   1820
Hy. *koilos* "bộng"; *glossa* "lưỡi"; phần lõm ở đáy của môi hoa.
xem **Peristylus** (CCVN-III/768)

Coelogyne   J. Lindl. 1821   Orchidaceae
                       Coll. Bot. , ad pl. 33   1821
Hy. *koilos* "bộng"; *gyne* "cái"; vòi nhụy bộng .

Coelorachis   Brongn. 1831   Poaceae
                       Voy. Monde 2(2): 64, f. 14   1829 [1831]
Hy. *koilos* "bộng"; *rachis* "nhánh, trục", nhánh lõm, phù và bộng.

Coelospermum   Baill. 1876-1879   Rubiaceae
                       Adansonia 12: 236   1876-1879
Hy. *koilos* "bộng"; *sperma* "hột".

Coffea   L. 1753   Rubiaceae
                       Sp. Pl. 1: 172   1753
tên Ảrập *qauhwah, qahwa* = *cayaphe*, ra K*offa hay Caffa*, một tỉnh ở miền Nam Ethiopia, Phi châu, nơi tìm ra càphê.

Coix   (Schott & Endl.) L. 1753   Poaceae
                       Sp. Pl. 2: 972   1753
tên Hy. xưa do Theophrastus gọi một loài Cọ ở Aicập; La. *coix, coicis* do Plinius gọi một loài Cọ ở Ethiopia; sau đó dùng gọi một cỏ hòabản.

Cola   Schott & Endl. 1832 (n. cons.)   Sterculiaceae
                       Schott & Endl. Melet. Bot. 33   1832
tên ở Tây Phi *k'ola* hoặc *kola*.

Colania   Gagn. 1934   Liliaceae
                       Bull. Mus. Hist. Nat. (Paris) 4: 190   1934 [1934]
Madeleine Colani (1866-1943), người Pháp, nhà khảocổ học, tiềnsử học, dântộc học, nghiên cứu ở Đông dương, giảng dạy Vạn-vật-học ở Hà nội, 1917-27 làm việc ở Sở Địa chất Đông

dương, sau đó ở Trường Viễn Đông Bác Cổ (*École française d'Extrême-Orient*), cũng quan tâm đến thảm thực vật Đông dương, viết "*Mégalithes du Haut-Laos*", "*Sur quelques fossiles Ouralo-Permiens de Hongay*", và/hoặc

cô em là Éléonore Colani, công chức Bưu điện ở Đông dương 1903-1923, tham gia công việc của chị Madeleine và thu nhiều mẫu thực vật gởi về Bảo tàng thiên nhiên Paris cùng với các mẫu của Pételot.

Colbertia	Salisb. 1807	Dilleniaceae
	Parad. Lond. 73	*1807*

Jean Baptiste Colbert, Hầu tước de Seignelay (1619–1683), chính khách Pháp và học-giả, Bộ-trưởng Tài chính rất thành công dưới triều vua Louis XIV, cũng có thẩm quyền về các lãnh vực Xây dựng, Thương mại, Hải quân, Thuộc địa, Mỹ thuật và Khoa học, 1664 thành lập các Côngty Đông-Ấn và Côngty Tây-Ấn thuộc Pháp, 1666 sáng lập Viện Hàn Lâm Khoa học, 1667 Đài thiên văn ở Paris, khuyến khích và bảo trợ Khoa học và các nhà khoa học.

xem **Dillenia** (CCVN-I/405)

Coldenia	L. 1753	Boraginaceae
	Sp. Pl. 1: 125	*1753*

Cadwallader Colden (1688-1776), người Scotland, ysĩ, sử gia, tvh, di cư sang Mỹ, thânphụ của nhà tvh Hoakỳ Jane Colden (1724-1766).

Colebrookia	K.P.J. Sprengel 1825	Lamiaceae
	Syst. Veg. [Sprengel] 2: 676, 713	*1825*

Henry Thomas Colebrooke (1765-1837), quan tòa thuộc địa ở Ấn độ, thnh và tvh nghiệp dư, học giả chữ Phạn; 1816 Hội viên Linnean Society, tác giả "*Description of select Indian Plants*", "*On Boswellia and certain Indian Terebinthaceae*", "*A grammar of the Sanscrit language*", "*Dictionary of the Sanskrit Language*".

Coleus	Lour. 1790	Lamiaceae
	Fl. Cochinch. 2: 358, 372	*1790*

Hy. *koleo, koleos* "bao, bẹ lá"; các tiểunhụy tạo một ống ở đáy.

Collabium	Blume 1825	Orchidaceae
	Bijdr. Fl. Ned. Ind. 8: 357	*1825*

La. *collum* "cổ"; *labium, labii* "môi", phần đáy của môi bao quanh trục hợpnhụy.

Collista = Callista   Lour. 1790   Orchidaceae
              Fl. Cochinch. 519   1790
Hy. *kallos* "đẹp", *kalliste* "rất đẹp"; hoa rất đẹp.
      xem **Dendrobium** (CCVN-III/814)

Collyris   Vahl 1810   Apocynaceae
              Skr. Naturhist.-Selsk. 6: 109   1810
Hy. *kollyris, kollyridos*: từ giảm nhẹ nghĩa của *kollyra* "ổ bánh
mì"; La. *collyris, idis* "ổ bánh, miếng bánh ".
      xem **Dischidia** (CCVN-II/753)

Colobogyne   Gagn. 1920   Asteraceae
              Notul. Syst. (Paris) 4(1): 15   1920
Hy. *kolobos* "thu ngắn lại, còi, cắt xén"; *gyne* "cái, nữ".

Colocasia   Schott. 1832 (n. cons.)   Araceae
              Melet. Bot. 18   1832
Hy. *kolokasion, kolokasia* từ gốc Ârập *kolkas* hoặc *kulkas* "củ
khoai môn"; tên Hy. xưa mà Dioscorides dùng gọi củ Sen
Nelumbo nucifera.

Colona   Cavan. 1798   Malvaceae
              Icon. 4: 47   1798
Christopher Columbus (1446-1506) (tên Tâybannha Cristóbal
Colon, tên Ý Cristoforo Colombo), nhà hải-hành Ý khám phá
châu Mỹ.
La. *colona, colonus, -um* "có bướu, gù, đồi".

Colquhounia   Wall. 1822   Lamiaceae
              Trans. Linn. Soc. London 13: 608   1822
Robert David Colquhoun (1786-1838), Thống sứ Anh ở Nepal thu
mẫu thực vật, bảo trợ Vườn Thực vật hoàng gia ở Calcutta.

Colubrina   L.C. Rich. ex Brongn. 1828 (n. cons.)   Rhamnaceae
              Mém. Fam. Rhamnées 61–62, pl. 4, f. 3   1826[1828]
La. *colubrinus* "như rắn, quỷ quyệt"; do thân cây xoắn hoặc hình
dạng của tiểuhụy.

Columbia   Pers. 1806   Tiliaceae
              Pers.   Syn. Pl. 2: 66   1806
Christopher Columbus (1446-1506) (tên Tâybannha Christóbal
Colon, tên Ý Cristoforo Colombo) , nhà hải-hành Ý khám phá
châu Mỹ.

xem **Colona** (CCVN-I/486-487)

Columnea L. 1753 Gesneriaceae
Sp. Pl. 2: 638 1753
Fabius Columna hay Fabio Colonna ở Naples (1567-1650), nhà ngữ-học, thnh, buôn bán đồ cổ, viết sách về TVH, năm 1592 xuất bản *Phytobasanos* (*"A critical examination of plants"*), các sách khác gồm *"Opusculum de purpurea"* (1675), *"Apiaro"* (1635) và *"Yesor Messicano"* (1628).

Colysis Presl. 1851 Polypodiaceae
Abh. Königl. Böhm. Ges. Wiss., ser. 5, 6: 506–507 1851
Hy. *kolysis* "sự cản trở, trở ngại, gián đoạn"; các bàotửnang thành hàng giữa các gân lá.

Combretum Loefl. 1758 (n. cons.) Combretaceae
Iter Hispan. 308 1758
tên do Plinius dùng cho một loài dây leo.

Commelina L. 1753 Commelinaceae
Sp. Pl. 1: 40 1753
Johann Commelijn (1629-1698) và cháu nội là Kaspar Commelijn (1667-1731), hai nhà tvh Hòalan, và cũng có thể thêm người con trai của Johann; hoa của giống Commelina có hai cánh hoa to tiêu biểu cho Commelin ông nội và cháu, còn cánh hoa nhỏ tiêu biểu cho người con trai không có đóng góp gì trong lãnh vực TVH.

Commersonia J.R. & R. Forst. 1776 Malvaceae
Char. Gen. Pl. 43 1775[1776]
Philibert Commerçon (1727-1773) (đôi khi viết là Commerson), ysĩ và thnh Pháp, thu mẫu thực vật ở Mauritius, Madagascar, Nam Phi nhân chuyến thám hiểm từ năm 1766 của Bougainville vòng quanh địa cầu.

Conandron Sieb. & Zucc. 1843 Gesneriaceae
Abh. Math.-Phys. Cl. Königl. Bayer. Akad. Wiss. 3(3): 729 1843
Hy. *konos*: "chùy, hình nón"; *andro* "nam, đực, bao phấn"; chót baophấn dính thành chùy trên thưnhụy.

Conchidium Griff. 1851 Orchidaceae
Not. Pl. Asiat. 3: 321 1851
Hy. *konche, konchi* "sò biển, con trai"; hình dạng của giò hành.
xem **Eria** (CCVN-III/802)

Conchophyllum   Blume 1826   Apocynaceae
                      Bijdr. Fl. Ned. Ind. 1060   *1826*
Hy. *konchae, konchi* "sò biển, con trai, rổng"; *phyllon* "lá".
       xem **Dischidia** (CCVN-II/753)

Congea   Roxb. 1820   Verbenaceae
                      Pl. Coromandel 3: 90   *1819 [1820]*
       tên Ấnđộ *kangi*.

Coniogramme   Fée 1852 (n. cons.)   Pteridaceae
                      Mém. Foug. 5: 167   *1852*
Hy. *konios* "đầy bụi"; *gramme* "lằn"; các nangquần sắp như lằn
bụi dọc theo các gân.

Conium   L. 1753   Apiaceae
                      Sp. Pl. 1: 243   *1753*
Hy. *koneion, konion* "cây Cần độc", La. *conium*, cả hai tên xưa
đều dùng gọi cây nầy và độc dược do cây gây ra; Hy. *keno, kaino,
kone* "giết, tàn sát".

Connarus   L. 1753   Connaraceae
                      Sp. Pl. 2: 675   *1753*
       từ tên Hy. *konnaros* một cây có gai, có lẽ Táo gai.

Conocephalus   Blume 1825   Urticaceae
                      Bijdr. Fl. Ned. Ind. 483 1825
Hy. *konos* "hình nón" ; *kephale* "đầu"; do đế hoa hay dạng hoa.
       xem **Poikilospermum** (CCVN-II/582)

Convallaria   L. 1753   Liliaceae
                      Sp. Pl. 1: 314   *1753*
La. *convallarius -a -um* "ở thung lũng"; *convallis* "thung lũng",
trúquán tự nhiên của cây huệ chuông.
       xem **Polygonatum** (CCVN-III/483)

Convolvulus   L. 1753   Convolvulaceae
                      Sp. Pl. 1: 153   *1753*
La. *convolvo* "tôi quấn quanh".

Conyza   Lessing 1832 (n. cons.)   Asteraceae
                      Syn. Gen. Compos. 203–204   *1832*
       tên do Theophrastus dùng .

Cookia Sonn. 1782 Rutaceae
Voy. Ind. Orient. 2: 231 1782
Vinh danh nhà hải-hành, thuyền trưởng người Anh James Cook (1728-1779), thực hiện 3 chuyến thám hiểm khoa học rất thành công:
1)-1768-71 trên chiếc *Endeavor* đến Tahiti, bờ biển Đông Australia, và Batavia (Java) cùng với Joseph Banks và Daniel Carlsson Solander;
2)-1772-75 thám hiểm Nam Cực trên chiếc *Resolution* cùng với George Vancouver, William Anderson, và hai nhà KH Đức Johann Reinhold Forster và con trai Johann Georg Adam Forster;
3)-1776-79 thám hiểm ranh giới vùng vỏ băng ở Bắc cực, trên đường về đã bị ám sát ở Hawaii; lịch sử và nhật-ký hành trình của ông được William Anderson công bố năm 1784.
xem **Clausena** (CCVN-II/425)

Copaifera L. 1762 (n. cons.) Fabaceae
Sp. Pl. (ed. 2) 1: 557 1762
tên Brasil *copaiba* của một rêsin; và La. *fero* "mang, cho ra"; La. *kopalli* từ tiếng Nahuatl, và *fero*.

Coptis Salisb. 1807 Ranunculaceae
Salisb. Trans. Linn. Soc. London 8: 305 1807
Hy. *kopto* "cắt"; lá xẻ.

Coptosapelta Korth. 1851 Rubiaceae
Ned. Kruidk. Arch. 2(2): 112 1851
Hy. *kopto, koptein* "cắt, xén, bầm"; *pelte* "lá chắn, cái khiên"; liên tưởng đến hạt có cánh.

Corchorus L. 1753 Tiliaceae
Sp. Pl. 1: 529 1753
Hy. *korkoros* của *Anagallis* sp. (Theophrastus) nhưng Plinius dùng cho cây Bố và Linné giữ lại.

Cordia L. 1753 Boraginaceae
Sp. Pl. 1: 190 1753
Hai nhà tvh Đức :
1)-Enricius Cordus (1486-1535), thisĩ, tvh, giáo sư Y-khoa ở Bremen, tác giả "*Botanologicon*", và con trai của ông là

2)-Valerius Cordus (1515-1544), dược sĩ và tvh, du hành và sưu tập thực vật, một trong những người đề xướng ra môn dược-liệu-học.

Cordiglottis   J.J. Sm. 1922   Orchidaceae
                Bull. Jard. Bot. Buitenzorg, sér. 3, 5: 95 1922
La. *cord, cordis* "tim, hình tim"; Hy. *glottis* "lưỡi"; môi hình tim.

Cordisepalum   Verdc. 1971   Convolvulaceae
                Verdc. Kew Bull. 26: 138   1971
La. *cord, cordi, cordis* "hình tim"; *sepalum* "cánh hoa".

Cordyline   Comm. ex A.L. Juss. 1789 (n. cons.)   Liliaceae
                Gen. Pl. 41   1789
Hy. *kordyle* "cây gậy"; rễ có khi to, hoặc thân làm gậy được.

Cordyloblaste   Hensch. ex Moritzi 1848   Symplocaceae
                Bot. Zeitung (Berlin) 6: 604   1848
Hy. *kordyle* "cây gậy"; *blastos* "chồi, mầm".
                xem **Symplocos** (CCVN-I/664)

Coreopsis   L. 1753   Asteraceae
                Sp. Pl. 2: 907   1753
Hy. *koris* "con rệp"; *opsis* "tựa như"; hột giống như con rệp.

Coriandrum   L. 1753   Apiacdeae
                Sp. Pl. 1: 256   1753
tên Hy. *koriannon, koriandron* từ *koris* "con rệp" và *andro* "đực"; baophấn giống như con rệp, hoặc mùi của lá và trái non.

Cornus   L. 1753   Cornaceae
                Sp. Pl. 1: 117   1753
La. *cornu, cornus* "có sừng"; tên La. xưa của cây Sơn-thù-du *Cornus mas*.

Cornutia   L. 1753   Verbenaceae
                Sp. Pl. 2: 628   1753
Jacques-Philippe Cornut (1606-1651), ysĩ và tvh Pháp, du hành ở Canada, tác giả *"Enchiridion botanicum parisiense"* và *"Historia Plantarum Canadensium"*.
                xem **Vitex** (CCVN-II/827)

Coronilla	L. 1753	Fabaceae

Sp. Pl. 2: 742   1753

La. *coronilla* "vương miện nhỏ", từ giảm nhẹ nghĩa của *corona* "vương miện, cái vành"; dạng của pháthoa.

xem **Sesbania** (CCVN-I/908)

Coronopus	Zinn 1757	Brassicaceae

Cat. Pl. Hort. Gott. 325 1757

La. *coronopus* và Hy. *koronopous* là tên một loài Mã đề (*Plantago*) từ chữ Hy. *korone* "vương miện" và *pous, podos* "chân", chỉ dạng lá xẻ bám quanh gốc thân. (tên do Theophrastus dùng gọi cây Mao-lương *Ranunculus*, do hình dạng lá).

Corydalis	Vent. 1804 (n. cons.)	Papaveraceae

Choix Pl. 19   1803 [1804]

La. *corydalus* và Hy. *korydalos, koridos* "chim sơn-ca"; cựa của hoa giống như cựa của chim sơn-ca.

Corymborchis	Thouars 1822	Orchidaceae

Hist. Orchid.   1822

Hy. *korymbos* "ngủ, chùm hoa phẳng"; *orchis* "lan", chỉ dạng hoa và chùm hoa; chùm hoa phẳng.

Corypha	L. 1753	Arecaceae

Sp. Pl. 2: 1187 1753

Hy. *koryphe* "ở ngọn"; lá và pháthoa ở ngọn.

Corypha: lá và phát hoa ở ngọn.

Coryphopteris   Holtt. 1971   Thelypteridaceae
                        Blumea 19(1): 33   1971
Hy. *koryphe* "ngọn, đỉnh"; *pteris* "ráng".

Cosbaea   Lem. 1855   Schisandraceae
                Ill. Hort. 2: Misc. 71   1855
            xem **Kadsura** (CCVN-I/309)

Coscinium   Colebr. 1821   Menispermaceae
                    Trans. Linn. Soc. London 13: 51, 65   1821
Hy. *koskinon* "cái sàng, rây nhỏ"; hột bị xuyên lỗ.

Cosmostigma   R. Wight 1834   Apocynaceae
                      Contr. Bot. India 41   1834
Hy. *kosmos* "đẹp, trang trí"; *stigma* "nuốm".

Cosmos   Cavan. 1791   Asteraceae
                 Icon. 1(1): 9–10, pl. 14 1791
Hy. *kosmos* "đẹp, trang trí"; hoa đẹp.

Costus   L. 1753   Zingiberaceae
                 Sp. Pl. 1: 2   1753
tên La. *costum* và *costos* của Plinius dùng gọi một cây hương liệu ở Đôngphương, có lẽ từ tên Ảrập *qosth, koost*. Hy. *kostos* gọi một thứ rễ cây dùng làm gia vị, có lẽ *Saussurea* (Theophrastus).

Cotoneaster   Medek. 1789   Rosaceae
                      Philos. Bot. 1: 154   1789
Hy. *kotoneon* "cây mộc qua *Cydonia*"; La. *cotonea, cotoneus* "cây mộc qua"; *aster* "giống một phần"; lá vài loài giống như lá mộc qua.

Cotula   L. 1753   Asteraceae
                 Sp. Pl. 2: 891   1753
Hy. *kotuli* "chén nhỏ"; cách sắp xếp của lá.

Cotyledon   L. 1753   Crassulaceae
                  Sp. Pl. 1: 429   1753
Hy. *kotyle* "chén nhỏ, dạng lõm như cái chén"; dạng lá của một số loài .
            xem **Kalanchoe** (CCVN-I/767)

Couroupita   Aublet 1775   Lecythidaceae

Hist. Pl. Guiane 2: 708, pl. 282 1775
tên địaphương *couroupito-utoumou* ở Guyana, Nam Mỹ.

Courtoisia   Nees 1834   Cyperaceae
          Linnaea 9(3): 286   1834
Richard Joseph Courtois (1806-1835), ysĩ và tvh người Bi; tác giả
"Compendium florae belgicae", "Mémoire sur les tilleuls d'Europe", "Recherche sur la statistique physique".

Cracca   L. 1753   Fabaceae
          Sp. Pl. 2: 752   1753
La. *Cracca, ae* tên do Plinius gọi những loài đậu hoang, có lẽ
giống (chi) *Vicia*.
          xem **Tephrosia** (CCVN-I/891)

Craibiodendron   W.W. Smith 1911   Ericaceae
          Bot. Surv. India 4: 276 1911
William Grant Craib (1882-1933), tvh Anh, sinh ở Banffshire,
Scotland, năm 1912 công bố một Thực vật chí vùng Banffshire
(*Flora of Banffshire*), 1920 Hội viên Linnean Society,1920-1933
giáosư TVH do Hoàng gia Anh bổ nhiệm ở Aberdeen, tác giả của
"Contributions to the Flora of Siam" (1912) và *"Florae Siamensis Enumeratio".* Bangkok (1931).

Craigia   W.W. Sm. & W.E. Evans 1921   Malvaceae
          Trans. & Proc. Bot. Soc. Edinburgh 28: 69   1921
William Craig (1832-1922), ysĩ phẫuthuật và tvh Scotland,
chuyên gia về Thực vật chí Scotland, giáo sư *Materia Medica* ở
Royal College of Surgeons, Chủ tịch Edinburgh Botanical Society
1900-12, Chủ tịch Alpine Botanical Club, viết *"Plant Ecology and Diversity: Notes on the Drug called Jaborandi".*

Craniotome   Reichb. 1825   Lamiaceae
          Iconogr. Bot. Exot. 1: 39   1825
Hy. *krano, kranos kranion* "ngọn, đầu, nhánh"; *tome* "cắt, rạch".

Craspedium= Craspedum   Lour. 1790   Elaeocarpaceae
          Fl. Cochinch. 336   1790
Hy. *kraspedon* "lề, bản lề, giềng, bìa, biên, rìa" ; mép cánh hoa xẻ
sâu thành rìa.
          xem **Elaeocarpus** (CCVN-I/474)

Crassula   L. 1753   Crassulaceae

Sp. Pl. 1: 282   1753
La. *crassus, a, um* "dày, mập"; cây mập nhỏ.
    xem **Polyscias** (CCVN-II/518) Araliaceae

Crataeva   L. 1753   Capparaceae
                          Sp. Pl. 1: 444   1753
Kratevas (Cratevas, Creteuas), Hylạp, tk. I trước CN, ysĩ, dượcsĩ
và tvh, ngự-y ở triều đình của Mithridates VI vua của nước
Pontus (120-63 trước CN).

Cratoxylon   Bl. 1823   Hypericaceae
                          Flora 8(1): 117 1825
Hy. *kratos* "cứng"; *xylon* "gỗ".

Crawfurdia   Wall. 1826   Gentianaceae
                          Tent. Fl. Napal. 63   1826
John Crawfurd (1783-1868), nhà ngoại giao, hành chính và ysĩ
người Scotland, 1803-27 phục vụ ở Côngty Đông Ấn thuộc Anh,
đảm nhiệm sứ mệnh ngoại giao ở Miến điện, Bali và Celebes, sau
đó làm Thống đốc Singapore, quan tâm Đông phương học, Địa lý
học và Nhân chủng học, thu mẫu hóa thạch, bảo trợ các nhà tvh,
viết *"History of the Indian Archipelago"*, và nhiều sách về Đông
Nam Á dưới mắt nhìn của người Anh.

Cremastra   Lindl. 1833   Orchidaceae
                          Gen. Sp. Orchid. Pl. 172 1833
Hy. *kremao* "treo, thòng"; *kremastra* chỉ cuống hoa thòng dài
(bầu noãn có cọng dài).

Cremostachys   Tul. 1851   Pandaceae
                          Ann. Sci. Nat., Bot., sér. 3, 15: 259   1851
Hy. *kremao* "treo"; *stachys* "gai, giẻ".
    xem **Galearia** (CCVN-II/180)

Crepidomanes   Presl. 1851   Hymenophyllaceae
                          Epim. Bot. 258 1851
Hy. *krepido* "hài, dép"; *manes* "chén".

Crepis   L. 1753   Asteraceae
                          Sp. Pl. 2: 805   1753
Hy. *krepis, krepidos* "dép, giày ống, nền móng, bệ"; La. *crepis*
do Plinius gọi một cây không rõ.

Crescentia   L. 1753   Bignoniaceae
Sp. Pl. 2: 626   1753
Pietro de Crescenzi (Petrus de Crescentius) (1230-1321), thẩm phán và luật gia ở Bologna, Ý, quan tâm đến các vườn cây thuốc, cây cảnh và vườn cảnh, tác giả *Il libro dell'agricoltura*. Florentie 1478.

Crinum   L. 1753   Amaryllidaceae
Sp. Pl. 1: 291   1753
Hy. *krinon* "một loài huệ"; La. *crinon, i* "một loài huệ đỏ".

Crocosmia   J.E. Planch.1851-2   Iridaceae
Fl. Serres Jard. Eur. 7: 161   1851–1852 [1851]
Hy. *krokos* "nghệ tây"; *osme* "mùi"; hoa khô nhún nước sôi cho mùi nghệ tây.

Crossandra   R.A. Salisb. 1805   Acanthaceae
Parad. Lond. sub t. 12   1805
Hy. *krossos* "rìa"; *aner, andros* "đực, tiểunhụy"; baophấn rìa.

Crossonephelis   Baill. 1874   Sapindaceae
Adansonia 11: 245   1874
Hy. *krossai* "tường có lỗ châu mai"; *nephele* "mây".

Crossostephium   Lessing 1831   Asteraceae
Linnaea 6: 220 1831
Hy. *krossos* "mép, viền, rìa"; *stephein* "đội mũ miện, tôn lên"; do trái, hoặc pháthoa, hoặc lá non.

Crotalaria   L. 1753   Fabaceae
Sp. Pl. 2: 714   1753
La. *crotalum* và Hy. *krotalon* "lục lạc, chuông"; các hột tách rời khỏi mặt trong của trái (giápquả).

Croton   L. 1753   Euphorbiaceae
Sp. Pl. 2: 1004 1753
Hy. *kroton* "con ve, con rận"; hột nhìn giống như con ve, rận.

Cruddasia   D. Prain in G. King & D. Prain 1898   Fabaceae
J. Asiat. Soc. Bengal, Pt. 2, Nat. Hist. 67: 287   1898
Cruddas, quân-y-sĩ Anh ở Ấn độ, hỗ trợ cho Giám đốc chương trình Botanical Survey of India, điều tra về hệ thực vật vùng Kachin.

xem **Ophrestia** (CCVN-I/952)

Crudia   Schreb. 1789 (n. cons.)   Fabaceae
          Gen. Pl. 282   1789
          Crudy, thu nhiều mẫu thực vật vùng Bahamas và gởi mẫu tặng.

Cryphaea   Buch.-Ham. 1825   Chloranthaceae
          Edinburgh J. Sci. 2: 11 1825
          Hy. *kryphios* "che, giấu".
          xem **Chloranthus** (CCVN-I/286)

Crypsinus   K.B. Presl. 1851   Polypodiaceae
          Abh. Königl. Böhm. Ges. Wiss., ser. 5, 6: 483   1851
          Hy. *krypto "giấu"* và La. *sinus* "ngách, hóc, nơi hẻo lánh".

Cryptanthella = *Cryptanthela*   Gagn. 1950   Convolvulaceae
          Notul. Syst. (Paris) 14: 24   1950
          Hy. *kruptein, krypto* "giấu, kín"; có lẽ từ giảm nhẹ nghĩa của *cryptantha.*
          xem **Argyreia** (CCVN-II/798)

Crypteronia   Bl. 1827   Crypteroniaceae
          Bijdr. Fl. Ned. Ind. 1151   1826
          Hy. *krypto, kryptein* "giấu"; *eros* "yêu"; hoặc Hy. *krypter, krypterios* "ngục kín, phòng kín".

Cryptocarya   R.Br. 1810   Lauraceae
          Prodr. 402   1810
          Hy. *kryptos* "ẩn, giấu, kín"; *karyon* "trái"; trái bị bao kín trong đế cứng.

Cryptochilus   Wall. 1824   Orchidaceae
          Tent. Fl. Napal. 36, pl. 26   1824
          Hy. *kryptos* "giấu, kín"; *cheilos* "môi"; hoa hình chuông, môi kín.

Cryptocoryne   Fischer ex Wydler 1830   Araceae
          Linnaea 5: 428 1830
          Hy. *kryptos* "kín"; *coryne* "cây gậy"; mo bao kín buồng (spadix).

Cryptolepis   R.Br. 1810   Apocynaceae
          Mem. Wern. Nat. Hist. Soc. 1: 69   1810
          Hy. *kryptos* "kín"; *lepis* "vảy"; các vảy của tràng-phụ ở bên trong của ống vành.

Cryptomeria D. Don 1838 Cupressaceae
Ann. Nat. Hist. 1(3): 233 1838
Hy. *kryptos* "kín, ẩn"; *meris* "phần"; phần của các hoa bị che dấu cả: hạt và hoa nằm kín trong lá-bắc; (chùy đực không thấy rõ ở cây bách Nhật).

Cryptophragmium Nees 1832 Acanthaceae
Pl. Asiat. Rar. 3: 76, 100 1832
Hy. *kryptos* "kín"; *phragma* "một phần, ngăn, vách, hàng rào".

Cryptopylos Garay 1972 Orchidaceae
Bot. Mus. Leafl. 23: 176 1972
Hy. *krypto* "kín, ẩn"; *pilos* "có lông".

Cryptostegia R. Br. 1820 Apocynaceae
Bot. Reg. 5: pl. 435 1820
Hy. *kryptos* "kín"; *stegia* "nắp, mái"; các vảy trong ống vành hay vảy quanh bao phấn; tràng-phụ che khuất các baophấn.

Cryptostylis R. Br. 1810 Orchidaceae
Prodr. 317 1810
Hy. *kryptos* "kín"; *stylos* "cọng, trụ"; liên tưởng đến nơi cánh hoa (môi) tiếp với cọng, tất cả bao bởi môi.

Cryptotaenia DC. 1829 Apiaceae
Coll. Mém. 5: 42 1829
Hy. kryptos "kín"; *tainia* "sợi dẹp, băng"; chỉ dạng trái.

Cryptotaeniopsis Dunn 1902 Apiaceae
Hooker's Icon. Pl. 28: sub t. 2737 1902
tựa như *Cryptotaenia.*

Ctenitis (C. Chr.) C. Chr. 1938 Dryopteridaceae
Man. Pteridol. 544 1938
Hy. *ktenitos* "lược nhỏ".

Ctenitopsis Ching ex Tardieu & C. Chr. 1938 Dryopteridaceae
Notul. Syst. (Paris) 7(2): 86 1938
Hy. *ktenos* "lược"; *opsis* "tựa như"; tựa như *Ctenitis* .

Ctenopteris Bl. ex Ktze 1846 Polypodiaceae
Bot. Zeitung (Berlin) 4: 425 1846

Hy. *kteno* "lược"; *pteris* "ráng".

Cucubalus   L. 1753   Caryophyllaceae
              Sp. Pl. 1: 414   1753
   tên mà Plinius dùng.

Cucumis   L. 1753   Cucurbitaceae
              Sp. Pl. 2: 10111753
   tên La. của Dưa chuột, Dưa tây.

Cucurbita   L. 1753   Cucurbitaceae
              Sp. Pl. 2: 1010 1753
   từ tên La. xưa của dây
   Bầu.

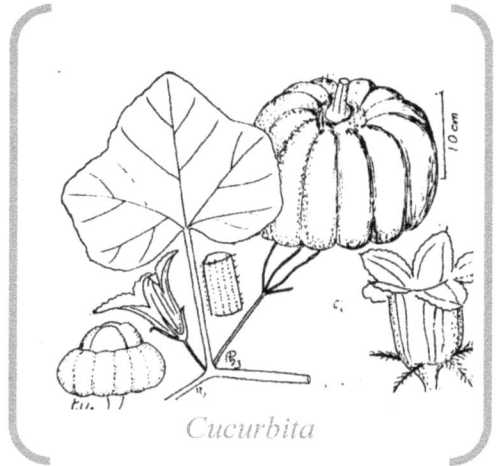

Cucurbita

Cudrania   Trecul 1847 (n. cons.)   Moraceae
              Ann. Sci. Nat., Bot., sér. 3, 8: 122   1847
   tên Mãlai *cudrang*.

Cuminum   L. 1753   Apiaceae
              Sp. Pl. 1: 254   1753
   Hy. *kyminon* "cumin", Dioscorides và Theophrastus gọi cây
   Cuminum cyminum L. thì-là Ai-cập.

Cunninghamia   R.Br. 1826 (n. cons.)   Cupressaceae
              Comm. Bot. Conif. Cycad. 80–82, 149–150, t. 18, f. 3   1826
   James Cunningham (1667-1709), ysĩ Anh và sưu tập thực vật, tìm
   ra một loài, *C. lanceolata* vào 1702 ở đảo Chu Sơn (Chusan)
   Trungquốc; hoặc Allan Cunningham, 1791-1839, tvh ở Úc, Quản
   trị Vườn Bách thảo ở Sydney, Hội viên Linnean Society.

Cupania	L. 1753	Sapindaceae
	Sp. Pl. 1: 200 1753	

Francesco Cupani (1657-1710/1711), tusĩ, tvh Ý, học trò của Silvio Boccone, ở Misilmeri (gần Palermo), tác giả các công trình về thực vật đảo Sicile, xây dựng và Giám đốc đầu tiên Vườn TV ở Misilmeri, Sicile, tác giả *"Catalogus plantarum sicularum Noviter adinventarum"* (1692), *"Syllabus plantarum Siciliae Nuper detectarum"* (1694), *"Hortus Catholicus"* (1696), và *"Pamphyton siculum"* (1713).

xem **Guioa** (CCVN-II/325)

Cupressus   L. 1753   Cupressaceae
Sp. Pl. 2: 1002 1753
Hy. *kus* "cho ra"; *parissos* "như nhau"; sinh trưởng đối-xứng.

Curculigo   J. Gaertn. 1788   Hypoxidaceae
Fruct. Sem. Pl. 1: 63   1788
La. *curculio onis* "mọt ngũ cốc"; bộ phận cái có mỏ như con mọt; mỏ của trái.

Curcuma   L. 1753   Zingiberaceae
Sp. Pl. 1: 2   1753
tên Ảrập *kurkum* của màu vàng và giavị.

Cuscuta   L. 1753   Convolvulaceae
Sp. Pl. 1: 124   1753
tên La. xưa do Rufinus, tvh tk. 13, gọi dây Tơ hồng, từ tiếng Ảrập *kechout, kusuta, kushuta, keshut* hoặc *kuskut.*

Cyamopsis   A. DC. 1825   Fabaceae
Prodr. 2: 215–216   1825
La. *cyamos* hay *cyamus* và Hy. *kyamos* "một loài đậu"; *ops, opos, opsis* "dáng, bề ngoài, tựa như".

Cyananthus   Wallich ex Benth 1836   Campanulaceae
Ill. Bot. Himal. Mts. 1: 309   1836
Hy. *kyanos* "xanh lam"; *anthos* "hoa"
xem **Burmannia** Burmanniaceae (CCVN-III/758)

Cyanotis   D. Don. 1825 (n. cons.)   Commelinaceae
Prodr. Fl. Nepal. 45   1825
Hy. *kyanos* "xanh lam"; *ous, otos* "tai"; hình dạng và màu của cánh hoa.

Cyathea   J.E. Sm. 1793   Cyatheaceae
Mém. Acad. Roy. Sci. (Turin) 5: 416   *1793*
Hy. *kyathos, kyatheion* "chén nhỏ"; hình dạng của nang quần.

Cyathocalyx   Champ. Ex Hook. f. & Thoms. 1855   Annonaceae
Fl. Ind. 126   *1855*
Hy. *kyathos, kyatheion* "chén nhỏ"; *calyx* "đài hoa".

Cyathocline   Cass. 1829   Asteraceae
Ann. Sci. Nat. (Paris) 17: 419   *1829*
Hy. *kyatheion* "chén nhỏ"; *kline* "giường, nằm"; do đế hoa, hoặc dạng của lá.

Cyathostemma   Griff. 1854   Annonaceae
Not. Pl. Asiat. 4: 707   *1854*
Hy. *kyathos* "chén, cái môi để múc"; *stemma* "mũ miện, vòng hoa"; liên tưởng đến trái.

Cyathula   Loureiro 1790   Amaranthaceae
Fl. Cochinch. 93, 101   *1790*
Hy. *kyathos* "chén, chung rượu", *kyatheion* "chén nhỏ"; hình dạng của đài hoa.

Cybanthera = Cybbanthera   Buch.-Ham. ex Don   1825   Scrophulariaceae
Prodr. Fl. Nepal. 87   *1825*
Hy. *kybe* "nắp, đầu "; *anthera* "bao phấn".
     xem **Limnophila** (CCVN-II/906)

Cycas   L. 1753   Cycadaceae
Sp. Pl. 2: 1188 1753
tên Hy. *kykas, koikas, koix*, gọi một cây Cọ, chuyển nhầm thành tên Cycas, cây Thiên tuế.

Cyclacanthus   S. Moore 1921   Acanthaceae
J. Nat. Hist. Soc. Siam 4: 153   *1921*
Hy. *kyklos* "vòng"; *acanthos* "gai".

Cyclamen   L. 1753   Primulaceae
Sp. Pl. 1: 145   *1753*
tên Hy. *kyklaminos, kyklaminon*, có lẽ từ Hy. *kyklos* "vòng"; cuống trái co xoắn, hoặc hình dạng của lá; hoặc dạng tròn của giò ngầm.

Cyclea   Arnott ex R. Wight 1840 Menispermaceae
Ill. Ind. Bot. 1: 22 *1840*
Hy. *kyklos* "vòng, dĩa, bánh xe", liên tưởng đến các hột.

Cyclocarpum = Cyclocarpa Afz. ex Baker 1871 Fabaceae
Fl. Trop. Africa 2: 151 1871
Hy. *kyklo, kyklos* "vòng, dĩa, bánh xe"; *karpos* "trái"; trái gắn vòng.

Cyclogramma   Tagawa 1938   Thelypteridaceae
Acta Phytotax. Geobot. 7(1): 52–53 *1938*
Hy. *kyklo* "vòng"; *gramma* "vẽ, đường nét".

Cyclopeltis   J. Sm. 1846   Lomariopsidaceae
J. Sm. Bot. Mag. 72: 36 *1846*
Hy. *kyklos* "vòng, tròn"; *peltis* "cái khiên"; do hình dạng của nangquần.

Cyclosorus   Link. 1833   Thelypteridaceae
Hort. Berol. 2: 128 *1833*
Hy. *kyklos* "vòng"; *soros* "nang quần"; nangquần hình tròn.

Cyclostemon   Blume 1825   Euphorbiaceae
Bijdr. Fl. Ned. Ind. 599 1825
Hy. *kyklos* "vòng"; *stemon* "tiểunhụy"; cách sắp xếp của các tiểunhụy.
   xem **Drypetes** (CCVN-II/217)

Cydonia   Mill. 1754   Rosaceae
Gard. Dict. Abr. (ed. 4) 1: Cydonia *1754*
tên La. *cydonia, orum* " trái mộc-qua", *cydonius, ii* "cây mộc-qua" ở Cydon (nay là Khania), một thành phố ở Tây Bắc đảo Crete.

Cylicodaphne   Nees. 1831   Lauraceae
Pl. Asiat. Rar. 2: 61, 67 1831
Hy. *kylix, kylikos* "chén", *kylikion, kylikis* "chén nhỏ"; *Daphne*.
   xem **Litsea** (CCVN-I/364)

Cylindrokelupha Kosterm. 1954   Fabaceae
Bull. Organ. Natuurw. Onderz. Indonesie 20(11): 20 *1954*
Hy. *kylindros* "hình trụ, cuộn, rỗng, hình ống"; *keluphos, kelyphos* "giápquả, vỏ, màng bọc, hộp, rỗng".
   xem **Archidendron** (CCVN-I/836)

Cymaria   Benth. 1830   Lamiaceae
Edwards's Bot. Reg. 15: , pl. 1292   1829[1930]
La. *cyma, cuma* và Hy. *kyma* "mầm cây cải (Plinius), một quả cầu rỗng , một lớp hình cầu.

Cymbidium   O. Sw. 1799   Orchidaceae
Nova Acta Regiae Soc. Sci. Upsal., ser. 2 6: 70   1799
Hy. *kymbe* "tàu"; *kymbos* "xoang"; La. *cymba (cumba) ae* "tàu, xuồng"; môi lõm như tàu.

Cymbopogon   R.P.J. Spring. 1815   Poaceae
Pl. Min. Cogn. Pug. 2: 14   1815
Hy. *kymbe* "tàu";
pogon "râu"; gié-hoa
hoặc trấu có lông và
các mo hình thuyền,
hoặc các dĩnh (mày).

Cymbopogon citratus: sả.

Cymodocea   K.D.E. König 1805 (n. cons.)   Cymodoceaceae
Ann. Bot. (König & Sims) 2: 96 1805
Hy. *kyma* "lượn sóng"; dợn sóng. Cymodoce, tiên-nữ ở biển, theo thần thoại Hylạp, là một trong các Hải-tinh và bầu bạn của Venus.

Cynanchum   L. 1753   Apocynaceae
Sp. Pl. 1: 212   1753
Hy. *kynos, kyon* "chó"; *ancho, anchein* "bóp họng, bóp nghẹt"; có loài độc.

Cynara   L. 1753   Asteraceae
Sp. Pl. 2: 827   1753
tên Hy. *kynara, kinara, kynaros akanth* của atisô; La. *cinara, ae*: một loại a-ti-sô. Hy. *kynos* "chó"; lá hoa như răng chó.

Cynoctonum J.F. Gmel. 1791 Loganiaceae
Syst. Nat. 2(1): 306, 4431791
Hy. *kynoktonos* "giết chết chó"; La. *cynoctonus, -a, -um* "thuốc độc cho chó".
xem **Mitreola** (CCVN-II/668)

Cynodon L.C. Richard 1805 (n. cons.) Poaceae
Syn. Pl. 1: 85 1805
La. *cynodon*, từ chữ Hy. *kynos* "chó"; *odous, odontos* "răng"; *kynodous* "răng của lưỡi cưa, răng chó, cặp răng nanh"; do hình dạng của các gié-hoa, hay các vảy trên căn hành, hay các chồi ở gốc các căn hành.

Cynoglossum L. 1753 Boraginaceae
Sp. Pl. 1: 134 1753
Hy. *kynos* "chó"; *glossa* "lưỡi"; lá ráp, nhám như lưỡi chó.

Cynometra L. 1753 Fabaceae
Sp. Pl. 1: 382 1753
Hy. *kynos* "chó"; *metra* "tử cung"; dạng của trái.

Cynosurus L. 1753 Poaceae
Sp. Pl. 1: 72 1753
Hy. *kynos, kyon* "chó"; *oura* "đuôi"; dạng của pháthoa; La. *cynosura, ae* tên xưa của chòm Tiểu Hùng, một chòm sao gần Bắc cực (*Ursa Minor*).
xem **Eleusine** (CCVN-III/646)

Cyperus L. 1753 Cyperaceae
Sp. Pl. 1: 44 1753
tên Hy. xưa *kyperos, kypeiros, kypeiron* của Lác, củ Gấu *Cyperus esculentus*. La. *cyperos, i* (Plinius).

Cyphocalyx Gagn. 1950 Scrophulariaceae
Notul. Syst. (Paris) 14: 29 1950
Hy. *kyphos*: "u, uốn cong, khom, cúi".

Cyphomandra Mart, ex Sendtner 1845 Solanaceae
Flora 28(11): 162–164 1845
Hy. *kyphos* "cong, có bướu, gù "; *aner, andros* "đực, tiểuunhụy, baophấn"; baophấn có chung-đới giống như bướu.

Cypripedium L. 1753 Orchidaceae

Sp. Pl. 2: 951   1753

Hy. *Kypris* cũng là tên gọi nữ thần Aphrodite; *pedilon* "hài, dép"; hài của Aphrodite.

xem **Paphiopedilum** (CCVN-III/762-763)

Cyrtococcum   Stapf. 1917   Poaceae
Fl. Trop. Afr. 9: 15   1917
Hy. *kyrtos* "cong"; *kokkos* "trái"; trái cong, các gié-hoa có bướu.

Cyrtogonellum   Ching 1938   Dryopteridaceae
Bull. Fan Mem. Inst. Biol., Bot. 8(5): 327–328   1938
Hy. *kyrt, kyrto, kyrtos* "cong, hình vòm"; *gonu* "đầu gối".

Cyrtomium   Presl. 1836   Dryopteridaceae
Tent. Pterid. 86, pl. 2, f. 26   1836
Hy. *kyrtos* "cong, hình vòm, hình cung"; *kyrtoma* "sự tròn trĩnh"; do gân trên lá, hoặc cách lá mọc như cầu vòng.

Cyrtopera   Lindl. 1833   Orchidaceae
Gen. Sp. Orchid. Pl. 189   1833
Hy. *kyrtos* "cong, hình vòm, phồng lên"; *pera* "trên, ở trên, nhiều"

xem **Eulophia** (CCVN-III/913)

Cyrtosia   Blume 1825   Orchidaceae
Bijdr. Fl. Ned. Ind. 8: 396   1825
Hy. *kyrtos* "cong, hình vòm, phồng lên"; *kyrtosis* "lồi ra, tính lồi"; liên tưởng đến phấn khối.

Cyrtosperma   W. Griff. 1851   Araceae
Notul. Pl. Asiat. (Posthum. Pap.) 3: 149   1851
Hy. *kyrtos* "cong"; *sperma* "hột"; hột có khi hình thận.

Cyrtostachys Bl. 1838 Arecaceae
Bull. Sci. Phys. Nat. Neerl. 1: 661838

Hy. *kyrtos* "cong"; *stachys* "chùm"; chùm cong.

Cyrtostachys lakka: cao kiểng đỏ có chùm hoa cong.

Cyrtotropis Wall. 1830 Fabaceae
Pl. Asiat. Rar. 1: 49   1830
Hy. *kyrtos* "cong"; *tropis* "có sống (lườn) thuyền".
xem **Apios** (CCVN-I/944)

Cystopteris Bernh. 1806 Aspleniaceae
Neues J. Bot. 1(2): 26   1805[1806]
Hy. *kystis* "bong bóng"; *pteris* "ráng"; ráng có bầu nhỏ (baomô phình lên).

Cytisus L. 1753 Fabaceae
Sp. Pl. 2: 739   1753
La. *cytisus* hay *cytisum* và Hy. *kytisos* gọi những loài Đậu có thân bụi cứng, mà Plinius và Theophrastus áp dụng cho *Medicago arborea* L. tên Hy. của một loài Cỏ ba-lá (Đậu chổi).
xem **Cajanus** (CCVN-I/964)

....

D

Dacrydium A.B. Lambert 1807 Podocarpaceae
Descr. Pinus 1: 93 *1807*
Hy. từ giảm nhẹ nghĩa của *dakryon* "giọt lệ"; có mủ như giọt lệ.

Dacryodes M. Vahl. 1810 Burseraceae
Skr. Naturhist.-Selsk. 6: 116 *1810*
Hy. *dakryodes* "tiết ra một nhựa lỏng, như giọt lệ", do các giọt resin từ vỏ cây tiết ra.

Dactyloctenium Willd. 1809 Poaceae
Enum. Pl. 2: 1029 *1809*
Hy. *daktylos* "ngón tay"; *ktenion* "lược nhỏ"; do cách sắp xếp các gié-hoa trên phát-hoa.

Daemonorops Bl. 1830 Arecaceae
Syst. Veg. (ed. 15 bis) 7(2): 1333 *1830*
Hy. *daimonon, daimonos* "quỷ thần"; *rops* "tiểu mộc, dây leo" hay *daemon* "một vị thần, thần ác, thần mệnh" và *ops* "tựa như"; dây Mây nhiều gai quái ác.

Dahlia Cav. 1791 Asteraceae
Icon. 1(3): 56–57 *1791*
Andreas Dahl (1751-1789), ysĩ và tvh Thụy điển, giáo sư Y-khoa và TVH ở Åbo/Turku, học trò của Linné.

Dalbergia L. f. 1782 (n. cons.) Fabaceae
Suppl. Pl. 52–53, 316–317 *1781 [1782]*
1)-Carl Gustav Dahlberg (1721-1781), quân nhân Thụyđiển làm việc cho Côngty Tây Ấn thuộc Hòa Lan ở Surinam, thu mẫu thực vật, giao thiệp với Linné; và người em là
2)- Nicolas (Nils) Ericsson Dahlberg (1736-1820), ysĩ và tvh Thụyđiển, học trò của Linné năm 1755, ysĩ riêng của Gustav III từ 1768, hai lần Chủ tịch Viện Hàn Lâm Khoa học Thụy điển.

Dalechampia L. 1753 Euphorbiaceae
Sp. Pl. 2: 1054 1753
Jacques d'Alechamps (1513-1588), ysĩ và tvh, ngôn ngữ học người Pháp, tác giả *Historia generalis plantarum* 1587.

Dalrympelea   Roxb. 1819 [1820]   Staphyleaceae
               Pl. Coromandel 3: 76   1819 [1820]

Alexander Dalrymple (1737-1808), nhà địa lý học Scotland, chuyên thiết kế bản đồ hải dương cho Côngty Đông Ấn thuộc Anh ở Madras, và ở Luânđôn, thám hiểm Philippin, viết *"An Account of the Discoveries made in the South Pacific Ocean previous to 1764"*.
          xem **Turpinia** (CCVN-II/330)

Dalziella= Dalzellia   R. Wight 1852   Tritischaceae
               Icon. Pl. Ind. Orient. 5(2): 34   1852

Nicholas (Nicol) Alexander Dalzell (1817-1878), tvh và lâmhọc Scotland, ở Bombay 1841-1870, thu mẫu thực vật ở Ấn độ và Miến điện, viết *"Observations on the influence of forests"* và đồng tác giả với Alexander Gibson (1800-1867) của *The Bombay Flora*. Bombay 1861.

Damnacanthus   C.F. Gaertn. 1805   Rubiaceae
               Suppl. Carp. 18, pl. 182, f. 7 1805

                          La. *damnosus* "gây thiệt hại";
                          acanthus "gai"; gai nhiều quá.

Damnacanthus: gai nhiều quá!

Dankia   Gagnep. 1939   Theaceae
               Fl. Indo-Chine Suppl. 1: 198   1939
          xem **Camellia** (CCVN-I/432)

Daphne   L. 1753   Thymelaeaceae
               Sp. Pl. 1: 356   1753

Hy. *daphnon* "cây nguyệt quế": nữ thần trinh tiết Daphne đã biến thành một cây nguyệt quế để thoát khỏi tay Apollo; vài loài dạng như nguyệt quế.

Daphnidium   Nees 1831   Lauraceae
                     Pl. Asiat. Rar. 2: 61, 63 1831
    Hy. *daphnon* "cây nguyệt quế".
        xem **Litsea** (CCVN-I/359)

Daphniphyllum   Bl. 1827   Daphniphyllaceae
                     Bijdr. Fl. Ned. Ind. 1152   *1826*
    Hy. *daphnon* "cây nguyệt quế"; *phyllon* "lá"; có lá kiểu như
    Daphne.

Dasillipe   Dubard 1913   Sapotaceae
                     Ann. Mus. Col. Marseille , sér. 3, 1: 92. 1913
    Hy. *dasy, dasys* "dày, rậm, có lông rậm", và tên giống (chi) *Illipe*
    J. Koenig ex Gras 1864 (*Illipe tonkinensis* Pierre ex Lec.).
        xem **Madhuca** (CCVN-I/634)

Dasus   Lour. 1790   Rubiaceae
                     Fl. Cochinch. 96, 141   1790
    Hy. *dasys* "rậm rạp, rậm lông, bờm xòm".
        xem **Lasianthus** (CCVN-III/209)

Dasyaulus   Thwaites 1854 [1860]   Sapotaceae
                     Enum. Pl. Zeyl. 175   1854 [1860]
    Hy. *dasys* "rậm rạp, rậm lông, bờm xòm"; *aulo, aulos* "ống, hình
    ống".
        xem **Madhuca** (CCVN-I/632-633)

Dasymaschalon   (H & Th.) Dalla Torre & Harms. 1901 Annonaceae
                     Gen. Siphon. 174   1901
    Hy. *dasy* "bụi"; *maschaliso* "chế ngự, áp đảo".

Datisca   L. 1753   Datiscaceae
                     Sp. Pl. 2: 1037   1753
    Hy. *Dateomai* "chia cắt làm hai, chia rẻ", *datesis* "phân chia", có
    lẽ liên tưởng đến tán lá có tính trang trí.

Datura   L. 1753   Solanaceae
                      Sp. Pl. 1: 179   1753

từ tên chữ Hindi *dhatura* của một loài, tiếng Phạn *dhustura*, Ả rập *tatorali* "quả mập có gai".

Datura metel: cà độc dược, quả mập có gai.

Daucus   L. 1753   Apiaceae
                      Sp. Pl. 1: 242   1753
tên Hy. *daucon* của carốt; La. *daucus*.

Davallia   J.E. Sm. 1793   Davalliaceae
                      Mém. Acad. Roy. Sci. (Turin) 5: 414, pl. 9, f. 6   1793
Edmund Davall, 1763-1798, tvh sinh ở Anh, sống ở Thụysĩ, hội viên Linnean Society, xây dựng một vườn thực vật ở Orbe, Thụysĩ.

Davallodes   Copel. 1908   Davalliaceae
                      Philipp. J. Sci. 3(1): 33 1908
tựa như *Davallia*.

Debregeasia   Gaud. 1844   Urticaceae
                      Voy. Bonite, Bot. Atlas: pl. 90   1844
Prosper Justin de Brégeas (1807-1870), sĩ-quan Hải-quân Pháp, thám hiểm Viễn Đông 1836-37, đến đảo Bourbon và quần đảo Antilles thuộc Pháp, cùng thám hiểm nghiên cứu vòng quanh địa cầu với Louis Claude de Saulces de Freycinet và Charles-Louis Prat-Bernon trên tàu *Uranie*.

Decaisnea   Hook.f. & Thomson 1855   Lardizabalaceae
                      Proc. Linn. Soc. Lond. 2: 350   1855

Joseph Decaisne (1807-1882), tvh và hoạsĩ thực vật Pháp, giáo sư TVH và Giám đốc Vườn Thực vật Paris, làm việc ở Muséum National d'Histoire Naturelle, Paris, chủ biên *Annales des Sciences Naturelles (Botanique)*, *"Revue horticole"* và *"Bon Jardinier"*, đã biên tập *Mission scientifique au Mexique et dans l'Amérique centrale*. Paris 1868-1897; thầy và bạn của Philippe Édouard Léon van Tieghem.

Decaneuron   DC. 1836   Asteraceae
Prodromus Systematis Naturalis Regni Vegetabilis 5: 67. 1836.
= *Decaneurum* DC. 1833   *Arch. Bot. (Paris) 2: 516   1833*
Hy. *deka* "10"; *neura, neuro* "gân".
            xem **Vernonia** (CCVN-III/238)

Decaschistia   W. & Arn. 1834   Malvaceae
                    Prodr. Fl. Ind. Orient. 1: 52   1834
Hy. *deka* "10"; *schistos* "chia ra" 10 lá hoa và noãnsào 10-phân.

Decaspermum   J.R. & J.G.A. Forster 1775   Myrtaceae
                    Char. Gen. Pl. 37   1775
Hy. *deka* "10"; *sperma* "hột".

Deceptor   Seidenf. 1992   Orchidaceae
                    Opera Bot. 114: 361, 363   1992
động-danh-từ của La. *decipi, decepio, deceptum* "kẻ lừa dối, kẻ lừa gạt".

Decussocarpus   de Laub. 1969   Podocarpaceae
                    J. Arnold Arbor. 50(2): 340   1969
La. *decusso, avi, atum* "chia cắt theo hình chữ thập", *decussus* "(lá mọc luân phiên) đối tréo"; Hy. *karpos* "trái, quả".

Deeringia   R.Br. 1810   Amaranthaceae
                    Prodr. 413   1810
Georg Carl Döring, tên Anh-hóa là George Charles Deering (1695-1749), ysĩ Anh gốc Đức, hành nghề ở Nottingham, nghiên cứu Rêu, viết một sách về cây cỏ *"Catalogus Stirpium, & c."*

Dehaasia   Bl. 1836   Lauraceae
                    Syst. Laur. 372   1836
Dirk de Haas (1627-1702), quan Thống đốc người Hòa lan, đến Côngty Đông Ấn ở Ấn độ, sau đó làm Thống đốc đảo Ambon (1687-91), bảotrợ khoahọc vào 1700.

Delaportea   Thorel ex Gagnep. 1911   Fabaceae
                      Notul. Syst. (Paris) 2: 118   1911
Louis Delaporte (1842-1925), nhà nghiên cứu, thám hiểm và sĩ quan Hải quân Pháp, 1866-68 cùng với D. de Lagrée thám hiểm sông Mêkông, khám phá và nghiên cứu phế tích Angkor Wat, tiếp tục nhiều chuyến thám hiểm vào 1873 và 1881-82, nghiên cứu mỹ thuật Khmer, Giám đốc Bảo tàng Đông dương ở Paris, tác giả *"Voyage d'exploration en Indo-Chine"*, *"Les monuments du Cambodge"*.
          xem **Acacia** (CCVN-I/824)

Delavaya   A.R. Franch. 1886   Sapindaceae
                      Bull. Soc. Bot. France 33: 462   1886
Pierre Jean Marie Delavay (1834-1895), tu sĩ và tvh Pháp, truyền giáo ở Trung quốc (Quảng đông, Vân nam), thu rất nhiều mẫu thực vật được mô tả trong *"Plantae Delavayanae"*.

Delonix   Raf. 1837   Fabaceae
                      Fl. Tellur. 2: 92   1836 [1837]
Hy. *delos* "phơi bày ra, thấy được, rõ rệt"; *onyx* "móng"; phiến hoa có cọng.

Delphinium   L. 1753   Ranunculaceae
                      Sp. Pl. 1: 530   1753
Hy. *delphinion* tên do Dioscorides dùng gọi cây mà hoa có vẻ như không mở ra; *delphis, delphinos* "cá heo".

Delpya   Pierre ex Radlk. 1910   Sapindaceae
                      Notul. Syst. (Paris) 1: 304   1910
E. Delpy, người Pháp, hoạ sĩ thực vật minh hoạ trong *Flore forestière de la Cochinchine* của J-B Louis Pierre.
          xem **Sisyrolepis** (CCVN-II/318)

Dendrobenthamia   J. Hutchins. 1942   Cornaceae
                      Ann. Bot. (Oxford), n.s. 6: 92   1942
Hy. *dendron* "cây", và George Bentham (1800-1884) (London), tvh Anh, cháu của Jeremy Bentham, chuyên phân loại học, 1829-1840 Tổng thư ký Horticultural Society, 1862 Hội viên Royal Society of London, và 1826 Linnean Society, 1861-1874 Chủ tịch Hội Linnean Society.

Dendrobium O. Sw. 1799 (n. cons.) Orchidaceae
Nova Acta Regiae Soc. Sci. Upsal., ser. 2 6: 82 1799
Hy. *dendros* "cây"; *bios* "sống"; phụ sinh.

Dendrocalamus C.G.D. Nees 1835 Poaceae
Linnaea 9(4): 476 1835
Hy. *dendros* "cây"; *calamos* "sậy"; do hình dạng của thân cây và cách mọc thành bụi to lớn.

Dendrocnide Miq. 1851 Urticaceae
Pl. Jungh. 1: 29 1851
Hy. *dendros* "cây"; cây có lông gai gây ngứa.

Dendrocolla Blume 1825 Orchidaceae
Bijdr. Fl. Ned. Ind. 7: 286 1825
Hy. *dendron* "cây"; *kola* "keo hồ"; liên tưởng đến dạng sống phụ sinh.
xem **Grosourdya** (CCVN-III/929)

Dendroglossa C. Presl. 1851 Polypodiaceae
Abh. Königl. Böhm. Ges. Wiss., ser. 5, 6: 509 1851
Hy. *dendros* "cây"; *glossa* "lưỡi".
xem **Leptochilus** (CCVN-I/97)

Dendropanax Decaisne & Pl. 1854 Araliaceae
Rev. Hort., sér. 4, 3(6): 107 1854
Hy. *dendros* "cây" và tên giống (chi) *Panax.*

Dendrophtoë C.F.P. Martius 1830 Loranthaceae
Flora 13: 109 1830
Hy. *dendrum* "một cây"; *phthio* "suy sụp, mục nát, hao mòn", *phthisis* "tiêu hao, thối nát", do dạng sống ký sinh và hiệu ứng của nó trên cây chủ.

Dendrotrophe Miquel 1856 Santalaceae
Fl. Ned. Ind. 1(1): 776, 779 1856
Hy. *dendron* "một cây"; *trophe* "thức ăn"; do dạng sống ký sinh.

Dennstaedtia Bernh. 1800 Dennstaedtiaceae
J. Bot. (Schrader) 1800(2): 124 1800 [1801]
August Wilhelm Dennstedt (1776-1826), ysĩ và tvh Đức.

Dentella J.R. & J.G.A. Forster 1775 Rubiaceae
Char. Gen. Pl. 13 *1775*

Từ giảm nhẹ nghĩa của La. *dens, dentis* "răng", liên tưởng đến các thùy của vành.

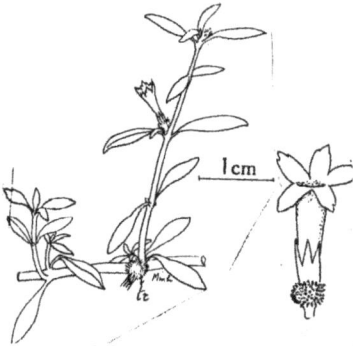

Dentella repens: liên tưởng đến răng ở thùy của vành.

Derris Lour. 1790 Fabaceae
Fl. Cochinch. 432 *1790*
Hy. *derris* "mỏng" (da), vỏ trái có cánh mỏng .

Desmanthus Willd. 1806 Fabaceae
Sp. Pl. 4(2): 888, 1044–1049 *1806*
Hy. *desme* "bó, chùm"; *anthos* "hoa"; hoa đơm thành chùm hay gié.

Desmodium Desv. 1813 (n. cons.) Fabaceae
J. Bot. Agric. 1(3): 122, pl. 5, f. 15 *1813*
Hy. *desmos* "dây đai, băng, chấp nối"; trái có thùy như xâu chuỗi.

Desmos Lour. 1790 Annonaceae
Fl. Cochinch. 329, 352 *1790*
Hy. *desmos* "dây đai, băng, chấp nối"; do các tiểunhụy dính nhau.

Desmotrichum Poaceae (CCVN-III/645)
(không có tên giống nầy trong họ Poaceae)
= viết đúng là **Desmostachya** (Stapf) Stapf 1898
Fl. Cap. 7: 316 1898 (chỉ có một loài Desmostachya bipinnata (L.)
Stapf = *Eragrostis bipinnata* L.)
Hy. *desmos* "dây đai, băng, chấp nối"; *stachys* "gié"; có lẽ do dạng phát-hoa.

Deutzianthus   Gagn. 1924   Euphorbiaceae
Bull. Soc. Bot. France 71: 139–141   1924
Johannes van der Deutz (1743-1788), quận-trưởng ở Amsterdam và bảo trợ cho Karl Pehr Thunberg; tên giống *Deutzia* và *anthos* "hoa".

Devauxia   R. Br.   1810   Centrolepidaceae
Prodr. 252   1810
Nicaisne Auguste Desvaux (1784-1856), tvh Pháp, 1717 giáo sư TVH và Giám đốc Vườn Bách Thảo Angers, sau đó ở Poitiers; trong số các công trình có: *Nomologie botanique*, Angers 1817 và *Flore de l'Anjou*, Angers 1827.
xem **Centrolepis** (CCVN-III/399)

Deyeuxia   Clarion ex Pal de Beauv. 1812   Poaceae
Ess. Agrostogr. 43   1812
Nicolas Deyeux (1745-1837), Pháp, giáo sư ở khoa Dược và khoa Y ở Paris, đồng tác giả với Antoine Augustin Parmentier của *'Précis d'Expériences et Observations sur les différentes espèces de Lait'*, chủ biên *Bibliothèque physico-économique.*

Diacalpe   Bl. 1828   Dryopteridaceae
Enum. Pl. Javae 2: 241 1828
Hy. *dia* "xuyên qua"; *calpis* "cái bình, cái lư"; vị trí của nang quần.

Dialium   L. 1767   Fabaceae
Syst. Nat. (ed. 12) 2: 56 1767
Hy. *dialyo, dialyein* (*dia* "xuyên qua" và *lyo, lyein* "lỏng ra, cởi tháo ra", "tan tác, giải tán", liên tưởng đến các cánh hoa; hoặc La. *dialis, e* "siêu thoát, lâng lâng, nhẹ như không khí"; tiếng La. và Hy. cổ *dialion* và Hy. *dielion* gọi tên cây *heliotropium.*

Dianella   Lamk. 1786   Liliaceae
Encycl. 2: 276 1786
Từ giảm nhẹ của *Diana*, nữ thần săn bắn.

Dianthera   L. 1753   Acanthaceae
Sp. Pl. 1: 27   1753
Hy. *dis* "2"; *anthera* "bao phấn".

Dianthus   L. 1753   Caryophyllaceae
Sp. Pl. 1: 409   1753

Hy. *dios* "như thần"; *anthos* "hoa"; hoa đẹp, thơm, như của thần.

Diatoma	Lour. 1790	Rhizophoraceae
	Fl. Cochinch. 295 *1790*	

xem **Carallia** (CCVN-II/114)

Dicanthium = **Dichanthium**   Willemet 1796   Poaceae
Ann. Bot. (Usteri) 18: 11   *1796*

Hy. *di* "hai", *dicho* "từng cặp"; *anthos* "hoa"; do các gié-hoa ở dưới không có cọng, hoặc liên tưởng đến các kiểu gié-hoa khác nhau.

Dicentra   Bernhardi 1833 (n. cons.)   Papaveraceae
Linnaea 8: 457, 468   *1833*

Hy. *di* "hai"; *kentron* "cựa"; hoa có hai cựa.

Diceros   Lour. 1790   Scrophulariaceae
Fl. Cochinch. 358, 381   *1790*

Hy. *di* "hai"; *keras* "sừng".

xem **Lindernia** (CCVN-II/914)

Dichapetalum   Du Petit-Thouars 1806   Dichapetalaceae
Gen. Nov. Madagasc. 23   *1806*

Hy. *dicha* "đôi, từng cặp"; *petalum* "cánh hoa"; cánh hoa chẻ đôi rất sâu.

Dichocarpum   W.T. Wang & P.G. Xiao 1964   Ranunculaceae
Acta Phytotax. Sin. 9(4): 323   *1964*

Hy. *dicha* "đôi, từng cặp"; *karpos* "trái".

Dichondria = **Dichondra** J.R. & J.G.A. Forster 1775   Convolvulaceae
Char. Gen. Pl. (ed. 2) 39–40, pl. 20   *1775*

Hy. *dicha* "đôi, từng cặp"; *chondros* "bướu, u, cục"; bầu-noãn có hai thùy.

Dichroa   Loureiro 1790   Saxifragaceae
Fl. Cochinch. 1: 301   *1790*

Hy. *dis* "2, đôi "; *chroa* "màu"; hoa có hai màu.

Dichrocephala   L'Hérit. ex A.D.C. 1833   Asteraceae
Arch. Bot. (Paris) 2: 517–518   *1833*

Hy. *dichroos* "2 màu"; *kephale* "đầu"; hoa đầu có hai màu.

Dicksonia   L'Hérit. 1789   Dicksoniaceae
            Sert. Angl. 30   1788 [1789]

James Dickson (1738-1822), tvh Anh, nghiên cứu nhiều về thực vật ẩn-hoa viết nhiều sách về Thực vật, một ấn-phẩm 4 quyển *'Fasciculus Plantarum Cryptogamicarum Britanniae'*; hội viên sáng lập Royal Horticultural Scociety và Linnean Society of London.

            xem **Lindsaea** (CCVN-I/124)

Dicliptera   A.L. Juss. 1807 (n. cons.)   Acanthaceae
            Ann. Mus. Natl. Hist. Nat. 9: 267–269   1807

Hy. *dikles, diklis, diklidos* "hai lớp cửa, hai nếp gấp"; *pteron* "cánh"; do hình dạng của các thùy cánh hoa, hoặc nang-quả.

Dicranopteris   Bernh. 1806   Gleicheniaceae
            Neues J. Bot. 1(2): 38–39   1806 (1805)

Hy. *dikranos* "2 nhánh"; *pteron, pteris* "cánh, ráng".

Dictyocline   T. Moore 1855   Thelypteridaceae
            Gard. Chron. 1855: 8541855

Hy. *diktyon* "mạng"; *kline* "sà, nằm, bò".

            xem **Stegnogramma** (CCVN-I/138)

Dictyospermum   Wight 1853   Commelinaceae
            Icon. Pl. Ind. Orient. 6: 29   1853 [1853]

Hy. *diktyon* "mạng"; *sperma* "hột".

Didissandra   C.B. Clarke 1883 (n. cons.)   Gesneriaceae
            Monogr. Phan. 5: 65   1883

Hy. *di* "2"; *dis* "2"; *andra* "nam, đực".

Didymocarpus   Wall. 1819 (n. cons.)   Gesneriaceae
            Edinburgh Philos. J. 1: 378   1819

Hy. *didymos* "có cặp"; *karpos* "trái, quả"; trái cặp đôi.

Didymochlaena   Desv. 1811   Dryopteridaceae
            Mag. Neuesten Entdeck. Gesammten Naturk. Ges.
            Naturf. Freunde Berlin 5: 303   1811

Hy. *didymos* "có cặp"; *chlaine* "áo khoác, cái bọc"; dạng của baomô mà phần giữa và gốc dính vào mặt lá còn các hông và ngọn thì rời.

Didymoglossum   Desv. 1827   Hymenophyllaceae

Mém. Soc. Linn. Paris 6: 330   1827
Hy. *didymos* "có cặp"; *glossum* "lưỡi".
  xem **Crepidomanes** (CCVN-I/75)

Didymosperma   H. Wendl. & Drude ex Hooker 1883   Arecaceae
                Gen. Pl. 3: 917 1883
  Hy. *didymos* "có cặp"; *sperma* "hột"; trái thường có 2 hột.

Diectomis   Kunth 1815 (n. cons.)   Poaceae
                Mém. Mus. Hist. Nat. 2: 69   1815
  Hy. *diektemno* "chia cắt ở giữa", hoặc *diek* "ra ngoài hẳn" và
  tome "gốc cây, gốc rạ", hay *tomis* "con dao".

Dieffenbachia   Schott 1829   Araceae
                Wiener Z. Kunst 1829(3): 803   1829
  Joseph Dieffenbach (1796-1863), nhà làm vườn ở Schönbrunn,
  Áo.

Diesingia   Endl. 1832   Fabaceae
                Flora 15: 113   1832
  Karl Moritz Diesing (1800-1867), ysĩ và thnh Áo, quản trị phần
  Động vật học và Khoáng vật học ở Bảo tàng Vienna, nghiên cứu
  nhiều về Giun và là tác giả của *'Systema Helminthum'*.
  xem **Psophocarpus** (CCVN-I/956)

Digitalis   L. 1753   Plantaginaceae
                Sp. Pl. 2: 621   1753

La. *digitales* "như ngón tay";
La. *digitus* "một ngón tay";
ngón tay bao găng, liên tưởng
đến hình thù của hoa.

Digitalis: hoa như ngón tay.

Digitaria　　　　Haller 1768　　　　Poaceae
Hist. Stirp. Helv. 2: 244 1768
La. *digitus* "ngón tay", liên tưởng đến các gié-hoa, đến hình dạng của các nhánh toả ra của phát-hoa.

Dillenia　　　　L. 1753　　　　Dilleniaceae
Sp. Pl. 1: 535　1753
Johann Jacob Dillen (La. Dillenius) (1684-1747), ysĩ và tvh Đức, giáo sư TVH ở Oxford, tác giả *Historia Muscorum* và *Hortus Elthamensis*.

Dimeria　　　　R.Br. 1810　　　　Poaceae
Prodr. 204　1810
Hy. *di* "2"; *meros* "phần"; do hình dạng của phát-hoa.

Dimerocarpus　　　Gagnep.　　1921　　　Moraceae
Bull. Mus. Hist. Nat. (Paris) 27: 441　1921
Hy. *dimeres* "hai phần"; *karpos* "trái, quả".
　　xem **Taxotrophis** (CCVN-II/544)

Dimocarpus　　　Loureiro 1790　　　Sapindaceae
Fl. Cochinch. 1: 233　1790
Hy. *dimi, dimo* "giảm một nửa, giảm chỉ còn một nửa"; do một nửa của cơ quan (bầu nhụy, trái) nhỏ hơn phân nửa kia đến nỗi tưởng như chỉ có phân nửa; *karpos* "trái, quả".

Dimorphocalyx　　　Thw. 1861　　　Euphorbiaceae
Enum. Pl. Zeyl. 278　1861
Hy. *di* "2", *dis* "2 lần" ; *morphe* "hình"; *calyx* "đài hoa"; có hai (dạng) đài-hoa.

Dinochloa　　　Büse 1854　　　Poaceae
Pl. Jungh. 387 1854
Hy. *deinos* "khủng khiếp, hùng cường, vĩ đại "; *chloa, chloe* "cỏ hòa bản"; Tre to, cao lớn, leo-trườn.

Diodia　　　　L. 1753　　　　Rubiaceae
Sp. Pl. 1: 104　1753
Hy. *diodos* "xuyên qua, thấu", *diodeia* "lối đi qua", liên tưởng đến các nơi sống, hoặc Hy. *dis* "2 lần" và *eidos, oides* "hình dạng, hình thù", liên tưởng đến đài hoa; hoặc Hy. *di* "2", *odous* "răng", có 2 răng.

Dioecrescis Tirveng. 1983 Rubiaceae
Nordic J. Bot. 3(4): 456, f. 1 1983
La. *dioicus -a -um, dioeca* "hai nhà, biệt chu", do Hy. *di-oikos* (hoa đực , hoa cái trên hai cây riêng biệt); và La. *cresco, crescere* "diện mạo, phát triển, tăng dần"; do hoa đơn phái, biệt-chu, lá đài phát triển cỡ 6 mm ở hoa đực, 10 mm ở hoa cái, trái 2 dạng, một to có cạnh, một nhỏ tròn.

Dioscorea L. 1753 Dioscoreaceae
Sp. Pl. 2: 1032 1753
Pedanios Dioscorides, quân-ysĩ Hylạp thế kỷ I, tvh, dược lý học, đã canh tân hiểu biết thực vật, tác giả *De Materia Medica*, một bách-khoa toàn thư 5 quyển về cây thuốc được tham khảo rộng rãi liên tục trong vòng 1 500 năm, và cũng là nguồn cho thuật ngữ về TVH.

Diospyros L. 1753 Ebenaceae
Sp. Pl. 2: 1057 1753
Hy. *dios* "như thần", *pyros* "thức ăn, lúa mì"; trái mập, ngon như của thần.

Diphaca Lour. 1790 Fabaceae
Fl. Cochinch. 453 1790
Hy. *di, dis* "hai, đôi, cặp"; *phake*: tên do Dioscorides gọi một loài Đậu; *phake, phako, phakos* "tựa như Đậu". Năm 1790, Loureiro công bố tên loài *Diphaca cochinchinensis*. Theo Gillett (1966), Loureiro đặt tên giống *Diphaca* vì ông khảo sát một tiêu bản trong đó có một số hoa có hai bầu nhụy hoặc trái non hiện ra bên trong cùng một đài–hoa. Gillett (*loc. cit.*) đã xem lại loài mẫu (type) và xác nhận đặc điểm nầy trên một trong hai tiêu bản ở British Museum.
 xem **Ormocarpum** (CCVN-I/972)

Diphyes Blume 1825 Orchidaceae
Blume Bijdr. Fl. Ned. Ind. 6: t. 4, f. 66 1825
Hy. *diphyēs* "đôi, cặp, hai thứ".
 xem **Bulbophyllum** (CCVN-III/859)

Diphyllarium Gagn. 1915 Fabaceae
Notul. Syst. (Paris) 3: 183 1915
Hy. *di* "2"; *phyllaron* "lá nhỏ"; 2 tiềndiệp nhỏ dạng lá.

Diplachne P. Beauv. 1812 Poaceae

Ess. Agrostogr. 80, pl. 16, f. 9   1812

Hy. *diplos, diplous* "đôi"; *achne* "vỏ trấu, dĩnh"; do mày ngoài có hai thùy.

xem **Leptochloa** (CCVN-III/638)

Diplachrum = Diplacrum   R. Br.   1810   Cyperaceae
                                      Prodr. 240   1810

Hy. *diplous* "đôi"; *akros* "ngọn, chót, cao nhất, mũi nhọn"; dĩnh có 2 thùy bên.

xem **Scleria** (CCVN-III/569)

Dipladenia   A. DC 1844   Apocynaceae
                                      Prodr. 8: 481   1844

Hy. *diplous* "đôi"; *aden* "tuyến" noãnsào (bầu noãn) có 2 tuyến.

xem **Odontadenia** (CCVN-II/724)
     Mandevillea (CCVN-II/724)

Diplanthera   J.G. Gleditsch 1764   Acanthaceae
                                      154   1764

Hy. *diplous* "đôi"; *antheros* "tiểunhụy, bao phấn".

Diplasia   Rich. exPers. 1805   Cyperaceae
                                      Syn. Pl. 1: 70   1805

La. *diplasius* và Hy. *diplasios* "đôi, cặp, gấp đôi"; do cách sắp xếp của các lá-bắc bao quanh các hoa.

xem **Mapania** (CCVN-III/567)

Diplazium   Sw. 1801   Athyriaceae
                                      J. Bot. (Schrader) 1800(2): 4, 61, 61   1801

Hy. *diplazios* "đôi"; bao-mô kép.

Diplectria   (Blume) Reichb. 1841   Melastomataceae
                                      Deut. Bot. Herb.-Buch 174   1841

Hy. *dis* "đôi"; *plektron* "cựa".

Diplobryum   C. Cusset 1972   Podostemaceae
                                      Adansonia ser. 2. 12: 279   1972

Hy. *diplos, diplous* "đôi"; *bryon* "rêu".

Diploclisia   Miers 1851   Menispermaceae
                                      Ann. Mag. Nat. Hist., ser. 2 7: 37, 42   1851

Hy. *diplos, diplous* "đôi"; *kleis* "khóa, chốt, then chắn"; do có hai vòng (luânsinh) lá đài.

Diplocyclos   (Endl.) Post & O. Ktze 1903   Cucurbitaceae
Lex. Gen. Phan. 178   1903
Hy. *diplos* "đôi"; *kyklos* "vòng tròn", hột có mép, đường viền kép.

Diplolepis   R. Br.   1810   Apocynaceae
Asclepiadeae 30   1810
Hy. *diplos* "đôi"; *lepis* "vảy"; liên tưởng đến nhị đực.
    xem **Tylophora** (CCVN-II/744)

Diplomorpha   Meisn. 1841   Thymelaeaceae
Denkschr. Königl.-Baier. Bot. Ges. Regensburg 3: 2891841
Hy. *diplos* "đôi"; *morphe* "hình".
    xem **Wikstroemia** (CCVN-II/38)

Diplomeris   D. Don 1825   Orchidaceae
Prodr. Fl. Nepal. 26   1825
Hy. *diplos* "đôi"; *meris, meridos* "một phần"; ám chỉ bao-hoa, các vết lồi trên trục hợpnhụy.

Diplopanax   Hand.-Maz. 1933   Cornaceae
Sinensia 3(8): 197–198 1933
Hy. *diplos* "đôi" và tên giống cây *Panax*.

Diplospora   A.P. de Cand. 1830   Rubiaceae
Prodr. 4: 477   1830
Hy. *diplos* "đôi"; *spora, sporos* "hột, bào tử".

Diplycosia   Bl.1826   Ericaceae
Bijdr. Fl. Ned. Ind. 857 1826
Hy. *diplos* "đôi"; *kos* "bao phủ"; tạo thêm một bao phủ hoa.

Dipodium   R. Br.   1810   Orchidaceae
Prodr. 330   1810
Hy. *dis* "hai lần"; *podion* "chân nhỏ"; do phấn-khối được mang trên hai cọng.

Dipsacus   L. 1753   Caprifoliaceae
Sp. Pl. 1: 97   1753
Hy. *dipsakos* "phình ra"; do gốc lá trữ nước.

Dipteracanthus   C.G.D. Nees 1832   Acanthaceae
Pl. Asiat. Rar. 3: 75, 81–82   1832
Hy. *di* "2"; *pteros* "cánh".

Dipterocarpus   C.F. Gaertn. 1805   Dipterocarpaceae
                  Suppl. Carp. 50 1805
Hy. *di* "2"; *pteros*
"cánh"; *karpos*
"trái, quả".

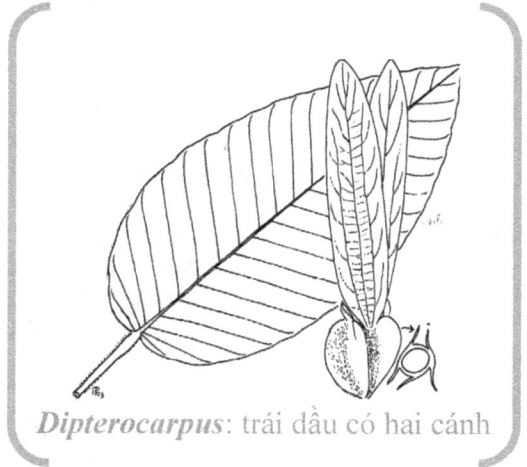

Dipterocarpus: trái dầu có hai cánh

Dipteris   Reinw. 1824   Dipteridaceae
          Syll. Pl. Nov. 2: 3   *1828 [1825]*
Hy. *di* "2"; *pteris, pteros* "cánh".

Diptopterygium= Diplopterygium (Diels) Nak. 1950   Gleicheniaceae
        Bull. Natl. Sci. Mus. 29: 47–49 1950
Hy. *diploos* "đôi"; *pterygos, pterygion* "cánh nhỏ".

Dischidia   R.Br. 1811   Apocynaceae
         Prodr. 461   *1810*
Hy. *dischides* "2 lần chẻ"; vành phụ 2 lần xẻ.

Dischoriste = Dyschoriste   Nees 1832   Acanthaceae
         Pl. Asiat. Rar. 3: 75, 81 1832
Hy. *dys* "nghèo, khó khăn"; *choristos* "chia, tách ra"; các mảnh của nang-quả dính chặt khó tách rời ra.

Disemma   Labill. 1824 [1825]   Passifloraceae
        Sert. Austro-Caledon. 78, pl. 79 1824 [1825]
Hy. *di* "hai"; *stemma* "vòng hoa, tràng hoa"; do hoa có 2 luânsinh cánh hoa.
      xem **Passiflora** (CCVN-I/559)

Disporopsis   H.F. Hance 1883   Liliaceae
         J. Bot. 21: 278 1883
tựa như *Disporum*.

Disporum   Salisb. ex D. Don 1825   Liliaceae
Prodr. Fl. Nepal. 50   1825
Trans. Hort. Soc. London 1: 3311812
Hy. *di* "hai"; *sporos* "hột"; thường có 2 hột.

Dissochaeta   Blume 1831   Melastomataceae
Flora 14: 492   1831
Hy. *dissos* "hai loại, hai thứ, kép"; *chaite* "lông cứng, lông dài".
xem **Barthea** (CCVN-II/84)

Dissolaena   Lour. 1790   Apocynaceae
Fl. Cochinch. 137. 1790
Hy. *dissos* "hai loại, hai thứ, kép"; *chlaena, chlaenion* "áo khoác,
bọc"; có lẽ do bao-hoa.
xem **Rauvolfia** (CCVN-II/695)

Dissotis   Benth. 1849 (n. cons.)   Melastomataceae
Niger Fl. 346   1849
Hy. *dissos* "hai loại, hai thứ, kép"; *otos* "tai, có tai"; do các thùy ở
phần quặp của tua (chỉ) tiểunhụy.

Distemon   Bouché 1844   Urticaceae
Linnaea 18: 494   1844 [1845]
Hy. *di* "hai"; *stemon* "tiểunhụy".

Distephania   Gagnepain   1948   Ochnaceae
Bull. Soc. Bot. France 95(1): 31–32   1948
Hy. *di* "hai"; *stephanos* "mũ miện", *distephes* "hai vòng hoa".
xem **Indosinias** (CCVN-I/412)

Distylum = Distylium   Sieb. & Zucc. 1835   Hamamelidaceae
Siebold & Zucc.inFl. Jap. 1: 178, pl. 94   1835
Hy. *di* "hai"; *stylos* "vòi nhụy"; hai vòi tách nhau rõ rệt.

Dittelasma   Hook. f. 1862   Sapindaceae
Gen. Pl. 1: 395 1862
xem **Sapindus** (CCVN-II/312)

Dizygotheca   N.E. Br. 1892   Araliaceae
Bull. Misc. Inform. Kew 1892: 197   1892
Hy. *di* "2", *zygo* "ách", *theke* "hộp, ngăn"; bao phấn có bốn thùy.

Docynia   Dcne 1874   Rosaceae
Nouv. Ann. Mus. Hist. Nat. 10: 125, 131 1874
Tên đảo chữ của *Cydonia*.

Dodecadenia   Nees 1841   Lauraceae
Pl. Asiat. Rar. 2: 61, 63 1831
Hy. *dodeka* "12"; *aden, adenos* "tuyến"; có 12 tuyến.
xem **Cinnadenia** (CCVN-I/401)

Dodonaea   Adans. 1763   Sapindaceae
Fam. Pl. 2: 342, 550   1763
Mill. 1754 Gard. Dict. Abr. (ed. 4) vol. 1   1754
Rambert Dodaens (1517-1585), ysĩ Hòa lan ở triều của vua Maximilian II, ở Vienna, Áo, sau đó của vua Rudolph II ở Praha, giáo sư Y-khoa ở Leiden, viết nhiều về cây cỏ.

Doellingeria   Nees. 1832   Asteraceae
Gen. Sp. Aster. 10, 177–184   1832
Ignaz Döllinger (1770-1841), ysĩ Đức, giáo sư Y-khoa ở Bamberg, Würzburg và München, chuyên tâm về Phôi học và Giải phẫu học.

Dolichandrone   (Fenzl.) Seeman 1862 (n. cons.) Bignoniaceae
Ann. Mag. Nat. Hist., ser. 3 10: 31   1862
Hy. *dolichos* "dài"; *andros* "đực"; bao phấn thò ra ngoài.

Dolichos   L. 1753   Fabaceae
Sp. Pl. 2: 725   1753
tên Hy. xưa *dolichos* "dài"; có lẽ nghĩ đến trái (quả) dài.

Dolichovigna   Hayata 1920   Fabaceae
Icones Pl. Formosan 9: 35   1920
Hy. *dolichos* "dài", và tên giống (chi) *Vigna* Savi.
xem **Dysolobium** (CCVN-I/955)

Donacopsis   Gagnepain   1931   Orchidaceae
Bull. Mus. Natl. Hist. Nat., sér. 2 4(5): 593   1932
tựa như *Donax*, dạng sống như cây sậy.
xem **Eulophia** (CCVN-III/914)

Donax   Loureiro 1790   Marantaceae
Fl. Cochinch. 1: 1, 11   1790
tên Hy. xưa *donax* của sậy; dạng như sậy.

Donella Pierre ex Baill. 1891 Sapotaceae
Hist. Pl. 11: 294 1891
George Don (1798-1856), nhà làm vườn và tvh Scotland, thu mẫu thực vật ở Brasil.

Dopatrium Ham. ex Benth. 1835 Scrophulariaceae
Edwards's Bot. Reg. 21: sub pl. 1770, genus no. 46 1835
tên Ấn độ *dopatta*: khăn quàng cổ với sợi tơ màu vàng kim.

Dorena = Doraena Thunb. 1783 Myrsinaceae
Nov. Gen. Pl. 3: 59 1783
Hy. *dorena* "quà tặng".
xem **Maesa** (CCVN-I/677)

Doritis J. Lindl. 1833 Orchidaceae
Gen. Sp. Orchid. Pl. 178 1833
Hy. *dory* "mũi giáo"; môi hoa dài hình mũi giáo; hoặc từ *Doritis*, một trong các tên của nữ thần Aphrodite.

Doronicum L. 1753 Asteraceae
Sp. Pl. 2: 885 1753
tên Ảrập *doronigi*.

Dorstenia L. 1753 Moraceae
Sp. Pl. 1: 121 1753
Theodor Dorsten (1492-1552), ysĩ và tvh Đức, giáo sư Y-khoa ở Marburg, viết sách về cây thuốc.

Doryopteris J. Smith 1841 Pteridaceae
J. Bot. (Hooker) 3: 404–405 1841
Hy. *dory* "mũi tên"; *pterys* "ráng", do hình thù của lá.

Doryopteris: lá hình mũi tên.

Doxommia= Doxomma   Miers. 1875   Lecythidaceae
Trans. Linn. Soc. London, Bot. ser. 2, 1: 54, 99 1875
Hy. *doxa, doxus* "vinh quang, tiếng tăm, quyết định".
    xem **Barringtonia** (CCVN-II/25)

Dracaena   Vandelli ex L. 1767   Agavaceae
Syst. Nat. (ed. 12) 2: 229, 246 1767
Tên Hy. *drakaina* "rồng cái"; mủ đỏ như máu rồng.

Dracocephalium   L. 1753 (n. cons.)   Lamiaceae
Sp. Pl. 2: 594 1753
Hy. *drakon* "rồng"; *kephale* "đầu"; hình dạng của vành.
    xem **Nosema** (CCVN-II/849)

Dracontium   L. 1753   Araceae
Sp. Pl. 2: 967 1753
Hy. *drakon, drakontos* "rắn, rồng", tên Hy. xưa mà Plinius gọi một cây có rễ hình rắn.
    xem **Lasia** (CCVN-III/346)

Dracuntomelon = **Dracontomelon**   Blume1850   Anacardiaceae
Mus. Bot. 1: 231   1850
= **Dracontomelum**   Miq.   1861 [1860]
Fl. Ned. Ind., Suppl. 524. 1861[1860]
Hy. *drakon* "rắn, rồng"; *melon* "quả mập, quả táo".

Dregea   E.H.F. Meyer 1838 (n. cons.)   Apocynaceae
Comm. Pl. Afr. Austr. 199   1838
Johann Franz Drège (1794-1881), nhà làm vườn và tvh Đức, thu mẫu thực vật ở Nam Phi, viết sách về Địa-lý-học thực vật *"Zwei pflanzengeographische Documente"*.

Drimycarpus   Hook.f. 1862   Anacardiaceae
Gen. Pl. 1: 424 1862
Hy. *drimys* "hăng, cay "; *karpos* "trái, quả".

Drosera   L. 1753   Droseraceae
Sp. Pl. 1: 281 1753
Hy. *drosos, droseros* "đẫm sương", do các lông tuyến trên lá.

Drungmania = viết đúng là *Droogmansia* De Wild. 1902   Fabaceae
Ann. Mus. Congo Belge, Bot. ser. 4, 1(2): 53. 1902

Frans André Hubert Droogmans (1858-1938), chính trị gia Bỉ, Tổng thư ký Bộ Tài chính ở Congo.
xem **Desmodium** (CCVN-I/927)

Dryandra   Thunberg 1783   Euphorbiaceae
     Nov. Gen. Pl. 60   *1783*
Jonas Carlsson (Carl) Dryander (1746-1819), tvh Thụy điển, học trò của Linné, đến Anh trợ lý cho Joseph Banks, quản lý thư viện cho Joseph Banks và cho Royal Scociety; năm 1788 Hội viên sáng lập và Phó-Chủ tịch Hội Linné, tác giả *'Catalogus bibliothecae historico-naturalis Josephi Banksi'*.
   xem **Vernicia** (CCVN-II/268)

Drymaria   Willd. ex J.A. Schultes 1819   Caryophyllaceae
     Syst. Veg. (ed. 15 bis) 5: 31, 406 1819
Hy. *drymos* "rừng";

Drymoglossum   C. Presl. 1836 (n. cons.)   Polypodiaceae
     Tent. Pterid. 227, pl. 10, f. 5–6 1836
Hy. *drymos* "rừng"; *glossum* "lưỡi"; như lưỡi trên thân cây gỗ.
   xem   **Leptochilus** (CCVN-I/97),
     Lemmaphyllum (CCVN-I/104)

Drynaria   (Bory) J. Sm. 1841   Polypodiaceae
     J. Bot. (Hooker) 4: 60   1842 [1841]
Dryad: nữ thần gỗ; Hy. *drys* "cây, rừng"; mọc ở bìa rừng.

Dryopteris   Adans. 1763 (n. cons.)   Dryopteridaceae
     Fam. Pl. 2: 20   1763
Hy. Dryas: nữ thần gỗ; hay *drôs* "cây Dẻ"; *pteryx* "ráng", như lá Dẻ hay ráng của Dẻ (vì đi với Dẻ)

Drypetes   M. Vahl. 1807   Euphorbiaceae
     Eclog. Amer. 3: 49   1807
Hy. *drypetes* "trái chin mùi sắp rụng, trái chin cây, chin mùi", do trái (quả), từ chữ *drys* "cây, cây sồi" và *pipto, piptein* "rụng"; có nghĩa chín mùi.

Duabanga   (Buch.) Ham. 1837   Sonneratiaceae
     Trans. Linn. Soc. London 17: 177   1837
tên cây ở Bengali *"Duyabanga"*.

Duchesnea   J.E. Sm. 1811   Rosaceae
Trans. Linn. Soc. London 10(2): 372–374   *1811*
Antoine Nicolas Duchesne (1747-1827), tvh Pháp, làm vườn và hoạ sĩ thực vật, độc khảo giống Dâu tây *Fragaria* (1766), sau Cách Mạng Pháp 1789 làm giáo sư Vật lý học ở Versailles và trường võ bị Saint-Cyr.

Dumasia   A. Dc. 1825   Fabaceae
Ann. Sci. Nat. (Paris) 4: 96   *1825*
Jean Baptiste André Dumas (1800-1884), thnh Pháp, giáosư Dược học và Hóa hữu cơ ở Đại học Sorbonne, Paris, đồng sáng lập Niên san *Annales des Sciences Naturelles,* tác giả *'Traité de chimie appliquée aux arts',* nghi sĩ quốc hội, Bộ trưởng Nông nghiệp, chủ tịch Hội đồng thành phố Paris.

Dunbaria   W. & Arn. 1834   Fabaceae
Prodr. Fl. Ind. Orient. 258   *1834*
Georges Dunbar (1784-1851), tvh Scotland, nhà biên soạn tự-điển, chuyên gia họ Ericaceae, giáo sư tiếng Hylạp ở Đại học Edinburgh, viết về ngôn ngữ học và một Tự vựng Hylạp/Anh.

Duperrea   Pierre ex Pit. 1924   Rubiaceae
Fl. Indo-Chine 3: 334   *1924*
Louis Isidore Duperrey (1786-1865), Thuyền trưởng Hàng hải Pháp, thnh và bản đồ, 1817-20 cùng thám hiểm vòng quanh địa cầu trên tàu "Uranie" với Louis Claude de Saulces Freycinet, vẽ bản đồ quần đảo Gilbert, 1822-25 Thuyền trưởng tàu *La Coquille* đồng hành với Jules Sébastien César Dumont d'Urville, thu mẫu thực vật cùng với Charles Gaudichaud-Beaupré, Prosper Garnot và René-Primevère Lesson, viết *'Voyage autour du monde ...'*
     xem **Ixora** (CCVN-III/184)

Duranta   L. 1753   Verbenaceae
Sp. Pl. 2: 637   *1753*
Castore Durantes (1529-1590), ysĩ, thisĩ và tvh Ý ở Roma, ysĩ riêng của Giáo hoàng Sixtus V, viết về cây thuốc, tác giả *De bonitate et vitio alimentorum centuria* (The Treasure of Health) (1565) và *Herbario Nuovo* (1585).

Durio   Adans. 1763   Malvaceae
Fam. Pl. 2: 399 1763
chữ Mãlai *duri* "gai", và trái *duryon*.

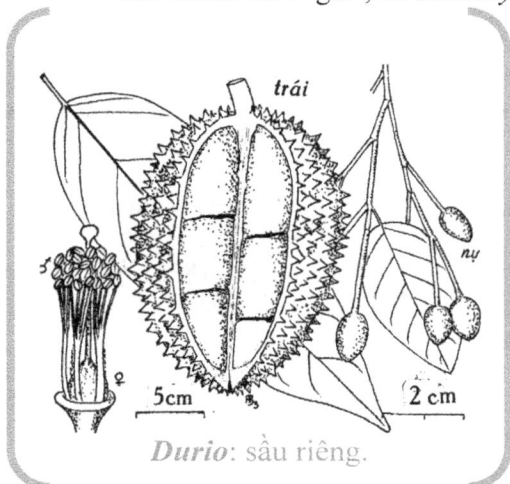

Durio: sầu riêng.

Dypsis   Norhonha ex Mart. 1838   Arecaceae
Hist. Nat. Palm. 3: 180 1838
Hy. *dypto* "nhúng, ngâm"; cây Cọ có thân mảnh mai.

Dysodium   Rich. 1807   Asteraceae
Syn. Pl. 2(2): 489   1807
Hy. *dys* "xấu, khó khăn"; *odes* "mùi".
    xem **Melampodium** (CCVN-III/270)

Dysolobium   (Benth.) Prain 1897   Fabaceae
J. Asiat. Soc. Bengal, Pt. 2, Nat. Hist. 66(2): 425 1897
Hy. *dys* "xấu, khó khăn"; *lobus* "trái"; trái không giống Đậu (vì lông).

Dysophylla   Bl. 1826   Lamiaceae
Bijdr. Fl. Ned. Ind. 826 1826
Hy. *dys* "xấu, khó khăn"; *phyllon* "lá"; lá xấu, còi cọc.

Dysoxylum   Bl. 1825   Meliaceae
Bijdr. Fl. Ned. Ind. 172 1825
Hy. *dysodes* "mùi hôi"; *xylon* "gỗ"; gỗ vài loài hôi.

. . . .

E

Eberhardtia　　　　　Lecomte 1920　　　　　Sapotaceae
　　　　　　　　　　Bull. Mus. Hist. Nat. (Paris) 26: 345　　1920
　　　　Philippe Albert Eberhardt (1874-1942), tvh Pháp, 1905-20 công
　　　　cán khoa học ở Bhutan và sau đó ở Đông dương (Huế), liên lạc
　　　　với Paul Henri Lecomte, viết *"L'arbre à Caoutchouc"*, *"Les
　　　　Plantes médicinales"*, giáo sư TVH ở Besançon 1920-40.

Ebermaiera　　　　　Nees. 1832　　　　　Acanthaceae
　　　　　　　　　　Pl. Asiat. Rar. 3: 75, 80 1832
　　　　Johann Erdwin Christoph(er) Ebermaier (1768-1825), ysĩ và tvh
　　　　Đức, nhà bào chế thuốc, viết sách về cây thuốc và các toa thuốc.
　　　　　　xem **Staurogyne** (CCVN-III/33)

Ecdysanthera　　　　Hook. & Arn. 1841 [1837]　　Apocynaceae
　　　　　　　　　　Bot. Beechey Voy. 198　1841 [1837]
　　　　Hy. *ek* "ngoài, ở ngoài, xa", *dysis* "chìm, dìm xuống", *ekdysis* "ra
　　　　ngoài, thoát ra, lột trần"; *anthera* "bao phấn", liên tưởng đến các
　　　　tiểu nhụy.

Echeveria　　　　　DC. 1828　　　　　Crassulaceae
　　　　　　　　　　Prodr. 3: 401　1828
　　　　Atanasio Echeverria y Godoy (1771-1820; năm sinh và mất nay
　　　　vẫn chưa rõ), họa-sĩ thực vật người Mêxicô gốc Tâybannha, tham
　　　　gia thám hiểm khoa học ở Bắc Mỹ, Cuba và vùng Caribê, thịnh
　　　　vượng khoảng 1787-1803.

Echinocarpus　　　　Blume 1825　　　　　Elaeocarpaceae
　　　　　　　　　　Bijdr. Fl. Ned. Ind. 56　1825
　　　　Hy. *echinos* "con nhím, con cầu-gai"; *karpos* "trái".
　　　　　　xem **Sloanea** (CCVN-I/476)

Echinochloa　　　　P. de Beauv 1812　　　　Poaceae
　　　　　　　　　　Ess. Agrostogr. 53, 161　1812
　　　　Hy. *echinos* "con nhím, con cầu-gai"; *chloe, chloa* "cỏ hòa-bản";
　　　　giéhoa và các nhánh của phát-hoa có lông gai.

Echinodorus　　　　Rich. 1815　　　　　Alismataceae
　　　　　　　　　　Mém. Mus. Hist. Nat. 1: 365　1815
　　　　Hy. *echinos* "con nhím"; *doros* "túi, hình túi"

Echinolaena   Desv. 1813   Poaceae
                       J. Bot. Agric. 1: 75   1813
Hy. *echinos* "con nhím"; *chlaena, chlaenion* "bao, áo choàng";
đĩnh trên có bầu và có lông.
          xem **Pseudoechinolaena** (CCVN-III/659)

Echioglossum   Blume 1825   Orchidaceae
                       Bijdr. Fl. Ned. Ind. 8: 364   1825
          xem **Cleisostoma** (CCVN-III/936)

Echites   P. Br. 1756   Apocynaceae
                       Civ. Nat. Hist. Jamaica 182   1756
Tên mà Plinius gọi một dây leo quấn, có lẽ là một *Clematis*, do
echis, echidna "rắn lục, tựa rắn lục"; do dạng leo, hay độc (?).
          xem **Alstonia** (CCVN-II/691),
          và **Parsonsia** (CCVN-II/716).

Eclipta   L. 1771 (n. cons.)   Asteraceae
                       Mant. Pl. 2: 157 [159], 286   1771
Hy. *eclipes* "thiếu"; do chỉ có ít vảy trên đế hoa.

Edgeworthia   Meiss. 1841   Thymelaeaceae
                       Pl. Vasc. Gen. 1: 330   1841
Michael Pakenham Edgeworth (1812-1881), tvh người Ireland,
phục vụ cho Côngty Đông Ấn của Anh ở Bengal, từ 1850 Cảnh
sát trưởng ở Punjab, thu mẫu thực vật ở Ấn độ và Sri Lanka, viết
về các phương ngữ ở Ấn độ, về Văn hóa, Địa hình và đồ cổ.

Egenolfia   Schott 1836   Dryopteridaceae
                       Gen. Fil. 4   1836
Christian Egenolff, 1502-1555, người Đức, làm nhà in và xuất bản
sách.

Ehretia   P. Br. 1756   Boraginaceae
                       Civ. Nat. Hist. Jamaica 168, pl. 16, f. 1   1756
Georg Dionysius Ehret (1708-1770), tvh Đức và họa sĩ thực vật,
chăm sóc Jardin des Plantes ở Paris một thời gian ngắn trước khi
đến Anh, giao thiệp và đồng tác giả với Linné để minh họa trong
"*Hortus Cliffortianus*" năm 1738; ông cũng minh họa trong
"*Plantae selectae*"của Christoph Jacob Trew. Các minh họa của
ông được nhiều người yêu cầu, vd như Sir Joseph Banks; hiện có
hơn 3 000 hình vẽ của ông còn lưu lại trong nhiều bộ sưu tập.

Eichhornia   Kunth. 1842 (n. cons.)   Pontederiaceae
Enum. Pl. 4: 129–132   1843

Johann   Albrecht
Friedrich   von
Eichhorn   (1779-
1856), Bộ trưởng Giáo
dục và An sinh xã hội
của nước Phổ, Thẩm
phán và nhà ngoại
giao, bảo trợ Khoa
học Tự nhiên.

Eichhornia crassipes: lục bình.

Elaeagnus   L. 1753   Elaeagnaceae
Sp. Pl. 1: 121   1753
Hy. *elaia* "oliu"; *agnos*: một cây giống như cây oliu.

Elaeis   N.J. Jacquin 1763   Arecaceae
Select. Stirp. Amer. Hist. 280–282, pl. 172   1763
Hy. *elaios* "oliu".

Elaeocarpus   L. 1753   Elaeocarpaceae
Sp. Pl. 1: 515   1753
Hy. *elaia* "oliu"; *carpos* "trái, quả".

Elaphoglossum   Schott ex J. Sm. 1841 [1842]   Dryopteridaceae
J. Bot. (Hooker) 4: 148 1842
Hy. *elaphos* "rắn"; *glossa* "lưỡi"; vì hình dạng và kết cấu của lá.

Elatine   L. 1753   Elatinaceae
Sp. Pl. 1: 367   1753
tên xưa Hy. *elatinos* "cây thông nhỏ" của loài.

Elatostemma   J.R. & J.G.A. Forster 1776(n. cons.)   Urticaceae
Endl. 1833, trong *Prodr. Fl. Norfolk. 391833*
Hy. *elate* "cao"; *stemma* "vòng hoa" ; liên tưởng đến phát-hoa.

Elattosis   Gagnep. 1939   Butomaceae
Bull. Soc. Bot. France 86(5–6): 300–301   1939
xem **Teganocharis** Limnocharitaceae (CCVN-III/315)

Eleocharis   R. Br. 1810   Cyperaceae
                    Prodr. 1: 224   1810
Hy. *elos, eleo* "đầm lầy"; *charis* "duyên dáng"; thích thú ở đầm
lầy, duyên dáng của đầm lầy.

Elaeodendron   J.F. Jacq. 1780-4   Celastraceae
                    Icon. Pl. Rar. 1: 3, pl. 48   1782
Hy. *elaio* "oliu"; *dendron* "cây"
        xem **Cassine** (CCVN-II/156)

Elephantopus   L. 1753   Asteraceae
                    Sp. Pl. 2: 814   1753
Hy. *elephantos* "con voi"; *pous* "chân"; các bế-quả bám vào chân
khiến một số loài thành những cỏ dại gây phiền toái.

Elettaria   Maton 1811   Zingiberaceae
                    Trans. Linn. Soc. London 10(2): 250   1811
do tên thông thường tiếng Malayalam ở Kerala (Ấn độ) gọi cây
Đậu khấu (cardamom), được van Rheede dùng trong *Hortus
Indicus Malabaricus,* 11: t.5. 1692.

Elettariopsis   Baker 1892   Zingiberaceae
                    Fl. Brit. India 6(18): 251   1892
Tựa như *Elettaria.*

Eleusine   Gaertn. 1788   Poaceae
                    Fruct. Sem. Pl. 1: 7   1788
thànhphố cổ Eleusis ở Hylạp, khoảng 14 dặm về phía tây-nam của
Athen, nơi có đền thần Demeter (người Lamã gọi là Ceres), nữ
thần hòabản, thóc, được cho là đã gieo những lúa mì đầu tiên;

Eleutherine   Herbert 1843 (n. cons.)   Iridaceae
                    Edwards's Bot. Reg. 29: t. 57   1843
Hy. *eleutheros* "tự do'; do tiểunhụy rời.

Eleutherococcus Max. 1859   Araliaceae
Mém. Acad. Imp. Sci. St-Pétersbourg Divers Savans 9: 132   1859
Hy. *eleutheros* "tự do"; *kokkos* "trái".

Ellipanthus   J.D. Hook. 1862   Connaraceae
                    Gen. Pl. 1: 431, 434   1862
Hy. *ellipes* "thiếu, vắng"; *anthos* "hoa"; có tiểu nhụy lép.

Elodea   J. St.-Hil. 1805   Guttiferae
                    Expos. Fam. Nat. 2: 24 1805
        xem **Cratoxylon** (CCVN-I/464) Guttiferae

Elsholtzia   Willd. 1790   Lamiaceae
                    Bot. Mag. (Römer & Usteri) 4(11): 3   1790
        Johann Sigismund Elsholtz (1623-1688), ysĩ và thnh Đức.

Elytraria   Michaux 1803 (n. cons.)   Acanthaceae
                    Fl. Bor.-Amer. 1: 8–9, pl. 1   1803
        Hy. *elytron* "bao, bọc, che phủ, bẹ"; do các lá-bắc của phát-hoa.

Elytranthe   (Bl.) Bl. 1830   Loranthaceae
                    Syst. Veg. (ed. 15 bis) 7(2): 1611, 1730 1830
        Hy. *elytro* "bao,bọc, che phủ, bẹ"; *anthos* "hoa".

Elytrophorus   P. de Beauv. 1812   Poaceae
                    Ess. Agrostogr. 67, pl. 14, f. 2   1812
        Hy. *elytron* " bẹ, bao, bọc"; *phoros* "mang, chở", do các dĩnh có
        hình dạng như bao, như bẹ.

Embelia   N.L. Burman 1768 (n. cons.)   Myrsinaceae
                    Fl. Indica 62, pl. 23   1768
        tên thông thường *aembilla* ở Sri Lanka.

Emblica   Gaertn. 1790   Euphorbiaceae
                    Fruct. Sem. Pl. 2: 122   1790
        tên xưa *amlaki* ở Bengal gọi cây có trái làm thuốc (Chùm ruột núi
        Phyllanthus emblica).
            xem **Phyllanthus** (CCVN-II/189)

Embolanthera   Merr. 1909   Hamamelidaceae
                    Philipp. J. Sci. 4: 263   1909
        Hy. *embole* "chèn vào, xen vào", *embolon* "cái chốt, thỏi, đòn, cán"
        và *anthera* "bao phấn".

Emilia   Cassini 1817   Asteraceae
                    Bull. Sci. Soc. Philom. Paris 1817: 68   1817
        Gabrielle Émilie Le Tonnelier de Breteuil, Nữ-hầu-tước Châtelet-
        Laumont (1706-1749), thnh Pháp (Toán, Vật lý), học thức cao,
        phóng khoáng, đã dịch tác phẩm *"Philosophiae Naturalis
        Principia Mathematica"* của Isaac Newton, viết *"Institutions de*

Physique", *"Les Principes de Newton"*, *"Dissertation sur la nature et la propagation du feu"*; bạn và tình nhân của Voltaire.

Emmenopterys Oliv. 1889 Rubiaceae
Hooker's Icon. Pl. 19: , pl. 1823 1889
Hy. *emmeno* "nhẫn nại, chịu đựng"; *pteris* "cánh"; một thùy của đài-hoa nở to và có cọng dài.

Empusa Lindl. 1824 Orchidaceae
Bot. Reg. 10: t. 825 1824
Hy. *empuos* "chảy mủ", trông hiểm độc.
xem **Liparis** (CCVN-III/907)

Endiandra R. Br. 1810 Lauraceae
Prodr. 402 1810
Hy. *endeia* "mất"; *andros* "đực"; chỉ có một luânsinh ba-(3)-tiểunhụy thụ mà thôi.

Endomallus Gagnep. 1915 Fabaceae
Notul. Syst. (Paris) 3: 184–186 1915
Hy. *endo* "ở trong"; *mallo, mallos* "xốp bồng, như len, nỉ".
xem **Cajanus** (CCVN-I/964)

Endospermum Benth. 1861 Euphorbiaceae
Fl. Hongk. 304 1861
Hy. endo *"ở trong"; sperma* "hột".

Engelhardtia Lesch. ex Bl. 1825-6 Juglandaceae
Bijdr. Fl. Ned. Ind. 528 1826
Nicolaus Engelhard (Engelhardt) (1761-1831), người Hòa lan, thương gia và quan chức hành chánh thuộc địa, làm việc cho Côngty Đông Ấn, Thống đốc ở Java (1801-1808), bảo trợ TVH.

Enhalus Rich. 1814 Hydrocharitaceae
Mém. Cl. Sci. Math. Inst. Natl. France 12(2): 64 1814
Hy. *en* "trong"; *als, alo, alos* "muối, mặn"; sống trong nước mặn, nước biển.

Enhydrias Ridl. 1900 Hydrocharitaceae
J. Bot. 38: 69 1900
Hy. *en* "trong"; *hydor, hydro, hydros* "nước".
xem **Blyxa** (CCVN-III.321)

Enicosanthella Bân = (**Enicosanthellum** Tien Ban 1975) Annonaceae
Bot. Žhurn. (Moscow & Leningrad) 60: 808   *1975*
Hy. *henikos* "đơn độc, số ít"; *antheo* "trổ hoa"; *anthos* "hoa".

Enicostema   Bl. 1825   Gentianaceae
Bijdr. Fl. Ned. Ind. 848 1825
Hy. *henikos* "đơn độc, số ít" và *stema* "tiểunhụy", do bản chất của
các tiểunhụy.

Enkianthus   Lour. 1790   Ericaceae
Fl. Cochinch. 1: 258, 276   *1790*
Hy. *enkuos* "có thai, phù ra"; *anthos* "hoa"; hoa phù như có thai.

Enkleia   Griffith 1844 [1843]   Thymelaeaceae
Calcutta J. Nat. Hist. 4: 234–235   *1844 [1843]*
Hy. *enkleio* "đóng, khép kín", hoặc từ *en* và *kleos* "vinh quang", do
các lá bắc và các hoa.

Ensete   Horan. 1862   Musaceae
Prodr. Monogr. Scitam. 8, 40   *1862*
từ tên thông thường ở Abyssinia gọi cây Chuối *Musa ensete*.

Entada   Adans. 1763 (n. cons.)   Fabaceae
Fam. Pl. 2: 318, 554   *1763*
tên Malabar.

Enterolobium   C.F.P. Martius 1837   Fabaceae
Flora 20(2, Beibl.): 117 1837
Hy. *entero* "ruột"; *lobus* "trái, quả"; trái hình xoắn ốc như ruột,
phèo.

Enydra   Loureiro 1790   Asteraceae
Fl. Cochinch. 2: 510–511   *1790*
Hy. *enydros* "thủysinh" (*enydris* "con rái cá"), sống trong nước.

Epaltes   Cass. 1818   Asteraceae
Bull. Sci. Soc. Philom. Paris 1818: 139   1818
Hy. *epalthes* "đang lành lại", *epaltheo* "chữa lành, chữa bịnh";
liên tưởng đến rễ của một loài cây ở Ấn độ, được dùng như thuốc
bổ, tăng lực.
            xem **Sphaeromorpha** (CCVN-III/265)

Eparmostigma = **Eparmatostigma** Garay 1972   Orchidaceae

Bot. Mus. Leafl. 23: 1781972

Hy. *eparma, eparmatos* "sưng, phồng lên, nâng lên"; *stigma* "nuốm"; nuốm thò, trồi ra.

Epicharis   Blume 1825   Meliaceae
          Bijdr. Fl. Ned. Ind. 166 1825
Hy. *epi* "ở trên, bên trên, trên ngọn"; *charis* "duyên dáng".
          xem **Dysoxylum** (CCVN-II/393)

Epidendrum[*-on*]   L. 1763   Orchidaceae
          Sp. Pl. (ed. 2) 1347   1763
Hy. *epi* "ở trên, bên trên, trên ngọn"; *dendron* "cây"; do dạng sống phụ sinh của những thực vật nầy mọc trên thân cây gỗ lớn.
          xem **Appendicula** (CCVN-III/799)

Epigeneium   Gagnepain 1932   Orchidaceae
          Bull. Mus. Natl. Hist. Nat., sér. 2 4(5): 593–594 1932
Hy. *epi* "ở trên"; *geneion* "râu, cằm"; có lẽ liên tưởng đến các cánh hoa và các lá đài bên, hoặc phần gốc của trục hợp nhụy.

Epilobium   L. 1753   Onagraceae
          Sp. Pl. 1: 347   1753
Hy. *epi* "trên"; *lobos* "trái, quả"; vị trí của baohoa trên trái.

Epipactis   Zinn 1757   Orchidaceae
          Cat. Pl. Hort. Gott. 85–87   1757
Hy. *epipaktis*, do Theophrastus dùng gọi một cây mà người hylạp dùng để làm đông sữa; cũng là tên của một cây gọi là *Helleborine*, có lẽ là loài *Epipactis helleborine* (L.) Crantz.

Epiphyllum   Haworth 1812   Cactaceae
          Syn. Pl. Succ. 197   1812
Hy. *epi* "trên"; *phyllos* "lá".

Epipogeum = **Epipogium** J.F. Gmelin ex Borkh. 1792 Orchidaceae
          Tent. Disp. Pl. German. 139   1792
Hy. *epi* "ở trên"; *pogon* "râu", do môi hoa có mồng.

Epipremnum Schott 1857 Araceae
Bonplandia (Hannover) 5: 45 1857

Hy. *epi* "trên"; *premnon* "thân"; sống trên thân cây gỗ lớn, hầu như phụ sinh.

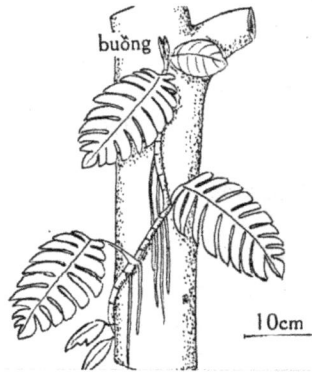

buồng

10cm

Epipremnum pinnatum: Ráy ngót có thân bò lên cao.

Epiprinus Griff. 1854 Euphorbiaceae
Not. Pl. Asiat. 4: 487–489 1854

Hy. *epi* "trên"; *prinos* "sồi đỏ" (*prin* "cũ, xưa, trước, đằng trước").

Epirixanthes Bl. 1823 Polygalaceae
Catalogus 25 1823

Hy. *epi* "trên"; *rhizos* "rễ"; *anthes* "hoa".

Episcia Mart. 1829 Gesneriaceae
Nov. Gen. Sp. Pl. 3: 39 1829

Hy. epi "trên"; *skia* "rập, bóng mát"; sống nơi rập.

Epithema Blume 1826 Gesneriaceae
Bijdr. Fl. Ned. Ind. 737 1826

Hy. *epithema* "tay cầm, cán, thuốc bôi ngoài", liên tưởng đến các hoa mọc trên lá.

| **Equisetum** | L. 1753 | Equisetaceae |
| | *Sp. Pl. 2: 1061 1753* | |

La. *equus* "ngựa"; *seta* "lông"; cây như đuôi ngựa.

Equisetum: "như đuôi ngựa".

| **Eragrostis** | N.M. Wolf. 1776 | Poaceae |
| | *Gen. Pl. 23   1776* | |

Hy. *eros* "ái tính"; *agrostis, agrostidos* (*agros* "cánh đồng, nông thôn") "cỏ hòa bản, cỏ dại, cỏ gà"; La. *agrostis, is* "cỏ gà, cỏ băng"; cũng có gợi ý từ *era* "đất, mặt đất".

| **Eranthemum** | L. 1753 | Acanthaceae |
| | *Sp. Pl. 1: 9   1753* | |

Hy. *erao* "tình yêu"; *anthemion* "hoa".

| **Erechtites** | Raf. 1817 | Asteraceae |
| | *Fl. Ludov. 65   1817* | |

La. erectus "đứng thẳng, dựng đứng".

| **Eremochloa** | Büse 1854 | Poaceae |
| | *Pl. Jungh. 357 1854* | |

Hy. *eremos* "cô độc, hoang vắng "; *chloe, chloa* "cỏ hòa-bản"; do cỏ mọc ở vùng đất khô cằn.

| *Eremopanax* | Baill. 1878 | Araliaceae |
| | *Adansonia 12: 158   1878* | |

Hy. *eremos* "cô độc, hoang vắng "; và tên giống (chi) *Panax*.
    xem **Arthrophyllum** (CCVN-II/524)

| **Eria** | J. Lindl. 1825 (n. cons.) | Orchidaceae |
| | *Bot. Mag. 11: , ad pl. 904   1825* | |

Hy. *erion* "nỉ, len" .

Eriachne   R. Br. 1810   Poaceae
Prodr. 183   1810
Hy. *erion* "nỉ, len"; *achne* "dĩnh, vỏ trấu", dĩnh đầy lông.

Erianthus   Michx. 1803   Poaceae
Fl. Bor.-Amer. 1: 54   1803
Hy. *erion* "nỉ, len"; *anthos* "hoa"; do phát-hoa và trấu đầy lông.

Erigeron   L. 1753   Asteraceae
Sp. Pl. 2: 863   1753
Hy. *eri* "xuân"; *geron* "già"; cây trổ mùa xuân và có lông trắng như tóc bạc.

Erinus   L. 1753   Scrophulariacea
Sp. Pl. 2: 630   1753
Erinos, một tên Hy. xưa mà Dioscorides dùng gọi một cây tương tợ như *basil*; Plinius dùng từ *erineos* để gọi một cây, có lẽ là một loài *Campanula*; Theophrastus (*HP.* 2.2.4.) và Aristoteles dùng gọi cây Sung dại, *Ficus caprificus*.
xem **Stemodia** (CCVN-II/910)

Eriobotrya   Lindl. 1821   Rosaceae
Trans. Linn. Soc. London 13(1): 96, 102 1821
Hy. *erion* "nỉ, len"; *botrys* "chùm" pháthoa có lông tơ.

Eriocaulon   L. 1753   Eriocaulaceae
Sp. Pl. 1: 87   1753
Hy. *erion* "nỉ, len"; *kaulos* "thân"; thân đầy lông.

Eriochloa   Kunth1815   Poaceae
Nov. Gen. Sp. (quarto ed.) 1: 94–95, pl. 30, 31   1815
Hy. *erion* "nỉ, len"; *chloa, chloe* "cỏ hòa bản"; gié-hoa và cọng hoa có nhiều lông.

Eriodes   Rolfe 1915   Orchidaceae
Orchid Rev. 23: 327   1915
Hy. *erion* "nỉ, len"; *odes* "tựa như, dạng như".

Erioglossum   Blume 1825   Sapindaceae
Bijdr. Fl. Ned. Ind. 229 1825
xem **Lepisanthes** (CCVN-II/318)

Eriolaena   A.P. de cand. 1823   Malvaceae
      Mém. Mus. Hist. Nat. 10: 102   1823
Hy. *erion* "nỉ, len"; *chlaena, chlaenion* "áo khoác, vỏ bọc".

Eriophorum   L. 1753   Cyperaceae
      Sp. Pl. 1: 52   1753
Hy. *erion* "nỉ, len"; *phoreo* "mang".

Eriosema   (A.P. de Cand.) G. Don 1832(n. cons.)   Fabaceae
      Gen. Hist. 2: 347   1832
Hy. *erion* "nỉ, len"; *sema* "cờ"; cờ có lông.

Erismanthus   Wall. ex Muell-Arg. 1866   Euphorbiaceae
      Prodr. 15(2): 1138   1866
Hy. *ereisma* "cột chống"; *anthos* "hoa".

Ervatamia   (A.P. de Cand.) Stapf. 1902   Apocynaceae
      Fl. Trop. Afr. 4(1): 126 1902
Nandi-ervatam tên Malabar của loài cây *Ervatamia coronaria* Stapf, mà van Rheede dùng trong *Hortus Indicus Malabaricus.* 2: t. 54. 1679;

Erycibe   Roxb. 1798 [1802]   Convolvulaceae
      Pl. Coromandel 2: 31, pl. 159   1798 [1802]
La. *eruca* "sâu bướm, dây xích", dạng như dây xích; *cibi, cibus* "thường, phổ biến, ăn được"; hoặc Hy. *eryo* "cái bừa, lưỡi vét"; *kybe* "cái đầu".

Eryngium   L. 1753   Apiaceae
      Sp. Pl. 1: 232   1753
Hy. *eringion* do Theophrastus gọi một cây mà lá có gai.

Erythraea   Borkhausen 1796   Gentianaceae
      Arch. Bot. (Leipzig) 1(1): 30   1796
Hy. *erythros* "đỏ".

Erythrina   L. 1753   Fabaceae
Sp. Pl. 2: 706   1753
Hy. *erythros* "đỏ";
màu đỏ của hoa
Vông.

Erythrina fusca: *erythros* "đỏ"; hoa
Vông màu đỏ chói.

Erythrodes   Blume 1825   Orchidaceae
Bijdr. Fl. Ned. Ind. 8: 410   1825
Hơi đỏ, từ Hy. *erythros* "đỏ" và *odes* "giống như, tương tợ như",
do các hoa có bao hoa màu đỏ.

Erythropalum   Bl. 1826   Olacaceae
Bijdr. Fl. Ned. Ind. 921   1826
Hy. *erythros* "đỏ"; *paleo* "tái, nhợt nhạt".

Erythrophleum   Afz. ex R.Br. 1826   Fabaceae
Narr. Travels Africa 235   *1826*
Hy. *erythros* "đỏ"; *phloios* "vỏ", hay là *phleein* "mủ"; mủ đỏ

Erythropsis   Lindl. 1827   Malvaceae
Brand. J. Sci. Sept. 1827: 112   *1827*
xem **Firmannia** (CCVN-I/510)

Erythrorchis   Blume 1837   Orchidaceae
Rumphia 1: 200 1837
Hy. *erythros* "đỏ"; *orchis* "ngọc-hành, lan".

Erythrostaphyle   Hance 1873   Icacinaceae
J. Bot. 11: 266   1873
Hy. *erythros* "đỏ"; *staphyle* "chùm, chùm hoa".
xem **Iodes** (CCVN-II/176)

Erythroxylum   P. Br. 1756   Erythroxylaceae
           Civ. Nat. Hist. Jamaica 278   *1756*
Hy. *erythros* "đỏ"; *xylon* "gỗ".

Eschscholzia   Chamisso 1820   Papaveraceae
       Cham. Horae Phys. Berol. 73–75, pl. 15   *1820*
Johann Friedrich Gustav von Eschscholz (1793-1831), ysĩ giải phẫu, tvh và thnh người Estonia gốc Đức, giáo sư Giải-phẫu-học, giám đốc Bảo tàng động vật ở Dorpat (Tartu/Estland); 1816 và 1824 tham gia các chuyến thám hiểm của Nga đến bờ Tháibìnhdương dưới sự chỉ huy của Otto von Kotzebue; 1823-26 đi quanh địa cầu thu mẫu và nghiên cứu chung với bạn ông là thisĩ và tvh Đức Adelbert von Chamisso; chú trọng đặc biệt đến Côn trùng; tác giả của *"System der Akalephen"* (1829) và *"Zoologischen Atlas"* (1829-1833); đảo san-hô mang tên Eschscholtz do Kotzebue đặt đã được đổi từ 1946 thành Bikini Atoll. Eschscholtz mất lúc chỉ mới được 38 tuổi.

Espera   Willd. 1801   Malvaceae
       Ges. Naturf. Freunde Berlin Neue Schriften 3: 450   *1801*
Eugen (Eugenius) Johann Christoph Esper (1742–1810), người Đức, tvh (Rong), nhà côn trùng học, khoáng vật học, giáo sư Vạn vật học ở Đại học Erlangen, phát triển các mẫu vật Khoáng, Chim, Thực vật, Côn trùng, viết sách và các độc khảo về Bướm, Rong biển, Khoáng chất.
      xem **Berrya** Tiliaceae (CCVN-I/490)

Ethulia   L.f. 1762   Asteraceae
       Dec. Pl. Horti Upsal. 1 1762
Có lẽ từ chữ Hy. *aitho, aithein* "thắp sáng lên, đốt, bùng cháy", hay *ethos* "thói quen, cách" và *oulios* "tai hại, tàn phá".

Etlingera   Gisek. 1792   Zingiberaceae
       Prae. Ord. Nat. Pl. ad 202, 209 1792
Andreas Ernst Etlinger (Ettlinger), 1730-1790, ysĩ và tvh Đức, chuyên gia về giống cây Từ-bi (*Salvia*), tác giả *"De salvia dissertatio inauguralis"*, *"Commentatio Botanico-Medica De Salvia"*.

Eucalyptus   L'Hérit. 1789   Myrtaceae
       Sert. Angl. 18 1788 [1789]
Hy. *eu* "tốt"; *calyptos* "phủ, nắp"; đài rơi như một nắp.

Eucharis   Pl. 1852-3   Amaryllidaceae
          Cat. Pl. Exot. 8: 3   1853
Hy. *eu* "tốt, chân chính"; *charis* "duyên dáng, dễ thương" rất duyên dáng.

Euchresta   Benn. 1840   Fabaceae
          Pl. Jav. Rar. 148, pl. 31 1840
Hy. *euchrestos* "rất có ích"; hột có vị thuốc, hạ sốt.

Eucommia   Oliver 1890)   Eucommiaceae
          Hooker's Icon. Pl. 20: pl. 1950 1890
Hy. *eu* "tốt"; *kommi* "chất gôm"; do các loài nầy tạo ra cao su hay nhũ dịch cứng.

Eugenia   L. 1753   Myrtaceae
          Sp. Pl. 1: 470   1753
Hoàng tử François Eugène de Savoie (1663-1736), gốc Pháp, một trong những vị tướng tài ba nhất của hoàng tộc Áo Hapsburg; ông là người duy nhất mà tên được dùng đặt cho những chiến-hạm Hải-quân của bốn nước khác nhau, Anh, Áo-Hung, Đức và Ý. Trong sưu tập lớn của ông về các sách xưa, có những công trình về lịch sử tự nhiên và địa lý học rất đáng chú ý. Ông cũng khuyến khích thựcvậthọc và nghệ thuật.

Eulalia   Kunth. 1829   Poaceae
          Révis. Gramin. 1: 160   1829
Eulalie Delile (1800–1840), người Pháp, nữ-họasĩ thực vật, vẽ hình thực vật cho Venceslas Victor Jacquemont, Alexander von Humboldt, Carl Sigismund Kunth và Jules Paul Benjamin Delessert, và cho *"Lettres sur la botanique"* của Jean-Jacques Rousseau. Bà là em gái của nhà tvh Pháp Alire Raffeneau Delile (1778-1850). Cũng có nguồn gợi ý từ Hy. *eu* "tốt" và *lalo* "nói, phát biểu", nói hay.

Eulaliopsis   Honda 1924   Poaceae
          Bot. Mag. (Tokyo) 38: 56   1924
Tựa như giống (chi) *Eulalia* Kunth.

Eulophia   R. Br. ex J. Lindl. 1823   Orchidaceae
          Gen. Sp. Orchid. Pl. 180   1833
Hy. *eu* "tốt"; *lophos* "mồng"; có mòng đẹp (trên môi).

Euodia = Evodia J.R. Forst. & G. Forst. 1775 Rutaceae
Char. Gen. Pl. 7 *1775*
Hy. *eu* "tốt"; *odia, odes* "mùi thơm"; có mùi thơm ngọt.

Eupatorium L. 1753 Asteraceae
Sp. Pl. 2: 836 *1753*
tên một cây có vị thuốc theo Plinius, có lẽ do Eupator Mithridates đã dùng. Mithridates VI (134-63 BC), cũng được gọi là Eupator Dionysius, vua ở Pontus và Tiểu Armenia có nguồn gốc Hylạp và Ba-tư; có nguồn cho rằng ông đã khám phá trong một trong những loài nầy một chất giải độc cho một thứ độc dược thường dùng. Ông là một trong những địch thủ thành công nhất của đế quốc Lamã. Có thể là loài cây mà ông khám phá cũng độc và ông đã uống nó đều đặn với liều lượng nhỏ để tập dung nạp chất độc. Ông luôn hoang tưởng là sẽ bị đầu độc, có lẽ vì cha ông bị ám sát, nên chế tạo ra nhiều phức hợp gọi là thuốc giải độc vạn năng uống mỗi ngày để phòng bị đầu độc. Trớ trêu là sau khi thất trận dưới tay của Pompey (năm 63 trước CN), ông toan tự tử bằng thuốc độc nhưng thất bại do đã được miễn dịch, nên ông buộc phải nhờ một cận vệ giết chết ông bằng gươm.

Euphorbia L. 1753 Euphorbiaceae
Sp. Pl. 1: 450 *1753*
Hy. *euphorbios* "mập, cây mập"; *euphorbion* do Dioscorides gọi tên cây này. Euphorbus, thầy thuốc người Hylạp của vua Juba II ở Mauritania (54 trước CN), du hành nhiều ở vùng Bắc Phi. Juba được giáo dục ở Lamã và cưới con gái của Antony và Cleopatra; Juba quan tâm đến thực vật và có viết về một cây tựa như xương rồng mọc ở triền núi Atlas vốn được dùng làm thuốc xổ mạnh; cây ấy có lẽ là *Euphobia resinifera*. Euphorbus có người anh (hay em) tên là Antonius Musa làm ngự-y của hoàng đế Augustus ở Lamã. Khi Juba nghe tin Caesar dựng tượng để vinh danh Musa thì ông quyết định vinh danh thầy thuốc của mình bằng cách lấy tên Euphorbus để đặt tên cây nói trên. Từ *Euphorbus* gồm *eu* "tốt" và *phorbe* "đồng cỏ hay cỏ cho gia súc", nên *euphorbos* có nghĩa là "được nuôi dưỡng tốt". Có nguồn cho rằng vua Juba có vẻ thích thú vì đã chọn tên thầy thuốc của mình cho cây nầy do cây mập và cũng vì Euphorbus có vóc dáng to béo.

Euphoria Comm. ex A.L. de Juss. 1789 Sapindaceae
Gen. Pl. 247–248 *1789*
Hy. *eu* "tốt"; *phora* "mang".
xem **Dimocarpus** (CCVN-II/320)

Euproboscis	Griffith 1844	Orchidaceae
	Calcutta J. Nat. Hist. 5: 371	*1844*

do Hy. *eu* "tốt" và *proboscis, proboskidos* "vòi voi"; Hy. *pro* và *bosko, boskein* "cho ăn cỏ, nuôi ăn".

xem **Thelasis** (CCVN-III/812)

Eurya	Thunb. 1783	Theaceae
	Thunb. Nov. Gen. Pl. 3: 67	*1783*

Hy. *eury, eurys* "rộng".

Euryale	Salisb. 1805	Nymphaeaceae
	Ann. Bot. (König & Sims) 2: 73 1805	

từ tên của một trong ba nữ thần tóc rắn hung ác trong thần thoại Hylạp, do dạng cây có nhiều gai.

Eurycoma	W. Jack. 1822	Simaroubaceae
	Malayan Misc. 2(7): 44 1822	

Hy. *eury, eurys* "rộng"; *kome* "tóc".

Eurycles	Salisb. ex J.A. & J.H. Schultes 1830	Amaryllidaceae
	Syst. Veg. (ed. 15 bis) 7(2): lvi, 909	*1830*

Hy. *eurys* "rộng"; *kleio* "khít lại, sát lại gần nhau"; chén không hoàn toàn.

Euscaphis	S. & Zucc. 1840 (n. cons.)	Staphyleaceae
	Fl. Jap. 1: 122–124, f. 67	*1840*

Hy. *eu* "tốt"; *scaphis* "thuyền"; vì hình dạng và màu trái (quả) khi nứt ra.

Eustachys	Desv. 1810	Poaceae
	Nouv. Bull. Sci. Soc. Philom. Paris 2: 188 1810	

Hy. *eu* "tốt"; *stachys* "gié" ; gié đẹp và dĩnh màu nâu sậm.

Eustigma	Gardn. & Champion 1849	Hamamelidaceae
	Hooker's J. Bot. Kew Gard. Misc. 1: 312 1849	

Hy. *eu* "tốt", *stigma* "nuốm".

Euthralis		Lamiaceae

từ nguyên không rõ.

Evodiopanax	(Harms) Nakai 1924	Araliaceae
	J. Arnold Arbor. 5: 7–8 1924	

Hy. *euodia* "mùi thơm ngọt"; và tên giống (chi) *Panax*.

Evolvulus   L. 1762   Convolvulaceae
   Sp. Pl. (ed. 2) 1: 391   1762
La. *e* "không"; *volvo* "quấn"; không leo quấn như *Convolvulus*.

Evonymus = Euonymus   L. 1753   Celastraceae
   Sp. Pl. 1: 197   1753
Hy. eu "tốt"; *onymos* "danh" ; lừng danh, nổi tiếng .

Evrardia   Gagn. 1932   Orchidaceae
   Bull. Mus. Natl. Hist. Nat., sér. 2 4(5): 596   1932
François Évrard (1885-1957), tvh Pháp, v.v. ... (xem tiểu sử ở tên
giống Evrardianthe).
   xem **Evrardianthe** (CCVN-III/779)

Evrardianthe   (Gagnep.) Rauschert 1983   Orchidaceae
   Feddes Repert. 94: 433 1983
François Évrard (1885-1957), tvh Pháp, giáo sư TVH ở Đại học
Khoa học Paris, 1920-30 đến Đông dương, thu mẫu thực vật ở
Đông Nam Á, Phó Chủ tịch Hội Thực vật học Pháp. Trong các
công bố của ông, có: *"La Flore du massif du Lang-Bian"* trong
Bull. Écon. Indochine, 30: 101-113. 1927, *"Biogéographie
indochinoise et réserves naturelles"* trong Compt. Rend. Soc.
Biogéographie, 5: 257-261. 1933 và *Tables destinées à faciliter la
consultation de la Flore forestière de la Cochinchine* de J. B. L.
Pierre. Saigon 1922.

Evrardiella   Gagn. 1934   Liliaceae
   ser. 2. 6: 191   1934 [1934]
François Évrard (1885-1957), tvh Pháp, v.v. ... (xem tiểu sử ở tên
giống Evrardianthe)

Exacum   L. 1753   Gentianaceae
   Sp. Pl. 1: 112   1753
do Plinius đặt; La. *ex* "ra"; *ago* "đến nơi, đạt tới": lực tổng, phóng
ra.

Excentrodendron   H.T. Chang & R.H. Miao1978   Malvaceae
   Acta Sci. Nat. Univ. Sunyatseni 1978(3): 21   1978
Hy. *exo* "bên ngoài, ở ngoài", *kentron* "cựa, mũi nhọn"; *dendron*
"cây".

Excoecaria   L. 1759   Euphorbiaceae
       Syst. Nat. (ed. 10) 2: 1288. *1759*
  La. *ex-caeco* "làm cho đui".

Exotheca And. 1856   Poaceae
      Nova Acta Regiae Soc. Sci. Upsal., ser. 2 2: 253 1856
  Hy. *exo* "bên ngoài, ở ngoài"; *theke* "hộp, ngăn, túi".

Eystathes   Lour. 1790   Xanthophyllaceae
       Fl. Cochinch. 234   *1790*
   xem **Xanthophyllum** (CCVN-II/358)

    ....

F

Fagerlindia   Tirveng. 1983   Rubiaceae
Nordic J. Bot. 3(4): 458, f. 4   1983
Folke Fagerlind (1907-1996), tvh Thụy điển, giáo sư TVH ở Đại học Stockholm, 1952-60 du khảo ở Cuba, Ecuador, Galapagos, Hawaii, Java, Sri Lanka, nhà giải phẫu học, địa lý TVH, tác giả *"The fundamental structure of vascular plants"*.

Fagopyrum   P. Mill. 1754 (n. cons.)   Polygonaceae
Gard. Dict. Abr. (ed. 4) vol. 1   1754
La. *fagus* "dẻ"; Hy. *fagus* "cây Dẻ", *pyros* "lúa mì"; cho bột như lúa mì, cây như Dẻ.

Fagraea   Thunb. 1782   Loganiaceae
Kongl. Vetensk. Acad. Nya Handl. 3: 132   1782
Jonas Theodor Fagraeus (1729-1797), ysĩ và tvh Thụyđiển, cũng nghiên cứu Kinh tế học và Địa lý học Thụyđiển.

Fagus   L. 1753   Fagaceae
Sp. Pl. 2: 997   1753
La. *fagus*, tên latinh của cây Dẻ.

Falconeria   Royle   1839   Euphorbiaceae
Ill. Bot. Himal. Mts. 3541839
Hugh Falconer (1808-1865), người Scotland, ysĩ và tvh, nhà địa chất học và Cổ-SVH, giáo sư TVH ở Calcutta, Ấn độ; ysĩ cho Côngty Đông-Ấn của Anh ở Bengal.

Fatoua   Gaudich. 1826 [1830]   Moraceae
Voy. Uranie 12: 509   1826 [1830]
Nguồn gốc không rõ, có lẽ để tặng một người tên Fatou, theo một trong các ngôn ngữ ở Tây-Nam Thái bình dương; tiếng Fidji *vatu* có nghĩa là "đá".

Fatsia   Decne. &Planchon 1854   Araliaceae
Rev. Hort. 3: 105   1854
Nguồn gốc không rõ, tên trại từ tiếng Nhật xưa *fatsi* "tám" (八 *hachi*); cũng có thể trại từ tiếng Nhật gọi cây *Fatsia japonica* là *Yasude* 八つ手 "tám tay, tám mảnh", liên tưởng đến phiến lá có tám thùy; hoặc La. *facies -ei* "hình thù, hình dạng, gương mặt, vẻ bên ngoài".

Fernandoa   Welw. ex B.C. Seem. 1865   Bignoniaceae
J. Bot. 3: 330   1865
Ferdinand II (Dom Fernando II) (1816-1885), người gốc Đức, vua
Bồ đào nha, khảo cứu cây núi Alpes; thay vợ là Hoàng hậu Dona
Maria II, trị nước rất giỏi; năm 1869 được mời làm vua Tây ban
nha, nhưng ông từ chối. Ông cũng là Chủ tịch Viện Hàn lâm
Hoàng gia Khoa học và Nghệ thuật, bảo trợ cho Đại học Coimbra.
Tên giống *Fernandoa* được công bố năm 1865 bởi nhà tvh
Berthold Carl Seemann dựa vào mô tả ban đầu của Friedrich
Martin Joseph Welwitsch.

Feronia   Corrêa Serr. 1800   Rutaceae
Trans. Linn. Soc. London 5: 224 1800
Được đặt theo tên một nữ thần của La Mã xưa, *Feronia*, chủ trì
rừng, đời sống hoang dã, hoạt động nông nghiệp, ranh giới đồng
án, khả năng sinh sản, sức khỏe và sự phong phú, phì nhiêu, bảo
hộ cho các tiện-dân và các nô lệ được giải phóng.
     xem **Feroniella, Limonia** (CCVN-II/437)

Feroniella   Swingle 1913   Rutaceae
Bull. Soc. Bot. France 59: 776 1913
Dạng nhỏ hơn giống (chi) *Feronia*.

Ferula   L. 1753   Apiaceae
Sp. Pl. 1: 246 1753
La. *ferula, ae* "cây thì là, nhánh mảnh của cây, gậy"; Tiếng
Akkad *per'u, pir'u, perhu*, tiếng Do thái cổ *perah*, Ả rập *farh*
"hoa, mầm".

Festuca   L. 1753   Poaceae
Sp. Pl. 1: 73   1753
La. *festuca, ae* "cuống, cọng, hoặc rơm (cỏ)", cũng có nghĩa
"một loại cỏ dạng như cọng rơm trong số những lúa mạch, *Avena
sterilis* L. hoặc *Aegilops ovata* L." (Plinius).
     xem **Leptochloa** (CCVN-III/638)

Fibraurea   Lour. 1790   Menispermaceae
Fl. Cochinch. 2: 600, 626   1790
La. *fibra,-ae* "sợi", *aurea* "vàng"; vỏ cho sợi màu vàng

| **Ficus** | L. 1753 | Moraceae |
| | *Sp. Pl. 2: 1059*   *1753* | |

tên La. xưa *ficus, fici* của *Ficus carica*, một loài Sung có trái ăn được, từ tiếng Do thái cổ *fag*.

Ficus carica: sung có trái ăn được

| **Fimbristylis** | M. Vahl. 1806 (n. cons.) | Cyperaceae |
| | *Enum. Pl. 2: 285*   *1805* | |

La. *fimbriae* "tua, đường viền, rìa", *stylus* "vòi", vòi có rìa .

| *Finetia* | Gagnep. 1917 | Combretaceae |
| | *Notul. Syst. (Paris) 3: 278*   *1917* | |

Achille Eugène Finet (1863-1913), người Pháp, nhà hóa học, sau đó là tvh, chuyên nhiều về họ Lan, làm việc ở Bảo Tàng Paris kể từ 1898; cộng tác với Gagnepain trong 2 quyển *"Contributions à la Flore de l'Asie orientale"* có minh họa, tham gia vào quyển I của *Flore Générale de l'Indochine*, có đến viếng Đông dương, để lại một kinh phí quan trọng cho Phòng Thí Nghiệm Hiển Hoa của Bảo tàng Paris.

xem **Anogeissus** (CCVN-II/109)

| **Finlaysonia** | Wallich 1831 | Asclepiadaceae |
| | *Pl. Asiat. Rar. 2: 48*   *1831* | |

George Finlayson (1790–1823), tvh và thnh người Scotland, từng làm việc ở Ceylon, Bengal, thu mẫu thực vật ở Malaysia và Thái lan, là ysĩ phẫu thuật cho Công ty Đông Ấn; năm 1821-1823 cùng với chuyến công tác của Crawfurd đến Thái lan và Cochinchina (tên mà người Âu gọi Xứ Đàng Trong hay miền Nam Việt Nam vào thời ấy), thu mẫu cho N. Wallich, và là tác giả *"The Mission to Siam and Hué the capital of Cochinchina, in the Years 1821, 1822"*.

Firmiana   Marsigli 1786   Malvaceae
Saggi Sci. Lett. Accad. Padova 1: 115–116   1786
Karl Joseph von Firmian (1716-1782), nhà quí tộc Áo, Thống đốc
vùng Lombardia ở miến bắc nước Ý; từng học ở Đại học Leyden
và viếng khắp vùng ở Pháp và Ý. Năm 1753 được Francis I
(1708-1765) vua của Thánh Chế La Mã (Holy Roman Empire)
tuyển làm sứ thần ở Naples. Ông bảo trợ rất tích cực cho khoa học
và nghệ thuật; sau khi mất đã để lại một thư viện gồm 40 000
quyển sách và những sưu tập quí về mỹ thuật.

Fissistigma   Griff. 1854   Annonaceae
Not. Pl. Asiat. 4: 706   1854
La. *fissi, fissura* "*chẻ, nứt*"; nuốm chẻ.

Flacourtia   Comm. ex L'Hérit. 1786   Flacourtiaceae
Stirp. Nov. 3: 59   1786
Etienne de Flacourt (1607-1661), tvh Pháp và du hành, giám đốc
Công ty Đông Ấn của Pháp, Thống đốc Madagascar 1648-1655,
khảo sát Madagascar, tác giả *Histoire de la Grande Ile*
Madagascar (1658), và là một trong số những người Âu đầu tiên
mô tả loài chim khổng
lồ *Aepyornis maximus*.

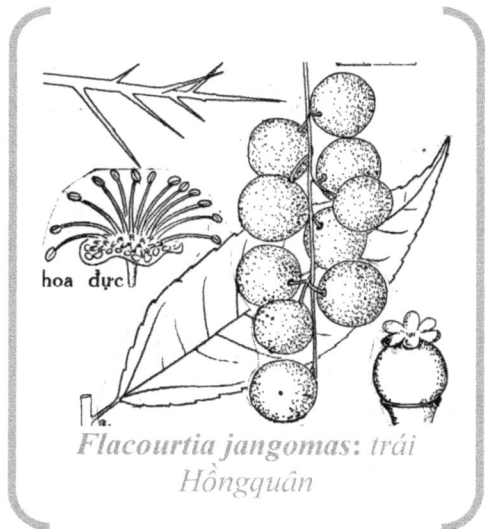

Flacourtia jangomas: trái
Hồngquân

| **Flagellaria** | L. 1753 | Flagellariaceae |
| | *Sp. Pl. 1: 333   1753* | |

La. *flagella* "roi da"; thân cây dài giống như roi.

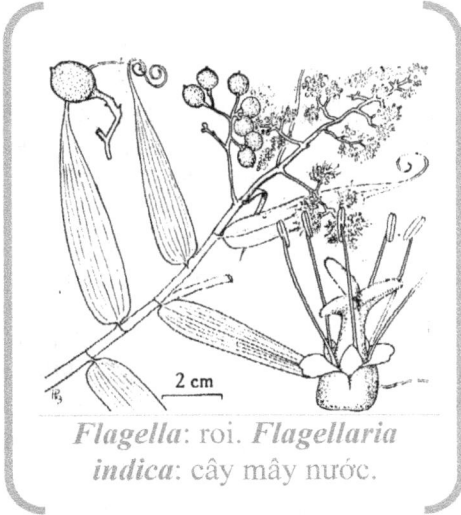

Flagella: roi. *Flagellaria indica*: cây mây nước.

| **Flemingia** | Roxb. ex W. et W.J. Ait. 1812   Fabaceae |
| | *Hortus Kew. 4: 349   1812* |

John Fleming (1747-1829), ysĩ và tvh Anh, chủ tịch Medical Board of Bengal, Ủy viên các Hội Hoàng gia, Hội Linné, Hội Hoàng gia Edinburgh, và Horticultural Society, tác giả *Catalogue of Indian Medical Plants and Drugs (1810),* sưu tập rất nhiều hình vẻ và tranh thực vật của các nghệ sĩ Ấn độ.

| *Fleurya* | Gaud.-Beaupr.1826 [1830]   Urticaceae |
| | *Voy. Uranie 497   1826* |

Có vài nguồn giải thích, nhưng xác đáng nhất là từ *An Etymological Dictionary of Australian Plant Genera* và từ *Index Herbariorum* của F.A. Stafleu cho rằng tên giống (chi) được đặt để tặng Camille Fleury, một sĩ quan hàng hải Pháp trên chuyến thám hiểm của tàu Uranie.

xem **Laportea** (CCVN-II/584)

| **Flickingeria** | A.D. Hawkes 1961 | Orchidaceae |
| | *Orchid Weekly 2(46): 451   1961* | |

Edward A. Flickinger, xuất bản các tạp chí về vườn cảnh, bạn của Alex Drum Hawkes (1927-1977).

| **Floscopa** | Lour. 1790 | Commelinaceae |
| | *Fl. Cochinch. 1: 189, 192   1790* | |

La. *flos* "hoa", *copia, copiae* "nhiều" , *Floscopa: flos-(copia, copiae)* "có nhiều hoa"; La. *cupa, tub* "một chậu tròn"; chậu hoa.

Fluggea	Willd. 1806	Euphorbiaceae
	Sp. Pl. 4(2): 637. *1806*	

Johannes (Johann) Flüggé (1775-1816), ysĩ và tvh Đức, chuyên về Ấn hoa, cũng nghiên cứu cỏ họ Hòa thảo, giảng viên đại học, đã xây dựng Vườn thực vật đầu tiên ở Hamburg năm 1810.

xem **Securinega** (CCVN-II/188)

Fockea	Endlicher 1839	Asclepiadaceae
	Nov. Stirp. Decades 17 1839	

Gustav Waldemar (Woldemar) Focke (1810-1877), người Đức, ysĩ, nhà sinh lý học thực vật, tác giả *De respiratione vegetabilium (1833)* và *Physiologische Studien (1847).* Từng đậu Tiến Sĩ năm 1833 ở Đại học Heidelberg, theo học hậu tiến sĩ ở Đại học Vienna và Đại học Berlin, có sinh hoạt một thời gian ở Đại học Halle. Mặc dầu học nhiều như vậy, và có giảng dạy nhiều, nhưng ông không ấn hành nhiều công trình nghiên cứu của mình. Ông tham gia nhiều vào các Hiệp hội khoa học và là một thành viên của Viện Hàn Lâm Khoa Học Đức Leopoldina.

Foeniculum	Miller 1754	Apiaceae
	Gard. Dict. Abr. (ed. 4) vol. 1 *1754*	

La. *faeniculum (fen, foen)* "cỏ thì là"; dạng nhỏ của La. *Foenum, faenum, fenum* "cỏ khô"; liên tưởng đến mùi của cây.

Fokienia	Henr. & Thomas 1911	Cupressaceae
	Gard. Chron., ser. 3 49: 67 *1911*	

Tỉnh Phúc kiến (*Fujian*) ở Trung quốc.

Fordiophyton	Stapf 1892	Melastomataceae
	Ann. Bot. (Oxford) 6: 314 *1892*	

Để tưởng nhớ Charles Ford (1844- 1927), tvh Anh, sáng lập và Giám đốc Vườn Bách thảo Hongkong, thu mẫu ở Nam Trung quốc và Đài loan; Hy. *phyton* "cây".

Forrestia	A. Rich. non Raf. 1834	Commelinaceae
	Voy. Astrolabe 2: 1 *1834*	

Thomas Forrest (1729-1802), nhà hải-hành Anh, thuyền trưởng phục vụ trong Côngty Đông Ấn, thám hiểm vùng đảo Mollucca và Tân Ghinê, tác giả *"A Voyage to New Guinea and the Moluccas...", "A Treatise on the Monsoons in East India".*

Xem **Amischotolype** (CCVN-III/385)

Fortunella   Sw. 1915   Rutaceae
J. Wash. Acad. Sci. 5(5): 165–168   *1915*
Robert Fortune (1812-1890), người Scotland, tvh và trồng hoa
kiểng, thu mẫu ở Trung quốc, đến Đài loan và Nhật bản, viết
"Three years wandering in the northern provinces of China", *"A
journey to the tea countries of China"*.

Fragaria   L. 1753   Rosaceae
Sp. Pl. 1: 494   1753
La. *fraga* "dâu tây", xuất phát từ *fragum* "thơm", do mùi thơm của
trái.

Francifleurya   A. Chev. & Gagnep. 1927   Pentaphragmataceae
Rev. Int. Bot. Appl. Agric. Trop. 7:662.1927
François (Francis) Fleury (1882-1919), thư ký của Sứ vụ thường
trực ở Bộ Thuộc Địa, tham gia thu mẫu thực vật với A. Chevalier
vào các năm 1907-1919 ở Đông dương (Việt Nam), châu Phi
nhiệt đới (Gabon…), chết trong một chuyến thám hiểm ở Ấn độ
và Mãlai.
          xem **Pentaphragma** (CCVN-III/98)

Fraxinus   L. 1753   Oleaceae
Sp. Pl. 2: 1057 1753
La. *fraxinus*, tên La. xưa của cây Tần bì, Hy. *fraξis* "hàng rào";
dùng làm hàng rào.

Freycinetia   Gaud.-Beaupré 1824   Pandanaceae
Ann. Sci. Nat. (Paris) 3: 509   1824
Đề đốc Louis Claude De Saulses de Freycinet (1779-1842),
sĩ quan Hải quân Pháp, địa chất học và Địa lý học, thám hiểm, đã
đi vòng địacầu trên tàu "Uranie".

Friesia   DC. 1824   Elaeocarpaceae
Prodr. 1: 520   1824
Elias Magnus Fries (1794–1878), tvh Thụy điển, chuyên về Ẩn
Hoa, một trong những người sáng lập phân loại học Nấm, tác giả
Systema Mycologicum, 3 quyển (1821-1832), giáo sư TVH và
Kinh tế ứng dụng ở Đại học Uppsala (1851), vị trí mà vài năm sau
do con trai mình là Thore Fries nối nghiệp. Elias Fries cũng công
bố những công trình khác về Nấm và Địa y của châu Âu, cũng
như về các thực vật Hiển hoa trên toàn miền Scandinavia. Giám

đốc Vườn thực vật của Đại học Uppsala, Thành viên của Viện Hàn lâm Hoàng Gia Khoa Học Thụy điển, Thành viên người nước ngoài của Hội Hoàng Gia London. Các công trình chính khác của ông về Nấm và Địa y gồm: *Observationes mycologicae (1815), Elenchus fungorum (1828), Lichenographia Europaea (1831), Epicrisis Systematis Mycologici: seu synopsis hymenomycetum (1838), Monographia hymenomycetum Sueciae, 2 quyển (1857 và 1863);, Sveriges atliga och giftiga Svampar (1860)*(có hình vẽ màu!), *Monographia Hymenomycetum Suecicae (1863), Hymenomycetes Europaei (1874).*

xem **Elaeocarpus** (CCVN-I/467)

Friesodielsa   Steen. 1948   Annonaceae
Bull. Jard. Bot. Buitenzorg, sér. 3, 17: 458   1948
Kết hợp tên của hai người:

1) Elias Magnus Fries (1794-1878), tvh Thụy điển, một trong những người sáng lập phân loại học Nấm, tác giả *Systema mycologicum*, và

2) Friedrich Ludwig Emil Diels (1874-1945), tvh Đức từng thu mẫu thực vật ở miền Tây Úc và là Giám đốc Vườn Thực Vật và Bảo tàng Berlin-Dahlem.

Fritillaria L.   1753   Liliaceae
Sp. Pl. 1: 303   1753
La. *fritillus*, i "hộp xúc xắc", liên tưởng đến các lá đài hoặc các dấu, đốm giống như bàn cờ trên các hoa, hoặc liên tưởng đến hình thù của trái.

xem **Disporum** (CCVN-III/485)

Fuchsia   L. 1753   Onagraceae
Sp. Pl. 2: 1191 1753
Leonhard Fuchs (1501-1566), người Đức, ysĩ, thảo-dược-học, và tvh thời Phục Hưng, giáo sư Y-khoa ở Tübingen, từng là Viện trưởng Đại học Tübingen, đã xây dựng tại Đại học nầy một Vườn thực vật được xem như một trong số vườn xưa nhất thế giới; ông cũng là người đầu tiên đề xướng viết tên cây bằng tiếng latinh. Công trình chính của ông là *De historia stirpium commentarii insignes (1542)*, mô tả khoảng 400 thực vật hoang dại và 100 cây cảnh, được minh họa bằng những hình vẽ rất chính xác và chi tiết.

Fuirena   Rottbell. 1773   Cyperaceae
Descr. Icon. Rar. Pl. 70 1773

Jørgen Fuiren (1581-1628), ysĩ và tvh Đan mạch ở Copenhagen, học Y-khoa, TVH và toán học ở Đại học Leyden và học mỹ thuật ở Đại học Padua, từng du hành khắp miền Scandinavia, và là học trò của Caspar Bauhin (xem *Bauhinia*).

Furcraea   Ventenat 1793   Agavaceae
Bull. Sci. Soc. Philom. Paris 1: 65   *1793*

Bá tước Antoine François de Fourcroy (1755-1809), người Pháp, tốt nghiệp bác sĩ ở Trường Y-khoa Paris năm 1780, giảng dạy môn Hóa học và làm việc chung với Antoine-Laurent de Lavoisier (1743-1794), cha đẻ của ngành Hóa học, và Guyton de Morveau và Claude Berthollet về *Méthode de nomenclature chimique (1787)*, một công trình giúp chuẩn hóa danh pháp hóa học. Ông là tác giả của *The Philosophy of Chemistry (1792)* và *A General System of Chemical Knowledge*, 11 quyển (1801-1802). Ông cũng là một thnh và tiên phong về hóa học động vật và thực vật, bảo trợ cho ngành TVH, cũng viết sách về hệ thống học côn trùng; dưới thời hoàng đế Napoléon đệ nhất đã góp phần hàng đầu vào việc xây dựng các trường tiểu học, trung học và các nghiên cứu khoa học. Năm 1801, được bầu làm thành viên người nước ngoài của Viện Hàn Lâm Hoàng Gia Khoa học Thụy điển.

....

G

Gadelupa = *Galedupa* Lam. 1788   Fabaceae
            Encycl. 2: 594   1788
      xem **Milletia** (CCVN-I/897)

Gagnepainia   K. Schum. 1904   Zingiberaceae
            Pflanzenr. IV. 46(Heft 20): 129 1904
François Gagnepain (1866-1952), tvh Pháp, làm việc ở Bảo tàng
Thiên nhiên quốc gia Pháp ở Paris, chuyên gia hệ thực vật Đông
Nam Á, cộng tác với Henri Lecomte trong bộ Thực vật chí Đông
dương, với Eugène Achille Finet trong *"Contributions à la flore
de l'Asie orientale"*, đã mô tả nhiều loài thực vật mới ở Đông
dương.

Gahnia   J.R. & J.G.A. Forster 1776   Cyperaceae
            Char. Gen. Pl. 26   1775
Henrik Gahn (1747-1816), ysĩ hải quân và tvh Thụy điển, học trò
và bạn của Linné.

Gaillardia   Fougeroux 1786   Asteraceae
            Observ. Phys. 29: 55   1786
Antoine René Gaillard de Charentonneau (1720-?), quý tộc Pháp,
quan tòa, việnsĩ Hàn lâm viện Khoa học, tvh nghiệp dư, bảo trợ
các nghiên cứu TVH.

Galactia   P. Br. 1756   Fabaceae
            Civ. Nat. Hist. Jamaica 298, pl. 32, f. 2   1756
Hy. *gala, galaktos* "sữa"; vài loài có nhũ dịch, cắt cho mủ trắng.

Galearia   C. Presl 1832   Fabaceae
            Symb. Bot. 1: 49   1832
La. *galea, ae* "mũ trùm đầu"; cánh bọng.

Galeola   Lour. 1790   Orchidaceae
            Fl. Cochinch. 2: 520   1790
La. *galea* "mũ trùm đầu"; phiếnhoa hình mũ.

Galinsoga   Ruiz & Pav. 1794   Asteraceae
            Fl. Peruv. Prodr. 110, pl. 24   1794

Ignacio Mariano Martinez de Galinsoga (1766-1797), ysĩ và tvh Tây ban nha, Quản trị Vườn Thực vật hoàng gia ở Madrid, bảo trợ TVH.

Galium   L. 1753   Rubiaceae
                 Sp. Pl. 1: 105   1753
tên Hy. *galion* của cây *Galium verum*, hoa màu vàng có thể dùng để làm đông sữa khi làm phómác hoặc nhuộm màu phómác.

Galphimia   Cav. 1799   Malpighiaceae
                 Icon. 5: 61–62, pl. 489   1799
Tên đảo chữ của *Malpighia*.

Garcinia   L. 1753   Clusiaceae
                 Sp. Pl. 1: 443   1753
Laurent Garcin (1683-1752), người Pháp, quân-ysĩ trong quân đội Hòalan, thnh và tvh của Công ty Đông Ấn Hòalan, khảocứu thực vật ở Ấnđộ.

Gardenia   J. Ellis 1761 (n. cons.)   Rubiaceae
                 Philos. Trans. 51(2): 935, pl. 23 1761
Alexander Garden (1730-1791), s. ở Anh, ysĩ, thnh và tvh ở Hoakỳ, thành viên Royal Society 1773, trao đổi thư từ và gởi mẫu cho Linné.

Garnotia   A.T. Brogn. 1832   Poaceae
                 Voy. Monde 2(2): 132–133, pl. 21   1829 [1832]
Prosper Garnot (1794-1838), thnh Pháp, ysĩ giải phẫu hải quân, du hành trên hộ-tống-hạm *Coquille* (do thuyền trưởng Louis-Isidor Duperrey (1786-1865) điều khiển), nghiên cứu Động vật học và Nhân chủng học (đã mô tả tộc người Alfurs ở Tân Ghinê), nhiều lần du hành đến Cayenne, Martinique, Antilles và Nam Thái bình dương; tác giả *"Essai sur le Cholera-morbus"*, Paris 1822, và *"Remarques sur la Zoologie des Iles Malouines"*, viết trong thời gian du hành vòng quanh thế giới trên hộ-tống-hạm *Coquille* từ 1822-25, xuất bản tại Paris 1826, đồng tác giả với René-Primevère Lesson trong *"Voyage autour du monde exécuté par ordre du roi sur la corvette La Coquille"*.

Gartnera   Lam. 1792   Rubiaceae
                 Tabl. Encycl. 1: 379, t. 167, figs. a–m   1792

Joseph Gartner (1732-1791), ysĩ và tvh người Đức, tác giả *"Supplementum carpologiae"* (1805-1807). Con trai là Karl Friedrich von Gärtner (1772-1850), cũng là ysĩ và tvh.

Garuga   Roxb. 1811   Burseraceae
              Pl. Coromandel 3: 5   1811
tên địa phương Telugu *Garugu* của cây nầy ở Ấnđộ.

Gastonia   Comm. ex Lam. 1788   Araliaceae
              Encycl. 2: 610   1788
Jean-Baptiste Gaston de Bourbon (1608-1660), công-tước Orléans, con trai của vua Henri IV nước Pháp và Maria de Medici, bảo trợ và khuyến khích nghiên cứu thực vật và nghề trồng hoa kiểng.
              xem **Trevesia** (CCVN-II/504)

Gastridium   P. Beauv. 1812   Poaceae
              Ess. Agrostogr. 21, 164   1812
Nghĩa giảm nhẹ của từ Hy. *gaster* "bụng", liên tưởng đến phần gốc của các gié-hoa, các mày (dinh) có gốc phù to.

Gastrochilus   D. Don 1825   Orchidaceae
              Prodr. Fl. Nepal. 32   1825
Hy. *gaster* "bụng"và *cheilos* "môi"; môi phù.

Gastrodia   R. Br. 1810   Orchidaceae
              Prodr. 330   1810
Hy. *gastris, gastridos* "bụng hình chậu", liên tưởng đến hình thù của hoa hoặc của các cánh hoa.

Gatnaia   Gagnep. 1924   Euphorbiaceae
              Bull. Soc. Bot. France 71: 870 1924
Từ nguyên không rõ.
              xem **Baccaurea** (CCVN-II/222)

Gaultheria   L. 1753   Ericaceae
              Sp. Pl. 1: 395   1753
Jean Francois Gaultier (Gaulthier, Gautier, Gauthier) (1708-1756), ysĩ và tvh người Pháp ở Québec, Canada.

Gaura   L. 1753   Haloragaceae
              Sp. Pl. 1: 347   1753

Hy. *gauros* "tráng lệ, mãnh liệt, kiêu hãnh", liên tưởng đến các hoa; tiếng Phạn: *garv* .

xem **Haloragis** (CCVN-II/19)

Geissaspis	W.&Arn. 1834	Fabaceae
	Prodr. Fl. Ind. Orient. 217 1834	

Hy. *geisson* "ngói"; *aspis* "cái khiên"; phát hoa có các lá-hoa xếp như lợp ngói.

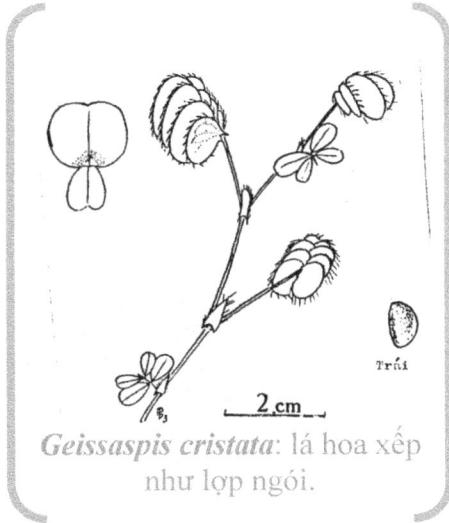

Geissaspis cristata: lá hoa xếp như lợp ngói.

Gelonium	Roxb. ex Willd. 1805 [1806]	Euphorbiaceae
	Sp. Pl. 4(2): 831 1805 [1806]	

Hy. *gelos* "cười", liên tưởng đến màu lục sáp (vàng nhợt nhạt) của lá.

xem **Suregada** (CCVN-II/281)

Gelsemium	A.L. Juss. 1789	Loganiaceae
	Gen. Pl. 150 1789	

Latinh-hóa tên Ý *Gelsomino* của Lài.

Gendarussa	Nees 1832	Acanthaceae
	Pl. Asiat. Rar. 3: 76, 103 1832	

xem **Justicia** (CCVN-III/77)

Genianthus	Hook. f. 1883	Asclepiadaceae
	Fl. Brit. India 4(10): 15 1883	

Hy. *geneion* "râu, cằm"; *anthos* "hoa".

Geniosporum	Wall. & Benth. 1830	Lamiaceae
	Edwards's Bot. Reg. 15: , pl. 1300 1830	

Hy. *geneion* "râu, cằm"; *spora* "hột".
xem **Melissa** (CCVN-II/865)

Gentiana	Juss. 1789	Gentianaceae

Gen. Pl. 141 1789
Vua Gentius ở Illyria (x -168 trước CN), được cho là đã biết vị thuốc của cây.

Geodorum	G. Jackson 1810	Orchidaceae

Bot. Repos. 10:ad pl. 626   1810
Hy. *ge, gea* "đất" và *doron* "quà tặng" hoặc âm-tiết thứ hai của tên giống (chi) *Limodorum*, liên tưởng đến nơi mọc của cây hoặc ngọn phát-hoa cong xuống (uốn ngược lại).

Geoffraya	Bonati 1911	Scrophulariaceae

Notul. Syst. (Paris) 1: 334   1911
C. Geoffray, công chức Sở Quan thuế ở Kampot, Campuchia từ 1904-07, thu mẫu thực vật ở Đông dương, gởi khoảng 500 số hiệu tiêu bàn thực vật về Bảo tàng Thiên nhiên quốc gia ở Paris .
xem **Lindernia** (CCVN-II/917)

Geophila	D. Don 1825 (n. cons.)	Rubiaceae

Prodr. Fl. Nepal. 136 1825
Hy. *gea* "đất"; *philos* "ưa"; do dạng sống, mọc sát mặt đất.

Geostachys	(J.G. Bak.) Ridl, 1899	Zingiberaceae

J. Straits Branch Roy. Asiat. Soc. 32: 157 1899
Hy. *gea* "đất"; *stachys* "giẻ" .

Geranium	L. 1753	Geraniaceae

Sp. Pl. 2: 676 1753
tên Hy. *geranion* mà Dioscorides dùng; do *geranos* "con sếu"; vì mỏ dài của tâm bì.

Gerbera	L. 1758 (n. cons.)	Asteraceae

Opera Var. 247 1758
Traugott Gerber (1710-1743), thnh Đức, ysĩ, 1735-42 hành nghề ysĩ ở Moskva, khảo cứu thực vật ở nước Nga, chết 1743 ở Phần lan.

Germainia	Bal. & Poitrasson 1873	Poaceae

Bull. Soc. Hist. Nat. Toulouse 7: 344   1873

Louis Rodolphe Germain (1827-1917), thú-ysĩ Pháp, sưu tập thực vật trong khi phục vụ trong quân đội thuộc địa ở Nam kỳ (Việt Nam). Cũng có thể để tặng cho nhà tvh người Pháp Jacques Nicolas Ernest Germain de Saint-Pierre (1815-1882), tác giả sách *Guide du botaniste*. Paris 1852 và *Nouveau dictionnaire de botanique*. Paris.

Getonia	Roxb. 1798	Combretaceae

Pl. Coromandel 1: 61   1798
xem **Calycopteris** (CCVN-II/110)

Geum	L. 1753	Rosaceae

Sp. Pl. 1: 500 1753
Tên La. mà Plinius dùng.

Gigantochloa	Kurz ex Munro 1868	Poaceae

Trans. Linn. Soc. London 26(1): 123 1868
Hy. *gigas, gigantos* "khổng lồ" và *cloe, chloa* "cỏ hòa bản"; tre khổng lồ.

Gilibertia	Ruiz & Pav. 1794	Araliaceae

Fl. Peruv. Prodr. 50, t. 8   1794
Jean-Emmanuel Gilibert (1741-1814), ysĩ và tvh Pháp, giáo sư Vậtlýhọc và Y-khoa ở Wilna, ngự-y của vua Stanislas II, sau đó hành nghề ysĩ ở Lyon, sáng lập và giám đốc Vườn Bách thảo Lyon, thu mẫu thực vật, viết *Systema plantarum Europae*; *Médecin naturaliste* ... ; *Flora lithuanica*.
xem **Dendropanax** (CCVN-II/509)

Ginalloa	P.W. Korth. 1839	Santalaceae

Verh. Batav. Genootsch. Kunsten 17: 260 1839
từ nguyên không rõ.

Ginkgo	L. 1771 (*Gingko*: orth var.)	Ginkgoaceae

Mant. Pl. 2: 313   1771
từ tên Nhật xưa: 銀 *gin* "ngân: bạc" và 杏 *kyo* "hạnh: trái hạnh". Đáng lý đọc là *ginnan* nhưng người Âu đầu tiên nghiên cứu ghi âm sai chữ *nan* lại đọc là *kyo*. Tên Trungquốc xưa *yinhing*: *yin* "ngân, bạc, trắng" và *hing* "hạnh, trái hạnh".

Girardinia	Gaudich. 1830	Urticaceae

Voy. Uranie 498   1830

René-Louis de Girardin (1735-1808), Pháp, hầu-tước Ermenonville, sáng lập Vườn cảnh Ermenonville, vườn cảnh đầu tiên theo kiểu Anh ở châu Âu đại-lục.

Gironniera Gaud.-Beaupr. 1844 Ulmaceae
Voy. Bonite, Bot. , pl. 85 1844
Paul Proust de la Gironnière (1797-1862), ysĩ phẫu-thuật của Hải quân Pháp, ở Manila 1820-1839, sống sót qua đợt tàn sát người nước ngoài; tác giả *Aventures d'un Gentilhomme Breton aux îles Philippines.*

Gisekia L. 1771 Aizoaceae
Mant. Pl. 2: 554, 562 1771
Paul Dietrich Giseka (1741-1796), ysĩ và tvh Đức, du khảo ở Pháp và Thụy điển, học trò của Linné, tham gia vào "*Icones Plantarum*" của Linné.

Gladiolus L. 1753 Iridaceae
Sp. Pl. 1: 36 1753
La. *gladiolus, gladiolum* (*gladius nhỏ*) "gươm nhỏ"; lá hình lưỡi gươm.

5 cm

Gladiolus: lá hình lưỡi gươm.

Glecoma L. 1753 Lamiaceae
Sp. Pl. 578 1753
Hy. *glechon, glachon, blechon* tên gọi một loài bạc-hà, có lẽ *Mentha pulegium.*

Gleditsia L. 1753 Fabaceae
Sp. Pl. 2: 1056 1753
Johann Gottlieb Gleditsch (1714-1786), ysĩ và tvh Đức, giáo sư Y-khoa, Giám đốc Vườn Bách thảo Berlin.

Gleichenia   J.E. Sm. (n. cons.)1793   Gleicheniaceae
Mém. Acad. Roy. Sci. (Turin) 5: 419, t. 9, f. 10 1793
Wilhelm Friedrich von Gleichen-Russworm (1717-1783), nhà quý tộc và tvh Đức, nghiên cứu nhiều về phấn hoa và bào tử, tác giả *"Das Neueste aus dem Reiche der Pflanzen, ..."*.

Glenniea   Hook.f. 1862   Sapindaceae
Gen. Pl. 1: 404 1862
từ tên người Glenie; theo P.W. Leenhouts (*Blumea, vol.22, No. 3, 1975*) hai vần **nn** là cố ý để cho dễ đọc.

Glinus   L. 1753   Molluginaceae
Sp. Pl. 1: 463   1753
Hy. *glinos*, mà Theophrastus (HP. 3.3.1) dùng gọi tên một cây Thích, có nhựa ngọt, La. *glinon* mà Plinius dùng gọi một loại cây Thích.

Gliricidia   Kunth 1824   Fabaceae
Nov. Gen. Sp. (quarto ed.) 6: 393 1824
La. *glis, gliris* "chuột"; *caedo, cecidi, caesum, ere* "giết"; hột và vỏ cây: độc.

Globba   L. 1771   Zingiberaceae
Mant. Pl. 2: 143, 170, 1287 1771
"*Galoba*", tên cây nầy ở đảo Amboine.

Glochidion   J.R. Forst. & G.A. Forst 1776 (n. cons.) Euphorbaceae
Char. Gen. Pl. (ed. 2) 113–114, pl. 57 1776
glochidia "mũi nhọn"; baophấn nhọn.

Gloriosa   L. 1753   Liliaceae
Sp. Pl. 1: 305 1753
La. *gloriosus, a, um* "đầy vinh dự"; do các hoa.

Glossocarya   Wall. ex Griff. 1843   Lamiaceae
Calcutta J. Nat. Hist. 3: 366 1843
Hy. *Glossa* "lưỡi" và *carya* "quả hạch, quả nhân cứng".

Glossogyne   Cass. 1829   Asteraceae
Dict. Sci. Nat. (ed. 2) 51: 475 1827
Hy. *glossa* "lưỡi" và *gynos* "nữ, cái".

Glossostigma   W. & Arn. 1836 (n. cons.)   Phrymaceae
Nova Acta Phys.-Med. Acad. Caes.
Leop.-Carol. Nat. Cur. 18: 355 1836
Hy. *glossa* "lưỡi"; *stigma* "nuốm".

Glossostylis   Cham. & Schltdl. 1828   Orobanchaceae
Linnaea 3: 22–23 1828
Hy. *glossa* "lưỡi"; *stylo, stylos* "vòi nhụy".
xem **Alectra** (CCVN-II/924)

Glossula   Lindl. 1824   Orchidaceae
Bot. Reg. 10:t. 862 1824
xem **Peristylus** (CCVN-III/769)

Gluta   L. 1771   Anacardiaceae
Mant. Pl. 2: 293 1771
La. *gluten, inis* "keo, hồ, dính"; cây có nhựa màu đo đỏ, trở đen khi ra không khí.

Glycine   L. 1753   Fabaceae
Sp. Pl. 2: 753 1753
Hy. *glykys* "ngọt"; lá và rễ vài loài ngọt.

Glycosmis   Corr. 1805   Rutaceae
Ann. Mus. Natl. Hist. Nat. 6: 384 1805
Hy. *glykys* "ngọt"; *osme* "mùi, hương"; cây có mùi thơm.

Glycyrrhiza   L. 1753   Fabaceae
Sp. Pl. 2: 741 1753
Hy. *glykys* "ngọt" và *rhiza* "rễ"; căn hành là nguồn cam thảo ;
La. *glycyrrhiza, ae* "rễ cam thảo"

Glyptopetalum   Thwaites 1856   Celastraceae
Hooker's J. Bot. Kew Gard. Misc. 8: 267–268 1856
Hy. *glyptos* "khắc, chạm" và *petalon* "cánh hoa".

Glyptostrobus   Endl. 1847   Cupressaceae
Syn. Conif. 69 1847
Hy. *glyptos* "khắc, chạm"; *strobilus* "chùy"; do hình thù của vảy trên chùy cái.

Gmelina   L. 1753   Lamiaceae
Sp. Pl. 2: 626 1753

Johann Georg Gmelin (1709-1755), ysĩ và thnh Đức, 1733-43 du hành nghiên cứu ở Siberia, tác giả *"Flora Sibirica"* (do người cháu xuất bản sau khi ông qua đời), 1749-1755 giáo sư TVH và Hóa học ở Đại học Tubingen.

Gnaphalium   L. 1753   Asteraceae
Sp. Pl. 2: 850 1753
Hy. *gnaphalon* "mềm, mượt"; vì lông dày.

Gnetum   L. 1767   Gnetaceae
Syst. Nat. (ed. 12) 2: 612, 637 1767
tên địa phương *genemo* của cây Bét *Gnetum gnemon.*

Gochnatia   Kunth 1818   Asteraceae
Nov. Gen. Sp. (folio ed.) 4: 15–16 1820 [1818]
Frédéric Charles Gochnat (1784-1816), tvh Pháp ở Strasbourg, tác giả *"Tentamen medico-botanicum de Plantis cicho-raceis".*

Godetia   Spach.1835   Onagraceae
Hist. Nat. Vég. 4: 386–392 1835
Charles Henri Godet (1797-1879), tvh Thụysĩ, dạy học ở Nga và sau đó ở Paris (Pháp), du khảo ở Thụy điển và vùng Caucase, thu mẫu thực vật và côn trùng, 1834 trở về Thụy sĩ, nghiên cứu hệ thực vật vùng, viết *"Flore du Jura…"*

Goldfussia   Nees 1832   Acanthaceae
Pl. Asiat. Rar. 3: 75, 87 1832
Georg August Goldfuss (1782-1848), đvh và cổ-sinh-vật-học Đức, giáo sư ĐVH và Cổ-SVH ở Đại học Bonn, tác giả *"Petrefacta Germaniae".*
     xem **Strobilanthes** (CCVN-III/49)

Gomphandra   Wall. ex Lindl, 1836   Icacinaceae
Nat. Syst. Bot. 439   1836
Hy. *gomphos* "đinh, mũi, ghim, chốt" và *aner, andros* "đực, nhị đực", liên tưởng đến các baophấn phù to.

Gomphandrus   Icacinaceae
Hy. *gomphos* "đinh, mũi, ghim, chốt" và *aner, andros* "đực, nhị đực".
     xem **Stemonurus** (CCVN-II/173)

Gomphia   Schreber 1789   Ochnaceae

Gen. Pl. 291   1789
xem **Campylospermum** (CCVN-I/411)

Gomphocarpus   R. Br. 1811 [1810]   Apocynaceae
Asclepiadeae 26–27 1810
Hy. *gomphos* "mũi", *karpos* "trái", có gai nhọn

Gomphogyne   W. Griff. 1841 [1845]   Cucurbitaceae
Account Bot. Coll. Cantor 261845
Hy. *gomphos* "mũi" và *gyne* "nữ, cái".

Gomphostemma   Benth. 1830   Lamiaceae
Edwards's Bot. Reg. 15: 1830
Hy. *gomphos* "mũi" và *stemma* "vòng hoa".

Gomphrena   L. 1753   Amaranthaceae
Sp. Pl. 1: 224 1753
La. *gomphus, i* "đinh, móng, núm", Hy. *gomphos* "đinh, ghim, chốt, khớp", Tiếng Phạn *jámbha* "răng", Akkadian *gab'u* "mũi nhọn, răng", tiếng Anglo-Saxon *camb*, tiếng Anh *comb*; La. *gromphaena, ae,* Plinius dùng cho một loài Dền, có lẽ là *Amaranthus tricolor* L.

Gonatanthus   Klotzsch 1841   Araceae
Icon. Pl. Rar. Horti. Berol. 1: 33 1841
Hy. *gonu, gony* "đầu (khớp) gối" và *anthos* "hoa", liên tưởng đến "mo" (tàu) như bị gãy.

Gongronema   (Endl.) Decaisne 1844   Asclepiadaceae
Prodr. 8: 624   1844 → *(Apocynaceae)*
Hy. *gongros* "chỗ phồng lên, u lồi trên cây, nốt sần" và *nema* "chỉ, sợi".

Goniopteris   C. Presl   1836   Thelypteridaceae
Tent. Pterid. 181–183, pl. 7, f. 9–11 1836
Hy. *gonio* "góc, móc" và *pterys* "cánh"
xem **Pronephrium** (CCVN-I/137)

Goniothalamus   (Bl.) Hook. & Thoms. 1855   Annonaceae
Fl. Ind. 105 1855
Hy. *gonia* "góc, móc", và *thalamus* "phần gốc của hoa", liên tưởng đến đế hoa.

Gonisanthus   Ebenaceae
    xem **Diospyros** (CCVN-I/654)

Gonocarpus   Thunb. 1783   Haloragaceae
    Nov. Gen. Pl. 3: 55 1783
    Hy. *gonos, gonia* "góc" và *karpos* "trái"
    xem **Haloragis** (CCVN-II/19)

Gonocaryum   Miq. 1861   Cardiopteridaceae
    Fl. Ned. Ind. 1: 343 1861
    Hy. *gonos, gonia* "góc" và *karyon* "quả hạch, quả nhân cứng",
liên tưởng đến các hột.

Gonocormus   Bosch 1861   Hymenophyllaceae
    Verslagen Meded. Afd. Natuurk. Kon. Akad. Wetensch. 11: 321 1861
    Hy. *gonos, gonia* "góc" và *cormos* "giò ngầm".

Gonophlebium   Presl. ex Hitchcock 1969   Polypodiaceae
    Vasc. Pl. Pacif. N.W. 1: 85   1969
    Hy. *gonos* "góc"; *phleb, phlebo, phlebos* "gân, có gân".

Goodenia   J.E. Sm. 1793   Goodeniaceae
    Spec. Bot. New Holland 1: 15, t. 5 1793
    Samuel Goodenough (1743-1827), người Anh (Worthing,
Sussex), Giám mục ở Carlisle từ năm 1808, tvh nghiệp dư,
chuyên về *Carex*.

Goodyera   R. Br. 1813   Orchidaceae
    Hort. Kew. (ed. 2) 5: 197–198   1813
    John Goodyer of Mapledurham (1592-1664), tvh Anh, dịch sách
Materia medica của Dioscorides ra tiếng Anh.

Gordonia   J. Ellis 1771 (n. cons.)   Theaceae
    Philos. Trans. 60: 520, pl. 11 1770
    James Gordon (1708-1780), người Anh, nhà trồng tỉa và ươm cây.

Gossypium   L. 1753   Malvaceae
    Sp. Pl. 2: 693 1753
    La. *gossypion, gossipion, gossympinus*, tên Latinh của cây gạo
(gòn) kapok.

Gouania   N.J. Jacq. 1763   Rhamnaceae
    Select. Stirp. Amer. Hist. 263–264, pl. 179, f. 40 1763

Antoine Gouan (Gouin) (1733-1821), người Pháp, giáo sư TVH ở Montpellier, liên lạc và gởi mẫu thực vật cho Linné; các tác phẩm chính của ông là: *Hortus regius monspeliensis*, Lyon 1762, *Flora monspeliaca*, Lyon 1765, *Explicationdu système botanique du Chevalier von Linné*, Montpellier 1787 và *Description du Ginkgo-Biloba, dit Noyer du Japon*, Montpellier 1812.

Goughia	Wight 1852	Daphniphyllaceae

Pl. Ind. Or. 5(2): 22 1852

George Stevens (1815-1895), Tử tước Gough thứ nhì, 1840 thành viên Linnean Society, Chỉ huy Trung đoàn Vệ Binh của vua Anh, sưu tập thực vật ở Ireland, đặc biệt là dương xỉ, và ở Nilgiri Hills, Nam Ấn độ cùng với W. Munro, 1842.

xem **Daphniphyllum** (CCVN-II/532)

Grammatophyllum	Blume 1825	Orchidaceae

Bijdr. Fl. Ned. Ind. 6: t. 2, f. 20 1825

Hy. *gramma, grammatos* "sợi, dòng, chữ" và *phyllon* "lá", liên tưởng đến các dấu (vết) trên các lá đài và cánh hoa.

xem **Dipodium** (CCVN-III/915)

Grammitis	Sw. 1800	Polypodiaceae

J. Bot. (Schrader) 2: 3, 17 1800 [1801]

Hy. *gramma* "chữ".

Grangea	Adans. 1763	Asteraceae

Fam. Pl. 2: 121, 563 1763

Joseph-Louis de La Grange (Lagrange) (tên Ý là Giuseppe Lodovico Lagrangia) (1736-1813), người Pháp gốc Ý, nhà toánhọc và thiênvănhọc, giáo sư Toánhọc ở Trường Pháo binh Torino, 1757 sáng lập Società Scientifica Privata Torinese (sau nầy trở thành Viện Hàn lâm Khoa học Torino, 1766-87 Viện trưởng Viện Hàn lâm nước Phổ ở Berlin, dạy học ở École Polytechnique ở Paris, được Hoàng đế Napoleon phong Bá tước và bổ nhiệm Thượng nghị sĩ Pháp, mộ phần ở điện Pantheon.

Graptophyllum	C.G.D. Nees 1832	Acanthaceae

Pl. Asiat. Rar. 3: 76, 102 1832

Hy. *graptos* "viết, tô vẽ" và *phyllo* "lá"; liên tưởng đến các dấu (đường nét) trên lá.

Gratiola	L. 1753	Scrophulariaceae

Sp. Pl. 1: 17 1753

La. từ giảm nhẹ nghĩa của *gratia, ae* "vui vẻ, vẻ đẹp, dễ mến"; liên tưởng đến các dược tính.

xem **Dopatrium** (CCVN-II/910)

Greenea   Wight & Arnott 1834   Rubiaceae
Prodr. Fl. Ind. Orient. 1: 403   1834
Benjamin Daniel Greene (1793-1862), nhà tvh Mỹ, sưu tập thực vật ở Hoakỳ, Bermuda và Cuba.

Grevillea   R. Br. ex Knight 1809   Proteaceae
Cult. Prot. 120 1809
Charles Francis Greville (1749-1809), nhà trồng hoa kiểng người Anh, đã du nhập và trồng nhiều loài thực vật hiếm, 1772 hội viên Royal Society, 1802 Hội viên Linnean Society; 1804, là một trong những sáng lập viên của Horticultural Society, nay là Royal Horticultural Society.

Grewia   L. 1753   Malvaceae
Sp. Pl. 2: 964 1753
Nehemiah Grew (1641-1712), người Anh, Ysĩ và chuyên gia kính hiễnvi, hội viên Royal Society 1671, một trong những người sáng lập khoa giảiphẫuhọc thực vật, nhà khoa học tiên phong nghiên cứu sinh lý thực vật và giảiphẫuhọc so sánh các động vật, 1677-1679 Thư ký của Royal Society.

Groona = Grona   Lour. 1790   Fabaceae
Fl. Cochinch. 424, 459 1790
Hy. *grone* "cái động, hang động"; liên tưởng đến luờn, bộng (lõm) ở bên dưới.

xem **Nogra** (CCVN-I/949)

Grosourdya   Reichb.f. 1864   Orchidaceae
Bot. Zeitung (Berlin) 22: 297   1864
René de Grosourdy (1807-1864), ysĩ, tvh và nhà hóa học, chuyên gia về cây thuốc của vùng nhiệt đới Nam Mỹ, tác giả các sách *Chimie Médicale*. Paris 1838 và 1839, *Dissertation chimique et médicale sur les iodures de fer, de plomb et de mercure*. Paris 1836 và *El medico botánico criollo*. Paris 1864.

Grushvitzkia   Skvortsova & Aver. 1994   Araliaceae
Bot. Žhurn. (Moscow & Leningrad) 79(7): 108   1994
Igor Vladimirovich Grushvitzky (1916-1991), tvh Nga, chuyên về họ Araliaceae.

Guajacum   L. 1753   Zygophyllaceae
                          Sp. Pl. 1: 381 1753
tên Nam-Mỹ *guaia* cho rằng cây giúp sống lâu. Tên thông thường
tiếng Tây Ban Nha ở Nam Mỹ, *guaiac* hay *guayaco*, của loài
Guaiacum officinale L., *lignum vitae,*

Guatteria   Ruiz & Pav. 1794   Annonaceae
                          Fl. Peruv. Prodr. 85 1794
Giovanni Battista Guatteri (1739-1793), người Ý, giáo sư TVH,
sáng lập Vườn Thực Vật mới ở Parma, và là quảntrịviên đầu tiên
từ 1770 đến 1793, người đầu tiên áp dụng hệt thống danh pháp
Linné ở Ý.
          xem **Uvaria** (CCVN-I/247)

Guazuma   P. Mill. 1754   Malvaceae
                          Gard. Dict. Abr. (ed. 4) 2: [68] 1754
tên thông thường ở Mêxicô, Caribê, Haiti, v.v.

Guettarda   L. 1753   Rubiaceae
                          Sp. Pl. 2: 991 1753
Jean Etienne Guettard (1715-1786), người Pháp, ysĩ và nhà
khoahọc, thnh, tvh, khoáng vật học.

Guioa   Cav.1798   Sapindaceae
                          Icon. 4: 49 1798
José Guio y Sánchez, tk. 18, tvh Tâybannha, họa-sĩ chuyên vẽ
tranh thực vật, thịnh vượng khoảng năm 1794.

Gunbernatia   Combretaceae
          xem **Terminalia** (CCVN-II/107)

Gustavia   L. 1775   Lecythidaceae
                          Pl. Surin. 12, 17, 18 1775
Gustavus III, vua ở Thuỵđiển, 1746-1792, bảotrợ Linné.

Gymnangathis   Schauer 1843   Melastomataceae
                          Linnaea 17: 243   1843
Hy. *gymnos* "trần" và *agathis, agathidos* "cuộn, búi chỉ, cuộn dây";

Gymnanthera   R. Br. 1810   Apocynaceae
                          Prodr. 464 1810
Hy. *gymnos* "trần", *antheros* "bao phấn".

Gymnema R. Br. 1810 Asclepiadaceae
Prodr. 461–462 *1810*
Asclepiadeae 22 *1810*
Hy. *gymnos* "trần" và *nema* "sợi", liên tưởng đến các chỉ (tua nhị) trơn (không lông) của nhị đực thò ra, hoặc vòi nhụy thò ra.

Gymnemopsis Cost. 1912 Asclepiadaceae
Fl. Indo-Chine 4: 88 *1912 (Apocynaceae)*
Tựa như *Gymnema* R. Br.

Gymnocladus Lam. 1785 Fabaceae
Encycl. 1(2): 733 1785
Hy. *gymno* "trần" và *clados* "nhánh", các nhánh trụi lá vào mùa đông; cây thẳng cao mới có nhánh; hay không lá lúc có hoa.

Gymnogramme Kunze 1824 Pteridaceae
Flora 7(1): 315 1824
Hy. *gymno* "trần" và *gramme* "đường nét, lằn"; nang quần không có bao-mô che phủ.
xem **Colysis** (CCVN-I/95)

Gymnogrammitis Griff. 1849 Polypodiaceae
Icon. Pl. Asiat. 2: 608, pl. 129, f. 1 1849
Hy. *gymnos* "trần" và *gramme* "đường nét, lằn".

Gymnopetalum Arn. 1841 Cucurbitaceae
Madras J. Lit. Sci. 12: 52 1840
Hy. *gymnos* "trần" và *petalon* "cánh hoa".

Gymnopogon P. de Beauv. 1812 Poaceae
Ess. Agrostogr. 41, 164 1812
Hy. *gymnos* "trần" và "*pogon* " râu"; gân lá kéo dài ra.

Gymnopteris Bernh. 1799 Pteridaceae
J. Bot. (Schrader) 1799(1): 297 1799
Hy. *gymnos* "trần" và *pterys* "ráng"; nang quần không có bao-mô.
xem **Hemigramma** (CCVN-I/180)

Gymnosporia (W. & A.) J.D. Hook. 1862 (n. cons.) Celastraceae
Gen. Pl. 1: 359, 365 1862
Hy. *gymnos* "trần" và *sporos* "hột", liên tưởng đến ngoại hình của các hột.

Gymnostachyum   Nees 1832   Acanthaceae
Pl. Asiat. Rar. 3: 76, 106   1832
Hy. *gymnos* "trần" và *stachys* "gié, bông"; gié trần, bị phơi bày ra.

Gymnostylis   Raf. 1818   Asteraceae
Amer. Monthly Mag. & Crit. Rev. 2(4): 268. 181
Hy. *gymnos* "trần" và *stylo, stylos* "vòi nhụy".
xem **Soliva** (CCVN-III/285)

Gymnotheca   Dcne 1845   Saururaceae
Ann. Sci. Nat., Bot., sér. 3, 3: 100 1845
Hy. *gymno* "trần" và *theke* "đế, hộp, ngăn, túi, vỏ".

Gynandropsis   A.P. de Cand. 1824 (n. cons.)   Capparaceae
Prodr. 1: 237 1824
Hy. *gyne* "nữ, cái" và *andros* "đực", bộ nhụy đực như nãy sanh từ nhụy cái.
xem **Cleome** (CCVN-I/597)

Gynochtodes   Blume 1826   (Orth. var.)   Rubiaceae
Viết đúng là: **Gynochthodes** Blume 1826
Bijdr. Fl. Ned. Ind. 993 1827 (Oct 1826-Nov 1827)
Hy. *gyne* "nữ, cái" và *ochthodes* "có bướu, gù, nhô lên"; liên tưởng đến bầu nhụy.

Gynostemma   Blume 1825   Cucurbitaceae
Bijdr. Fl. Ned. Ind. 23 1825
Hy. *gyne* "nữ, cái" và *stemma* "vòng (tràng) hoa", do cách sắp xếp của các tiểu noãn bên trong bầu nhụy.

Gynura   Cassini 1825 (n. cons.)   Asteraceae
Dict. Sci. Nat. (ed. 2) 34: 391–392 1825
Hy. *gyne* "nữ, cái" và *oura* "đuôi", liên tưởng đến nuốm hoặc vòi nhụy có nhiều thùy dài, vòi nhụy dài.

Gyrinops   J. Gaertn. 1791   Thymelaeaceae
Fruct. Sem. Pl. 2(2): 276   1791
Hy. *gyrinos* "nòng nọc" và *ops* "bề ngoài, giống như"; thiếu vành, hoặc vành bị thu giảm.

Gyrocarpus   Jacq. 1763   Hernandiaceae
Select. Stirp. Amer. Hist. 282, t. 178, f. 80 1763

Hy. *gyros* "vòng tròn, đai" và *karpos* "trái, quả", liên tưởng đến phôi có những tửdiệp to và gấp nếp, gập lại; hoặc trái có cánh, quay được.

....

H

Habenaria   Willd. 1805   Orchidaceae
Sp. Pl. 4(1): 5, 44 *1805*
La. *habena* "đai da, dây da, roi da"; cựa dài và dẹp.

Hackelochloa Kuntze 1891   Poaceae
Revis. Gen. Pl. 2: 776 *1891*
Eduard Hackel (1850-1926), người Áo, nhà phânloạihọc cỏ hòa-
bản, và *chloe* "cỏ hòa-bản"

Haemanthus L. 1753   Amaryllidaceae
Sp. Pl. 1: 325 *1753*
Hy. *haima* "máu"; *anthos* "hoa", ở vài loài hoa có màu hường hoặc
đỏ; Huệ đỏ.

Haemaria   Lindl. 1833   Orchidaceae
Edwards's Bot. Reg. 19, sub t. 1618 *1833*
Hy. *haema* "máu"; mặt dưới lá đỏ.

Haematoxylum L. 1753   Fabaceae
Sp. Pl. 1: 384 *1753*
Hy. *hema* "máu"; *xylon* "gỗ".

Haemodorum J.E. Sm. 1798   Haemodoraceae
Trans. Linn. Soc. London 4: 213 1798
Hy. *haema, haemo* "máu, màu đỏ máu"; *doron* "quà"; thổ dân Úc
ăn rễ cây nầy.

Hainania   Merr. 1935   Malvaceae
Lingnan Sci. J. 14(1): 35–36, f. 12 *1935*
đảo Hải Nam.

Haldina   Ridsdale 1979   Rubiaceae
Blumea 24(2): 360 *1979*
Hy. *adinos* "tụ họp lại, cụm, dồi dào, đông đúc"; do các hoa gom
thành cụm.

Halodule   Endl. 1841   Cymodoceaceae
Gen. Pl. 1368–1369 *1841*
Hy. *halos* "mặn"; *doulos* "lệ thuộc"; một cỏ biển.

Halongia   J. Jeanplong 1970   Liliaceae
       Acta Bot. Acad. Sci. Hung. 16: 296 *1970*
  Hạ Long (Quảng Ninh).
    xem **Thysanotus** (CCVN-III/475)

Halopegia   K.M. Schum. 1902   Marantaceae
       Pflanzenr. IV. 48(Heft 11): 49 *1902*
  Hy. *hals, halos* "muối, biển"; *pege* "nguồn, suối, vòi nước".

Halophila   Du Petit-Thouars 1806 Hydrocharitaceae
       Gen. Nov. Madagasc. 2: 2 *1806*
  Hy. *halos* "muối, biển"; *philos* "ưa"; một cỏ biển.

Haloragis   J.R. & J.G.A. Forster 1776 Haloragaceae
       Char. Gen. Pl. (ed. 2) 61–62, pl. 31 *1776*
  Hy. *halo, halos* "muối, biển"; *ragos* "có quả mọng".

Hamamelis   L. 1753   Hamamelidaceae
       Sp. Pl. 1: 124 *1753*
  Hy. *ama* "với"; *meles* "trái táo, phì quả"; có trái hình quả táo quả
  lê.

Hancockia   Rolfe 1903   Orchidaceae
       J. Linn. Soc., Bot. 36(249): 20 *1903*
  William Hancock (1847-1914), người Ireland, 1884 hội viên
  Linnean Society, thu mẫu tv ở Trungquốc (Vân Nam, cho Kew
  Herbarium), Đông Nam Á và Mỹ latinh, Guatemala và Mêxico.

Hanguana   Bl. 1827   Hanguanaceae
       Enum. Pl. Javae 15 *1827*
  Tên Indonesia của cây, *Hanguana kassintu* Blume.

Hapale   Schott 1857   Araceae
       (**Hapaline** Schott. 1858 orth. var.)
       Oesterr. Bot. Wochenbl. 7: 85 *1857*
  Hy. *hapal, hapalos* "mềm dẻo"; ráy phụ sinh mềm mại.

Haplophragma   Dop 1926   Bignoniaceae
       Bull. Soc. Bot. France 72: 889–890 *1926*
  Hy. *haploos* "đơn"; *phragma* "ngăn"; ngăn phân nửa.
    xem **Fernandoa** (CCVN-III/90)

Harmandia   Baill. 1889   Olacaceae

Bull. Mens. Soc. Linn. Paris 1: 770   1889
J. Harmand (1845-1921) quan Pháp ở thuộc địa, thám hiểm.

Harmandiella   Cost. 1912   Apocynaceae
                          Fl. Indo-Chine 4: 89   1912
          tặng J. Harmand.

Harpullia   Roxb. 1824   Sapindaceae
                          Fl. Ind., ed. 1820 2: 441–442   1824
          tên Bengal *harpulli.*

Harrisonia   R.Br. ex A.H.L. Juss. 1825(n. cons.)   Rutaceae
                          Mém. Mus. Hist. Nat. 12: 517   1825
          tặng Arnold Harrison và phu nhân, ở Liverpool.

Hartia   Dunn 1902   Theaceae
                          Hooker's Icon. Pl., pl. 2727   1902
          Sir Robert Hart (1835-1911), Tòng Nam tước, nhà ngoại giao
          Anh ở Trung quốc, Tổng thanh tra của Hải quan (Quan thuế)
          Trung quốc từ 1863 đến 1911.

Hearnia   F. Muell. 1865   Meliaceae
                          Fragm. 5: 55   1865
          xem **Heynia**

Hedera   L. 1753   Araliaceae
                          Sp. Pl. 1: 202   1753
          tên La. *hedera* gọi dây Thường xuân.

Hedyachras   Radlk. 1920   Sapindaceae
                          Bot. Jahrb. Syst. 56: 258   1920
          Hy. *hedy, hedys* "ngọt, vị hoặc mùi thơm ngọt".
          xem **Glenniea** (CCVN-II/323)

Hedychium   J.G. König 1783   Zingiberaceae
                          Observ. Bot. 3: 61   1783
          Hy. *hedys* "dịu, ngọt"; *chion* "tuyết"; hoa thơm và trắng.

Hedyosmum   Sw. 1788   Chloranthaceae
                          Prodr. 5, 84   1788
          Hy. *hedys* "dịu, ngọt"; *osmon* "thơm".

Hedyotis   L. 1753   Rubiaceae

Sp. Pl. 1: 101   1753

Hy. *hedy* "ngọt"; *otis* "tai".

Hedysarum	L. 1753	Fabaceae

Sp. Pl. 2: 745   1753

Hy. *Hedysaron*, tên một cây do Dioscorides mô tả, ý nghĩa không rõ.

xem **Flemingia** (CCVN-I/969-970)

Helianthus	L. 1753	Asteraceae

Sp. Pl. 2: 904   1753

Hy. *helios* "mặt trời"; *anthos* "hoa"; hướng dương.

Helichrysum	P. Mill. corr. Pers. 1807 (n. & orth. cons.)	Asteraceae

Gard. Dict. Abr. (ed. 4) vol. 2   1754

Hy. *helios* "mặt trời"; *chrysos* "vàng".

Helicia	Lour. 1790	Proteaceae

Fl. Cochinch. 1: 83   1790

Hy. *helico* "quắn"; phiến hoa quắn.

Heliciopsis	Sleumer 1955	Proteaceae

Blumea 8: 79   1955

tựa như *Helicia.*

Heliconia	L. 1753 (n. cons.)	Heliconiaceae

Mant. Pl. 2: 147, 211   1771

núi Helicon ở Hylap, dâng cho các Thần Nàng thơ.

Helicteres	L. 1753	Malvaceae

Sp. Pl. 2: 963   1753

Hy. *helikter* "quắn"; tâm bì chín quắn (xoắn).

Heliopsis	Pers 1807	Asteraceae

Syn. Pl. 2: 473 1807

Hy. *opsis* "như"; như bông Quì (Hướng dương) .

Heliotropium	L. 1753	Boraginaceae

Sp. Pl. 1: 130   1753

Hy. *helios* "mặt trời"; *tropa* "hướng"; tên xưa tưởng như vậy.

Helixanthera	Lour. 1790	Loranthaceae

Fl. Cochinch. 1: 142   1790

Hy. *helix* "quấn, xoắn"; *anthera* "bao phấn"; tiểunhụy xoắn.

Helminthia Juss. 1789 Asteraceae
Gen. Pl. 170, 468 *1789 [1789]*
Hy. *helmintho, helminthos* "giun, sâu, trùng"; trái dài và nhăn nheo.

Helminthostachys Kaulf. 1824 Ophioglossaceae
Enum. Filic. 28 1824
Hy. *helmintho, helminthos* "giun, sâu, trùng" và *stachys* "gié, bông cỏ", liên tưởng đến các phân đoạn, các gié và sự sắp xếp của các bàotửnang.

Helwingia Willd. 1805 (n. cons.) Cornaceae
Sp. Pl. 4(2): 716 *1805*
Georg Andrea Helwing (1666-1748), giáo sĩ, tvh, viết về thực vật ở nước Phổ (Prussia).

Hemarthria R.Br. 1810 Poaceae
Prodr. 207 *1810*
Hy. *hemi* "một nửa"; *arthron* "ghép, nối"; các cọng hoa kết dính vào nhánh.

Hemerocallis L. 1753 Liliaceae
Sp. Pl. 1: 324 *1753*
Hy. *hemera* "ngày"; *kalla* "đẹp"; nở rồi tàn trong ngày.

Hemiboea C.B. Clarke 1888 Gesneriaceae
Hooker's Icon. Pl. 18: pl. 1798 *1888*
Hy. *hemi* "1/2 (phân nửa)", và *Boea*.

Hemicardion Fée 1852 Lomariopsidaceae
Mém. Foug. 5(Gen. Filicum): 282 1852
Hy. *hemi* "1/2 (phân nửa)", và *kardia* "tim" do hình dạng đáy lá.
  xem **Cyclopeltis** (CCVN-I/180)

Hemidesmus R. Br. 1810 Asclepiadaceae
Asclepiadeae 45 *1810*
Hy. *hemi* "1/2"; *desmis, desmos* "dây đai, dài, băng, bó"; do các chỉ nhị đực và các phấn khối.

Hemigramma Christ. 1907 Dryopteridaceae
Philipp. J. Sci. 2(3): 170 *1907*
Hy. *hemi* "1/2"; *gramma* "vẽ".

Hemigraphis   C.G.D. Nees 1847   Acanthaceae
Prodr. 11: 722–723   1847
Hy. hemi "1/2", *graphes* "viết"; các chỉ của những tiểuunhụy ngoài có mang những chùm lông.

Hemgymnia   O. Stapf. 1920   Poaceae
Fl. Trop. Afr. 9: 741   1920
Hy. *hemi* "nửa"; *gymnos* "trần",
xem **Ottochloa** (CCVN-III/674)

Hemigyrosa   Blume 1847   Sapindaceae
Rumphia 3: 166 1847
xem **Lepisanthes** (CCVN-II/319)

Hemionitis   L. 1753   Pteridaceae
Sp. Pl. 2: 1077 1753
Hy. *hemionos* "con la, cây lai", cho là cằn cỗi, không sinh sản.

Hemiscolopia   van Slooten 1925   Salicaceae
Bull. Jard. Bot. Buitenzorg ser. 3. 7: 342 1925
Hy. *hemi* "nửa"; *scolopia* "con rết".

Hemisorghum   C.E. Hubb. ex N.L. Bor 1960   Poaceae
Grass. Burma, Ceylon, India & Pakistan 686   1960
Hy. *hemi* "nửa" và *Sorghum.*

Hemisteptia   Bunge ex F.E.L. Fisch & Meyer 1835   Asteraceae
Index Seminum (St. Petersburg) 2: 38   1835
Hy. *hemi* "nửa"; *steptos* "có vòng hoa, mũ miện".

Hemsleya   Cogn. ex F.B. Forbes & Hemsl. 1888   Cucurbitaceae
J. Linn. Soc., Bot. 23: 490   1888
William Boting Hemsley (1843-1924), ở Royal Botanic Garden, Kew.

Henslowia   1850   Santalaceae
Mus. Bot. 1: 243   1850
John Stevens Henslow (1796-1861), giáo sĩ Anh, tvh, khoáng vật học, địa lý thực vật học, 1818 Thành viên Linnean Society, 1819 Thành viên Geological Society of London, sáng lập Cambridge Philosophical Society, 1822 giáo sư khoáng vật học ở Cambridge, 1825-1861 giáo sư tvh ở Cambridge.
xem **Dendrotrophe** (CCVN-II/127)

Heptaca   Lour. 1790   Actinidiaceae
                                Fl. Cochinch. 657   1790
                    xem **Actinidia** (CCVN-I/408)

Heptapleurum   Gaertn. 1791   Araliaceae
                                Fruct. Sem. Pl. 2: 472   1791
             Hy. *hepta* "bảy, 7"; *pleura* "gân, sườn";
                    xem **Schefflera** (CCVN-II/490)

Heracleum   L. 1753   Apiaceae
                                Sp. Pl. 1: 249   1753
             tên Hy., do *Heracleon* một vị thần, tương đương với Hercule của
             thần thoại Lamã.

Heritiera   Dryand. ex W. Ait. 1789   Malvaceae
                                Hort. Kew. 3: 546   1789
             Charles Louis L'Héritier de Brutelle (1746-1800), tvh Pháp và bảo
             trợ cho họasĩ thực vật Pierre Joseph Redouté.

Hernandia   L. 1753   Hernandiaceae
                                Sp. Pl. 2: 981   1753
             Francisco Hernandez (1514-1578), ysĩ của vua Philip II
             Tâybannha, và là thnh, tvh, thám hiểm và thu mẫu ở Nam Mỹ,
             viết sách về thực vật Mêxico.

Herminium   L. 1758   Orchidaceae
                                Opera Var. 251 1758
             Hy. *hermin, hermis* "cột, trụ giường"; hình dạng của rễ.

Herpestis   C.F. Gaertn. 1807   Scrophulariaceae
                                Suppl. Carp. 186–187, pl. 214 [right center]   1807
                    xem **Bacopa** (CCVN-II/902)

Herpysma   Lindl. 1833   Orchidaceae
                                Edwards's Bot. Reg. 19: sub pl. 1618   1833
             Hy. *herpyso* "căn hành"; dạng cây bò, leo.

Hesperethusa   M. Roem. 1846   Rutaceae
                                Fam. Nat. Syn. Monogr. 1: 31, 38   1846
                    xem **Narengi** (CCVN-II/426)

Hetaeria   Blume 1825   Orchidaceae
Bijdr. Fl. Ned. Ind. 8: 409   1825
Hy. *hetaireia, hetairia* "tình bạn, kết hợp, tình anh em"; *hetairos* "người bạn"; liên tưởng đến các nét tương tự với giống (chi) *Goodyera.*

Heteroneuron   Fée 1845   Dryopteridaceae
Mém. Foug. 2(Hist. Acrostich.): 20.   1845
Hy. *heteros* "dị, khác, nhiều thứ khác nhau"; *neuron* "gân".
xem **Bolbitis** (CCVN-I/195)

Heteropanax   B.C. Seem. 1866   Araliaceae
Fl. Vit. 114   1866
Hy. *heteros* "dị, khác"; và tên cây *Panax".*

Heteropappus   Less. 1832   Asteraceae
Syn. Gen. Compos. 189 1832
Hy *heteros* "khác, thay đổi"; *pappos* "lông mào"; hai dạng lông-mào.

Heteropholis   C.E. Hubb. 1956   Poaceae
Hooker's Icon. Pl. 36: , pl. 3548 1956
Hy. *heteros* "khác, không giống"; *pholis* "vảy sừng".

Heterophragma   A.P. de Cand. 1838   Bignoniaceae
Biblioth. Universelle Geneve ser. 2. 17: 129   1838
heteros "khác nhau"; *phragma* "ngăn"; có ngăn giả và ngăn thực
xem **Fernandoa** (CCVN-III/90)

Heteropogon   Pers. 1807   Poaceae
Syn. Pl. 2: 533 1807
Hy. *heteros* "khác nhau"; *pogon* "râu"; có lông gai xoắn ở ngọn gié-hoa cái thụ, và không lông gai xoắn ở ngọn gié-hoa đực thụ.

Heterosmilax   Kunth. 1850   Smilacaceae
Enum. Pl. 5: 270   1850
Hy. *heteros* "khác nhau" và *Smilax.* (xem Smilax)

Heterostema   Wight & Arnott 1834   Asclepiadaceae
Contr. Bot. India 42   1834
Hy. *heteros* "khác, thay đổi, đa dạng" *stema* "tiểunhụy"; có tiểunhụy lép hẹp.

Hevea Aubl. 1775 Euphorbiaceae
Hist. Pl. Guiane 2: 871, pl. 335 1775
tên Brasil *heve* của cây.

Hexandra Aquifoliaceae
Hy. *hex, hexa* "sáu"; *aner* "đực tiểunhụy"; sáu tiểunhụy.
xem **Ilex** (CCVN-II/163)

Hexaneurocarpon Dop 1929 Bignoniaceae
Compt. Rend. Hebd. Séances Acad. Sci. 189: 1097 1929
Hy. *hex, hexa* "sáu"; *neuro* "gân", *karpos* "trài"
xem **Fernandoa** (CCVN-III/91)

Hewittia W. & Arn. 1837 Convolvulaceae
Madras J. Lit. Sci. 5: 17, 22 1837
John Hewitt (1880-1961), đvh Anh, thnh, 1905-1908 quản thủ
bảo tàng Sarawk Museum, 1910-1958 giám đốc bảo tàng Albany
Museum (Grahamstown), tác giả *"Notes on the flora and fauna of
Sarawak"* (*Afr. J. Sci. 6: 203-212. 1910*).

Heynia = Heynea Roxb. 1815 Meliaceae
Bot. Mag. 41: , pl. 1738 1815
Dr. Benjamin Heyne (1770-1819), ysĩ, tvh Đức, nhà truyền giáo
và thu mẫu thực vật gần Travancore, Kerala, Tây-Nam Ấn độ,
1802-1808 Quản đốc Vườn Thực vật Bangalore, 1813 Thành viên
của Linnean Society.

Hibiscus L. 1753 Malvaceae
Sp. Pl. 2: 693 1753
Hy. *ibis:* một chim vùng lầy; nơi sống của vài loài.

Hicriopteris Presl 1851 Gleicheniaceae
Abh. Königl. Böhm. Ges. Wiss., ser. 5, 6: 386–3871851
syn. Dicranopteris.

Hildegardia Schott & Endl. 1832 Sterculiaceae
Melet. Bot. 33 1832
Thánh Hildegard (Hildegard von Bingen) (1098-1179), Nữ tu viện
trưởng tu viện Rupertsberg, gần Bingen trên bờ sông Rhin, người
Đức, học giả, viết nhiều sách về những điều thần bí và tiên tri.
xem **Sterculia** (CCVN-I/508)

Hippeastrum Herb. 1821 (n. cons.) Amaryllidaceae

Appendix 31   1821
Hy. *hippeus* "kỵ sĩ"; *astron* "sao"; các lá sắp xếp gợi ý như kỵ sĩ cưỡi ngựa.

Hippia   L. 1771   Asteraceae
                            Mant. Pl. 2: 158, 291   1771
Hy. *hippos* "ngựa"; Hippias ở Elis, triết gia Hylạp và nhà toán học, đồng thời với Socrates;
                 xem **Dichrocephala** (CCVN-III/248)

Hippobroma   G. Don f. 1834   Campanulaceae
                            Gen. Hist. 3: 698, 717   1834
Hy. *hippos* "ngựa" và *bromos* "nổi xung, điên tiết"; do nhũ dịch độc.

Hippocratea   L. 1753   Celastraceae
                            Sp. Pl. 2: 1191   1753
Hippocrates (460-377 trước CN), ysĩ Hylạp, người đầu tiên tách y-học ra khỏi nghi ngờ và huyền thoại và được xem như tổ của y-khoa.

Hippomane   L. 1753   Euphorbiaceae
                            Sp. Pl. 2: 1191   1753
Hy. hippo "ngựa"; *mania* "điên"; làm cho ngựa trở chứng điên cuồng.

Hiptage   J. Gaertn. 1790   Malpighiaceae
                            Fruct. Sem. Pl. 2: 169, pl. 116, f. 4   1790
Hy. *hiptamai* "bay"; trái có 3 cánh.

Histiopteris   J. Sm. 1875   Dennstaedtiaceae
                            Hist. Fil. 294   1875
Hy. *histio, histion* "buồm"; *pteris* "ráng"; dáng của lá.

Hodgsonia   Hook. & Thoms. 1854   Cucurbitaceae
                            Proc. Linn. Soc. Lond. 2: 257   1854
Brian Houghton Hodgson (1800-1894), thnh, dân tộc học (Đôngphương học) người Anh, làm việc cho Công ty Đông Ấn, thường trú ở Nepal.

Holarrhena   P. Br. 1811   Apocynaceae
                            Mem. Wern. Nat. Hist. Soc. 1: 62   1811
Hy. *holos* "hoàn toàn"; *arren* "đực, trống".

Holboellia   Wall. 1824   Lardizabalaceae
  Tent. Fl. Napal. 23   1824
  Frederik Ludvig Holboell (1765-1829), tvh Đanmạch, Gđ Botanic
  Garden ở Copenhagen.

Holcoglossum   Schltr. 1919   Orchidaceae
  Repert. Spec. Nov. Regni Veg. Beih. 4: 285   1919
  Hy. *holkos* "dây đai, luống, đường rạch, kéo"; *glossa* "lưỡi"; do
  hình dạng của môi hoa.

Holcus   L. 1753   Poaceae
  Sp. Pl. 2: 1047   1753
  La. *holcus, i* "lúa mạch (*Hordeum murinum* L.)"; Hy. *holkos*, tên
  một loại cỏ hòabản, thóc, có lẽ *Sorghum*.
  xem **Bothriochloa** (CCVN-III/704)

Holigarnia   Buch.-Ham. ex Roxb.   1820   Anacardiaceae
  Pl. Coromandel 3: 79   1820
  từ một tên thông thường.

Holoptelea   J. E. Planch. 1848   Ulmaceae
  Ann. Sci. Nat., Bot., sér. 3, 10: 259, 266 1848
  Hy. *holo* "toàn"; *ptelea* "cây du *Ulmus*"; có cánh tròn quanh trái.

Homalium   N.J. Jacq. 1760   Salicaceae
  Enum. Syst. Pl. 5, 24   1760
  Hy. *homalos* "đều, bằng nhau"; số cánh hoa bằng số lá đài.

Homalocladium   (F.J. Müll.) L.H. Bailey 1929   Polygonaceae
  Gentes Herbarum 2(1): 56   1929
  Hy. *homalo* "đều, bằng nhau, phẳng"; *klados* "nhánh"; nhánh dẹp,
  phẳng.
  xem **Muehlenbeckia** (CCVN-I/755)

Homalonema   Schott ex Sch. & Endl. 1832   Araceae
  Gen. Pl. 238   1837
  Hy. *homalos* "dẹp, phẳng"; *nema*: chỉ; tiểuunhụy dẹp.

Homonoia   Lour. 1790   Euphorbiaceae
  Fl. Cochinch. 601, 636 1790
  Hy. *homois* "dính, như nhau"; *nous* "ý nghĩ, chủ tâm"; *homonoia*
  "hòa hợp, nhất trí"; tiểuunhụy dính nhau cả.

Hopea   Roxb. 1811 (n. cons.)   Dipterocarpaceae
          Pl. Coromandel 3: 7   1811
John Hope (1725-1786), ysĩ và tvh người Scotland, thực hiện công trình đồ sộ về phân loại học nhưng không công bố nên ít được biết đến.

Hordeum   L. 1753   Poaceae
          Sp. Pl. 1: 84   1753
tên La. của lúa mạch; do chữ tiếng Phạn có nghĩa "yêu quí đối với người".

Horsfieldia   Willd. 1806   Myristicaceae
          Sp. Pl. 4(2): 872   1806
Thomas Horsfield (1773-1859), ysĩ và tvh Mỹ, thu mẫu thựcvật ở Java và Sumatra.

Hortensia   Comm. ex Juss. 1789   Hydrangeaceae
          Gen. Pl. 214   1789
Hortense van Nassau .

Hottonia   L.   1753   Primulaceae
          Sp. Pl. 1: 145   1753
để tưởng niệm Pieter (Petrus) Hotton (1648-1709), ysĩ và tvh Hòalan, giáo sư tvh, Thành viên của Royal Society of London.
          xem **Limnophila** (CCVN-II/909)

Houttuynia   Thunb. 1784 (n. cons.)   Saururaceae
          Kongl. Vetensk. Acad. Nya Handl. 4: 149–152, t. 5   1783
Martin Houttuyn (1720-94), thnh Hòa lan.

Hovenia   Thunb. 1781   Rhamnaceae
          Nov. Gen. Pl. 1: 7–8   1781
David ten Hoven (1724-1787), thượng nghị sĩ Hòalan, khuyến khích nghiên cứu khoa học, một trong những người bảo trợ chuyến du khảo của Carl Peter Thunberg đến Nam Phi, Java và Nhật bản.

Hoya   R. Br. 1810   Apocynaceae
          Prodr. 459   1810
Thomas Hoy (1750-1822), người chăm sóc thực vật ở vườn ở Syon House cho Công tước Northumberland trong vòng 40 năm.

Hugonia   L. 1753   Linaceae
Sp. Pl. 2: 675   1753
Aloysius Scallon, thường được gọi là Hugo/Hugh Scallon, linhmục người Ireland, thu mẫu thực vật ở miền Tây Trung quốc khoảng năm 1899.

Humata   Cavan. 1802   Davalliaceae
Descr. Pl. 272–273   1802
La. *humus, humi* "đất"; cây bò ở đất.

Humulus   L. 1753   Cannabaceae
Sp. Pl. 2: 1028   1753
La. *humus* "đất"; cây mọc sà, trườn.

Hunteria   Roxburgh   1832   Apocynacae
Fl. Ind. (ed. 1832) 1: 695   *1832*
William Hunter (1755-1812), người Scotland, ysĩ, 1783-1812 phục vụ ở Sở Ytế Bengal, 1811 Giámđốc Sở Ytế Java trong thời gian bị Anh quốc chiếm đóng, thu mẫu thực vật ở bán đảo Mãlai (Penang);
hoặc
Alexander Hunter (1729-1809), ysĩ Scotland, 1770 sáng lập Agricultural Society of York, 1775 Thành viên Royal Society,

Huodendron   Rehder 1935   Styracaceae
J. Arnold Arbor. 16: 341   *1935*
Giáo sư Hồ Tiên Túc (胡先驌, Hú Xiānsù, Hu Hsen Hsu) (1894-1968), Viện trưởng Fan Memorial Institute of Biology, Peiping, một trong những nhà tvh tiên phong của khoa Thực vật học Trung Quốc.

Hura   L. 1753   Euphorbiaceae
Sp. Pl. 2: 1008   1753
tên Nam Mỹ của cây Bả đậu.

Huperzia   Bernhardi 1801   Lycopodiaceae
J. Bot. (Schrader) 1800 (2): 126 1801
Johann Peter Huperz (1771-1816), ysĩ và tvh Đức.

Hyacinthus   L. 1753   Asparagaceae
Sp. Pl. 1: 316   1753
tên Hy., cho là nảy sanh từ máu của Hyakinthos

Hybanthus N.J. Jacq. 1760 (n. cons.) Violaceae
Enum. Syst. Pl. 2, 17 1760
Hy. *hybos* "lưng gù"; *anthos* "hoa"; hoa có bầu.

Hydnocarpus Gaertn. 1788 Flacourtiaceae
Fruct. Sem. Pl. 1: 288 1788
Hy. *hydnos* "củ, nấm cục (*Tuber*)"; *karpos* "trái" ; trái giông giống nấm cục.

Hydnophytum W. Jacq. 1823 Rubiaceae
Trans. Linn. Soc. London 14(1): 124 1823
Hy. *hydnon*: nấm ở đất; *phyton*: "cây".

Hydrangea L. 1753 Hydrangeaceae
Sp. Pl. 1: 397 1753
Hy. *hydor* "nước"; *aggeion* "bình, lọ, chậu"; trái hình chén đựng nước.

Hydrilla L.C. Rich. 1814 Hydrocharitaceae
Mém. Cl. Sci. Math. Inst. Natl. France 1811(2): 9, 61, 761814
Hy. *hydor* "nước"; cây ở nước có lá luânsinh.

Hydrobium Podostemaceae
xem **Hydrobryum** dưới đây:

Hydrobryum Endl. 1841 Podostemaceae
Gen. Pl. 1375 1841
Hy. *hydor* "nước" và *bryon* "rêu"; do nơi mọc.

Hydrocera Blume 1825 Balsaminaceae
Bijdr. Fl. Ned. Ind. 241 1825
Hy. *hydor* "nước"; *keras* "sừng", cây thủysinh hoặc bán-thủysinh, hoa có cựa chứa đầy mật.

Hydrocharis L. 1753 Hydrocharitaceae
Sp. Pl. 2: 1036 1753
Hy. *hydor* "nước"; *charis* "duyên dáng, dễ thương"; cỏ nổi, đẹp.

Hydrocotyle L. 1753 Araliaceae
Sp. Pl. 1: 234 1753
Hy. *hydor* "nước"; *kotylis* "chén nhỏ"; dạng của lá.

Hydrolea L. 1762 (n. cons.) Hydroleaceae

Sp. Pl. (ed. 2) 1: 328   1762

Hy. *hydor* "nước"; *elaia* "dầu": có lẽ do nơi ở; hay do kết cấu lá trơn như mỡ.

Hydrostemma   Wall. 1827   Nymphaeaceae

Philos. Mag. Ann. Chem. 1: 454 1827

Hy. *hydor* "nước"; *stemma* "vòng hoa, tràng hoa"   .

Hydrotrophus   C.B. Clarke 1873   Hydrocharitaceae

J. Linn. Soc., Bot. 14: 8 1873

xem **Blyxa** (CCVN-III/322)

Hygrochilus   Pfitzer 1897   Orchidaceae

Nat. Pflanzenfam. 1(II–IV): 112 1897

Hy. hygro "ẩm ướt"; *cheilos* "môi".

Hygrophila   R. Br. 1810   Acanthaceae

Prodr. 479   1810

Hy. *hygros* "ẩm"; *philos* "ưa".

Hygroryza   C.G.D. Nees 1833   Poaceae

Edinburgh New Philos. J. 15: 380   1833

Hy. *hygros* "ẩm"; *Oryza*.

Hylocereus   (A. Berg.) N.L. Britt. & Rose 1909   Cactaceae

Contr. U.S. Natl. Herb. 12(10): 428   1909

Hy. *hylo* "rừng, vùng rừng"; *Cereus*; xương rồng leo.

Hymenachne   P. Beauv. 1812   Poaceae

Ess. Agrostogr. 48   1812

Hy. *hymen* " màng mỏng"; *achne* "vỏ trấu"; vỏ trấu mỏng.

Hymenaea   L. 1753   Fabaceae

Sp. Pl. 2: 1192 1753

Hymen, Hymenis: nữ thần cưới hỏi; cặp lá chét xáp lại gần nhau ban đêm.

Hymenocallis   R.A. Salisb. 1812   Amaryllidaceae

Trans. Hort. Soc. London 1: 338 1812

Hy. *hymen* "màng"; *kallos* "đẹp"; màng mỏng nối liền các chỉ nhị đực thành hình chén.

Hymenocardia   Wall. ex Lindl. 1836   Euphorbiaceae
Nat. Syst. Bot. 441   1836
Hy. *hymen* "màng"; *cardia* "tim"; nang hình tim có cánh.

Hymenocarpum   J.E. Sm. 1793   Rubiaceae
Hy. *hymen* "màng"; *karpos* "trái, quả"; trái có vách mỏng.

Hymenodyction = **Hymenodictyon** Wall. 1824   Rubiaceae
Fl. Ind., ed. 1820 2: 153 1824
Hy. *hymen* "màng"; *diction* "mạng"; hột có một mạng mỏng bao.

Hymenolepis   Kaulf. 1824   Polypodiaceae
Enum. Filic. 146   1824
Hy. *hymen* "màng"; *lepis* "vảy".
     xem **Belvisia** (CCVN-I/105)

Hymenophyllum   J. Sm. 1793   Hymenophyllaceae
Mém. Acad. Roy. Sci. (Turin) 5: 418, pl. 9, f. 8   1793
Hy. *hymen* "màng"; *phyllon* "lá"; ráng có lá mỏng manh.

Hymenopogon   Wall. ex Roxb. 1824   Rubiaceae
Fl. Ind., ed. 1820 2: 156 1824
Hy. *hymen* "màng; *pogon* "râu".

Hymenopyramis   Wall. ex Griff. 1842   Lamiaceae
Calcutta J. Nat. Hist. 3: 365   1842
Hy. *hymen* "màng"; *pyramis* "hình chóp, hình nón".

Hypaelytrum   Poir.   1821   Cyperaceae
Dict. Sci. Nat. (ed. 2) 10 22: 340. 1821.
     xem **Lipocarpha** (CCVN-III/568)

Hypaphorus   Hassk. 1858   Fabaceae
Hort. Bogor. Descr. 1971858
     xem **Erythrina** (CCVN-I/939)

Hyparrhenia   And. ex Fourn. 1886   Poaceae
Mexic. Pl. 2: 51, 67   1886
Hy. *hypo* "dưới, bên dưới, ở dưới"; *arrhen* "đực, trống", do các gié-hoa đực ở gốc pháthoa.

Hypericum   L. 1753   Hypericaceae
Sp. Pl. 2: 783   1753

Hy. *hyper* "trên, ở trên"; *eicon* "bức tranh" tên Hy. *hypericon* là tượng; mọc ở chân tương; trồng trên các miếu thờ để đuổi tà ma.

Hyphaene Gaertner 1788 Arecaceae
Fruct. Sem. Pl. 1: 28 1788
Hy. *hyphaino, hyphainein* "đan, dệt, bện"; liên tưởng đến các sợi xoắn trên vách của trái, hoặc từ lá của các cây Cọ nầy.

Hyphear Danser 1929 Loranthaceae
Bull. Jard. Bot. Buitenzorg, sér. 3, 10: 292, 319 1929
tên xưa *hyphear* của cây Tầm gửi ở Arcadia, do Theophrastus và Plinius gọi, xưa dùng vỗ béo gia súc và chiên cừu, nhưng cũng làm xổ mạnh và nguy hiểm.

Hypobathrum Bl. 1827 Rubiaceae
Bijdr. Fl. Ned. Ind. 1007 1826
Hy. *hypo* "dưới"; *bathron* "ghế, bước, nấc thang"; 2 hột: 1 trên, 1 dưới.

Hypocheris L. 1753 Asteraceae
Sp. Pl. 2: 810 1753
Hy. *hypochoiris* tên gọi một loại rau diếp xoăn, *hypo* "dưới, ở dưới" và *choiros* "heo, lợn"; do mặt dưới lá lởm chởm lông cứng như thấy ở dưới bụng heo; hoặc vì heo ưa ăn rễ cây nầy. Plinius gọi *hypochoeris, idis* tên La. xưa một cây mà nay không biết rõ.

Hypodematium G. Kunze 1833 Aspleniaceae
Flora 16(2): 690 1833
Hy. *hypodematium* từ giảm nhẹ nghĩa của *hypodema, hypodematos* "dép, giày", *hypodeo* "buộc, trói bên dưới", liên tưởng đến hình dạng của bao-mô.

Hypoestes Sol. ex R. Br. 1810 Acanthaceae
Prodr. 474 1810
Hy. *hypo* "dưới"; *estia* "nhà"; lá hoa che đài.

Hypolepis Bernh. 1806 Dennstaedtiaceae
Neues J. Bot. 1(2): 34 1805 [1806]
Hy. *hypo* "dưới"; *lepis* "vảy"; các nangquần được che chở thêm bởi bìa quay ngoắt xuống dưới của các thứ-diệp.

Hypolytrum Pers. 1805 Cyperaceae
Syn. Pl. 1: 70 1805

Hy. *hypo* "dưới"; *elytron* "bao"; có 2-3 vảy nhỏ trong 1 to.

Hypoporum   Nees 1834   Cyperaceae
Linnaea 9(3): 303   1834
    xem **Scleria** (CCVN-III/572)

Hypoxis   L. 1759   Hypoxidaceae
Syst. Nat. (ed. 10) 2: 972, 986, 1366   1759
Hy. *hypo* "dưới"; *oxes* "nhọn"; đáy nang nhọn.

Hypserpa   Miers 1851   Menispermaceae
Ann. Mag. Nat. Hist., ser. 2 7: 36, 40   1851
Hy. *hypsos* "chiều cao"; *herpo* "trườn, bò, leo"; do dạng leo.

Hyptianthera   W. & Arn. 1834   Rubiaceae
Prodr. Fl. Ind. Orient. 1: 399   1834
Hy. *hyptios* "ưởng ra, lộn ngược"; *anthera* "tiểunhụy".

Hyptis   N.J. Jacq.1787 (n. cons.)   Lamiaceae
Collectanea 1: 101   1786 [1787]
Hy. *hyptios* "ưởng ra, lộn ngược"; cánh hoa ưởng ra.

Hyssopus   L.   1753   Lamiaceae
Sp. Pl. 2: 569   1753
    tên xưa *hyssopos* gọi một loài *Origanum*, (La. *hysopum*, *hyssopum*, *hyssopus*).
    xem **Rhabdosia** (CCVN-II/853)
....

I

Ichnanthus P. de Beauv. 1812 Poaceae
Ess. Agrostogr. 56, pl. 12, f. 1 1812
Hy. *ichnos* "vết"; *anthos* "hoa"; do các mấu cánh trên các gié-hoa gần ngọn.

Ichnocarpus R. Br. 1811 (n. cons.) Apocynaceae
Mem. Wern. Nat. Hist. Soc. 1: 61 1811
Hy. *ichnos* "dấu, dấu chân, vết tích"; *karpos* "trái"; trái rất nhỏ, mảnh dẻ, chẻ đôi rộng.

Icica Aubl. 1775 Burseraceae
Hist. Pl. Guiane 1: 337, t. 132 1775
xem **Pleiogynium,** Anacardiaceae (CCVN-II/374)

Ilex L. 1753 Aquifoliaceae
Sp. Pl. 1: 125 1753
La. *Ilex* "cây Sồi xanh" *Quercus ilex,* mọc ở vùng Địa Trung Hải; lá giống lá Sồi xanh.

Illicebrum L. 1753 Amaranthaceae
Sp. Pl. 1: 206 1753
La. *illecebra, ae* "hấp dẫn, xui khiến, quyến rũ", *illicio, lexi, lectum* "cám dỗ, dụ dỗ";
xem **Trichiurus** và **Aerva** (CCVN-I/731)

Illicium L. 1759 Illiciaceae
Syst. Nat. (ed. 10) 2: 1042, 1050, 1370 1759
La. *illicio, illicere* "hấp dẫn, quyến rũ"; mùi hấp dẫn, quyến rũ của trái, của tinh dầu.

Illigera Blume 1826 Hernandiaceae
Bijdr. Fl. Ned. Ind. 1153 1826
Johann Carl Wilhelm Illiger (1775-1813), thnh, độngvậthọc Đức, tác giả *Versuch einer systematischen vollständigen Terminologie fur das Thierreichund Pflanzenreich.* Helmstadt 1800 và *Prodromus systematis mammalium et avium.* Berolini 1811.

Ilysanthes Raf. 1820 Scrophulariaceae
Ann. Nat. 13 1820
Hy. *ilys* "bùn"; *anthos* "hoa"; hoa trên bùn.

xem **Lindernia** (CCVN-II/911)

Impatiens　　　　　L. 1753　　　　　　　　Balsaminaceae
Sp. Pl. 2: 937　1753
La. *impatiens, impatientis* "nóng tính"; trái nhạy với sự va chạm: nứt (bung) ra đột ngột và mãnh liệt.

Imperata　　　　　Cyrillo 1792　　　　　　Poaceae
Pl. Rar. Neapol. 2: 26　1792
tặng ysĩ Ferrante Imperato (1550-1625), tvh Ý ở Naples, tác giả *Dell'Historia Naturale* (1599).

Indigofera　　　　　L.1753　　　　　　　　Fabaceae
Sp. Pl. 2: 751　1753
La. *indigo* "màu chàm" (do màu nhuộm *indicus* vì từ Ấn độ); *fero* "mang".

Indorouchera　　　　H. Hall. f. 1923　　　　Linaceae
Beih. Bot. Centralbl. 39(2): 50　1923
từ *India*, "Ấnđộ" và tên giống *Roucheria* (tên thisĩ Pháp Jean Antoine Roucher (1745-1794).

Indosasa　　　　　McClure 1940　　　　　Poaceae
Lingnan Univ. Sci. Bull. 9: 28　1940
từ *India*, "Ấnđộ" và tên giống *Sasa*.

Indosinia　　　　　J.E. Vid. 1965　　　　　Ochnaceae
Bull. Soc. Bot. France 111: 405 1965
từ *India*, "Ấnđộ" và tên giống *Sinia*.

Inga　　　　　　　　P. Mill. 1754　　　　　　Fabaceae
Gard. Dict. Abr. (ed. 4) no. 2　1754
tên địa phương Tupi-Guarani ở Tây Ấn: *ingá*.
xem **Albizia** (CCVN-II/ 831)
và **Pithecellobium** (CCVN-II/832)

Intsia　　　　　　Petit-Th. 1806　　　　　Fabaceae
Gen. Nov. Madagasc. 22　1806
tên Madagascar *intsi* "đây! nó đây nè!".

Inula　　　　　　　L. 1753　　　　　　　　Asteraceae
Sp. Pl. 2: 881　1753
tên La. *enula campana* mà Plinius gọi cây *Inula helenium*.

Iodes　　　　　　　Blume 1825　　　　　　Icacinaceae
　　　　　　　　　　　Bijdr. Fl. Ned. Ind. 29　1825
　　Hy. *ios* "rỉ sét", *iodes* "màu rỉ sét, độc, hăng cay"; *ioeides* "màu
tía, tím"; hoa màu tím.

Iodocephalus　　　　Thorel ex Gagnep. 1920　　Asteraceae
　　　　　　　　　　　Notul. Syst. (Paris) 4: 16　　1920
　　Hy. *iodo* "màu iốt"; *kephale* "đầu"; hoa-đầu màu tím than.
　　　　　　　xem **Camchaya** (CCVN-III/235)

Ionidium　　　　　　Vent. 1803　　　　　　Violaceae
　　　　　　　　　　　Jard. Malmaison sub pl. 27　　1803
　　Hy. *ion* "tím"; *eidos* "giống, tựa như";
　　　　　xem **Hybanthus** (CCVN-I/553)

Iphigenia　　　　　Kunth. 1843　　　　　Liliaceae
　　　　　　　　　　　Enum. Pl. 4: 212　　　1843
　　tên con gái của Agamemnon và Clytemnestra trong thần thoại
Hylạp.

Ipomoea　　　　　　L. 1753　　　　　　Convolvulaceae
　　　　　　　　　　　Sp. Pl. 1: 159　1753
　　Hy. *ips, ipos* "giun"; *homoios* "giống như"; thân ngoằn ngoèo như
giun.

Iresine　　　　　　P. Br. 1756 (n. cons.)　　Amaranthaceae
　　　　　　　　　　　Civ. Nat. Hist. Jamaica 358–359　　　1756
　　Hy. *erios* "len, nỉ"; hoa đầy lông.

Iris　　　　　　　　L. 1753　　　　　　Iridaceae
　　　　　　　　　　　Sp. Pl. 1: 38　1753
　　Hy. *ires, ireos, iridos* "móng trời, cầu vòng".

Irvingia　　　　　　J.D. Hook. 1860　　　Irvingiaceae
　　　　　　　　　　　Trans. Linn. Soc. London 23: 167　　　1860
　　Edward George Irving (1816-1855), ysĩ phẫuthuật và tvh
Scotland, thu mẫu ở Nam Nigeria.

Isachne　　　　　　R.Br. 1810　　　　　Poaceae
　　　　　　　　　　　Prodr. 196　　1810
　　Hy. *iso* "bằng nhau, giống nhau"; *achne* " mày, dĩnh".

Ischaemum   L. 1753   Poaceae
Sp. Pl. 2: 1049 1753
Hy. *ischo, ischein* "cản trở, cầm giữ, kiềm chế"; *haima* "máu"; *ischaimos* "cầm máu"; hột vài loài dùng để cầm máu.

Iseilema   And. 1856   Poaceae
Nova Acta Regiae Soc. Sci. Upsal., ser. 2 2: 250 1856
Hy. *iso* "bằng nhau, giống nhau; *eilyma* "vỏ bọc, nắp".

Isodon   (Schr. ex Benth.) Spach 1840   Lamiaceae
Hist. Nat. Vég. 9: 162 1840
Hy. *isos* "bằng nhau"; *odous, odontos* "răng".
xem **Rhabdosia** (CCVN-II/852)

Isoetes   L. 1753   Isoetaceae
Sp. Pl. 2: 1100 1753
Hy. *isos* "như nhau"; *etos* "năm"; luôn luôn như vậy (xanh) trong năm.

Isoglossa   Oersted 1854   Acanthaceae
Vidensk. Meddel. Dansk Naturhist. Foren. Kjøbenhavn 1854: 155 1854
Hy. *isos* "bằng nhau"; *glossa* "lưỡi"; vành có hai môi bằng nhau.

Isonandra   Wight 1840   Sapotaceae
Icon. Pl. Ind. Orient. 2(1): 4 1840
Hy. *isos* "bằng nhau"; *aner, andros* "đực, tiểunhụy"; các tiểunhụy bằng nhau.
xem **Palaquium** (CCVN-I/635)

Isopyrum   L. 1753   Ranunculaceae
Sp. Pl. 1: 557 1753
Hy. *isos* "như nhau"; *pyros* "lúa mì"; trái giống hạt lúa mì.

Itea   L. 1753   Iteaceae
Sp. Pl. 1: 199 1753
tên Hy. *Itea* "liễu"; có lẽ vì sống gần nước?

Itoa   Hemsl. in Hook. 1901   Salicaceae
Hooker's Icon. Pl. 27: pl. 2688 1901
Tokutaru Ito (1868-1941), tvh Nhật bản, chuyên về nấm.

Ixeris   (Cass.) Cass. 1822   Asteraceae
Dict. Sci. Nat. (ed. 2) 25: 62 1822

tên địa phương ở Ấn độ.

Ixia   L. 1753   Iridaceae
Sp. Pl. 1: 36   1753

La. *ixia, ixiae* và Hy. *ixia, ixos* "cây tầm gửi, nhựa bẫy chim"; do có nhựa dính và bầy nhầy.

      xem **Belacamda** (CCVN-III/505)

Ixodonerium   Pit. 1933   Apocynaceae
Fl. Indo-Chine 3: 1228 1933

Hy. *ixos* "nhựa bẫy chim"; *ixodes* "tựa như cây tầm gửi".

Ixonanthes   W. Jack 1822   Ixonanthaceae
Malayan Misc. 2(7): 51 1822

Hy. *ixos* "nhựa bẫy chim"; *anthos* "hoa"; hoa trĩn, dính.

Ixora   L. 1753   Rubiaceae
Sp. Pl. 1: 110   1753

tên (Malabar) Phạn *Iswara*, tên của nữthần Parvati, Mahadevi, vợ của thần Shiva mà hoa của Mẫu đơn (bông Trang) được dâng cúng lên ở các đền thờ Ấn độ. Parvati là con gái của Himavat, núi Himalaya.

            ....

J

Jacaranda   A.L. Juss. 1789   Bignoniaceae
tên Tupi Guarani ở Nam Mỹ (Brasil): *jakara'nda.*

Jacquemontia   J.D. Choisy 1834   Convolvulaceae
   Mém. Soc. Phys. Genève 6(2): 476   *1834*
Venceslas Victor Jacquemont (1801-1832), thnh và tvh Pháp, du khảo ở Bắc Mỹ, Đông Ấn và Ấnđộ.

Jacquinia   L. 1760   Theophrastaceae
   Fl. Jamaic. 27   *1760*
Nikolaus Joseph von Jacquin (1727-1817), người Áo, ysĩ, sưu tập tv, nhà du hành, được Hoàng đế Francis I phái đến Tây Ấn và Nam Mỹ 1754/1755-1759; 1768-1796 giáo sư thựcvật và hóa học ở Khoa Y thuộc Đại học Vienna; năm 1774 được phong lên hàng quí tộc, 1806 Nam tước, 1809 Viện trưởng Đại học Vienna, 1774 biên tập quyển *Pharmacopoea Austriaco-Provincialis*, 1784 biên tập quyển *Beytragezur Geschichte der Vogel.*

Jambolifera   *L. 1753*   Rutaceae
   Sp. Pl. 1: 349   *1753*
   xem *Acronychia* (CCVN-II/415)

Jasminum   L. 1753   Oleaceae
   Sp. Pl. 1: 7   *1753*
Tên Ảrập *yasamin, ysmyn* gọi những cây có mùi thơm. Hy. *iasmelaion, iasimonmyron* "dầu thơm"; Ý: *gelsomino.*

Jatropha   L. 1753   Euphorbiaceae
   Sp. Pl. 2: 1006   *1753*
Hy. *iatros* "ysĩ"; *trophe* "thức ăn"; có vị thuốc và tính làm xổ của vài loài.

Jonesia   Roxb. 1795   Fabaceae
   Asiat. Res. 4: 355   *1795*
William Jones (1746-1794), luật-gia Anh, nhà ngữ-học và Ấn-độ-học, 1783-1794 thẩm phán tòa án tối cao ở Calcutta, sáng lập Royal Asiatic Society of Benghal, tác giả *"The Sanskrit Language".*
   xem *Saraca* (CCVN-I/866)

Juglans L. 1753 Juglandaceae
Sp. Pl. 2: 997 1753
La. *Jovis* "của Jupiter (thần Lamã)"; *glans* "quả nhân cứng"; do người Lamã mang vào nước Anh.

Juncella (không thấy trong CCVN-III)
từ giảm nhẹ nghĩa của La. *juncus, i* "cỏ bấc".

Juncus L. 1753 Juncaceae
Sp. Pl. 1: 325 1753
La. *juncus, i* "cỏ bấc"; có lẽ từ *jungo, is, iunxi, iunctum, ere* "nối liền"; La. *uncus* và Hy. *onkos* "cái móc"; tiếng Akkad *unqu, uqqu* "đai, vòng tròn".

Juniperus L. 1753 Cupressaceae
Sp. Pl. 2: 1038 1753
tên Latinh xưa *iuniperus* của cây.
xem **Sabina** (CCVN-I/224)

Jussiaea L. 1753 Onagraceae
Sp. Pl. 1: 388 1753
Bernard de Jussieu (1699-1777), đóng góp xây dựng khái niệm phân loại loài.
xem **Ludwidgia** (CCVN-II/68)

Justicia L. 1753 Acanthaceae
Sp. Pl. 1: 15 1753
James Justice (1698-1763), luật sư, lục sự tòa án, và nhà trồng hoa kiểng ở Scotland.

....

K

Kadsura   Juss. 1810   Schisandraceae
Ann. Mus. Natl. Hist. Nat. 16: 340   1810
tên Nhật.

Kaempferia   L. 1753   Zingiberaceae
Sp. Pl. 1: 2   1753
Engelbert Kaempfer (1651-1716), ysĩ Đức, thnh, nghiên cứu
Trung Quốc và cây thuốc Nhật.

Kailarsenia   Tirveng 1983   Rubiaceae
Nordic J. Bot. 3(4): 462–464, f. 4   1983
Kai Larsen, nhà tvh Đanmạch, s. 1926, giáosư TVH ở Đạihọc
Århus, khảocứu thựcvật ở Tháilan.

Kalanchoe   Adans. 1763   Crassulaceae
Fam. Pl. 2: 248   1763

từ tên Hindi *kalanka* "rỉ sắt,
vết, đốm"; hoặc tên thường của
cây này ở Trungquốc.

Kalanchoe daigremontiana:
trường sanh

Kalimeris   (Cass.) H. Cass. 1825   Asteraceae
Dict. Sci. Nat. (ed. 2) 37: 464, 491   1825
Hy. *kalos* "đẹp"; *meris* "phần".

Kandelia   (A.P. de Cand.) W. &Arn. 1834   Rhizophoraceae
Prodr. Fl. Ind. Orient. 1: 310   1834
tên Ấnđộ *tsjerukandel* của cây Vẹt dia *Kandelia candel.*

Karivia	Arn. 1841	Cucurbitaceae

J. Bot. (Hooker) 3: 275   1841

xem ***Mukia*** (CCVN-I/567)

Karomia   Dop 1932   Verbenaceae

Bull. Mus. Hist. Nat. (Paris) ser. 2. 4: 1052   1932

Kà Rôm (Cà Rôm), một thôn của người Chăm, nay thuộc Xã Công Hải, Huyện Thuận Bắc, tỉnh Ninh Thuận. *"Cà"* là núi; núi không cao, chen những bụi cây xanh và đá, cát; là kiểu thảm thực vật điển hình của vùng khô Ninhthuận. *Palei Rơm* (Thôn *Rơm*, đọc là *"râm"*), đại đa số người Chăm chỉ hiểu từ *"râm"* là rừng rậm; nhưng trong các văn bản cổ Chăm, từ *"râm"* còn có nghĩa là "đất gò" (đất cao). *"Râm"* theo tiếng Malay cũng có nghĩa là "đất gò"). Mẫu loài *Karomia fragans* P. Dop do Poilane (N° 17865) thu ở CàNá (Phan Rang) năm 1930.

Kayea   Wall. 1831   Guttiferae

Pl. Asiat. Rar. 3: 4   1831

Robert Kaye Greville (1794-1866), ysĩ Anh gốc Scotland, và tvh (Đàithựcvật, Nấm), nghệsĩ và minh họa thựcvật, tácgiả *"Scottish Cryptogamic Flora"*, *"Flora Edinensis"*, *"Algae Brittanicae"*.

xem ***Mesua*** (CCVN-I/461)

Keenania   J.D. Hooker 1880   Rubiaceae

Fl. Brit. India 3(7): 101 1880

Richard Lee Keenan (1865-1867), người Anh; phụ trách vườn thực vật Kew, 1867 trồng trà ở Ấnđộ, gởi mẫu thực vật về cho Kew.

Kerrdora   Gagn. 1950   1950   Thymelaeaceae

Notul. Syst. (Paris) 14(1): 31–32   1950

Tặng ysĩ Bắc Ireland Arthur Francis George Kerr (1877-1942), tvh, 1923 thành viên Linnean Society, 1902-1920 quân ysĩ ở Tháilan; từ 1920 tvh chính thức của chính quyền, sưu tập thựcvật; *"A Siamese Mountain Flora"* là một trong số các tác phẩm của ông.

Kerriochloa   C.E. Hubb. 1950   Poaceae

Hooker's Icon. Pl. 35: t. 3494   1951

Arthur Francis George Kerr (1877-1942), tvh, v.v. (xem thêm ở tên giống *Kerrdora*); *chloa* "cỏ hòa thảo"

Kerriothyrsus C. Hansen 1988 Melastomataceae
Willdenowia 17(1/2): 154. 1988
Arthur Francis George Kerr (1877-1942), tvh, v.v. (xem thêm ở tên giống *Kerrdora*); và *thyrsus* "chùm-xim (pháthoa)".

Keteleeria Carrìere 1866 Pinaceae
Rev. Hort. 37: 449   1866
Jean Baptiste Keteleer (1813-1903), nhà làm vườn người Bỉ.

Khaya A. Jussieu 1830 Meliaceae
Mém. Mus. Hist. Nat. 19: 249, pl. 10   1830
tên thông thường ở Tây Phi *kaye* và *khaye* gọi cây Sọ khỉ hay Xà cừ *Khaya senegalensis*.

Kibara Endl. 1837 Monimiaceae
Gen. Pl. 314   1837
Tên Indonesia, có lẽ từ *kibar* "phất phới trong gió".

Kibatalia G. Don 1837 Apocynaceae
Gen. Hist. 4: 70, 86   1837
tên thường *kibatali* ở Soudan.

Kigelia A.P. de Cand. 1838 Bignoniaceae
Biblioth. UniverselleGeneve ser. 2. 17: 135–136 1838
tên địa phương *kigelikeia* ở Mozambique, Phichâu.

Kingidium P.F. Hunt 1970 Orchidaceae
Kew Bull. 24: 97   1970
Vinh danh ysĩ và tvh Anh (Scotland) Sir George King (1840-1909), năm 1865 phục vụ ở Bengal Medical Service, 1869 Quản đốc các Vườn Thực vật ở Calcutta, giáo sư TVH ở Trường Y-khoa Bengal, sáng lập và là chủ biên đầu tiên của *Annals of the Royal Botanic Gardens, Calcutta*, 1891-1898 Giám đốc Chương trình Điều tra thực vật của Ấnđộ.

Kinostemon Kudô 1929 Lamiaceae
Trans. Nat. Hist. Soc. Taiwan 19: 1   1929
Hy. *kino* "màu đỏ"; *stemon* "tiểunhụy".

Kirganella J.F. Gmel. 1791 [1792] Euphorbiaceae
Syst. Nat. 2: 1008. 1791[1792].
xem **Sauropus** (CCVN-II/216)

Kleinhovia　　　　　L. 1763　　　　　Malvaceae
Sp. Pl. (ed. 2) 2: 1365　　1763
Christian Kleinhoff (m. 1777), ysĩ, người Hòa lan sinh ra ở Đức , thu mẫu cho Johannes Burman ở Công ty Đông Ấn Hòalan, Giám Đốc Vườn Thực vật Batavia, Java.

Kmeria　　　　　(Pierre) Dandy 1927　　　　　Magnoliaceae
Bull. Misc. Inform. Kew 1927: 260, 262　1927
Có lẽ liên tưởng đến *Khmer*, một nền văn minh đã đạt đỉnh cao từ tk. 9 đến tk. 14, một vùng của Campuchia ở Tây-Nam Đông Dương.

Knema　　　　　Lour. 1790　　　　　Myristicaceae
Fl. Cochinch. 2: 604　　1790
Hy. *kneme* "1 lóng"; có đốt (mắt) rõ ràng.

Knoxia　　　　　L. 1753　　　　　Rubiaceae
Sp. Pl. 1: 104　　1753
Thuyền trưởng Robert Knox (1641-1720), bị giam cầm 1660-1679 ở Sri Lanka, với Côngty Đông Ấn; tác giả của *An historical relation of the Island Ceylan, in the East-Indies.*

Kochia　　　　　A.W. Roth 1801　　　　　Amaranthaceae
J. Bot. (Schrader) 1800(1): 307　1801
Tặng Wilhelm Daniel Joseph Koch (1771-1849), ysĩ và tvh Đức, giáo sư Y-khoa và TVH ở Erlangen, tác giả *"Synopsis florae germanicae et helveticae".*

Koelreuteria　　　　　Laxmann1772　　　　　Sapindaceae
Novi Comment. Acad. Sci. Imp. Petrop. 16: 561–562　1772
Joseph Gottlieb Koelreuter (1733-1806), Giáosư Vạnvậthọc ở Karlsruhe, Đức, tiên phong lai tạo giống cây.

Koilodepas　　Hassk. 1856　　　　　Euphorbiaceae
Verslagen Meded. Afd. Natuurk. Kon. Akad. Wetensch. 4: 13　1856
Hy. *koilos* "bộng"; *depas* "chén".

Kopsia　　　　　Bl. 1823 (n. cons.)　　　　　Apocynaceae
Catalogus 12　　1823
Jan Kops (1765-1849), người Hòalan, nhà nônghọc, giáosư TVH ở Utrecht.

Korthalsia   Bl. 1843   Arecaceae
Rumphia 2: 172 1843
Pieter Willem Korthals (1807-92), tvh Hòalan; thu mẫu ở Java, Sumatra và Borneo.

Korthalsella   Van Tieghem 1896   Santalaceae
Bull. Soc. Bot. France 43: 83–87   1896
Pieter Willem Korthals (1807-1892), tvh Hòalan; thu mẫu ở Java, Sumatra và Borneo.

Kummerovia đúng: **Kummerowia**   Schindler 1912 Fabaceae
Repert. Spec. Nov. Regni Veg. 10(257/259): 403 1912
tặng nhà tvh Balan Jochen Kummerov (1927-2004).

Kurrima = *Kurrimia*   Wall. ex Meisn. 1837   Celastraceae
Pl. Vasc. Gen. 1: 67   1837
Tặng cho nhà làm vườn Ấnđộ Abdul Kurrim, hoặc cho họasĩ thựcvật Abdul Kurrim Khan, làm việc trong 40 năm ở Vườn Báchthảo Calcutta. (M.P. Nayar, *Meaning of Indian Flowering Plant Names*. 194. Dehra Dun 1985).
xem **Bhesa** (CCVN-II/155)

Kydia   Roxb. 1811   Malvaceae
Pl. Coromandel 3: 11   1819 [1811]
Đạitá Robert Kyd (1746-1794), sĩquan quân đội Anh, Giámđốc xây dựng Vườn Báchthảo Calcutta.

Kyllinga   Rottb. 1773 (n. cons.)   Cyperaceae
Descr. Icon. Rar. Pl. 12, pl. 4   1773
Peder Lauridsen Kylling (1640-1696), nhà bào chế thuốc và tvh Đanmạch.

....

L

Labisia   J. Lindl. 1845 (n. cons.)   Primulaceae
Edwards's Bot. Reg. 31: , ad t. 48   1845
Hy. *labis* "thìa, cán, móc"; dạng thùy của vành.

Lablab   Adans. 1763   Fabaceae
Fam. Pl. 2: 325 1763
tên Ả rập của Bìmbìm, vì leo.

Lactuca   L. 1753   Asteraceae
Sp. Pl. 2: 795   1753
La. *lac, lacteus, a, um* "sữa, đầy sữa"; có nhựa trắng như sữa.

Laelia   Lindley 1831   Orchidaceae
Gen. Sp. Orchid. Pl. 96, 115   1831
Laelia, một trong các Trinh Nữ cô thầy cúng của Bà Táo ở Lamã
xưa.

Lagarosiphon   W.H. Harvey 1841   Hydrocharitaceae
J. Bot. (Hooker) 4: 230 1841
Hy. *lagaro* "hẹp"; *siphon* "ống"; vành hoa hình ống hẹp.
xem **Nechamandra** (CCVN-III/320)

Lagenaria   Seringe 1825   Cucurbitaceae
Mém. Soc. Phys. Genève 3(1): 16, 26   1825
La. *lagen, lagenae, lageni* "bình thót cổ, chai lọ, bầu"; dạng của
trái.

Lagenophora   Cass. 1816   Asteraceae
Bull. Sci. Soc. Philom. Paris 1816: 199 1816
La. *lagen, lagenae, lageni* "bình thót cổ, chai lọ, bầu"; *fero*
"mang"; *phora, phoros* "mang, chở".

Lagerstroemia   L. 1759   Lythraceae
Syst. Nat. (ed. 10) 2: 1068, 1076, 1372   1759
Magnus von Lagerstroem (1691-1759), bảo hộ khoa học ở Thụy
điển, bạn của Linné.

Laggera   C.H. Schultz-Bip ex K.H.E. Koch1847   Asteraceae
Linnaea 19: 391   1847 [1846]
Frank Josef Lagger (1802-1870), ysĩ và tvh Thụysĩ.

Laguna   Cav. 1786   Malvaceae
                 Diss. 2. [App. 2].   *1786*
Nhà tvh Tâybannha Andrés Laguna (1499-1559), ysĩ, tvh,
giảiphẫuhọc, nhà du hành, ysĩ của Charles V.
                 xem **Polygonum** Polygonaceae (CCVN-I/748)

Lagurus   L. 1753   Poaceae
                 Sp. Pl. 1: 81   *1753*
Hy. *lagos* "thỏ rừng"; *oura* "đuôi"; liên tưởng đến hình thù của
pháthoa.
                 xem **Imperata** (CCVN-III/694)

Landolphia   P. de Beauv. 1806 (n. cons.)   Apocynaceae
                 Fl. Oware 1: 54 1806
Jean Francois Landolphe (1765-1825), chỉ huy đoàn thám hiểm
1786-1788 đến Vịnh Guinée (châu thổ sông Niger) có sự tham gia
của nhà tvh Ambroise Palisot de Beauvois (1752-1820).

Langsdorfia   Mart. 1818   Balanophoraceae
                 J. Brasil. 2: 179 1818
Ysĩ phẫu thuật người Đức Georg Heinrich von Langsdorff (1774-
1852), ở Freiburg.
                 xem **Balanophora** (CCVN-II/141)

Languas   J. Koenig 1783   Zingiberaceae
                 Observ. Bot. 3: 64   *1783*
tên thông thường, xem *Alpinia* Roxb.

Lannea   A. Rich. 1831 (n. cons.)   Anacardiaceae
                 Fl. Seneg. Tent. 153   *1831*
La. *lana, ae* "len", do trên các phần còn non hoặc trên rễ của vài
loài có nhiều lông như len; hoặc từ *lanne*, một tên thông thường
tiếng châu Phi, ở Senegambia.

Lansium   Corr. 1807   Meliaceae
                 Ann. Mus. Natl. Hist. Nat. 10: 157   *1807*
tên Mãlai *lang-sat*.

Lantana   L. 1753   Verbenaceae
                 Sp. Pl. 2: 626   *1753*
tên La. xưa của *Viburnum*.

Laportea   Gaud.-Beaup. 1830 (n. cons.)   Urticaceae
                                Voy. Uranie 498   1826 [1830]
François L. de Laporte (1810-1880), nhà côn trùng học, thu mẫu thực vật ở Florida, 1843-1847 thu mẫu thực vật ở Nam Mỹ (Bolivia và Peru), 1856-1857 ở Cape Town (Nam Phi), 1862-1880 Tổng Lảnhsự Pháp ở Úc.
Đúng hơn có lẽ là tặng ông Laporte, một sĩ quan Hải quân Pháp trên chuyến đi vòng quanh thế giới của tàu Uranie từ 1817 đến 1820, đồng hành với Charles Gaudichaud-Beaupré.

Lasia   Lour. 1790   Araceae
                                Fl. Cochinch. 64, 81   1790
Hy. *lasio, lasios* "nhám hay có gai, bờm xờm"; do cuống lá.

Lasianthera   P. de Beauv. 1807   Icacinaceae
                                Fl. Oware 1: 85 1807
Hy. *lasios* "xù xì, nhám, giống len"; *anthos* "hoa".

Lasianthus   W. Jack 1823 (n. cons.)   Rubiaceae
                                Trans. Linn. Soc. London 14: 125   1823
Hy. *lasio* "xù xì, nhám, như len"; *anthos* "hoa", hoa đầy lông xù xì.

Lastrea   Bory 1968   Thelypteridaceae
                                Fl. Greenland (ed. 2) 1: 31   1968
Vinh danh nhà tvh Pháp Charles Jean Louis Delastre (1792-1859), tác giả *Flore analytique et descriptive du département de la Vienne*. Paris, Poitiers 1842.
            xem   **Coryphopteris** (CCVN-I/136)
                     Cyrtomium Dryopteridaceae (CCVN-I/185)
                     Dryopteris Dryopteridaceae (CCVN-I/190)

Latania   Comm. ex A.L. Juss. 1789   Arecaceae
                                Gen. Pl. 39   1789
từ tiếng Pháp *latanier*, loài cọ lá to, mượn qua thổ ngữ vùng Caribê *alattani, alaltani*.
            xem **Livistona** (CCVN-III/408)

Lathyrus   L. 1753   Fabaceae
                                Sp. Pl. 2: 729   1753
tên Hy. xưa *lathyros* mà Theophrastus gọi cây Hương-đậu (*Lathyrus sativus*).

Launaea   Cassini 1822   Asteraceae
                   Dict. Sci. Nat. (ed. 2) 25: 321–323   1822
Jean Claude Mien Mordant de Launay (1750-1816), luậtsư Pháp, chủ biên của *Le Bon Jardinier*. Paris 1812.

Laurentia   Adans. 1763   Campanulaceae
                   Fam. Pl. 2: 134, 568   1763
A. Laurenti, tvh Ý tk. 17.
              xem **Hippobroma** (CCVN-II/103)

Laurus   L. 1753   Lauraceae
                   Sp. Pl. 1: 369   1753
tên La. *laurus* , cây nguyệt quế; (Celtic, *laur*, màu lục).

Lavatera   L. 1753   Malvaceae
                   Sp. Pl. 2: 690   1753
hai anh em Lavater, tk. 18, thnh và ysĩ ở Zurich, Thụysĩ.

Lavenia   Sw. 1788   Asteraceae
                   Prodr. 7, 112   1788
              xem **Adenostemma** (CCVN-III/244)

Lawsonia   L. 1753   Lythraceae
                   Sp. Pl. 1: 349   1753
Dr. Isaac Lawson, tvh Scotland, tk. 18, bạn của Linné.

Leea   van Roy. ex L. 1767 (n. cons.)   Leeaceae
                   Syst. Nat. (ed. 12) 2: 608, 627   1767
James Lee (1715-1795), người Scotland, trồng tỉa ở Hammersmith, giao thiệp với Linné và Smith.

Leersia   Swartz 1788   Poaceae
                   Prodr. 1, 21   1788
Johann Georg Daniel Leers (1727-1774), người Đức, tvh, bàochế thuốc, tácgiả *Flora herbornensis*. (Vita J. D. L. scripta ab Henricus Paulus Leers.) Herbornae Nassoviorum [Herborn, Nassau] 1775.

Legazpia   (Legaspia)   Blco 1845   Scrophulariaceae
                   Fl. Filip. (ed. 2) 338   1845
Miguel López de Legazpi (1502-1572), quan chức thuộcđịa Tâybannha ở Mêxicô (1528), nhà hàng hải đã đến Cebu năm 1565 và chiếm thuộc địa Philippin trong chuyến thám hiểm về phía Tây Thái Bình dương, xây dựng Manila thành thủđô của Vùng Đông

Ấn thuộc Tâybannha năm 1571, gồm Philippin và những quầnđảo khác ở Thái Bình dương (Guam và Marianas). Còn được biết đến dưới tên đầy thanh thế là *El Adelantado* và *El Viejo*.

Leiopyxis	Miq. 1861	Euphorbiaceae
	Fl. Ned. Ind., Eerste Bijv. 445	*1861*

Hy. *leios* "trơn, bằng phẳng", *pyxis* "hộp nhỏ".
xem **Cleistanthus** (CCVN-II/234)

Lemmaphyllum	Presl 1849	Polypodiaceae
	Abh. Königl. Böhm. Ges. Wiss., ser. 5, 6: 517–518	*1851*

Hy. *lemma* "da, vỏ cây, vảy bấc"; *phyllum* "lá"; do lá mỏng như giấy.

Lemna	L. 1753	Lemnaceae
	Sp. Pl. 2: 970	*1753*

Tên Hy. xưa *lemna* (*lemma, lemmatos* "da, trấu, vảy"), gọi một vài cây hoặc cỏ dại thủysinh, *Lemna palustris* hoặc *Callitriche verna* (Theophrastus HP. 4.10.1);
cũng có thể là Hy. *limne* "đầm lầy, ao nước tù, đầm nước mặn".

Lemnopsis	Zipp. ex Zoll. 1854	Hydrocharitaceae
	Syst. Verz. 75	*1854*

xem **Halophila** (CCVN-III/318)

Lens	P. Mill. 1754 (n. cons.)	Fabaceae
	Gard. Dict. Abr. (ed. 4) vol. 2	*1754*

tên La. xưa *lens, lentis* của đậu lăng.

Leonotis	(Pers.) R. Br. 1810	Lamiaceae
	Prodr. 504	*1810*

Hy. *leon* "sư tử"; *otos* "tai", do hình dạng của môi trên của vành.

Leontopodium	(Pers.) R. Br. 1817	Asteraceae
	Bull. Sci. Soc. Philom. Paris 1819: 144	*1819*

Hy. *leonto* "sư tử" ; *podion* "chân nhỏ"; do các hoa-đầu.

Leonurus	L. 1753	Lamiaceae
	Sp. Pl. 2: 584	*1753*

Hy. *leon* "sư tử"; *oura* "đuôi"; do phát-hoa.

Lepianthes	Raf. 1838	Piperaceae
	Sylva Tellur. 84–85	*1838*

Hy. *lepis* "vảy, lá bắc"; *anthos* "hoa".

Lepidagathis   Willd. 1800   Acanthaceae
Sp. Pl. 3(1): 400   *1800*
Hy. *lepis* "vảy, lá bắc"; *agathis* "cuộn chỉ, cuộn dây"; do phát-hoa hoặc đài hoa.

Lepidaglaia   Meliaceae
Hy. *lepis* "vảy, lá bắc"; tên giống *Aglaia*.
xem **Aglaia** (CCVN-II/402)

Lepidium   L. 1753   Brassicaceae
Sp. Pl. 2: 643   *1753*
Hy. *lepidion* "vảy nhỏ, bản nhỏ, nang quả"; *lepis, lepidos* "vảy"; do rễ hoặc hình dạng của những trái nhỏ. Dioscorides dùng tên *lepidion* gọi một rau xaláchxon ở Syria, *Lepidium latifolium*, dùng trong bệnh *scorbut* (thiếu sinh tố C). Plinius và L. Junius Moderatus Columella thì dùng *Lepidium sativum* L. (xaláchxon rẫy).

Lepidosperma   Labill. 1805   Cyperaceae
Nov. Holl. Pl. 1: 14   *1805*
Hy. *lepis, lepidos* "vảy"; *sperma* "hột", vảy bao quanh phần gốc của trái.

Lepionurus   Blume 1826   Opiliaceae
Bijdr. Fl. Ned. Ind. 1148   *1826*
từ giảm nhẹ nghĩa của *lepos* "vỏ trái, vảy, trấu", Hy. *lepion* "vảy mốc, vỏ mỏng"; *oura* "đuôi".

Lepironia   Pers. 1805   Cyperaceae
Syn. Pl. 1: 70   *1805*
Hy. *lepis* "vảy", *lepyriodes* "tựa như trấu", *lepyron* "vỏ, trấu, bao", *lepyrion* "vỏ trấu nhỏ, vỏ mỏng".

Lepisanthes   Bl. 1825   Sapindaceae
Bijdr. Fl. Ned. Ind. 237 1825
Hy. *lepis, lepidos* "vảy, có vảy"; *anthos* "hoa"; vảy trên các hoa.

Lepisorus   (J. Sm.) Ching 1933   Polypodiaceae
Bull. Fan Mem. Inst. Biol. 4(3): 47, 56–58   *1933*
Hy. *lepis, lepidos* "vảy, có vảy"; *soros* "nang quần ".

Lepistemon Bl. 1826 Convolvulaceae
Bijdr. Fl. Ned. Ind. 722 1826
Hy. *lepis, lepidos* "vảy, có vảy"; *stemon* "tiểunhụy"; vảy trên vành, ngay bên dưới của mỗi tiểunhụy.

Leptaspis R. Br. 1810 Poaceae
Prodr. 211 1810
Hy. *leptos* "mảnh", *aspis* "khiên, lá chắn", trái được bọc trong vỏ trấu mở rộng.

Leptocarpus R. Br. 1810 (n. cons.) Restionaceae
Prodr. 250 1810
Hy. *leptos* "mảnh"; *karpos* "trái, quả"; có trái nhỏ.

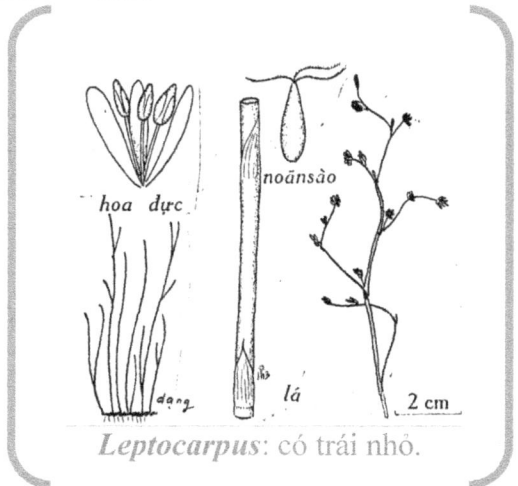

Leptocarpus: có trái nhỏ.

Leptochilus Kaulf. 1824 Polypodiaceae
Enum. Filic. 147, pl. 1, f. 10 1824
Hy. *leptos* "mảnh"; *cheilos* "môi"; lá dài mỏng.

Leptochloa P. de Beauv. 1812 Poaceae
Ess. Agrostogr. 71, pl. 15, f. 1 1812
Hy. *lepto* "mảnh"; *chloe* "cỏ hòa bản"; dáng cỏ mong manh.

Leptocionium C. Presl 1843 Hymenophyllaceae
Hymenophyllaceae 26–27 1843
g*leptos* "mảnh"; *kion* "đứng thẳng, dựng đứng".
xem **Hymenophyllum** (CCVN-I/70)

Leptodermis Wall. 1824 Rubiaceae
Fl. Ind., ed. 1820 2: 1911824
Hy. *leptos* "mỏng"; *derma* "da"; nội quả bì mỏng.

Leptogramma   J. Sm. 1842   Thelypteridaceae
                      J. Bot. (Hooker) 4: 51–52   1842
Hy. *leptos* "mỏng manh, hẹp, nhỏ, mỏng"; *gramma* "lắn, chữ";
leptogrammos "viết rõ hoặc sắc nét".
            xem **Stegnogramma** (CCVN-I/137)

Leptomischus   Drake 1895   Rubiaceae
                      Bull. Mus. Hist. Nat. (Paris) 1: 117   1895
Hy. *leptos* "mỏng, mảnh"; *mischos* "cọng, cuống".

Leptonichus = Leptonychia   Turcz. 1858   Sterculiaceae
                Bull. Soc. Imp. Naturalistes Moscou 31(1): 222 1858
Hy. *leptos* "mảnh, mỏng"; *onyx, onychos* "có vuốt, móng";
tiểunhụy lép có vuốt mảnh.

Leptopus   Decaisna 1836   Euphorbiaceae
                      Voy. Inde 4: 155, pl. 156   1836
Hy. *leptos* "mảnh, mỏng"; *pous, podos* "chân, cọng, thân"; có
cọng mong manh.

Leptostachya   Nees 1832   Acanthaceae
                      Pl. Asiat. Rar. 3: 76, 105   1832
Hy. *leptos* "mảnh, mỏng"; *stachy* "giống như gié".

Leptostemma   Blume 1826   Apocynaceae
                      Bijdr. Fl. Ned. Ind. 1057   1826
Hy. *leptos* "mảnh, mỏng"; *stemma* "đội vòng hoa, đội mũ miện".
            xem **Dischidia** (CCVN-II/753)

Lepturus   R. Br. 1810   Poaceae
                      Prodr. 207   1810
Hy. *leptos* "mảnh"; *oura* "đuôi"; pháthoa giống như đuôi thỏ
rừng.

Lespedeza   A. Michaux 1803   Fabaceae
                      Fl. Bor.-Amer. 2: 70–71, pl. 39–40   1803
Vicente Manuel de Céspedes (1721-1794), Thống đốc Tâybannha
của bang Florida (1784-1790), bảo trợ cho nhà tvh Pháp Michaux,
người đặt ra tên cây này. Trong quyển "*Flora Boreali-
Americana*" in năm 1802, tên *Céspedes* lại được biên thành
Lespedez, dẫn đến tên *Lepedeza*.

Lettsonia	Ruiz & Pavoss 1794	Convolvulaceae

Fl. Peruv. Prodr. 77   1794

John Coakley Lettson (1744-1815), ysĩ và tvh Anh, chuyên về Trà.

  xem **Argyreia** (CCVN-II/795)

Leucaena   Benth 1842   Fabaceae

     J. Bot. (Hooker) 4: 416–417 *1842*

Hy. *leukos* "trắng"; bông trắng

Leucanthus= Lecanthus Wedd. 1854   Urticaceae

     Ann. Sci. Nat., Bot., sér. 4, 1: 187 *1854*

Hy. *leukos* "trắng"; *anthos* "hoa".

Leucas   R. Br. 1810   Lamiaceae

     Prodr. 504 1810

Hy. *leukos* "trắng"; hoa trắng

Leucomeris   D. Don 1825   Asteraceae

     Prodr. Fl. Nepal. 169–170 *1825*

Hy. *leukos* "trắng"; *meris* "phần".

Leucopogon   R. Br. 1810 (n. cons.)   Ericaceae

     Prodr. 541 1810

Hy. *leukos* "trắng"; *pogon* "râu"; vành có lông.

Leucosceptrum J.E. Sm. 1805   Lamiaceae

     Exot. Bot. 2: 113 1805

Hy. *leukos* "trắng"; *skeptron* "gậy, cán"; pháthoa nhiều lông.

Leucostegia   K.B. Presl 1836   Hypodematiaceae

     Tent. Pterid. 94, pl. 4, f. 11 *1836*

Hy. *leukos* "trắng"; *stegia* "nóc, mái che"; do bao mô.

Leucothoe   D. Don 1834   Ericaceae

     Edinburgh New Philos. J. 17(33): 159 1834

con gái vua Orchamus thành Babylon, và là người yêu của Apollo.

Leucoxylum   G. Don 1832   Ebenaceae

     Gen. Hist. 2: 15, 21 1832

Hy. *leukos* "trắng", *xylon* "gỗ";

   xem **Diospyros** (CCVN-I/647)

Libocedrus	Endl. 1847	Cupressaceae

Syn. Conif. 42   1847

Hy. *libanos* "nhan, hương trầm"; *kedros* "cây tuyết tùng"; cây ứa ra nhựa thơm.

xem **Calocedrus** (CCVN-I/225)

Licuala	Wurmb. 1780	Arecaceae

Verh. Batav. Genootsch. Kunst. 2: 473   1780

do tên ở Molucca *leko wala*.

Ligularia	Cassini 1816 (n. cons.)	Asteraceae

Bull. Sci. Soc. Philom. Paris 1816: 198   1816

La. *Ligula* "dây giày, đai, lưỡi nhỏ, kiếm nhỏ"; do hoa môi có dạng dây đai.

Ligusticum	L. 1753	Apiaceae

Sp. Pl. 1: 250   1753

tên Hy. *ligyostikos* do Dioscorides gọi một cây ở Liguria, Đông Bắc Ý.

Ligustrum	L. 1753	Oleaceae

Sp. Pl. 1: 7   1753

tên La. *ligustrum, i* do Plinius và Virgil gọi một cây Râm.

Lilium	L. 1753	Liliaceae

Sp. Pl. 1: 302   1753

tên La. *lilium* "huệ", Hy. *leirion*.

Limacia	Lour. 1790	Menispermaceae

Fl. Cochinch. 600, 620   1790

La. *limax, limacis* "con ốc sên", có lẽ liên tưởng đến các hột.

Limatodes	Lindl. 1833	Orchidaceae

Gen. Sp. Orchid. Pl. 252   1833

Hy. *leimon* "đồng cỏ, nơi ẩm ướt"; nơi mọc của cây.

xem **Phajus** (CCVN-III/869)

Limnanthemum	S.G. Gmelin 1770	Menyanthaceae

Novi Comment. Acad. Sci. Imp. Petrop. 14(1): 527   1770

Hy. *limne* "đầm lầy, ao hồ"; *anthemon* "hoa"; hoa đầm lầy.

Limnocharis	Humb. & Bonpl. 1807	Alismataceae

Pl. Aequinoct. 1: 116   1808 [1807]

Hy. *limne* "đầm lầy, bùn"; *charis* "đẹp"; nơi mọc.

Limnocitrus   Sw. 1940   Rutaceae
                J. Arnold Arbor. 21(1): 2–3   *1940*
Hy. *limne* "đầm lầy, bùn" và tên giống *Citrus*.

Limnophila   R. Br. 1810 (n. cons.)   Scrophulariaceae
                Prodr. 442   1810
Hy. *limne* "đầm lầy, bùn"; *philos* "ưa"; nơi mọc.

Limnophyton   Miq. 1856   Alismataceae
                Fl. Ned. Ind. 3: 242   1856
Hy. *limne* "đầm lầy, bùn"; *phyton* "cây".

Limodorum   Boehmer   1760   Orchidaceae
                Def. Gen. Pl. (ed. 3) 358   1760
Hy. *leimon* "đồng cỏ, nơi ẩm ướt"; *doron* "quà", nơi mọc ở đồng cỏ
của các địa-lan này.
                xem **Phajus** (CCVN-III/869),
                Geodorum (CCVN-III/911)

Limonia   L. 1762   Rutaceae
                Sp. Pl. (ed. 2) 554   1762
từ tên tiếng Persia *limoun*, Ảrập *limun* gọi trái Chanh và các trái
Citrus khác.

Limonium   P. Mill. 1754 (n. cons.)   Plumbaginaceae
                Gard. Dict. Abr. (ed. 4) vol. 2   1754 [1754]
Hy. *leimon* "đồng cỏ, nơi ẩm ướt"; Dioscorides gọi *leimonion* một
cây mọc ở đồng cỏ.

Limosella   L. 1753   Scrophulariaceae
                Sp. Pl. 2: 631   1753
La. *limosus, a, um* "bùn lầy, lầy nhầy" *limus, i* "bùn, trơn ướt"; liên
tưởng đến nơi mọc của những thực vật nhỏ nầy;
                xem **Glossostigma** (CCVN-II/923)

Lindenbergia   Lehm. 1829   Scrophulariaceae
                Sem. Hort. Bot. Hamburg. 1829: 6, 8   1829
Johann Bernhard Wilhelm Lindenberg (1781-1851), tvh Đức
chuyên về Địa-tiễn, tác giả của *Monographie Der Riccieen.*
[Bonn 1837] và *Synopsis Hepaticarum Europaearum.* Bonnae
1829.

Lindera Thunb. 1783 (n. cons.) Lauraceae
Nov. Gen. Pl. 3: 64 1783
Johann Linder (1678-1723), ysĩ và tvh Thụyđiển.

Lindernia Allioni 1766 Scrophulariaceae
Mélanges Philos. Math. Soc. Roy. Turin 3(1): 178–181, pl. 5, f. 1 1766
Franz Balthasar von Lindern (1682-1755), ysĩ và tvh Đức, ở Alsace (Pháp).

Lindsaea Dryand. ex Sm. 1793 Lindsaeaceae
Mém. Acad. Roy. Sci. (Turin) 5: 413, pl. 9, f. 4 1793
Dr John Lindsay (1785-1803), tvh Anh, ở Jamaica.

Linociera O. Sw. ex Schreber 1791(n. cons.) Oleaceae
Gen. Pl. 2: 784–785 1791
Geoffroy Linocier (Geofredus Linocerius) (1550-1620), ysĩ và tvh Pháp, tác giả *L'Histoire des Plantes* (1584), và đồngtácgiả *Mythologia Musarum* (1619).

Linostoma Wall. ex Endl. 1837 Thymelaeaceae
Gen. Pl. 331 1837
Hy. *linon* "lưới, mạng"; *stoma* "miệng".

Linum L. 1753 Linaceae
Sp. Pl. 1: 277 1753
tên Hy. xưa *linon* của cây "Lin" (lanh).

Liparis L.C. Rich. 1817 Orchidaceae
De Orchid. Eur. 21, 30, 38 1817
Hy. *liparos* "láng, sáng ngời"; lá láng, sáng ngời.

Lipocarpha R. Br. 1818 (n. cons.) Cyperaceae
Narr. Exped. Zaire 5: 459 1818
Hy. *leipo* "thiếu, không đày đủ, không có"; *karphos* "mảnh rơm" ; liên tưởng đến các hoa hoặc các vảy mau rụng. Cũng có đề nghị: Hy. *lipos* "béo, như mỡ, dầu, trơn láng" và *carphe* "thân cây"; thân trơn láng.

Liquidambar L. 1753 Altingiaceae
Sp. Pl. 2: 999 1753
La. *liquidus* "lỏng"; Ảrập *ambar* "hổ phách"; cây ứa ra một nhựa thơm.

Liriodendron   L. 1753   Magnoliaceae
Sp. Pl. 1: 535   1753
Hy. *leirio* "bạch huệ"; *dendron* "cây"; hoa to dễ thấy của cây.

Liriope   Loureiro 1790   Liliaceae
Fl. Cochinch. 1: 190, 200   1790
nữ thần Liriope của vùng rừng trong thần thoại Hylạp; mẹ của Narcissus.

Listera   R. Br. 1813 (n. cons.)   Orchidaceae
Hortus Kew. 5: 201   1813
Martin Lister (1638-1712), người Anh, ysĩ của Nữ hoàng Anne, tvh và tiênphong trong ngành cổsinhvậthọc.

Litchi   Sonner. 1782   Sapindaceae
Voy. Ind. Orient. 3: 255 1782
tên Trung quốc 荔枝 *lệ chi*, *lai-chih*, *lizhi*, cây vãi.

Lithocarpus   Bl. 1826   Fagaceae
Bijdr. Fl. Ned. Ind. 10: 526   1826
Hy. *lithos* "đá"; *karpos* "trái"; vỏ trái rất cứng.

Litsea   Lamk. 1792 (n. cons.)   Lauraceae
Encycl. 3(2): 574–575   1792
tên Trung quốc *Litse*: *lí* 李 "quả mận" và *tử* 子 *"nhỏ, hạt"*, do trái giống Mận (*Prunus*).

Livistona   R. Br. 1810   Arecaceae
Prodr. 267–268 1810
Vinh danh Patrick Murray, Nam tước Livingstone (1634–1671), sở hữu một vườn sưu tập cây ngoại lai, sau đó trở thành Vườn Bách Thảo Edinburgh, Scotland.

Lloydia   Salisbury ex Reichb. 1830   Liliaceae
Fl. Germ. Excurs. 102   1830 [1830]
Edward Lloyd (Eduardus Luidius) (1660-1709), tvh, sưu tầm đồ cổ, nhà ngữhọc, địachấthọc, nhà duhành, người tiênphong nghiêncứu hiệnđại về ngônngữ Celtic, theo học Vạnvậthọc với Robert Plot (1640-1696), trợ lý cho Martin Lister (1690-1709) Quản thủ Ashmolean Museum, Oxford (Quảnthủ đầu tiên là Robert Plot năm 1683), 1708 thành viên Royal Society.
xem **Iphigenia** (CCVN-III/474)

Lobelia L. 1753 Campanulaceae
Sp. Pl. 2: 929   1753
Matthias de l'Obel (1538-1616), người xứ Flandre (Bỉ), tvh tiênphong thời Phụchưng, chuyên thảodược phụcvụ James I của nước Anh, tácgiả *Plantarum seustirpium historia.* Antwerp 1576.

Loeseneriella A.C. Smith 1941 Celastraceae
Amer. J. Bot. 28: 438   1941
Dr L.E.T. Loesene (1865-1941), tvh Đức.

Lomagramma J. Smith 1841 Dryopteridaceae
J. Bot. (Hooker) 3: 402 1841
Hy. *loma* "bìa, rìa"; *gramma* "lằn"; do vị trí của các nang quần.

Lomaria Willd. 1809 Plagiogyraceae
Ges. Naturf. Freunde Berlin Mag. Neuesten Entdeck. Gesammten Naturk. 3(2): 160 1809
Hy. *loma* "bìa, biên, cạnh"; liên tưởng đến các nang-quần ở bìa lá.
xem **Plagiogyra** (CCVN-I/44)

Lomariopsis Fée 1845 Lomariopsidaceae
Mém. Foug. 2: 10–12   1845
tựa như *Lomaria.*

Lonchitis L. 1753 Dennstaedtiacea
Sp. Pl. 2: 1078 1753
Hy. *lonche* "cây giáo, cái mác"; *lonchites* "binh sĩ dùng giáo"; do các mảnh phân chia của lá; Dioscorides dùng từ *lonchites* để gọi một cây có những hột hình mũi giáo, một loại như *Serapias,* và gọi cây dương xỉ *Aspidium.*
Xem **Hypolepis** (CCVN-I121)

Lonchocarpus　　　　H.B.K. 1824 (n. cons.)　　　　Fabaceae
　　　　　　　　　　　Nov. Gen. Sp. (folio ed.) 6: 300　1824

Hy. *lonche* "cây
giáo, cái mác";
karpos "trái"; trái
không tự khai, dẹp,
hình thuôn dài như
mũi giáo.

Lonchocarpus: trái như mũi giáo.

Lonicera　　　　　　L. 1753　　　　　　　　　Caprifoliaceae
　　　　　　　　　　　Sp. Pl. 1: 173　1753
　　Adam Lonitzer (Lonicerus, Lonicer) (1528-1586), ysĩ, thnh,
chuyên thảo-dược và tvh Đức, giáo sư y-khoa và toán học ở
Marburg, tác giả *Naturalis historiae opus novum*. Frankfurt 1551
[-1555].

Lophanthus　　　　　　Adanson　1763　　　　　Lamiaceae
　　　　　　　　　　　Fam. Pl. 2: 194 1763
　　Hy. *lophos* "mòng, mào"; *anthos* "hoa";
　　　　　　　　xem **Agastache** (CCVN-II/867)

Lophatherum　　　　　A.T. Brongn. 1831　　　　Poaceae
　　　　　　　　　　　Voy. Monde 2(2): 49　1829 [1831]
　　Hy. *lophos* "mòng, mào"; *ather* "cuống, thân, ngạnh, gai"; các gai
râu có mào.

Lophopetalum　　　　Wight ex Arn.　1839　　　Celastraceae
　　　　　　　　　　　Ann. Nat. Hist. 3: 150　1839
　　Hy. *lophos* "mòng, mào lông", *petalon* " cánh hoa"; cánh hoa có
mòng, do các phụ bộ trên cánh hoa.

Lophopogon　　　　　Hack. 1887　　　　　　　Poaceae
　　　　　　　　　　　Nat. Pflanzenfam. 2(2): 26　1887
　　Hy. *lophos* "mòng"; *pogon* "râu".

Loranthus   N.J. Jacq. 1762 (n. cons.)   Loranthaceae
Enum. Stirp. Vindob. 55, 230, pl. 3   *1762*
Hy. *loros* "đai da, roi da"; *anthos* "hoa"; hình dạng của cánh hoa.

Lourea   Necker ex Desv. 1813   Fabaceae
J. Bot. Agric. 1: 122   *1813*

FLORA
COCHINCHINENSIS:
SISTENS
PLANTAS IN REGNO COCHINCHINA NASCENTES.
QUIBUS ACCEDUNT ALIÆ
OBSERVATÆ
IN
SINENSI IMPERIO,
AFRICA ORIENTALI,
INDIÆQUE LOCIS VARIIS.
OMNES DISPOSITÆ SECUNDUM
SYSTEMA SEXUALE LINNÆANUM.
LABORE, AC STUDIO
JOANNIS DE LOUREIRO
Regiæ Scientiarum Academiæ Ulyssiponensis Socii : olim in Cochi-
china Catholicæ Fidei Præconis : ibique rebus Mathematicis ,
ac Physicis in Aulâ Præfecti.

Jussu Acad. R. Scient. in lucem edita.

Xyletæ , Myrrham , Piper arduus , Saccharo præfert ,
Pleraque , si repetas , officiosa dabit.

TOMUS I.

ULYSSIPONE.
TYPIS, ET EXPENSIS ACADEMICIS.
ANNO M.DCCXC.
Permissu Regii Comitis pro Examine, & Confensu Librorum.

Hình bìa tác phẩm của Loureiro:
sách thực vật Việt Nam xưa nhất.

João de Loureiro (1717-1791), giáosĩ dòng Tên (Jesuit) Bồđàonha, ysĩ, tvh (Đài thực vật) và Cỗsinhvậthọc, ở Đông dương từ 1742 đến 1777, sau một chuyến viếng Trung-Quốc, trở về Bồđàonha năm 1781; tác giả *Flora cochinchinensis*. Lisbonne 1790.

Loxogramme   (Bl.) Presl. 1836   Polypodiaceae
Tent. Pterid. 214–215, pl. 9, f. 8 1836
Hy. *loxo, loxos* "xéo, nghiêng, chéo"; *gramme* "lằn, chữ"; các nang quần xếp thành hàng xéo.

Loxostigma   C.B. Clarke 1883   Gesneriaceae
5: 59   1883
Hy. *loxo, loxos* "xéo, nghiêng, chéo"; *stigma* "nuốm"; do bản chất của nuốm.

Luculia   Sw. 1826   Rubiaceae
Brit. Fl. Gard. 2: , pl. 145   *1826*
tên địaphương ở Nepal *luculiswa*.

Lucuma   Molina 1781   Sapotaceae
Sag. Stor. Nat. Chili 186–189, 352   *1782*
tên cây ở Peru.
xem **Pouteria** (CCVN-I/630)

Ludisia A. Rich. 1825 Orchidaceae
Dict. Class. Hist. Nat. 7: 437 *1825*
Nguồn gốc không rõ, có lẽ là từ tên một người.

Ludolphia Willd. 1808 Poaceae
*Ges. Naturf. Freunde Berlin Mag. Neuesten Entdeck. Gesammten
Naturk. 2: 230 1808*
Có lẽ Michael Matthias Ludolf (1705-1756), tvh, ysĩ, giáosư ở
Berlin, tác giả của *Dissertatio...de vomitu.* Lugduni Batavorum
1721 và *Dissertation de artuum amputatione rite administranda.*
Praes. S.P. Hilschero. Jenae [1718].
xem **Bambusa** (CCVN-III/608)

Ludwigia L. 1753 Onagraceae
Sp. Pl. 1: 118 1753
Christian Gottlieb Ludwig (1709-1773), ysĩ và tvh Đức, giáosư
ykhoa ở Leipzig, đồng thời với Linné.

Luffa P. Mill. 1754 Cucurbitaceae
Gard. Dict. Abr. (ed. 4) vol. 2: [806] *1754*
do tên Ảrập *luff, luf,
louff, loofah* hay
loofa, lufa của Mướp
hương.

Luffa acutangula: mướp khía.

Luisia Gaudichaud 1829 Orchidaceae
Voy. Uranie 426 *1829*
Don Luis de Torres, người Tâybannha, tvh tk.19; xem L.C.D. de
Freycinet, *Voyage autour du Monde entrepris par ordre du
Roi...sur les corvettes de S.M. "L'Uranie" et "La Physicienne".*

[Charles Gaudichaud-Beaupré (1789-1854), Botany of the Voyage.] Paris 1826[-1830].

Lumnitzera Willd. 1803 Combretaceae
Ges. Naturf. Freunde Berlin Neue Schriften 4: 186–187 1803
István (Stephan, Stephanus) Lumnitzer (1750-1806), ysĩ và tvh Hungary.

Luvunga Ham. ex R. Wight & Arn. 1834 Rutaceae
Prodr. Fl. Ind. Orient. 90   1834
tên tiếng Phạn và Bengali *Luvunga lata, lata* "dây leo".

Lychnis L. 1753 Caryophyllaceae
Sp. Pl. 1: 436   1753
Hy. *lychnis, lychnidos* từ giảm nhẹ nghĩa của *lychnos* "lamp"; lá có nhiều lông khi xưa dùng làm tim (bấc) đèn dầu; hoặc do sự rực rỡ của các hoa.

Lycianthes (Dunl) Hassler 1917 Solanaceae
Annuaire Conserv. Jard. Bot. Genève 20: 180   1917
Hy. *lykion*, một cây có gai mọc ở vùng Lycia xưa, ở Tây-Nam Thổnhĩkỳ, và *anthos* "hoa".

Lycium L. 1753 Solanaceae
Sp. Pl. 1: 191   1753
Hy. *Lykion,* tên một loài cây có gai (*Rhamnus*) từ Lycia, một vùng ở Tây Nam Tiểu Á.

Lycopersicon (um) Mill. 1754 Solanaceae
Gard. Dict. Abr. (ed. 4) [820]   1754
Hy. *lykos* "chó sói, chồn, giả"; *persicon* "trái đào"; có lẽ do độc tính; Cà chua, từ tiếng Nahuatl *tomatl.*

Lycopodiella Holub. 1964 Lycopodiaceae
Preslia 36: 20, 22   1964
Hy. *lykos* "chó sói, chồn, giả"; từ giảm nhẹ nghĩa của *Lycopodium* "chân chó sói".

Lycopodium L. 1753 Lycopodiaceae
Sp. Pl. 2: 1100 1753
Hy. *lykos* "chó sói, chồn)"; *podion* "chân nhỏ"; rễ hoặc ngọn nhánh hoặc lá giống như chân có vuốt của sói, chồn.

Lycopus   L.   1753   Lamiaceae
Sp. Pl. 1: 21   1753
Hy. *lykos* "chó sói", *pous* "chân"; do hơi giống chân của chó sói;
xem **Mosla** (CCVN-II/864)

Lycoris   Herb. 1820   Amaryllidaceae
Bot. Mag. 47: 5, sub pl. 2113   1820
Nữ diễn viên đẹp Lycoris ở Rome, tình nhân của Mark Antony.

Lygodium   Sw. 1801   Schizaeaceae
J. Bot. (Schrader) 1800(2): 7, 106   1801
Hy. *lygodes* "quấn,
dễ uốn, dẻo"; thân
leo quấn.

Lygodium: quấn, dễ uốn, dẻo

Lyonia   Nutt. 1818 (n. cons.)   Ericaceae
Gen. N. Amer. Pl. 1: 266–267   1818
John Lyon (1765-1814), người Scotland, trồng trọt, du nhập cây
Mỹ.

Lysidice   Hance 1867   Fabaceae
J. Bot. 5(10): 298–299 1867
Lusidikê con của vua Pelops. Cũng có thể từ Hy. *lysis* "nới lỏng,
nhả ra, chia tay"; *dike* "thói quen, tập quán".

Lysimachia   L. 1753   Primulaceae
Sp. Pl. 1: 146   1753
Hy. *lysimachos* "chấm dứt xung đột " (*lysis* "nới lỏng, nhả ra,
chia tay" và *mache* "xung đột"); tên Hy. *lysimacheios, lysimachia*
do Dioscorides gọi, có lẽ liên quan đến chuyện vua Lysimachos ở
Thracia đã khám phá ra nó.

Lysionotus   D. Don 1822   Gesneriaceae
Edinburgh Philos. J. 7(13): 85–86   *1822*
Hy. *lysis* "cách ra"; *notos* "lưng"; nang nở (nứt) ra ở lưng.

Lythrum   L.   1753   Lythraceae
Sp. Pl. 1: 446   *1753*
Hy. *lythron* "máu, máu và bụi bặm, máu dơ bẩn"; liên tưởng đến màu của hoa. Tiếng Phạn *rudhiram*;
     xem **Woodfordia** (CCVN-II/33)
....

M

Maba J.R. Forst. & G. Forst. 1775 Ebenaceae
Char. Gen. Pl. 121 *1775*
tên thường ở Tonga và Fidji.
xem **Diospyros** (CCVN-I/644)

Macaranga Petit-Thouars 1806 Euphorbiaceae
Gen. Nov. Madagasc. 26 *1806*
tên cây này ở Madagascar.

Machaerina Vahl. 1806 Cyperaceae
Vahl Enum. Pl. 2: 238 *1805*
Hy. *machaira* "dao găm".

Machilus Nees 1831 Lauraceae
Pl. Asiat. Rar. 2: 61, 70 1831
từ tên địa phương ở đảo Molucca , hoặc từ *Machilis*, tên một côn trùng

Maclura Nutt. 1818 (n. cons.) Moraceae
Gen. N. Amer. Pl. 2: 233–234 *1818*
William Maclure (1763-1840), nhà địachấthọc và nônghọc Mỹ, một trong những người sánglập rồi trở thành Việntrưởng Viện Hànlâm Khoahọc Tựnhiên của Philadelphia.

Maclurodendron T.G. Hartley 1982 Rutaceae
Gard. Bull. Singapore 35(1): 4 *1982*
William Maclure (1763-1840), nhà địachấthọc Mỹ và *dendron* "cây".

Macrolenes Naudin ex Miq. 1856 Melastomataceae
Fl. Ned. Ind. 1: 557. 1856
Hy. *makros* "to, dài "; *olene* "cánh tay, khuỷu tay, bó".

Macrolobium Schreb. 1789 Fabaceae
Gen. Pl. 1: 30 *1789*
Hy. *makros* "to, dài"; *lobos* "thùy".
xem **Intsia** (CCVN-I/867)

Macropanax Miq. 1856 Araliaceae
Fl. Ned. Ind. 1(1): 763 *1856*

Hy. *makros* "to" và tên giống *Panax*.

Macropodanthus   L.O. Williams 1938   Orchidaceae
                        Bot. Mus. Leafl. 6(4): 103   1938
Hy. *makros* "to, dài"; *pous, podos* "chân, cọng"; *anthos* "hoa"; do phần chân của trục hợpnhụy.

Macroptilium   (Benth.) Urban 1928   Fabaceae
                        Symb. Antill. 9(4): 457   1928
Hy. *makros* "to, dài"; *ptilum* "cạnh"; vì hông dài.

Macrosolen   (Bl.) Bl. 1830   Loranthaceae
                        Syst. Veg. (ed. 15 bis) 7(2): 1731   1830
Hy. *makros* "to"; *solen* "ống"; vành hình ống dài.

Macrothelypteris   (H. Ito) Ching 1963   Thelypteridaceae
                        Acta Phytotax. Sin. 8(4): 308–309   1963
Hy. *makros* "to"; tên giống *Thelypteris*.

Macrotropis   DC. 1825   Fabaceae
                        Prodr. 2: 98   1825
Hy. *makros* "to"; *tropis, tropidos* "lườn, sống thuyền".
     xem **Ormosia** (CCVN-I/874)

Madhuca   Hamilt. ex J.F. Gmel. 1791   Sapotaceae
                        Syst. Nat. 2: 773, 799   1791
tiếng Phạn *madhu* "mật".

Maesa   Forsskål 1775   Myrsinaceae
                        Fl. Aegypt.-Arab. 66   1775
tên Ảrập *maas*.

Magnolia   L. 1753   Magnoliaceae
                        Sp. Pl. 1: 535   1753
Pierre Magnol (1638-1715), giáosư tvh, Giámđốc vườn Báchthảo Montpellier, Việnsĩ Hànlâm hoànggia Khoahọc Paris.

Mahonia   Nutt. 1818 (n. cons.)   Berberidaceae
                        Gen. N. Amer. Pl. 1: 211–212   1818
Bernard McMahon (1775-1816), nhà trồng hoa, Mỹ.

Malachra   L. 1767   Malvaceae
                        Syst. Nat. (ed. 12) 2: 450, 458–459   1767

biếnthể của Hy. *malache, maloche* "cây cẩm quỳ", Hy. *malakos* "mềm".

Malaisia Blco 1837 Moraceae
Fl. Filip. 789 1837
từ tên địa phương Philippines của cây là *malais-ís*

Malaxis Sol. ex O. Sw. 1788 Orchidaceae
Prodr. 8, 119 1788
tên Hy. *malaxis* "dịu hiền, mềm yếu"; cây dễ thương.

Malleola J.J. Sm. & Schltr. 1913 Orchidaceae
Repert. Spec. Nov. Regni Veg. Beih. 1(13): 979 1913
La. *mallei, malleo* "giống như cái búa". La. *malleolus* "cái búa nhỏ"; do hình dạng của trục hợpnhụy.

Mallotus Lour. 1790 Euphorbiaceae
Fl. Cochinch. 601, 635 1790
Hy. *mallo, mallotos* "tơ"; do trái đầy gai lông.

Malpighia L. 1753 Malpighiaceae
Sp. Pl. 1: 425 1753
Marcello Malpighi (1628-1694), giáosư giảiphẫuhọc Ý ở Bologna.

Malus P. Mill. 1754 Rosaceae
Gard. Dict. Abr. (ed. 4) vol. 2 1754
tên La. xưa của cây Táo tây.

Malva L. 1753 Malvaceae
Sp. Pl. 2: 687 1753
La. *malasso* "làm mềm"; dược tính.

Malvastrum A. Gray 1849 (n. cons.) 1849 Malvaceae
Mem. Amer. Acad. Arts, n.s. 4(1): 21–22 1849
tên giống *Malva*; *aster* "như"; như *Malva*.

Malvaviscus P.C. Fabricius 1759 Malvaceae
Enum. 155 1759
tên giống *Malva*; *viscus* "keo hồ"; do chất nhầy.

Mammea L. 1753 Guttiferae
Sp. Pl. 1: 512 1753
từ tên thường *Mammey* ở Tây Ấn.

xem **Barringtonia** (CCVN-II/24)

Mandevillea Lindl. 1840 Apocynaceae
Edwards's Bot. Reg. 26: pl. 7 1840
Henry John Mandeville (1773-1861), nhà ngoại giao ở Buenos
Aires (Argentina), đã du nhập nhiều thựcvật vào châu Âu.

Mangifera L. 1753 Anacardiaceae
Sp. Pl. 1: 200 1753

tên Ấnđộ *mangu, man kai*
"trái xoài"; *fera* "cho".

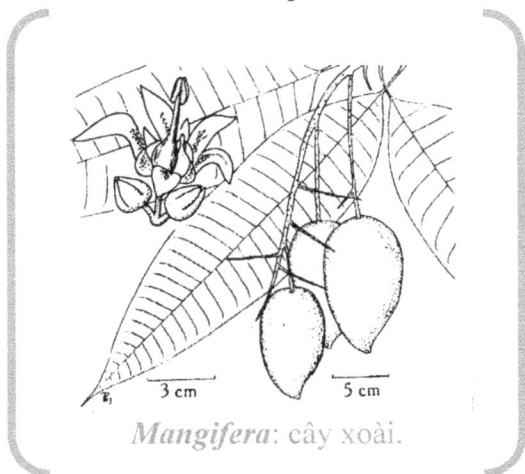

Mangifera: cây xoài.

Manglietia Bl. 1823 Magnoliaceae
Verh. Batav. Genootsch. Kunst. 9: 149 1823
tên Mãlai *Mongga.*

Manihot P. Mill. 1754 Euphorbiaceae
Gard. Dict. Abr. (ed. 4) vol. 2 1754
do tên Brasil *manioca.*

Manilkara Adans. 1763 (n. cons.) Sapotaceae
Fam. Pl. 2: 166, 574 1763
tên Nam Mỹ

Manulea L. 1767 Scrophulariaceae
Syst. Nat. (ed. 12) 2: 385, 419 1767
La. *manus* "bàn tay"; do vành xẻ nhiều giống như các ngón tay.
xem **Adenosma** (CCVN-II/903)

Maoutia Wedd. 1854 Urticaceae
Ann. Sci. Nat., Bot., sér. 4, 1: 193 1854

Jean-Emmanuel-Marie Le Maout (1799-1877), ysĩ và tvh Pháp, tác giả nhiều sách khoa học và TVH.

Mapania   Aubl. 1775   Cyperaceae
Hist. Pl. Guiane 1: 47, pl. 17   1775
tên địaphương ở Tây Phi.

Mappa   A. Juss. 1824   Euphorbiaceae
Euphorb. Gen. 44   1824
Dựa theo phần tinh từ trong tên khoa học của loài *Ricinus mappa* L.
xem **Macaranga** (CCVN-II/259)

Mappia   Jacq. 1797   Icacinaceae
Pl. Rar. Hort. Schoenbr. 1: 22. 1797
Marcus Mappus fil. (1666-1736) ysĩ và tvh Pháp ở Alsace, tác giả
'Historia plantarum alsaticarum'.
xem **Nothapodites** (CCVN-II/176)

Mappianthus   Hand.-Mazz. 1921   Icacinaceae
Kaiserl. Akad. Wiss. Wien, Math.-Naturwiss. Kl., Anz. 58: 150 1921
Từ tên giống *Mappia* và Hy. *anthos* "hoa".

Maranta   L. 1753   Marantaceae
Sp. Pl. 1: 2   1753
Bartolomea Maranti (1500-1571), ysĩ và tvh ở Venezia vào 1559.

Marattia   O. Sw. 1788   Marattiaceae
Prodr. 128   1788
Giovanni Francesco Maratti (1723-1777), tvh Ý chuyên về Ráng,
tácgiả *De floribus filicum.*

Marcanthus   Lour. 1790   Fabaceae
Fl. Cochinch. 425, 460 1790
xem **Mucuna** (CCVN-I/939)

Margaritaria   L. 1775   Euphorbiaceae
Pl. Surin. 16   1775
La. *margarita, ae*, Hy. *margarites*, La. *margaritarius, a, um*,
"ngọc trai, long lanh ngọc trai"; liên tưởng đền các hoa hoặc các
tuyến màu trắng chói, hoặc hột ở vài loài của giống cây nầy.
xem **Phyllanthus** (CCVN-II/190)

Mariscus   J. Gaertn. 1788 (n. cons.)   Cyperaceae

Fruct. Sem. Pl. 1: 11   *1788*
tên do Plinius dùng cho một loài Lác.

Markhamia   Seem. ex Baill. 1888   Bignoniaceae
Hist. Pl. 10: 47 1888
Sir Clement Robert Markham (1830-1916), thámhiểm và tácgiả, đem cây kínin vào Ấnđộ lần đầu.

Marlea   Roxb. 1820   Cornaceae
Pl. Coromandel 3: 80   1820
Tên gọi trong ngôn ngữ Bengal của *Marlea begonifolia* Roxb.
xem **Alangium** Alangiaceae (CCVN-II/115)

Marsdenia   R. Br. 1810   Apocynaceae
Prodr. 460   1810
William Marsden (1754-1836), người Anh, nhà duhành và thu mẫu thựcvật, đôngphươnghọc, tácgiả *The history of Sumatra*. London 1783.

Marsilea   L. 1753   Marsileaceae
Sp. Pl. 2: 1099 1753
Luigi Ferdinando Marsigli ở Bologna (1656-1730), bảotrợ tvh.

Martynia   L. 1753   Pedaliaceae
Sp. Pl. 2: 618   1753
John Martyn (1699-1768), ysĩ và tvh Anh, giáosư tvh ở Cambridge, Thành viên của Royal Society, sáng lập Botanical Scociety of London; tácgiả *Historia plantarum rariorum* (1728-1737), và dịch *Eclogues* và *Georgics* (1741) của Virgil.
xem **Proboscidea** (CCVN-III/83)

Marumia   Bl. 1831   Melastomataceae
Flora 14(2): 503.   1831
Martinus van Marum (1750-1837), ysĩ và thnh Hòalan, sở hữu một vườn thựcvật trong đó ông trồng đặcbiệt các loài *Aloes*.

Massia   Balansa 1890   Poaceae
J. Bot. (Morot) 4(8): 165   1890
xem **Eriachne** (CCVN-III/691)

Mastixia   Bl. 1826   Nyssaceae
Bijdr. Fl. Ned. Ind. 13: 654   1826

La. *mastiche, mastice, mastix, masticis* và Hy. *mastixe* "mát tít", một chất gôm thơm từ cây *Pistacia lenticus*; cũng có thể Hy. *mastix, mastigos* "roi, roi da".

| *Mayodendron* | Kurz 1875 | Bignoniaceae |

Prelim. Rep. Forest Pegu App. D: , pl. 1 1875

xem **Radermachera** (CCVN-III/89)

| **Maytenus** | Molina 1781 | Celastraceae |

Sag. Stor. Nat. Chili 177–178, 349   1782

tên ở Chili *maiten*.

| **Mazus** | Lour. 1790 | Scrophulariaceae |

Fl. Cochinch. 2: 385   1790

Hy. *mazos* "núm vú, củ, u"; có u ở cổ vành

| **Mecodium** | (Copel.) C. Presl ex Copel. 1938 | Hymenophyllaceae |

Philipp. J. Sci. 67(1): 17   1938

Hy. *mekos* "chiều dài".

| **Mecopus** | J.J. Benn. 1840 | Fabaceae |

Pl. Jav. Rar. 154   1840

Hy. *mekos* "chiều dài"; *pous, podos* "chân"; liên tưởng đến thân cây.

| *Mecosia* (=*Mecosa*) | Blume 1825 | Orchidaceae |

Bijdr. Fl. Ned. Ind. 6: t. 1   1825

Hy. *mekos* "chiều dài"; môi dài và thẳng.

xem **Platanthera** (CCVN-III/765)

| **Medicago** | L. 1753 | Fabaceae |

Sp. Pl. 2: 778   1753

Hy. *medike* "Media"; La. *medica, ae* một loài dược thảo từ Media, *Medicago sativa* L. truyền thuyết cho là cây do người Mèdes đem về cho dân Hylạp.

| *Medicia* | G. Gardner &Champion 1849 | Loganiaceae |

Hooker's J. Bot. Kew Gard. Misc. 1: 3241849

Lorenzo de Medici ("Il Magnifico") (1448-1492), chính trị gia Ý ở Firenze (Florence), bảo trợ Nghệ thuật và Khoa học.

xem **Gelsemium** (CCVN-II/669)

| **Medinilla** | Gaud.-Beaupr. 1830 [1828] | Melastomataceae |

Prodr. 3: 167   1828
José de Medinilla y Pineda, Thống đốc quần đảo Marianne năm 1820.

Medusa	Lour. 1790	Violaceae

Fl. Cochinch. 401, 406 1790
xem **Rinorea** (CCVN-I/553)

Meesia	Gaertn. 1788	Ochnaceae

Fruct. Sem. Pl. 1: 344   1788
xem **Campylospermum** (CCVN-I/411)

Meibomia	Heister ex Fabr. 1759	Fabaceae

Enum. 168   1759
Johann Heinrich Meibom (1590-1655), ysĩ Đức, giáo sư Y-khoa ở Đại học Helmstedt.
xem **Desmodium** (CCVN-I/927)

Meiogyne	Miq. 1865	Annonaceae

Ann. Mus. Bot. Lugduno-Batavi 2: 12   1865
Hy. *meion* "nhỏ nhất, nhỏ hơn, ít hơn"; *gynos* "cái".

Melaleuca	L. 1767 (n. cons.)	Myrtaceae

Syst. Nat. (ed. 12) 2: 507, 509   1767
tiếng Indonesia *caju* "cây"; *puti* "trắng"; Hy. *melas* "đen"; *leucos* "trắng"; màu của vỏ cây trên thân và nhánh.

Melampodium	L. 1753	Asteraceae

Sp. Pl. 2: 921   1753
Hy. *melas* "đen"; *podion* "chân".

Melanolepis	Reichb. ex Zoll. 1856	Euphorbiaceae

Acta Soc. Regiae Sci. Indo-Neerl. 1(4): 22   1856
Hy. *melano* "đen"; *lepis* "vảy".

Melanorrhoea	Wall. 1829	Anacardiaceae

Pl. Asiat. Rar. 1: 9, t. 11–12   1829
Hy. *melanos* "đen"; *rea* "nhựa".

Melasma	P. J. Bergius 1767	Orobanchaceae

Descr. Pl. Cap. 162–163   1767
xem **Alectra** (CCVN-II/924)

Melastoma L. 1753 Melastomataceae
Sp. Pl. 1: 389 1753
Hy. *melas* "đen"; *stoma* "miệng"; trái nhuộm đen môi.

Melia L. 1753 Meliaceae
Sp. Pl. 1: 384 1753
tên Hy. *melie* gọi cây Tần bì *Fraxinus*; do lá giống.

Melientha Pierre 1888 Opiliaceae
Bull. Mens. Soc. Linn. Paris 1: 762 1888
từ tên cây **laŋ, ballaŋ* tiếng Cơ Tu (Katu, hoặc Katu hạ, thuộc nhóm Katuic trong ngữ hệ Nam Á); người Cơ Tu cư trú ở nam Lào và miền Trung Việt Nam.

Melianthum Liliaceae
Hy. *meli* "mật"; *anthos* "hoa".
xem **Iphigenia** (CCVN-III/474)

Melianthus L. 1753 Liliaceae
Sp. Pl. 2: 639 1753
Hy. *meli* "mật"; *anthos* "hoa"; hoa có nhiều mật.
xem **Asparagus** (CCVN-III/482)

Melilotus P. Mill. 1754 Fabaceae
Gard. Dict. Abr. (ed. 4) 2: 1754
Hy. *meli* "mật"; *lôtos* "cỏ 3-lá"; hoa có mật và giống cỏ 3-lá *Trifolium*.

Melinis P. de Beauv. 1812 Poaceae
Ess. Agrostogr. 54 1812
Hy. *melinos* "xám tro"; lá có lông trĩn, dính.

Meliosma Bl. 1823 Sabiaceae
Catalogus 10–11 1823
Hy. *meli* "mật"; *osme* "mùi"; hoa thơm mùi mật.

Melissa L. 1753 Lamiaceae
Sp. Pl. 2: 592 1753
Hy. *melissa* "ong mật"; ong ưa. Theo tên *Melissa*, nữ thần chăn nuôi ong mật trong thần thoại Hylạp.

Melocalamus Benth. 1883 Poaceae
Gen. Pl. 3: 1212 1883

Hy. *melon* "trái táo tây"; *kalamos* "sậy".

Melochia   L. 1753   Malvaceae
                      Sp. Pl. 2: 674[as "774"]–675   1753
chữ Ả rập *melechiah*.

Melodorum   Lour. 1790   Annonaceae
                      Fl. Cochinch. 329, 351   1790
Hy. *melon* "trái pom, táo tây"; *doron* "quà tặng"; liên tưởng đến trái; hoặc La. *mel, mellis* "mật" và *odor, odoris* "mùi, hương thơm" liên tưởng đến lá thơm mùi mật ong.

Melodinus   J.R. & J.G.A. Forster 1776 [1775]   Apocynaceae
                 Char. Gen. Pl. 37, pl. 19   1775
Hy. *melon* "trái pom, táo tây"; *dines* "quay quanh" dạng của trái.

Melothria   L. 1753   Cucurbitaceae
                     Sp. Pl. 1: 35   1753
tên Hy. *melothron* "cây Nhăng (*Bryonia*)"; trái giống pom (táo tây): *melon* (Hy.)
          xem **Zehneria** (CCVN-I/566)

Memecylon   L. 1753   Melastomataceae
                     Sp. Pl. 1: 349   1753
tên Hy. *mimema* "bắt chước"; trái giống như trái Dương mai (*Arbutus*).

Meneorus   Lecythidaceae
          xem **Barringtonia** (CCVN-II/24)

Menimia   Acanthaceae
          xem **Phlogacanthus** (CCVN-III/64)

Meniscogyne   Gagn. 1928   Urticaceae
                     Bull. Soc. Bot. France 75: 99   1928
Hy. *meniscos* "khum, lõm lồi"; *gyne* "cái, bầu nhụy".

Meniscium   Schreb. 1791   Thelypteridaceae
                     Gen. Pl. 2: 757 1791
Hy. *meniskos* "khum, lõm lồi", từ giảm nhẹ nghĩa của Hy. *meis, menos* "tháng, trăng khuyết, hình lưỡi liềm".
          xem **Thelypteris** (CCVN-I/134)

Menispermum   L. 1753   Menispermaceae
            Sp. Pl. 1: 340   1753
    Hy. *men, mene, menos* "lưỡi liềm, trăng khuyết"; *sperma* "hột";
    hột dẹp, cong hình lưỡi liềm.
            xem **Tinospora** (CCVN-I/330)

Mentha   L. 1753   Lamiaceae
            Sp. Pl. 2: 576   1753
    tên Hy. của cây: nữ thần Hylạp Mintha, em của Cocylus, bị
    Proserpine biến ra cây Húng

Menyanthes   L. 1753   Menyanthaceae
            Sp. Pl. 1: 145   1753
    Hy. *mene* "trăng, trăng lưỡi liềm"; *anthos* "hoa".
            xem **Nymphoides** (CCVN-II/799)

Mephitidia   Reinw. ex Blume   Rubiaceae
            Catalogus 51   1823
    La. *mephitis, mephiticus* "toát ra mùi hôi thối".
            xem **Lasianthus** (CCVN-III/202)

Mercurialis   L. 1753   Euphorbiaceae
            Sp. Pl. 2: 1035 1753
    La. *herba mercurialis* "của thần Mercury".

Meringium   K.B. Presl. 1843   Hymenophyllaceae
            Hymenophyllaceae 24   1843
    Hy. Merinx, "lông". Do bào tử nang nằm đầu cọng cứng như cọng
    lông.

Merremia   Dennst. ex Endll. 1842 (n. cons.)   Convolvulaceae
            Gen. Pl. 18: 1403   1841
    Blasius Merrem (1761-1824), thnh, toán học và tvh Đức, giáosư
    kinhtế chínhtrị và tvh ở Marburg (1804), đặc biệt quan tâm đến
    độngvậthọc và điểu-học.

Mertensia   Wlld. 1804   Gleicheniaceae
            Kongl. Vetensk. Acad. Nya Handl. 25: 165   1804
    Franz Karl Mertens, 1764-1831, giáosư tvh ở Bremen, Đức.
            xem **Gleichenia** (CCVN-I/79)

Mesochlaena   (R. Br.) J. Sm. 1840   Thelypteridaceae
            J. Bot. (Hooker) 3: 18   1840

Hy. *mesos* "giữa, trung gian"; *chlaena* "áo khoát, áo choàng".
    xem **Sphaerostephanos** (CCVN-I/139)

Mesoclastes   Lindl. 1830   Orchidaceae
    Gen. Sp. Orchid. Pl. 44 1830
Hy. *mesos* "giữa, trung gian"; *klastos* "vỡ vụn", *mesoklastos* "bị
gãy ở giữa"; liên tưởng đến môi hoa.
    xem **Luisia** (CCVN-III/958)

Mesona   Bl. 1826   Lamiaceae
    Bijdr. Fl. Ned. Ind. 838 1826
Từ nguyên không rõ.

Mespilus   L. 1753   Rosaceae
    Sp. Pl. 1: 478 1753
Hy. *mesos* "giữa, trung gian"; *pilos* "nỉ, dạ, phớt".
La. *mespilum, mespilus*, Hy. *mespile, mespilon* "cây sơn tra
(*Crataegus*)".
    xem **Pyracantha** (CCVN-I/770)

Messerschmidia   L. ex Hebenstr. 1763   Boraginaceae
    Novi Comment. Acad. Sci. Imp. Petrop. 8: 315 1763
Daniel Gottlieb Messerschmidt (1685-1735), người Đức, ysĩ, nhà
du hành, tác giả của *Nachricht von D.G. Messerschmidt's
siebenjahriger Reise in Sibirien.*

Mesua   L. 1753   Guttiferae
    Sp. Pl. 1: 515 1753
Johannes Mesué (775-857) ở Damascus

Metadina   Bakh. 1970   Rubiaceae
    Taxon 19: 472 1970
Hy. meta "sau, ở giữa, chậm hơn, tiếp sau"; *adinos* "đông đúc";
liên tưởng đến hoa-đầu.

Metathelypteris   (H. Ito) Ching 1963   Thelypteridaceae
    Acta Phytotax. Sin. 8(4): 305–306 1963
Hy. *meta* "sau, ở giữa, chậm hơn, tiếp sau"; tên giống *Thelypteris*;
gần với, giống với *Thelypteris* .

Metroxylon   Rottb. 1783   Arecaceae
    Nye Saml. Kongel. Danske Vidensk. Selsk. Skr. 2: 527 1783
Hy. *metra* "lõi"; *xylos* "gỗ"; bột của thân, ăn.

Meyenia   Nees 1832   Acanthaceae
Pl. Asiat. Rar. 3: 75, 78 1832
Franz Julius Ferdinand Meyen (1804-1840), ysĩ, tvh, nhà du hành,
giáosư TVH ở Đại học Berlin, tác giả các sách giáo-khoa
'Phytotomie' và *'Grundriss der Pflanzengeographie'*.
xem **Thunbergia** (CCVN-III/37)

Meyna   Roxb. ex Link. 1820   Rubiaceae
Jahrb. Gewa-chsk. 1(3): 32   1820
tên Ấnđộ *muyna*.

Mezoneuron   Desf. 1818   Fabaceae
Mém. Mus. Hist. Nat. 4: 245, t. 10–11   1818
Hy. *meizos*: "mạnh, vững hơn "; *neuro* "có gân"; đường khớp trên
của trái pháttriển thành cánh.
xem **Caesalpinia** (CCVN-I/842)

Michelia   L. 1753   Magnoliaceae
Sp. Pl. 1: 536   1753
Pietro Antonio Micheli (1679-1737), tvh ở Firenze, Ý.

Micrechites   Miq. 1857   Apocynaceae
Fl. Ned. Ind. 2: 456   1856 [1857]
Hy. *mikros* "nhỏ"; và tên giống *Echites*.

Microcarpaea   R. Br. 1810   Scrophulariaceae
Prodr. 435   1810
Hy. *mikros* "nhỏ"; *karpos* "trái" .

Microchloa   R. Br. 1810   Poaceae
Prodr. 208   1810
Hy. *mikros*: "nhỏ"; *chloa* "cỏ hòa bản".

Microcos   L. 1753   Malvaceae
Sp. Pl. 1: 514   1753
Hy. *mikros* "nhỏ".
xem **Grewia** Tiliaceae (CCVN-I/484)

Microdesmis   J.D. Hook. ex W.J. Hook. 1848 Pandaceae
Icon. Pl. 8: , pl. 758   1848
Hy. *mikros* "nhỏ"; *desme* "cụm"; hoa nhỏ mọc gom thành cụm.

Microglossa   A.D. de Cand. 1836   Asteraceae

Prodr. 5: 320   1836
Hy. *mikros* "nhỏ"; *glossa* "lưỡi"; cánh hoa môi ngắn.

Microgonium   Presl. 1843   Hymenophyllaceae
                Hymenophyllaceae 19–20   1843
        Hy. *mikros* "nhỏ"; *gonia* "góc".

Microlepia   Presl. 1836   Dennstaedtiaceae
                Tent. Pterid. 124–125, pl. 4, f. 21–23   1836
        Hy. *mikros* "nhỏ"; *lepis* "vảy".

Micromeles   Decne. 1874   Rosaceae
                Nouv. Arch. Mus. Hist. Nat. 10: 125, 168   1874
        Hy. *mikros* "nhỏ"; *melon* "trái táo tây"; do kích cỡ nhỏ của trái.
        xem **Sorbus** (CCVN-I/770)

Micromelum   Bl. 1825 (n. cons.)   Rutaceae
                Bijdr. Fl. Ned. Ind. 1: 137, 20   1825
        Hy. *mikros* "nhỏ"; *melon* "pom, táo tây".

Micropera   Lindl. 1832   Orchidaceae
                Edwards's Bot. Reg. 18: , ad pl. 1522   1832
        Hy. *mikros* "nhỏ"; *pera* "túi nhỏ"; do hình dạng của môi.

Microsaccus   Blume 1825   Orchidaceae
                Bijdr. Fl. Ned. Ind. 6: t. 3   1825
        Hy. *mikros* "nhỏ"; *sakkos* "bao tải"; môi nhỏ hình bao tải.

Microsorum   Link. 1833   Polypodiaceae
                Hort. Berol. 2: 110   1833
        Hy. *mikros* "nhỏ"; *soros* "nang quần" .

Microstegium   C.G.D. Nees 1836   Poaceae
                Nat. Syst. Bot. 447   1836
        Hy. *mikros* "nhỏ"; *stege* "mái che"; các mày (dĩnh) nhỏ xíu.

Microstylis   (Nutt.) Eaton 1822   Orchidaceae
                Man. Bot. (ed. 3) 115, 347, 353 1822
        Hy. *mikros* "nhỏ"; *stylos* "vòi nhụy, cột, trụ"; do trục hợpnhụy rất
        nhỏ và mỏng manh.
                xem **Malaxis** (CCVN-III/899)

Microtoenia   Prain 1889   Lamiaceae
Hooker's Icon. Pl. 19: , pl. 1872 1889
Hy. *mikros* "nhỏ"; *tainia* "dây băng"; các băng nhỏ trên vành.

Microtropis   Wall. ex Meisner 1837 (n. cons.)   Celastraceae
Pl. Vasc. Gen. 1: 68   1837
Hy. *mikros* "nhỏ"; *tropis, tropidos* "lườn, sống thuyền", hình dạng các cánh hoa.

Mikania   Willd. 1803 (n. cons.)   Asteraceae
Sp. Pl. 3(3): 1481, 1742 1803
Giáosư tvh Joseph G. Mikan ở Prague, thu mẫu ở Brasil.

Milium   L. 1753   Poaceae
Sp. Pl. 1: 61   1753
tên La. của một loài Kê. Hy. *meline*.
xem **Isachne** (CCVN-III/684)

Miliusa   Lesch. ex Alph. De DC. 1832   Annonaceae
Mém. Soc. Phys. Genève 5: 213 1832
Pierre Bernard Milius (1773-1829), thuyền trưởng tàu *Naturaliste* trong hành trình thám hiểm vùng biển cực nam châu Phi đên lục địa Úc; 1818-1821: toàn quyền đảo Bourbon (Réunion).

Millettia   W. & Arn. 1834   Fabaceae
Prodr. Fl. Ind. Orient. 1: 263–264   1834
Charles Millett (1792-1873), thu mẫu thựcvật cho Côngty Đông Ấn ở Macau, Quảngđông, Trungquốc, trao đổi thông tin thường xuyên với William Hooker, giámđốc Vườn Thựcvật Kew, với John Henslow, giáosư tvh ở Cambridge. Cũng thu mẫu thực vật ở Sri Lanka và Java.
Tên giống *Millettia* cũng thường được gán nhầm cho J. A. Millett, tvh Pháp tk. 18.

Millingtonia   L. 1782   Bignoniaceae
Suppl. Pl. 45   1781 [1782]
Thomas Millington (1628-1703), ysĩ người Anh, ngự y của William III; đầu tiên nảy ý vai trò của nhụy đực trong quy trình sinh sản của thực vật. Tên giống Millingtonia được Linné truy tặng.

Milnea   Roxb. 1824   Meliaceae
Fl. Ind. 2: 430   1824

Colin Milne (1743-1815), giáo sĩ Anh, tvh, dịch Linné từ tiếng Latinh, tác giả *A Botanical Dictionary*, London 1770; viết chung với Alexander Gordon trong *Indigenous Botany: or Habitations of English Plants*, London [1792-]1793.

xem **Aglaia** (CCVN-II/404)

Miltus   Lour. 1790   Aizoaceae
                  Fl. Cochinch. 291, 302. 1790.

xem **Gisekia** (CCVN-I/719)

Mimosa   L. 1753   Fabaceae
                  Sp. Pl. 1: 516   1753

Hy. *mimos* "nhại, làm theo"; tính nhạy cảm của lá như nhái cử động của thú.

Mimosa pudica: Mắc cỡ cử động như động vật.

Mimulus   L. 1753   Scrophulariaceae
                  Sp. Pl. 2: 634   1753

Hy. *mimeomai,* từ giảm nhẹ nghĩa của *mimus* "bắt chước, điệu bộ"; hình dạng hoa như mặt nạ.

Mimusops   L. 1753   Sapotaceae
                  Sp. Pl. 1: 349   1753

Hy. *mimos* "nhại, nháy, trò hề, như đóng kịch"; *opsis* "như";vành hoa giống như mặt khỉ.

Mina   Cerv. 1824   Convolvulaceae
                  Nov. Veg. Descr. 1: 3   1824

Miquelia   Meisn. 1838   Icacinaceae
Pl. Vasc. Gen. 1: 152   1838
Friedrich Anton Wilhelm Miquel (1811-1871), Giám đốc Vườn Bách Thảo ở Utrecht, Hòa lan.

Mirabilis   L. 1753   Nyctaginaceae
Sp. Pl. 1: 177   1753
admirabilis "kỳ quan", mà Linné thu lại rất đẹp; hoa đẹp, kỳ diệu của Peru.

Mirasolia   (Sch. Bip.) Benth. & Hook. f. 1873   Asteraceae
Gen. Pl. 2: 367 1873
xem **Tithonia** (CCVN-III/275)

Mirtana   Pierre 1905   Menispermaceae
Bull. Soc. Bot. France 52: 490. 1905.
xem **Arcangelisia** (CCVN-I/393)

Miscanthus   Anders. 1855   Poaceae
Öfvers. Förh. Kongl. Svenska Vetensk.-Akad. 12: 165   1855
Hy. *miskos* "thân, cọng"; *anthos* "hoa"; gié hoa có cọng.

Mischobulbon   Schltr. 1911   Orchidaceae
Repert. Spec. Nov. Regni Veg. Beih. 1(2): 98   1911
Hy. *mischos* "cọng, cuống"; *bolbos* "giò hành"; do các giả-hành có cuống.

Mischocarpus   Bl. 1825 (n. cons.)   Sapindaceae
Bijdr. Fl. Ned. Ind. 238 1825
Hy. *miskos* "cọng, thân"; *karpos* "trái".

Missiessya   Gaudich. ex Wedd. 1854   Urticaceae
Ann. Sci. Nat., Bot., sér. 4, 1: 194   1854
xem **Debregeasia** (CCVN-II/605)

Mitragyna   P.W. Korthals 1839 (n. cons.)   Rubiaceae
Observ. Naucl. Indic. 19   1839
Hy. *mitra* "mũ tế, nón ống khói"; *gynos* "cái"; nuốm hình mũ tế.

Mitrasacme   Labillardière 1805   Loganiaceae
Nov. Holl. Pl. 1: 35   1805
Hy. *mitra* "mũ tế, nón ống khói"; *acme* "mũi nhọn ".

Mitrastemma   Makino 1909   Rafflesiaceae
Bot. Mag. (Tokyo) 23: 326. 1909.
Hy. *mitra* "mũ tế"; *stemma* "vòng hoa, tràng hoa"   .

Mitrella   Miq. 1865   Annonaceae
Ann. Mus. Bot. Lugduno-Batavi 2: 38   1865
từ giảm nhẹ nghĩa của Hy. *mitra* "mũ tế, nón"; có lẽ do hình thể của nuốm.

Mitreola   L. 1758   Loganiaceae
Opera Var. 214 1758
Hy. *mitreola* , từ giảm nhẹ nghĩa của *mitra* "mũ tế, nón";

Mitrephora   (Bl.) Hook.f.& Thoms. 1855   Annonaceae
Fl. Ind. 112   1855

Mnesithea   Kunth 1829   Poaceae
Révis. Gramin. 1: 153   1829
Mnesitheos (Mnesitheus) (tk. 4 trước CN), ysĩ Hylạp ở Athen.

Mniopsis   Podostemaceae
Hy. *mnio, mnion* "rêu"; *opsis* "như" ; tựa như rêu.
     xem **Cladopus** (CCVN-II/18)

Modecca   Passifloraceae
Tên địa phương Malayalam cho loài *Modecca palmata* Lam..
     xem **Adenia** (CCVN-I/560)

Mollugo   L. 1753   Aizoaceae
Sp. Pl. 1: 89   1753
La. *mollis* "mềm" với vĩ-ngữ giống cái *-ugo*, tên của *Galium mollugo* vì lá luânsinh.

Momordica L. 1753 Cucurbitaceae
Sp. Pl. 2: 1009 1753
La. *mordeo* "cắn, ngoạm"; hột như đã bị cắn, bị gặm nhấm.

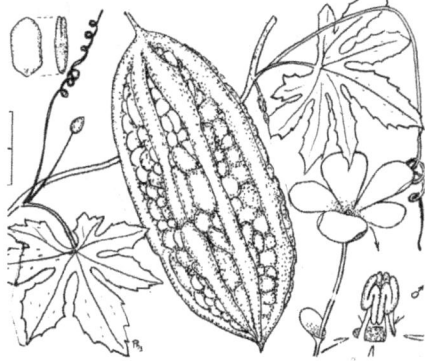

Momordica charantia: khổ qua.

Monachosorum Kunze 1848 Dennstaedtiaceae
Bot. Zeitung (Berlin) 6: 119–1201848
Hy. *monachos* "đơn độc" và *soros* "ống mạch, bàotửnang".

Mondapsis Hemodoraceae
từ nguyên không rõ.

Monoceras Steud. 1841 Elaeocarpaceae
Nomencl. Bot. (ed. 2): 157. 1841
Hy. *mono, monos* "một, đơn"; *keras* "sừng".
xem **Elaeocarpus** (CCVN-I/473)

Monochilus Fisch. & C.A. Mey. 1835 Orchidaceae
Index Sem. Hortus Bot. Petrop. 1: 34   1835
Hy. *mono, monos* "một, đơn"; *cheilos* "môi"; do sự hợp nhất một
phần của trục hợpnhụy và môi.
xem **Zeuxine** (CCVN-III/786)

Monochoria K.B. Presl 1827 Pontederiaceae
Reliq. Haenk. 1(2): 127 1827
Hy. *monos* "một"; *chorizo* "cách"; có một tiểunhụy khác các cái
kia.

Monomeria   Lindl. 1830   Orchidaceae
Gen. Sp. Orchid. Pl. 61 1830
Hy. *monos* "đơn, một" và *meris* "phần"; nghĩ đến bao phấn đơn hoặc các cánh hoa bị trụy.

Monoteles   Raf. 1838   Asteraceae
Sylva Tellur. 122   *1838*
xem **Pterocaulon** (CCVN-III/266)

Monotropa   L. 1753   Ericaceae
Sp. Pl. 1: 387 1753
Hy. *monos* "một"; *tropos* "hướng về"; kiểu trổ hoa. La. *monotropus* và Hy. *monotropos* "một loại, một kiểu"; pháthoa hướng về một bên.
xem **Monotropastrum** (CCVN-I/629)

Monotropastrum   H. Andres 1936   Ericaceae
Symb. Sin. 7(4): 766 1936
Hy. *monos* "một"; *tropos* "hướng về" chót thân vặn hướng về một bên.

Montanoa   La Llave et Lexarza 1825   Asteraceae
Nov. Veg. Descr. 2: 11 1825
Don Luis José Montaña (1755-1820), chínhtrịgia Mêxicô, ysĩ, thnh, tvh nghiệpdư, giáo sư Y-khoa ở Đại học Mêxicô.

Morinda   L. 1753   Rubiaceae
Sp. Pl. 1: 176 1753
Morus: dâu; *indica* "Ấnđộ".

Morinda: nhàu, "trái dâu Ấnđộ".

Morindopsis J.D. Hook. 1873 Rubiaceae
Gen. Pl. 2: 93 1873
Morinda và *opsis* "dạng"; tựa như *Morinda*.

Moringa Adans. 1763 Moringaceae
Fam. Pl. 2: 318 1763
tên Mãlai *moringo*.

Morus L. 1753 Moraceae
Sp. Pl. 2: 986 1753
Tên La. xưa của Dâu tằm; có thể từ Celtic *mor* "đen".

Mosla (Bemh.) Ham. ex Max. 1875 Lamiaceae
Bull. Acad. Imp. Sci. Saint-Petersbourg, sér. 3 20: 456 1875 [1875]
có mùi xạ.

Mouretia Pit. 1922 Rubiaceae
Fl. Indo-Chine 3: 71, f. 7(6–9) 1922
Marcellin Mouret (1881-1915), quân nhân và tvh Pháp. Lúc ở
Đông dương, đã thu thập 672 loài, chủ yếu ở đồng bằng sông
Hồng, được cất giữ ở Bảo tàng viện thiên nhiên Paris.

Mucuna Adans. 1763 (n. cons.) Fabaceae
Fam. Pl. 2: 325, 579 [as Mukuna] 1763
tên Brasil.

Muehlenbeckia Meisn. 1841 (n. cons.) Polygonaceae
Pl. Vasc. Gen. 1: 316; 2: 227 1841
H. Gustave Muehlenbeck (1798-1845), ysĩ và tvh ở Alsace, du
khảo vùng núi Vosges và Jura.

Muhlenbergia Schreb. 1789 Poaceae
Gen. Pl. 1: 44 1789
Henri Ludwig Muehlenberg (1756-1817), mục sư ở Lancaster,
Pennsylvania, đã viết về cây cỏ Mỹ.

Mukia   Arn. 1840   Cucurbitaceae
      Madras J. Lit. Sci. 12: 50   *1840*

tên Malayalam *mucca-piri*, *mucca* "3/4" và *piri* "lò xo", có lẽ do sự xoắn của các tua cuốn.

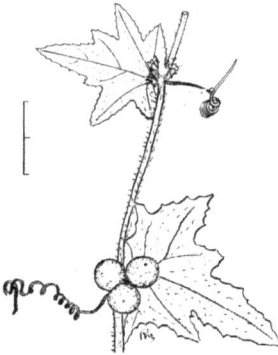

Mukia maderaspatana với tua cuốn xoắn.

Munronia   R. Wight 1838   Meliaceae
      Icon. Pl. Ind. Orient. 1: 147, pl. 54   *1839*

William Munro (1818-1880), sĩ quan quân đội và tvh Anh, thu nhiều mẫu thực vật gần nơi đồn trú Bộ binh Anh ở Ấnđộ (1834-38), Kashmir (1847), Barbados (1870-75), cũng chuyên cỏ Hòa bản và Tre, tác giả "*A Monograph of the Bambusaceae*", và "*Discovery of Fossil Plants at Kamptee*".

Muntingia   L. 1753   Elaeocarpaceae
      Sp. Pl. 1: 509   1753

Abraham Munting (1626-1683), giáosư tvh ở Hòalan.

Murdannia   Royle 1839 (n. cons.)   Commelinaceae
      Ill. Bot. Himal. Mts. 1: 403, pl. 95, f. 3   1839

Murdann Alí (Aly) ở Saharanpur, bang Uttar Pradesh, Ấn độ, thu mẫu thực vật và Quản thủ Thảo tập viện ở Vườn Bách thảo Saharunpur, Ấn độ vào đầu tk. 19, chuyên gia về hệ thực vật Himalaya, có soạn thảo một Thực vật chí Bắc Ấnđộ và Himalaya nhưng không côngbố được vì thiếu kinhphí.

Muricia   Lour. 1790   Cucurbitaceae
      Fl. Cochinch. 542, 596   1790

Tên do Loureiro đặt, từ nguyên không rõ. Có lẽ liên tưởng đến Murcia, một nữ thần La Mã.
      xem **Momordica** (CCVN-I/568)

Murraya Koen. ex L. 1771 (n. & orth. cons.) Rutaceae
Mant. Pl. 2: 554–555 1771
Johan Andreas Murray (1740-91), Thụyđiển, học trò của Linné, giáosư tvh ở Goettingen.

Musa L. 1753 Musaceae
Sp. Pl. 2: 1043 1753
Antonius Musa (-63 -14 trước CN), thầy thuốc ở đếquốc Lamã, cho hoàng-đế Augustus.

Mussaenda L. 1753 Rubiaceae
Sp. Pl. 1: 177 1753
tên địaphương ở Sri Lanka.

Mycaranthes Blume 1825 Orchidaceae
Bijdr. Fl. Ned. Ind. 7: 352 1825
xem **Eria** (CCVN-III/806)

Mycetia Reinw. 1825 Rubiaceae
Syll. Pl. Nov. 2: 9 1828 [1825]
Hy. *myco, mykes* "nấm"; có lẽ trái có bì xốp như nấm.

Myoporum J.G.A. Forst. 1786 Scrophulariaceae
Fl. Ins. Austr. 44 1786
Hy. *myo* "đóng lại"; *poros* "lỗ", lá có đốm trong.

Myosotis L. 1753 Boraginaceae
Sp. Pl. 1: 131 1753

La. *myosota, ae* và *myosotis, idis* (Plinius), Hy. *mus, mys, myos* "chuột"; *ous, tos* "tai"; tai chuột; do lá có nhiều lông ở vài loài.

Myosotis: lá có nhiều lông như tai chuột.

Myosoton   Moench. 1794   Caryophyllaceae
        Methodus 225 1794
Hy. *mys, myos* "chuột"; *otos* "tai"; tai chuột.

Myriactis   Less. 1831   Asteraceae
        Linnaea 6: 127–128 1831
Hy. *myrio, myrios* "hằng hà sa số"; *aktis* "tia" nhiều hoa môi.

Myrialepsis   Becc. 1893   Arecaceae
        Fl. Brit. India 6: 480 1893
Hy. *myria* "nhiều, hằng hà" và *lepis* "vảy"; trái có nhiều vảy.

Myrica   L. 1753   Myricaceae
        Sp. Pl. 2: 1024 1753
tên Hy. xưa *Myrike* của cây Liễu bách *Tamarix,* có mùi thơm.

Myrioneuron   R. Br. ex Benth. & Hook. f. 1873   Rubiaceae
        Gen. Pl. 2: 69 1873
Hy. *myrios* "hằng hà sa số"; *neuro* "gân".

Myriophyllum   L. 1753   Haloragaceae
        Sp. Pl. 2: 992 1753
Hy. *myrios* "hằng hà sa số"; *phyllum* "lá"; lá phân xẻ rất nhiều.

Myriopteron   Griff. 1844   Apocynaceae
        Calcutta J. Nat. Hist. 4: 385 1844
Hy. *myrios* "nhiều, hằng hà"; *pteron* "cánh"; nghĩ đến các cánh mỏng và dọc trên trái.

Myristica   Gronovius 1755 (n. cons.) Myristicaceae
        Fl. Orient. 141 1755
Hy. *myristicos* "nhựa thơm"; nhục-đậu-khấu.

Myrmecodia   Jack 1823   Rubiaceae
        Trans. Linn. Soc. London 14: 122 1823
Hy. *myrmex, myrmeko, myrmekos* "kiến".

Myrmecopteris   Pichi-Sermoli 1977   Polypodiaceae
        Webbia 31(1): 239 1977
Hy. *myrmex* "kiến"; *pteris* "ráng".

Myrobalanus   Gaertn. 1790   Combretaceae
                         Fruct. Sem. Pl. 2: 90   1790
Hy. *myro, myron* "thơm, nhựa thơm"; *balanos* "quả nhân cứng";
quả nhân cứng thơm.
            xem **Terminalia** (CCVN-II/107)

Myroxylon   L.f. 1882 (n. cons.)   Fabaceae
                        Suppl. Pl. 34, 233   1781 [1782]
Hy. *myros* "thơm, nhựa thơm"; *xylon* "cây".

Myrsine   L. 1753   Myrsinaceae
                        Sp. Pl. 1: 196   1753
tên Hy. của *Myrtus communis*.

Myrtus   L. 1753   Myrtaceae
                        Sp. Pl. 1: 471   1753
                        tên Hy. *myrton* của *Myrtus*.
La. *myrtum, murtum* "trái của cây *Myrtus*"; *myrtus, murtus*: cây
Myrtus.
            xem **Rhodamnia** (CCVN-II/42)

Mytilaria   Lec. 1924   Hamamelidaceae
                        Bull. Mus. Hist. Nat. (Paris) 30: 504   1924
Từ nguyên không rõ.

Myxopyrum   Bl. 1825   Oleaceae
                        Bijdr. Fl. Ned. Ind. 683 1825
Hy. *myxa* "nước nhầy, chất nhờn"; *pyros* "lúa mì"; hột mềm nhão,
có nhiều cơm.

                    ....

N

Najas L. 1753 Hydrocharitaceae
Sp. Pl. 2: 1015 1753
Một trong ba Naiads, tiên của nước trong thầnthoại Hylạp.

Nama L. 1759 Hydrophyllaceae
Syst. Nat. (ed. 10) 2: 950 1759
Hy. *nao* "suối, chảy", *nama, namatos* "suối, vòi nước, nước chảy"; La. *nama, namatis* "chất lỏng, lỏng"; do nơi mọc.
xem **Hydrolea** (CCVN-II/801)

Nannoglottis Maximowicz 1881 Asteraceae
Bull. Acad. Imp. Sci. Saint-Petersbourg 27: 480 1881
Hy. *nannos* "thấp, lùn, rất nhỏ"; *glossa, glotta* "lưỡi".

Nanocnide Bl. 1856 Urticaceae
Mus. Bot. 2: 154–155, pl. 17 1856
Hy. *nanos* "lùn, thấp" và *knide* "cây tầm ma (*Urtica*)".

Nanopetalum Hassk. 1855 Euphorbiaceae
Verslagen Meded. Afd. Natuurk. Kon. Akad. Wetensch. 4: 140 1855
Hy. *nanos* "lùn, thấp"; *petalon* "cánhhoa"; cánh hoa rất nhỏ.
xem **Cleistanthus** (CCVN-II/232)

Naravelia Adans. 1763 Ranunculaceae
Fam. Pl. 2: 460, 581 1763
tên ở Sri Lanka.

Narcissus L. 1753 Amaryllidaceae
Sp. Pl. 1: 289 1753
do Narcissus một trẻ trong thần thoại Hylạp thương mình qua ảnh trên mặt nước và thường biến ra hoa ấy.

Nardosmia Cass. 1825 Asteraceae
Dict. Sci. Nat. (ed. 2) 34: 186 1825
xem **Petasites** (CCVN-III/289)

Nardus L. 1753 Poaceae
Sp. Pl. 1: 53 1753
xem **Microchloa** (CCVN-III/650)

Narenga   Bor 1940   Poaceae
Indian Forester 66: 267 1940
từnguyên không rõ, có thể là một tên thường của cỏ này ở Bengal.

Naringi   Adans. 1763   Rutaceae
Adans. Fam. Pl. 2: 341 1763
narinjin, một tên thường của *Citrus maxima*, cùng từnguyên với chữ *orange*.

Natsiatum   Ham. ex Arn. 1834   Icacinaceae
Edinburgh New Philos. J. 16: 314   *1834*
natsiat, tên tiếng Java.

Nauclea   L. 1762   Rubiaceae
Sp. Pl. (ed. 2) 1: 243 *1762*
Hy. *naus* "tàu"; *kleio* "bao"; nang nứt ra 2 mảnh, mỗi mảnh có hình tàu.

Neanotis   W.H. Lewis 1966   Rubiaceae
Ann. Missouri Bot. Gard. 53(1): 34 *1966*
Gợi đến giống *Anonis* DC.

Nechamandra   Pl. 1849   Hydrocharitaceae
Ann. Sci. Nat., Bot., sér. 3, 11: 78   *1849*
Alexander Necham (Neckamhay Nequam) (1157-1217), họcgiả Anh, tu sĩ dòng Saint Augustin, học ở tu-viện St Albans, hoàn tất học vấn ở Paris, mất năm 1217 ở cươngvị tu-viện-trưởng Cirencester; đã để lại ý tưởng về một "vườn quý phái" trong đó nên có hoa hồng, hoa huệ, hoa tím, hoa mỹ-nhân, và hoa thủy tiên. Nhiều thứ hoa hồng đã được nhập vào Anh giữa các tk. 14 và 16. Các tác phẩm chính của ông là *"De naturisrerum"* (*'On the natures of things'*) thể văn xuôi, và *"Laussapientie divine"* (*'Praise of divine wisdom'*) văn vần; bài thơ tiếng Latinh danh tiếng nhất của ông là *"De Lande Sapientium Divinae"*. Vĩngữ Hy. *aner, andro* "nam".

Neillia   D. Don 1825   Rosaceae
Prodr. Fl. Nepal. 228–229 *1825*
Patrick Neill (1776-1851), tvh ở Edinburgh, Scotland.

Neisosperma   Raf. 1838   Apocynaceae
Sylva Tellur. 162 *1838*
Hy. *nesos, nasos* "đảo" và *sperma* "hột".

Nelsonia R. Br.1810 Acanthaceae
Prodr. 480–481 1810
David Nelson (?-1789), tvh Anh thu mẫu thựcvật cho Joseph Banks; tháp tùng Thuyền trưởng Cook đến Cape Town năm 1776; phục vụ bảy năm ở Vườn Thựcvật Kew; phụtá tvh trên hảitrình của tàu Bounty với thuyền trưởng Bligh, thoát chết sau cuộc nổi loạn của thủy thủ trên tàu, đến thu mẫu thựcvật trên núi ở đảo Timor rồi chết vì bị cảm lạnh.

Nelumbo Adans. 1763 Nelumbonaceae
Fam. Pl. 2: 76, 582   1763
tên *nelumbi* ở Sri Lanka.

Neoalsomitra Hutch. 1942 Cucurbitaceae
Ann. Bot. (Oxford), n.s. 6: 97   1942
Hy. *neos* "mới" và tên giống *Alsomitra*. (Hy. *alsos* "lùm cây" và *mitra* "mũ tế").

Neocheiropteris Christ. 1905 Polypodiaceae
Bull. Soc. Bot. France: Mem. 1: 21   1905
Hy. *neo* "mới"; *cheiros* "tay"; *pteris* "ráng, như cánh".

Neocinnamomum Liou 1934 Lauraceae
Chine & Indochine 82, 86   1934
Hy. *neo* "mới" và tên giống *Cinnamomum*.

Neohusnotia A. Camus 1921 Poaceae
Bull. Mus. Natl. Hist. Nat. 26: 664   1921
Pierre Tranquille Husnot (1840-1929), Pháp, tvh, chuyên Đàithựcvật, cỏ Hòa-bản, nhà du hành; tácgiả *Catalogue des cryptogames recueillis aux Antilles françaises en 1868.* Caen 1870, *Flore analytique et descriptive des mousses du Nord-Ouest.* Cahan (Orne) [Caen] [1873], và *Muscologia gallica.* Cahan [Caen] 1884-1894, chủbiên tạpchí *Revue bryologique*, vols. 1-53, 1874-1926. xem **Acroceras** (CCVN-III/655)

Neolamarckia Bosser1984 Rubiaceae
Bull. Mus. Natl. Hist. Nat., B, Adansonia, sér. 4 6(3): 247 1984
Hy. *neo* "mới" và tên giống *Lamarckia*.

Neolitsea (Benth.) Merr. 1906 (n. cons.) Lauraceae
Philipp. J. Sci. 1(Suppl.): 56   1906
Hy. *neo* "mới" và tên giống *Litsea*.

Neolourya   L. Rodr. 1934   Haemodoraceae
                ser. 2. 6: 96   1934 [1934]
Hy. *neo* "tân, mới"; J. de Loureiro (17177-1791), tvh, khảo cứu cây cỏ miền Trung nước ta.
          xem **Peliosanthes** (CCVN-III/473)

Neonauclea   Merr. 1915   Rubiaceae
                J. Wash. Acad. Sci. 5: 538   1915
Hy. *neo* "tân" và tên giống *Nauclea*.

Neothorelia   Gagn. 1908   Capparaceae
                Bull. Soc. Bot. France 55: 269   1908
Hy. *neo* "tân-, mới" và tên giống *Thorelia*.

Neottia   Guett. 1754   Orchidaceae
     Hist. Acad. Roy. Sci. Mém. Math. Phys. (Paris, 4) 1750: 374   1754
Hy. *neottia* "tổ chim"; do hình dạng của các rễ.
          xem **Goodyera** (CCVN-III/782)

Nepenthes   L. 1753   Nepenthaceae
                Sp. Pl. 2: 955   1753

Hy. *ne* "không" và *penthes* "sầu"; *ne-penthes*, theo Homer kể lại trong truyện Odyssey có một loại thuốc có tính xua tan sự lo âu, đau buồn. Lá như bầu thuốc.

Nepenthes: có lá như bầu thuốc.

Nepeta   L. 1753   Lamiaceae
                Sp. Pl. 2: 570   1753
Tên mà Plinius gọi một cây ở Nepi, Etruria, Ý.
          xem **Anisomeles** (CCVN-II/869)

Nephelaphyllum Blume 1825   Orchidaceae
        Bijdr. Fl. Ned. Ind. 372 1825
  Hy. *nephele* "mây" và *phyllon* "lá", liên tưởng đến mặt trên của lá.

Nephelium   L. 1767   Sapindaceae
        Syst. Nat. (ed. 12) 2: 623 1767
  Hy. *nephelion*: "đám mây nhỏ"; vì trái sù sì.

Nephrodium   Michaux 1803   Dryopteridaceae
        Fl. Bor.-Amer. 2: 266 1803
  Hy. *nephrodes* "tựa như thận"; do hình thù của bao-mô.
    xem **Tectaria** (CCVN-I/174)

Nephrolepis   Schott. 1834   Davalliaceae
        Gen. Fil. , pl. 3 1834
  Hy. *nephros* "thận"; *lepis* "vảy"; hình dạng của bao-mô.

Nephrosperma   I.B. Balf. 1877   Arecaceae
        Fl. Mauritius 386 1877
  Hy. *nephros* "thận"; *sperma* "hột".

Nephrostylus   Gagnep. 1925   Euphorbiaceae
        Bull. Soc. Bot. France 72: 467 1925
  Hy. *nephros* "thận"; *stylos* "vòi, cột, trụ".
    xem **Koilodepas** (CCVN-II/248)

Neptunia   Lour. 1790   Fabaceae
        Fl. Cochinch. 641, 653–654 1790
  Neptune, thần nước và đại dương trong thầnthoại Lamã,
  tươngđương với Poseidon trong thần thoại Hylạp.

Nerium   L. 1753   Apocynaceae
        Sp. Pl. 1: 209 1753
  tên Hy. xưa của cây Trúc-đào.

Nerteria   Banks & Sol. ex Gaertn. 1788 (n. cons.)Rubiaceae
        Fruct. Sem. Pl. 1: 124 1788
  Hy. *nerteros* "thấp bé, khiêm nhượng"; dạng của cây thấp.

Nervilia   Comm. ex Gaudich. 1826 Orchidaceae
        Voy. Uranie 421, pl. 35 1826 [1829]
  La. *nerva, nervae* "có gân"; gân lá nổi, nhô lên.

Neuracanthus   Nees 1832   Acanthaceae
                       Pl. Asiat. Rar. 3: 76, 97 1832
Hy. *neuron* "gân"; *akantha* "gai".

Neuropeltis   Wall. 1824   Convolvulaceae
                       Fl. Ind., ed. 1820 2: 43 1824
Hy. neuro "gân";
pelte "cái khiên"; lá
bắc có gân và nở
rộng khi có trái.

Neuropeltis: cái khiên có gân.

Neustanthus   Benth. 1852   Fabaceae
                       Pl. Jungh. 234–235   1852
Hy. *neustazo* "gật đầu, hiệulệnh", *neuster, neusteros* "người bơi",
neo "bơi" và *anthos* "hoa".
        xem **Pueraria** (CCVN-I/948)

Neuwiedia   Bl. 1833   Orchidaceae
                       De Nov. Fam. Expos. 121833
Maximilian A. Ph. Prince von Wied-Neuwied (1782-1867), nhà
thám hiểm và thnh người Đức, thám hiểm Brasil, mang về nhiều
mẫu thực vật và động vật.

Neyraudia   J.D. Hook 1896   Poaceae
                       Fl. Brit. India 7(22): 305   1897 [1896]
từ đảo chữ của *Reynaudia.*

Nicotiana   L. 1753   Solanaceae
                       Sp. Pl. 1: 180   1753
Jean Nicot (1530-1600), Đạisứ Pháp ở Portugal (Bô Đào Nha),
đem cây thuốc lá về Pháp năm 1559.

Niebuhria A.P. de Cand. 1824 Capparaceae
Prodr. 1: 243 1824
Carsten Niebuhr (1733-1815), người Đanmạch gốc Đức, nhà đôngphươnghọc, tvh, toánhọc, bảnđồhọc, duhành và thámhiểm, người duy nhất sống sót trong đoàn thámhiểm của Pehr Forsskål đến Ảrập năm 1760; thànhviên của Royal Society of Göttingen, và thànhviên người nước ngoài của Viện Hànlâm Hoànggia Khoahọc Thụyđiển.

Nigrina L. 1767 Chloranthaceae
Syst. Nat. (ed. 12) 2: 154 1767
La. *niger, nigra, nigrum* "đen".
xem **Chloranthus** (CCVN-I/287)

Nipholobus Kaulf. 1824 Polypodiaceae
Enum. Filic. 124 1824
Hy. *nipho, niphas* "tuyết"; *lobos* "thùy, có thùy".
xem **Pyrrosia** (CCVN-I/87)

Nogra Merr. 1935 Fabaceae
Trans. Amer. Philos. Soc., n.s. 24(2): 201 1935
Từ đảo chữ của *Grona = gronon* = cái động; vì lườn lõm ở dưới.

Nolina Michaux 1803 Asparagaceae
Fl. Bor.-Amer. 1: 207–208 1803
P.C. Nolin, canhnônghọc Pháp vào 1755.

Nomaphila Blume 1826 Acanthaceae
Bijdr. Fl. Ned. Ind. (14): 804 1826
Hy. *nomos* "đồngcỏ"; *philos* "ưa"; chỉ nơi mọc.

Nopalea Salm-Dyek 1850 Cactaceae
Cact. Hort. Dyck. (1849) 63–64 1849 [1850]
Tên Náhuatl (thổdân Mêxicô) *nopali*.

Norysca Spach 1836 Guttiferae
Ann. Sci. Nat., Bot., sér. 2 5: 363 1836
xem **Hypericum** (CCVN-I/463)

Nosema Prain1904 Lamiaceae
J. Asiat. Soc. Bengal, Pt. 2, Nat. Hist. 73: 20 1904
Hy. *sema* "dấu, cờ hiệu", hoặc đảo chữ từ tên giống *Mesona*.

Nothaphoebe Bl. 1831 Lauraceae
Ann. Mus. Bot. Lugduno-Batavi 1: 328 1851
Hy. *notho, nothos* "lai, không phải"; tên giống *Phoebe*.

Nothapodytes Bl. 1850 Icacinaceae
Mus. Bot. 1: 248 1850
Hy. *notho, nothos* "lai"; *a-(pous, podos)* "không-chân"?

Notholaena R. Br. 1810 Pteridaceae
Prodr. 145 1810
Hy. *nothos* "giả"; *chlaina* "áo choàng"; như là có bao mô.

Nothopanax Miq. 1856 Araliaceae
Fl. Ned. Ind. 1(1): 765 1856
Hy. *nothos* "giả" và tên giống *Panax*.

Notodontia Pierre ex Pit. 1922 Rubiaceae
Fl. Indo-Chine 3: 86 1922
Hy. *noto, notos* "hướng nam, lưng"; *odonto* "răng".

Nouettia Pierre 1898 Apocynaceae
Bull. Mens. Soc. Linn. Paris ser. 2. 1: 291898
Nouet: tên họ Pháp, có lẽ Nicolas-Antoine Nouet (1740-1811),
một nhà thiênvănhọc Pháp.

Nuihonia Dop 1930 Ericaceae
Fl. Indo-Chine 3: 719 1930
     xem **Craibiodendron** (CCVN-I/625)

Nyctanthes L. 1753 Oleaceae
Sp. Pl. 1: 6 1753
Hy. *nyktos* "đêm"; *anthos* "hoa".

Nycterisition Ruíz & Pavón 1794 Sapotaceae
Fl. Peruv. Prodr. 30, t. 5 1794
Hy. *nykteris* "con dơi, chim ăn đêm"; *sition* "thức ăn"; thức ăn
cho Dơi.
     xem **Donella** (CCVN-I/637)

Nymphaea L. 1753 (n. cons.) Nymphaeaceae
Sp. Pl. 1: 510 1753
Hy. *nymphaia*, tiên của nước trong thần thoại.

Nymphoides   J. Hill 1756   Menyanthaceae
Brit. Herb. 77   *1756*
Tựa như *Nymphaea.*

Nypa   Steck 1757   Arecaceae
Dissert. Inaug. Med. Sagu 15   *1757*
do tên Mãlai.

Nyssa   L. 1753   Nyssaceae
Sp. Pl. 2: 1058 1753
Nyssa: tiên của nước và thần nàng thơ của Bacchus trong thầnthoại Lamã; vài loài sống nơi ẩm lầy.

....

O

Oberonia Lind. 1830 (n. cons.) Orchidaceae
Gen. Sp. Orchid. Pl. 15 1830
Oberon, vua tiên trong thần thoại Âuchâu và là chồng của Titania.

Ochna L. 1753 Ochnaceae
Sp. Pl. 1: 513 1753
tên Hy. *Ochne* của một lê hoang; vì dạng lá.

Ochrocarpus Noronha ex Thouars 1806 Guttiferae
Gen. Nov. Madagasc. 15 *1806*
Hy. *ochros* "vàng lợt, vàng đất"; *karpos* "trái"; trái màu vàng tái.

Ochroma Swartz 1788 Malvaceae
Prodr. 6, 97 1788
Hy. ochros "màu vàng tái, nhạt"; hoa to trắng.

Ochrosia A.L. Juss. 1789 Apocynaceae
Gen. Pl. 144–145 1789
Hy. *ochros* "màu vàng đất, vàng tái" màu hoa vàng tái.

Ochthocharis Bl. 1831 Melastomataceae
Flora 14: 523 1831
Hy. *ochthos* "triền, đồi, đê, bờ"; *charis* "duyên dáng, đẹp".

Ocimum L. 1753 Lamiaceae
Sp. Pl. 2: 597 1753
Hy. *okimon* tên gọi một cây có mùi thơm.

Octomeria R. Br. 1813 Orchidaceae
Hort. Kew. (ed. 2) 5: 211 *1813*
Hy. *okto* "tám"; *meros* "phần", liêntưởng đến số lượng phấn-khối.
xem **Tainia** (CCVN-III/868)

Octorillum Elaeagnaceae
xem **Elaeagnus** (CCVN-II/12)

Octosomatium Gagn. 1950 Boraginaceae
Notul. Syst. (Paris) 14: 23 *1950*
Hy. *okto* "tám"; *soma* "có thân thể".
xem **Trichodesma** (CCVN-II/808)

Odontadenia   Benth. 1841   Apocynaceae
J. Bot. (Hooker) 3: 242 1841
Hy. *odous* "răng"; *aden* "tuyến"; tuyến 5-răng.

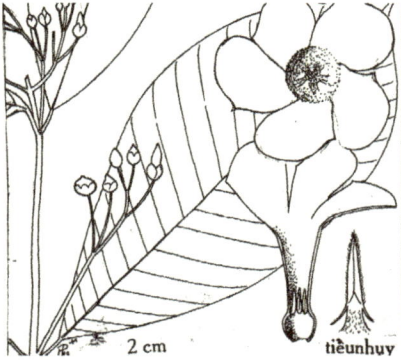

Odontadenia macrantha: đài có năm tai tròn, nhọn.

Odontochilus   Blume 1858-1859   Orchidaceae
Fl. Javae Nov. Ser. 1: 66 1858-1859
Hy. *odous, odontos* "răng"; *cheilos* "môi"; môi hoa có răng.
   xem **Anoectochilus** (CCVN-III/788)

Oenanthe   L. 1753   Apiaceae
Sp. Pl. 1: 254 1753
Hy. *oinos* "rượu"; *anthos* "hoa"; vì hoa có mùi vị rượu vang (rượu chát).

Oenothera   L. 1753   Oenotheraceae
Sp. Pl. 1: 346 1753
Hy. *oinos* "rượu", có mùi rượu; *thera, theras* "thuần hóa thú hoang", vì lúc xưa dùng rễ.
   xem **Ludwidgia** (CCVN-II/68)

Olfersia   Radii 1819   Lomariopsidaceae
Opusc. Sci. 3: 283. 1819
Ignaz Franz Werner Maria von Olfers (1793-1871), ysĩ và thnh (đvh) Đức, nhà sử-học, nhà ngoại-giao ở Brasil (1816), Lisbon và Naples (1826-1828), Thụysĩ (1831-34), sau đó làm giám đốc (1839-1869) Bảotàng hoànggia ở Berlin.
   xem **Lomariopsis** (CCVN-I/198)

Olax L. 1753 Olacaceae
Sp. Pl. 1: 34   1753
Hy. *olax* "một rảnh"; do dạng lá.

Oldenlandia L. 1753 Rubiaceae
Sp. Pl. 1: 119   1753
H.B. Oldenland, tvh Đanmạch tk. 17.
xem **Hedyotis** (CCVN-III/106)

Olea L. 1753 Oleaceae
Sp. Pl. 1: 8   1753
tên Hy. của cây; *olos* "láng"; dầu làm láng.

Oleandra Cavan. 1799 Oleandraceae
Anales Hist. Nat. 1(2): 115   1799
vì dạng giống Trúc đào, phiến lá đơn, nguyên. Xem Antonio José Cavanilles, trong *Anales de Historia Natural Madrid*. 1(2): 115. 1799.

Oligobotrya J.G. baker 1886 Liliaceae
Hooker's Icon. Pl. 16: 1537   1886
Hy. *oligos* "nhỏ, ít"; *botrys* "chùm".

Oligoceras Gagn. 1925 Euphorbiaceae
Bull. Soc. Bot. France 81: 872
Hy. *oligos* "nhỏ"; *keras* "sừng".

Oligolobos Gagn. 1907 Hydrocharitaceae
Bull. Soc. Bot. France 54: 542   1907
Hy. *oligos* "nhỏ, yếu, ít"; *lobos* "cóthùy, có dạng thùy".
xem **Ottelia** (CCVN-III/320)

Oncinus Lour. 1790 Apocynaceae
Fl. Cochinch. 94, 123   1790
xem **Melodinus** (CCVN-II/687)

Oncosperma Bl. 1838 Arecaceae
Bull. Sci. Phys. Nat. Neerl. 1: 641838
Hy. *onco* "u"; *sperma* "hột"; trái có núm.

Onychium Kaulf. 1820 Pteridaceae
Berlin. Jahrb. Pharm. VerbundenenWiss. 21: 45 1820
Hy. *onyx* "móng, vuốt"; dạng của đoạn lá.

Opa	Lour. 1790	Myrtaceae

Fl. Cochinch. 304, 308 1790

danh pháp đồng nghĩa của *Opanea* Raf. 1838 (Sylva Tellur. 106 1838)

Operculina	Silva Manso 1837	Convolvulaceae

Enum. Subst. Braz. 16, 49   1836

La. *operculum* "nắp"; nang nở theo lằn ngang thành một nắp tròn mỏng.

Ophioglossum	L. 1753	Ophioglossaceae

Sp. Pl. 2: 1062 1753

Hy. *ophis* "rắn"; *glossa* "lưỡi"; do hình dạng của phần thụ của lá.

Ophiopogon	Ker-Gauwler 1807 (n. cons.) 1807	Liliaceae

Bot. Mag. 27: pl. 1063 1807

Hy. *ophios* "rắn"; *pogon* "râu".

Ophiorrhiza	L. 1753	Rubiaceae

Sp. Pl. 1: 150   1753

Hy. *ophios* "rắn"; *rhiza* "rễ".

Ophiorrhiziphyllon	Kurz 1871	Acanthaceae

J. Asiat. Soc. Bengal, Pt. 2, Nat. Hist. 40: 76   1871

Hy. *ophios* "rắn"; *rhiza* "rễ"; *phylla* "lá".

Ophioxylon	L. 1753	Apocynaceae

Sp. Pl. 2: 1043 1753

Hy. *ophis* "rắn"; *xylon* "gỗ".

    xem **Rauvolfia** (CCVN-II/695)

Ophiuros	C.F. Gaertn. 1805	Poaceae

= **Ophiurus** (CCVN-III/729)

Suppl. Carp. 1(1): 3, pl. 181, f. 3   1805

Hy. *ophios* "rắn"; *oura* "đuôi".

Ophrestia	Forbes 1948	Fabaceae

Bothalia 4: 1003   1948

Tên đảo chữ của *Tephrosia*

Ophrys	L. 1753	Orchidaceae

Sp. Pl. 2: 945   1753

Hy. *ophrys* "lông mày".

    xem **Herminium** (CCVN-III/766)

Opilia   Roxb. 1802   Opiliaceae
                         Pl. Coromandel 2: 31   1802
Từ nguyên không rõ, có lẽ từ Hy. *ope* "lỗ trống, khe hở" và *eilo*
"khép, lắp ráp", do các lá bắc kết lợp che đậy các hoa trước khi
hoa nở; hoặc từ La. *opilio, onis* "người chăn cừu", hoặc từ một
tên Ấnđộ.

Oplismenus   P. de Beauv. 1810   Poaceae
                         Fl. Oware 2: 14, pl. 68, f. 1   1807 [1810]
Hy. *oplimenos* "được vũ trang"; gié hoa có có lông-gai ở ngọn.

Opuntia   P. Mill. 1754   Cactaceae
                         Gard. Dict. Abr. (ed. 4) 2:   1754
tên do Tournefort gọi những cây mập có lẽ vì từ thànhphố Opous ở
Hylạp.

Orchidanthera   N.E. Br. 1886   Lowiaceae
                         Gard. Chron., n.s. 26: 519   1886
Hy. *orchis* "ngọc-hành"; *antha* "hoa".

Orchis   L. 1753   Orchidaceae
                         Sp. Pl. 2: 939   1753
Hy. *orchis* "ngọc-hành", do hình dạng các củ; La. *orchis, is* gọi
một cây do hình thù của rễ.
        xem **Habenaria** (CCVN-III/772)

Oreocharis   Benth. 1876 (n. cons.)   Gesneriaceae
                         Gen. Pl. 2: 995, 1021   1876
Hy. *oreos* "núi"; *charis* "đẹp".

Oreocnide   Miquel 1851   Urticaceae
                         Pl. Jungh. 1: 39–40   1851
Hy. *oros* "núi"; *knide* "cây tầm ma *Urtica*".

Oreodoxa   Willd. 1806   Arecaceae
                         Mém. Acad. Roy. Sci. Hist. (Berlin) 1803: 251–252   1806
Hy. *oros* "núi"; *doxa* "vinh hiển".

Oritrephes   Ridl. 1908   Melastomataceae
                         J. Linn. Soc., Bot. 38: 309   1908
Hy. *ore* "núi"; *trepho* "nuôi dưỡng".
        xem **Pseudodissochaeta** (CCVN-II/98)

Ormocarpum   P. de Beauv. 1810 (n. cons.)   Fabaceae
Fl. Oware 1: 95 1807 [1810]
Hy. *hormos* "chuỗi hạt, dây xích"; *karpos* "trái, quả", trái có dạng
chuỗi hạt.

Ormosia   G. Jackson 1811 (n. cons.)   Fabaceae
Trans. Linn. Soc. London 10: 360   *1811*
Hy. *hormos* "mạng, dây xích, chuỗi hạt" hột của một loài dùng làm
màn.

Ornithoboea   Parish ex C.B. Cl. 1883   Gesneriaceae
Monogr. Phan. 5: 147   1883
Hy. *ornis* "chim"; tên giống *Boea*.

Ornithochilus   (Lindl.) Wall. exBenth. 1883   Orchidaceae
Gen. Pl. 3: 478, 581   1883
Hy. *ornis* "chim"; *cheilos* "môi".

Ornithopus   L. 1753   Fabaceae
Sp. Pl. 2: 743   1753
Hy. *ornis, ornithos* "chim"; *pous* "chân"; giống như một chân
chim.
      xem **Desmodium** (CCVN-I/929)

Orobanche   L. 1753   Orobanchaceae
Sp. Pl. 2: 632   1753
Hy. *orobanche, orobos* "một thứ Đậu"; *anchein* "bópcổ"; nghĩ
đến dạng sống kýsinh của cây, có một loài kýsinh trên các cây
Đậu.
      xem **Aegynetia** (CCVN-III/11)

Orophea   Bl. 1825   Annonaceae
Bijdr. Fl. Ned. Ind. 18   1825
orophe "mui, nóc, trần".

Oropetium   Trin. 1820   Poaceae
Fund. Agrost. 98, pl. 3   1820
Hy. *oros* "núi"; *pedion* "đồng bằng, phẳng, đất trống, cánh đồng",
hay *ptenos* "xa lánh, kín đáo"; mọc trong những hốc nhỏ trên đá ở
vùng cao; ở ẩn trên núi.

Oroxylon   xem **Oroxylym**

Oroxylum   Vent. 1818   Bignoniaceae
                         Dec. Gen. Nov. 8   *1808*
oro "núi"; *xylum* "đạimộc";

Orthobium   Fabaceae
            xem **Archidendron** (CCVN-I/836)

Orthosiphon   Benth. 1830   Lamiaceae
                         Edwards's Bot. Reg. 15: , pl. 1300   *1830*
Hy. *ortho* "ngay"; *siphon*: "ống"; ống vành ngay.

Oryza   L. 1753   Poaceae
                         Sp. Pl. 1: 333   1753
Từ Ảrập *eruz* "gạo".

Osbeckia   L. 1753   Melastomataceae
                         Sp. Pl. 1: 345   1753
Peter Osbeck, thnh Thụyđiển (1723-1805).

Osbornia   F.V. Muell. 1862   Myrtaceae
                         Fragm. 3: 30   1862
John Walter Osborne (1826-1902), nhà hóa-học, đã phát-minh
một phương-pháp mới trong kỹ-thuật in thạch-bản.

Osmanthus   Lour. 1790   Oleaceae
                         Fl. Cochinch. 1: 17, 28–29   *1790*
Hy. *osme* "thơm"; *anthos* "hoa".

Osmelia   Thw. 1858   Salicaceae
                         Enum. Pl. Zeyl. 20   *1858*
Hy. *osme* "thơm".

Osmunda   L. 1753   Osmundaceae
                         Sp. Pl. 2: 1063 1753
Từ nguyên không rõ.
Có thuyết cho là từ truyện dân gian Anh, có người tên Osmund
giấu vợ con trong bụi ráng để trốn quân xâm lược Đan Mạch.
Có thuyết cho là từ tên gọi một loài ráng, *Osmonde*, trong tiếng
Pháp trung đại.

Ostodes   Bl. 1826   Euphorbiaceae
                         Bijdr. Fl. Ned. Ind. 619 1826
Hy. *osteodes, ostoeides* "như xương", *ostodes* "cứng như xương".

Osyris   L. 1753   Santalaceae
                              Sp. Pl. 2: 1022 1753
do Dioscorides dùng.

Otanthera   Bl. 1831   Melastomataceae
                              Flora 14(2): 488–489   1831
Hy. *ous, oto* "tai".

Otochilus   Lindl. 1830   Orchidaceae
                              Gen. Sp. Orchid. Pl. 35 1830
Hy. *oto* "tai"; *cheilos* "môi" đáy môi có tai.

Otolepis   Turcz. 1848   Sapindaceae
                              Bull. Soc. Imp. NaturalistesMoscou 21(1): 572. 1848.
      Hy. *oto* "tai" ; *lepis* "vảy"
          xem **Lepisanthes** (CCVN-II/319-320)

Otophora   Bl. 1849   Sapindaceae
                              Rumphia 3: 142 1849
Hy. *oto* "tai"; *phoros* "mang".

Ottelia   Pers. 1805   Hydrocharitaceae
                              Syn. Pl. 1: 400   1805
      tên Mãlai *Ottel.*

Ottochloa   Dandy 1931   Poaceae
                              J. Bot. 69(2): 54   1931
Otto Stapf (1857-1933), tvh Áo, nhà du hành; từ 1882 đến 1889
trợ lý cho Kerner von Marilaun ở Vienna; 1900-1922 Quảnthủ
Thảotậpviện của Royal Botanic Gardens, Kew; 1908-1916 thư-ký
tvh   cho   Linnean   Society;   1922-1933   chủbiên   *Botanical*
Magazine, v.v…

Ouratea   Aubl. 1775 (n. cons.)   Ochnaceae
                              Hist. Pl. Guiane 1: 397, t. 152   1775
      tên địaphương ở Guyana, Nam Mỹ.

Ourisanthes   Scrphulariaceae
          xem **Artanema** (CCVN-II/910)
          xem *Ourisianthus* dưới đây

Ourisianthus   Bonati 1925   Scrophulariaceae
                              Bull. Soc. Bot. France 71: 1097 1925
      Thống đốc Ouris của quần-đảo Falkland.

Oxalis   L. 1753   Oxalidaceae
Sp. Pl. 1: 433   1753
tên La. của cây; *oxis* "chua".

Oxyanthera   Brongniart 1834   Orchidaceae
Voy. Monde 2: 197   1834
Hy. *oxys* "bén, nhọn"; *anthera* "baophấn"; bao phấn có mũi nhọn.

Oxycarpus   Lour. 1790   Guttiferae
Fl. Cochinch. 640, 647 1790
Hy. *oxys* "bén, nhọn, chua"; *karpos* "trái, quả".
    xem **Garcinia** (CCVN-I/450)

Oxyceros   Loureiro 1790   Rubiaceae
Fl. Cochinch. 150   1790
Hy. *oxys* "bén, nhọn"; *keras* "sừng".

Oxymitra   (Bl.) Hook. f. & Thoms. 1855   Annonaceae
Fl. Ind. 145   1855
Hy. *oxys* "nhọn"; *mitra* "mũ tế".

Oxyspora   A.P. de Cand. 1828   Melastomataceae
Prodr. 3: 123   1828
Hy. *oxys* "nhọn"; *spora* "hột"; hột có lông-gai ở hai đầu.

Oxystelma   R. Br. 1810   Asclepiadaceae
Prodr. 462   1810
Hy. *oxys* "bén, nhọn"; *stelma* "vành"; tràng-phụ có những mảnh nhọn.

Oxystophyllum   Blume 1825   Orchidaceae
Bijdr. Fl. Ned. Ind. 335 1825
Hy. *oxystos*, cấp cao nhất của *oxys* "bén, nhọn"; *phyllon* "lá".
    xem **Dendrobium** (CCVN-III/838)

Oxytenanthera   Munro 1868   Poaceae
Trans. Linn. Soc. London 26(1): 126   1868
Hy. *oxys* "nhọn"; *ten* "hẹp"; *anthera* "bao phấn, hoa"; gié-hoa hẹp-nhọn.

....

P

Pachira Aubl. 1775 Malvaceae
Hist. Pl. Guiane 2: 725–726, pl. 291–292 1775
tên ở Guyana.

Pachycentria Bl. 1831 Melastomataceae
Flora 14: 519 1831
Hy. *pachys* "dày"; *kentron* "cựa".

Pachygone Miers. 1851 Menispermaceae
Ann. Mag. Nat. Hist., ser. 2 7: 37, 43 1851
Hy. *pachys* "dày"; *gonos* "hột"; liên tưởng đến bề dày của các hột, hoặc *gony* "khớp, đầu gối" liên tưởng đến các khớp hoặc mắt (đốt).

Pachylarnax Dandy 1927 Magnoliaceae
Bull. Misc. Inform. Kew 1927: 259, 260 1927
Hy. *pachys* "dày"; từ nguyên không rõ.

Pachypleuria (C. Presl) C. Presl 1851 Davalliaceae
Abh. Königl. Böhm. Ges. Wiss., ser. 5, 6: 458 1851
Hy. *pachys* "dày"; *pleura, pleuron* "cạnh, hông, gân"; cạnh hông rời của bao-mô làm thành một nắp (vạt) hình chén.
xem **Davallia** (CCVN-I/201)

Pachyptera DC. ex Meisn. 1840 Bignoniaceae
Pl. Vasc. Gen. 1: 299 1840
Hy. *pachy, pachys* "dày"; *ptero* "cánh".

Pachyrrhizus = **Pachyrhizus** Rich. ex DC. 1825 (n. cons.) Fabaceae
Prodr. 2: 402 1825
Hy. *pachys* "dày"; *rhiza* "rễ"; liên tưởng đến rễ củ ăn được.

Pachystoma Blume 1825 Orchidaceae
Bijdr. Fl. Ned. Ind. 8: 376 1825
Hy. *pachys* "dày", *stoma* "miệng"; môi hoa dày.

Pachystylidium Pax et Hoffm. 1919 Euphorbiaceae
Pflanzenr. IV. 147 IX (Hetf 68): 108 1919
Hy. *pachys* "dày", và tên giống *Stylidium*.

Padia   Moritzi 1845   Poaceae
                               Syst. Verz. 103 1845
                  xem **Oryza** (CCVN-III/628)

Paederia   L. 1767 (n. cons.)   Rubiaceae
                               Syst. Nat. (ed. 12) 2: 135, 189 1767
paedor "mùi thúi". La. *paedor (pedor), paedoris* "rác bẩn, mùi
hôi thối, nồng nặc", tiếng Akkad *padu*, Hebrew *pada* "giải tán,
phóng thích", có lẽ liên tưởng đến mùi khó chịu (phấn) của một
vài loài khi lá cây bị vò.

Paederota   L. 1758   Scrophulariaceae
                               Opera Var. 200 1758
La. *paederos, otis*, tên quen dùng cho một số cây khác nhau: Sồi
xanh *Quercus ilex*, hoặc Rau mùi *Anthriscus cerefolium* (L.) G.F.
Hoffm.; Hy. *paideros, otos*.
                  xem **Microcarpaea** (CCVN-II/923)

Paedicalyx   Pierre ex Pit. 1922   Rubiaceae
                               Fl. Indo-Chine 3: 88   1922
La. *paedor (pedor), paedoris* "rác bẩn, mùi hôi thối, nồng nặc";
calyx "đài".
                  xem **Xanthophytum** (CCVN-III/129)

Paeonia   L. 1753   Paeoniaceae
                               Sp. Pl. 1: 530   1753
Tên giống; có lẽ từ Paeon, ysĩ đã dùng cây nầy đầu tiên. Hy.
paionia "cây mẫu đơn", Theophrastus (HP. 9.8.6), La. *paeonia*;
Hy. *paionios, paionikos* "chữa vết thương"; một tên khác cho mẫu
đơn là La. *fatuina rosa*; Paeon hay Paion (Paean, Paian) là ysĩ của
các vị thần bất tử, rồi sau đó tên nầy được áp dụng cho Apollo.

Pahudia   Miq. 1855   Fabaceae
                               Fl. Ned. Ind. 1: 85   1855
Charles Ferdinand Pahud (1803-1873), quan chức Hòa lan, Tổng
trưởng Bộ Thuộc địa, Thống đốc Vùng Đông Ấn thuộc Hòa lan.
bảo trợ các công trình của nhà tvh Friedrich Anton Wilhelm
Miquel.
                  xem **Afzelia** (CCVN-I/866)

Palaquium   Blco 1837   Sapotaceae
                               Fl. Filip. 403   1837

tên địa phương ở Philippines, *palak-palak* hay *palac*, gọi cây *Palaquium ellipticum*, trong ngôn ngữ Tagalog *palakihin* có nghĩa là để cho mọc lên, tăng trưởng kích thước.

Paliurus P. Mill. 1754 Rhamnaceae
Gard. Dict. Abr. (ed. 4) vol. 3 1754

Tên Hy. xưa *paliouros* gọi cây *Paliurus spina-christi* Mill., cây mũ gai của chúa Kitô, hoặc cây táo, *Ziziphus spina-christi*; La. *paliurus* gọi cây mũ gai chúa Kitô, *paliuraeus* "đội mũ" bằng cây mũ-gai chúa Kitô.

Panax L. 1753 Araliaceae
Sp. Pl. 2: 1058 1753

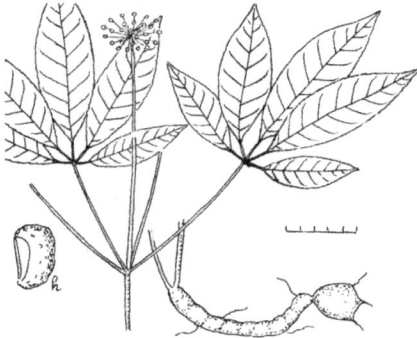

La. *panacea, ae, panaces, is* và *panax, acis* gọi một cây được cho là có khả năng chữa lành tất cả các bịnh, *panacea, catholicon* (Plinius); Hy. *panakes, panakeia, panax* "chữa lành tất cả bịnh, trị bá bịnh", từ *pan* "tất cả" và *akos* "trị, phương thuốc".

Panax: sâm, được tin là chữa tất cả các bịnh.

Pancratium L. 1753 Amaryllidaceae
Sp. Pl. 1: 290 1753

tên Hy. xưa gọi một cây có giò hành, *pankration*, do các từ *pan* "tất cả" và *kratus* "mạnh, phi thường", *kratos* "sức mạnh, lực, năng lực", liên tưởng đến các dược tính của cây; La. *pancratium, pancration* do Plinius gọi rau diếp xoăn hoặc một cây được gọi là *scilla pusilla*.

Pandanus Parkinson 1773 Pandanaceae
J. Voy. South Seas 76 1773

tên Mãlai *pandan*.

Panicum L. 1753 Poaceae
Sp. Pl. 1: 55 1753

La. *panis* "bánh mì"; một loại Kê; tên La. xưa của Kê, *panicum, i (panus, i* "sợi dây, chỉ, một u bướu, một bông (gié) của Kê".

Panisea   (Lindl.) Lindl. 1854 (n. cons.)   Orchidaceae
Fol. Orchid. Panisea 5: Panisea 1   *1854*
panisea: giống y, các đoạn y nhau.

Pantadenia   Gagn. 1924   Euphorbiaceae
Bull. Soc. Bot. France 71: 873   *1924*
Hy. *pan, pantos* "tất cả", và *aden* "tuyến".

Papaver   L. 1753   Papaveraceae
Sp. Pl. 1: 506   *1753*
tiếng Celt có nghĩa là bột quậy sữa, nấu cho trẻ ăn để ngủ; La. *pàpa* "sữa"; *ferre* "mang". Tên La. xưa *papaver, papaveris,* Akkadian *papallu,* Sumerian *pa-pal* "chồi, nụ, mọc mầm", Akkadian *(bir)birru* "bốc cháy, cháy bùng", Hebrew *bera* "lửa, đốt", *ba'ar* "đốt", La. *buro, uro, -is, ussi, ustum, urere* "đốt cháy".

Paphiopedilum   Pfitzer 1886 (n. cons.)   Orchidaceae
Morph. Stud. Orchideenbl. 11   *1886*
Hy. *paphio* từ *Paphos* một thành ở Cyprus có đền thờ thần Venus; *pedilon* "dép".
Paphos, theo truyền thuyết, là nơi sinh của nữ thần Hylạp Aphrodite (Lamã: Venus); *pedilus* "gót". Dịch là hài Vệnữ.

Papilionanthe   Schltr. 1915   Orchidaceae
Orchis 9: 78   *1915*
La. *papilio, papilionis* "bướm, sâu bướm" và Hy. *anthos* "hoa"; liên tưởng đến các hoa đẹp.

Parabaena   Miers 1851   Menispermaceae
Ann. Mag. Nat. Hist., ser. 2 7: 35, 39   *1851*
Hy. *para* "gần, bên cạnh, song song, tựa như"; *bao, baino* "đi, đi bộ", liên tưởng đến dạng leo hoặc sự lan rộng của cây.

Parabarium   Pierre ex C. Spire 1906   Apocynaceae
Caoutchouc Indo-Chine 9   *1906*
Hy. *para* "song song"; *bary, barys* "nặng, sâu".

Paraboea   (C.B.D.) Ridley 1905   Gesneriaceae
J. Straits Branch Roy. Asiat. Soc. 44: 63 1905

Hy. *para* "song song", và tên giống *Boea.*

Paracleisthus   Gagn. 1923   Euphorbiaceae
Bull. Soc. Bot. France 70: 499   1923
Hy. *para*: song song; *kleisto, kleistos* "đóng, kín".
xem **Cleistanthus** (CCVN-II/232)

Paracoffea   (F.D.W. Miq.) Leroy 1967   Rubiaceae
J. Agric. Trop. Bot. Appl. 14: 276   1967
Hy. *para*: song song, và tên giống *Coffea*   .

Paragramma(-me)   (Bl.) Moore 1857   Polypodiaceae
Index Filic. xxxii   1857
Hy. *para* "song song"; *gramma* "viết".

Parahabenaria   Orchidaceae
Hy. *para* "song song", và tên giống *Habenaria.*
xem **Pecteilis** (CCVN-III/769-770)

Parajusticia   Ben. 1936   Acanthaceae
Notul. Syst. (Paris) 5: 128   1936
Hy. *para* "song song", và tên giống *Justicia.*
xem **Gymnostachyum** (CCVN-III/62)

Paralamium   Dunn   1913   Lamiaceae
Notes Roy. Bot. Gard. Edinburgh 8(37): 168   1913
Hy. *para* "song song, gần, bên cạnh, dọc theo", và tên giống *Lamium* L.

Paraleptochilus   E.B. Copel. 1947   Polypodiaceae
Gen. Fil. 198, t. 7   1947
Hy. *para* "song song"; *lepto* "mảnh, mỏng"; *cheilos* "lưỡi".

Parameria   Benth. 1876   Apocynaceae
Gen. Pl. 2: 715 1876
Hy. *para* "song song"; *meres* "phần"; các phần giống nhau của hoa.

Paramichelia   Hu 1940   Magnoliaceae
Sunyatsenia 4: 142   1940
Hy. *para* "gần, song song", và tên giống *Michelia* L.

Paramignya   R. Wight 1840   Rutaceae

Ill. Ind. Bot. 1: 108, 110, pl. 42   1840
Hy. *paramignonai* "trộn vào".

Paranephelium   Miq. 1861   Sapindaceae
Fl. Ned. Ind., Eerste Bijv. 1: 509 1861
Hy. *para* "song song", và tên giống *Nephelium.*

Parapentace   Gagnep. 1943   Malvaceae
Bull. Soc. Bot. France 90(1–6): 70   1943
Hy. *para* "gần", và tên giống *Pentas* Benth.
xem **Burretiodendron** (CCVN-I/479)   Tiliaceae

Paraphlomis   Prain 1908   Lamiaceae
J. Asiat. Soc. Bengal, Pt. 2, Nat. Hist. 74: 721   1908
Hy. *para* "gần, bên cạnh, song song", và tên giống *Phlomis* L.

Parapteroceras   Averyanov 1990   Orchidaceae
Konsp. Sosud. Rast. Fl. V'etnama 1: 134 1990
Hy. *para* "gần, bên cạnh", và tên giống *Pteroceras* Hasselt ex Hassk.

Pararuellia   Bremek. 1948   Acanthaceae
Verh. Kon. Ned. Akad. Wetensch., Afd. Natuurk.,
Tweede Sect. 45(1): 25   1948
Hy. *para* "gần, bên cạnh, gần với", và tên giống *Ruellia* L.

Parashorea   Kurz 1870   Dipterocarpaceae
J. Asiat. Soc. Bengal, Pt. 2, Nat. Hist. 39(2): 65   1870
Hy. *para* "gần, bên cạnh, song song", và tên giống *Shorea.*

Paratropia   (Blume) DC. 1830   Araliaceae
Prodr. 4: 265   1830
Hy. *paratropos* "quay sang một bên", *paratrope* "đuổi, thải ra".
xem **Schefflera** (CCVN-II/492)

Parietaria   L. 1753   Urticaceae
Sp. Pl. 2: 1052 1753
La. *parietaria, ae* "'cây chữ ma", *parietarius, a, um* "thuộc về vách"; *paries, etis* "vách, tường".

Parinari   Aub. 1775   Rosaceae
Hist. Pl. Guiane 1: 514, t. 204–205   1775
tên địaphương ở Guyana hoặc ở Brazil.

Paris L. 1753 Melanthiaceae
Sp. Pl. 1: 367 1753
Hy. *par* "bằng nhau"; hoa đều Có lẽ từ La. *par, paris* "bằng nhau", liên tưởng đến các phần của cây.

Parkia R. Br. 1826 Fabaceae
Narr. Travels Africa 234 1826
Mungo Park (1771-1806), người Scotland, ysĩ phẫu thuật, thám hiểm Phi châu, là người Âu đầu tiên đi đến sông Niger; bạn của Sir Joseph Banks.

Parkinsonia L. 1753 Fabaceae
Sp. Pl. 1: 375 1753
John Parkinson (1567-1650), tvh Anh, hành nghề bào chế thuốc ở Luân đôn.

Parochetus Buch.-Ham. ex G. Don 1825
Prodr. Fl. Nepal. 240 1825
Hy. *para* "gần"; *ochaetus* "suối"; sống nơi ẩm, dọc theo suối.

Parsonsia P. Br. 1756 (n. cons.) Lythraceae
Civ. Nat. Hist. Jamaica 199–200, pl. 21, f. 2 1756
James Parsons (1705-1770) ysĩ Anh, sưu tầm đồ cổ, hành nghề ysĩ ở Luân đôn, thu mẫu các địa khai, hóa thạch.

Parthenium L. 1753 Asteraceae
Sp. Pl. 2: 988 1753
Parthenion, do Plinius và Dioscorides gọi tên cây nầy, từ Hy. *parthenos, parthenike* "trinh, trinh nữ, cô gái", liên tưởng đến các cánh hoa con tỏa tia phía ngoài màu trắng, hoặc hình dạng của bàu noãn, hoặc đến các dược tính của cây dùng để điều hòa kinh nguyệt, hoặc có lẽ do các trái chỉ được đơn độc tạo ra bởi các hoa cái; La. *parthenium*, tên của nhiều cây, như *perdicium, leucanthes, tamnacus, linozostis, hermupoa, mercurialis, chrysocollis*, v.v.; La. *parthenice* do Catullus dùng gọi một cây cũng tên là *parthenium*.

Parthenocissus Pl. 1887 (n. cons.) Vitaceae
Monogr. Phan. 5(2): 447–453 1887
Hy. *parthenos* "còn trinh"; *kissos* "nho". Hy. *parthenos* "trinh" và *kissos* "dây thường xuân", có lẽ liên tưởng đến tên thường bằng tiếng Anh là *Virginia creeper*, hoặc đến các hoa đơn-phái.

Parvatia Decne 1837 Lardizabalaceae
Compt. Rend. Hebd. Séances Acad. Sci. 15: 394 1837
Nữ thần Parvati, Maha-devi, vợ của thần Shiva (Siva).

Pasania (Miq.) Oersted 1866 Fagaceae
Vidensk. Meddel. Dansk Naturhist. Foren. Kjøbenhavn 1866: 81
tên Java.
  xem **Lithocarpus** (CCVN-II/627-628)

Paspalidium Stapf 1920 Poaceae
Fl. Trop. Afr. 9: 582 1920
dạng *Paspalum;* có lẽ là một từ giảm nhẹ nghĩa của tên giống
Paspalum L..

Paspalum L. 1759 Poaceae
Syst. Nat. (ed. 10) 2: 846, 855, 1359 1759
tên Hy. *paspalos* của Kê.

Passiflora L. 1753 Passifloraceae
Sp. Pl. 2: 955 1753
La. *passio, inis (patior, passus sum, pati)* "bị đau đớn, khổ hình"
và *flos, floris* "hoa"; hoa tượng trưng sự khổ hình và việc đóng
đinh chúa Kitô trên thập giá.

Patrinia A,L. Juss. 1807 (n. cons.) Caprifoliaceae
Ann. Mus. Natl. Hist. Nat. 10: 311 1807
Eugène Louis Melchior Patrin (1742-1814), thnh Pháp, chuyên
Khoáng vật học, du khảo ở Siberia; sau Cách Mạng Pháp làm
Quản thủ Thư viện ở Trường Mỏ Saint-Etienne, tác giả *"Histoire
naturelle des minéraux"*.

Pauldopia Steen. 1969 Bignoniaceae
Acta Bot. Neerl. 18(3): 425 1969
Paul Louis Amans Dop (1876-1954) tvh Pháp, làm việc ở Đông
dương, đồng tác giả với Marcel Marie Maurice Dubard về Thảm
thực vật vùng Toulon, vùng bờ biển Gascogne, Đông dương,
Madagascar, Annam, như *'La végétation de l'Indo-Chine',
'Description de quelques espèces nouvelles de Madagascar',* viết
về họ *Bignoniaceae* (1930).

Paullinia L. 1753 Sapindaceae
Sp. Pl. 1: 365 1753

Simon Paulli (1603-1680), người Đan-mạch gốc Đức, ysĩ và tvh, giáo sư y-khoa ở Rostock và sau đó ở Copenhagen, ngự-y của các vua Đan-mạch Christian IV và Friedrich III, tác giả *Quadripartitum botanicum de Simplicium medicamentorum facultatibus.* Rostock 1639, và *Flora Danica.* Copenhagen 1647-1648.

xem **Toddalia** (CCVN-II/414)

Paulownia	Sieb. & L. Zucc. 1835	Scrophulariaceae
	Fl. Jap. 1: 25 1835	

Anna Paulownia (1795-1865), con gái của Nga hoàng Paul I và Marie Feodorowna.

Pavetta	L. 1753	Rubiaceae
	Sp. Pl. 1: 110 1753	

tên Ấnđộ *pawatta.*

Pavieasia	Pierre 1894	Sapindaceae
	Fl. Forest. Cochinch. , pl. 317 1894	

Pavie tướng thực dân Pháp.

Pavonia	Ruiz 1794 (n. cons.)	Malvaceae
	Fl. Peruv. Prodr. 127	

José Antonio Pavón y Jiménez (1754-1844), thnh và tvh Tâybannha, khảocứu Peru và Chilê cùng với Hipolito Ruiz López (1754-1844) và Joseph Dombey, đồng tác giả với López của *'Florae Peruvianae et Chilensis Prodromus',* và *'Systema vegetabilium'.*

Payena	A.D. de Cand. 1844	Sapotaceae
	Prodr. 8: 196 1844	

Anselme Payen (1795-1871), nhà hóahọc Pháp, giáo sư Hóa học ở École Centrale Paris, tác giả *Manuel de cours de chimie organique appliquée aux arts industriels et agricoles.* Paris 1842–1843.

Pedalium	Royen ex L. 1759	Pedaliaceae
	Syst. Nat. (ed. 10) 2: 1123, 1375 1759	

Hy. *pedalion* "bánh lái, đũa khuấy", liên tưởng đến các góc cạnh của trái,   La. *pedalion, ii* tên của một cây, cũng gọi là *proserpinaca.*

Pedicularis	L. 1753	Orobanchaceae

Sp. Pl. 2: 607   1753

La. *pediculus* "rận"; cây gây rận cho bò. La. *pedicularis* 'liên quan đến rận"; cây được cho là biến thành rận, chấy khi chiên cừu tiếp xúc với cây, do tin tưởng là súc vật ăn cây nầy bị lan nhiễm chấy, rận.

Pedilanthus   Necker ex Poiteau 1812   Euphorbiaceae
Ann. Mus. Natl. Hist. Nat. 19: 388–394, pl. 19   1812
pedi... + *anthus* "hoa"? từ nguyên không rõ.

Pedilonum   Blume 1825   Orchidaceae
Bijdr. Fl. Ned. Ind. 6: f. 36   1825
Hy. *pedilon* "dép", liên tưởng đến hình dạng của bao-hoa, đến các lá đài bên.

Pegia   Colebr. 1827   Anacardiaceae
Trans. Linn. Soc. London 15: 364 1827
Hy. và La. *pege* "nguồn nước, suối, dòng sông nhỏ, vòi phun".

Pelargonium   L'Hérit. ex Ait. 1789   Geraniaceae
Hort. Kew. 2: 417–431 1789
Hy. *pelargos* "con cò", do các từ Hy. *pelios* "đen, tối" và *argos* "trắng, hơi trắng", có lẽ từ nguồn Akkadian *bel-, pel-* và *arhu*: *belu (pe-lu)* "chủ, chúa tể" và *arhu* "con đường", Hebrew *orho* "đường đi, lối đi, con vật lạc đàn, đoàn bộ hành"; liên tưởng đến hình dạng trái như con cò.

Pelatantheria   Ridl. 1896   Orchidaceae
J. Linn. Soc., Bot. 32: 371   1896
Hy. *pelates* "bên cạnh, người láng giềng, đến gần", và *anthera* "bao phấn", liên tưởng đến trục hợpnhụy và chóp mũ của bao phấn.

Peliosanthes   H.C. Andrews 1808   Liliaceae
Bot. Repos. 10: , pl. 605 1808
Hy. *pelios* "tái nhợt, xám xịt, phai màu, tím ngắt", và *anthos* "hoa"; màu hoa của vài loài.

Pellaea   Link. 1841 (n. cons.)   Pteridaceae
Fil. Spec. 59   1841
Hy. *pellos* "tối"; lá thường tối màu, mờ.

Pellionia   Gaud.-Beaupré 1830 [1826] (n. cons.)   Urticaceae
Voy. Uranie 494   *1826*
Marie Joseph Alphonse Odet Pellion (1796-1868), Đô-đốc Hải quân Pháp, từ 1817-20 cùng đi với thuyền trưởng Louis Claude de Saulces de Freycinet trên tàu *Uranie* vòng quanh địacầu.

Peltanthera   Benth. 1876   Scrophulariaceae
Gen. Pl. 2: 788, 797   1876
Hy. *pelte* "cái khiên"; *anthera* "bao phấn".

Peltophorum   (Vogel) Benth. 1840 (n. cons.)   Fabaceae
J. Bot. (Hooker) 2(10): 75   1840
Hy. *pelta* "khiên"; *phoros* "mang"; do hình dạng của nuốm.

Pemphis   J.R. et J.G.A. Forst. 1776   Lythraceae
Char. Gen. Pl. 34   1775
Hy. *pemphis pemphidos* "bọng túi, chỗ phồng da, bong bóng, chỗ sưng lên", liên tưởng đến bầu noãn hoặc nang-quả hình cầu hoặc phồng lên.

Pennilabium   J.J. Smith 1914   Orchidaceae
Bull. Jard. Bot. Buitenzorg, sér. 2 13: 471914
La. *penna, ae* "lông vũ"; *labia, labium* "môi", liên tưởng đến bản chất của môi hoa, tới mép của các thùy bên của môi hoa.

Pennisetum   L.C. Rich. ex Pers. 1805   Poaceae
Syn. Pl. 1: 72   1805
La. *penna* "lông chim"; *seta* "tơ"; liên tưởng đến các gié-hoa lởm chởm lông cứng.

Pentace   Hassk. 1858   Malvaceae
Hort. Bogor. Descr. 1101858
Hy. *penta, pente* "5".

Pentacme   Alph. de Cand. 1868   Dipterocarpaceae
Prodr. 16(2): 626
Hy. *pente* "5"; "*akme* "ngọn, điểm trên cao nhất".
xem **Shorea** (CCVN-I/442)

Pentanema   Cass. 1818   Asteraceae
Bull. Sci. Soc. Philom. Paris 1818: 74   1818
Hy. *penta* "5"; *nema* "sợi".

Pentapanax   B.C. Seem. 1864   Araliaceae
J. Bot. 2: 290, 294   1864
Hy. *penta* "5", và tên giống *Panax;* liên tưởng đến thư-nhụy.

Pentapetes   L. 1753   Malvaceae
Sp. Pl. 2: 698   1753
Hy. *pentapetes* (xem *pentaphyllon*, Theophrastus trong HP. 9.13.5 và Dioscorides) "cây ý-lăng *Potentilla*"; La. *quinque-folium, ii* "cây ý-lăng *Potentilla*".

Pentaphragma   Wall. ex G. Don 1834   Pentaphragmaceae
Gen. Hist. 3: 731   1834
Hy. *penta* "5"; *phragma* "hàng rào, bờ giậu"; 5 đơn vị của đài-hoa, thư-nhụy cách-ly khỏi đế-hoa bởi các hốc tuyến mật.

Pentaphylax   Gardn. & Champ. 1849 Pentaphylacaceae (Ternstroemiaceae)
Hooker's J. Bot. Kew Gard. Misc. 1: 244 1849
Hy. *penta* "5"; *phyllax, phylakos* "người bảo vệ, che chở"; *pentaphylakos* "chia ra thành 5 người canh gác"; 5 tiểu-nhụy như đứng hầu, hoặc 5 lá-đài bảo vệ cho nụ hoa.

Pentas   Benth. 1844   Rubiaceae
Bot. Mag. 70: , pl. 4086 1844
Hy. *pente, pentas* "5"; hoa ngủ phân.

Pentasacme (=Pentasachme) Wall. ex Wight 1834   Asclepiadaceae
Contr. Bot. India 60   1834
Hy. *pente, pentas* "5"; *akme* "ngọn, điểm trên cao nhất"; liên tưởng đến bản chất của hoa.

Pentaspadon   Hook.f. 1860   Anacardiaceae
Trans. Linn. Soc. London 23(1): 168   1860
Hy. *pente* "5" và *spadon* "hoạn quan", liên tưởng đến các nhị đực bất thụ.

Pentatropis   W. & Arn. 1834   Apocynaceae
Contr. Bot. India 52   1834
Hy. *penta* "5"; *tropis, tropidos* "lườn, sống thuyền"; liên tưởng đến các thùy của tràng phụ, do các hoa có 5 lườn.

Penthorum   L. 1753   Saxifragaceae
Sp. Pl. 1: 432   1753
pente "5"; *horos* "cột" nang 5 manh và 5 mỏ.

Peperomia Ruiz & Pavon 1794 Piperaceae
Fl. Peruv. Prodr. 8, pl. 2 *1794*
Hy. *peperi* "tiêu"; *homoios, homios* "dạng như".

Pereskia P.Mill. 1754 Cactaceae
Gard. Dict. Abr. (ed. 4) 3: *1754*
do Plumier tặng Nicholas-Claude Fabry de Peiresc (1580-1637),
nhà khoa học và thiên văn Pháp, tiến sĩ luật từ đại học
Montpellier, được biết nhiều qua việc bênh vực Galillée; vậy viết
Pereskia theo lẽ không đúng, nhưng Linné giữ tên ấy vì Plumier
dựa theo giọng đọc.

Pergularia L. 1767 Asclepiadaceae
Syst. Nat. (ed. 12) 2: 191 *1767*
La. *pergula, ae* "giàn dây leo"; leo quấn.
  xem **Cryptolepis** (CCVN-II/728),
  Telosma CCVN-II/742),
  Fockea (CCVN-II/755)

Pergularis Apocynaceae
La. *pergula, ae* "giàn dây leo", liên tưởng đến cách mọc leo quấn
của cây.
  xem **Strophanthus** (CCVN-II/707)

Pericampilus = Pericampylus Miers 1851 Menispermaceae
Ann. Mag. Nat. Hist., ser. 2 7: 36, 40 *1851*
Hy. *peri* "quanh"; *kampylos* "cong"; liên tưởng đến các trái.

Perilepta Bremek. 1944 Acanthaceae
Verh. Kon. Ned. Akad. Wetensch., Afd. Natuurk.,
Tweede Sect. 41(1): 193 *1944*
Hy. *perileptos* "ôm, nắm lấy", *perilambano* "ôm, gài, bao quanh",
các đáy lá ôm thân.
  xem **Strobilanthes** (CCVN-III/44)

Perilla L. 1764 Lamiaceae
Gen. Pl. (ed. 6) 578 *1764*
Từ nguyên không rõ, có lẽ một từ giảm nhẹ nghĩa của La. *pera,*
ae "bao bị, túi, bóp, ví tiến", Hy. *pera* "túi nhỏ", liên tưởng đến
hình thù của đài-hoa còn bao quanh trái; hoặc tên Ấn độ của cây.
La. *Perilla* là tên đúng thuộc giống cái.

Periploca   L. 1753   Apocynaceae
Sp. Pl. 1: 211   1753
Hy. *peri* "quanh"; *ploke* "leo"; *periploke* "quấn quanh, xoắn lại với nhau, vướng víu", *periplokos* "bện, xoắn, kết lại với nhau".

Peripterygium   Hassk. 1843   Cardiopteridaceae
Tijdschr. Nat. Geschied. 10: 1421843
Hy. *peri* "quanh, gần"; *pteryx, pterygos* "cánh nhỏ", liên tưởng đến phần gốc của bầu noãn, hoặc đến giống *Pterygium*.

Peristrophe   C.G.D. Nees 1832   Acanthaceae
Pl. Asiat. Rar. 3: 77, 112   1832
Hy. *peri* "quanh"; *strophe* "quay xoắn"; *strophos* "dây xoắn, thắt lưng, dây đai"; liên tưởng đến ống vành vặn xoắn, hoặc các lá-bắc rào quanh đài-hoa, hoặc tổng bao.

Peristylus   Blume 1825   Orchidaceae
Bijdr. Fl. Ned. Ind. 8: 404   1825
Hy. *peri* "quanh"; *stylos* "cột, trụ", liên tưởng đến hình dạng của trục hợp-nhụy.

Perotis   W. Ait. 1789   Poaceae
Hort. Kew. 1: 85   1789
Hy. *per* "xuyên qua"; *otos* "tai"; đáy lá có tai.

Persea   P. Mill. 1754 (n. cons.)   Lauraceae
Gard. Dict. Abr. (ed. 4) [1030] 1754
tên Hy. *persea* của một cây ở Ai-cập mà Theophrastus và Hippocrates gọi, có lẽ là *Cordia* hoặc một loài *Mimusops*.

Persicaria   (L.) P. Mill. 1754   Polygonaceae
Gard. Dict. Abr. (ed. 4) 3: Persicaria   1754
La. *persicus, i* (Persia) *persica arbor:* "cây Đào", liên tưởng đến hình thù của lá.
    xem **Polygonum** (CCVN-I/751)

Petasites   P. Mill. 1754   Asteraceae
Gard. Dict. Abr. (ed. 4) [1056] 1754
Hy. *petasitis, petasites* (Dioscorides và Galenus gọi một loài *Petasites*), *petasos* "nón đi nắng, nón rộng vành, lá rộng hình tán"; La. *Petasus* "nón đi du lịch, mũ"; liên tưởng đến các lá to rộng.

Petelotiella Gagn. 1929 Urticaceae
Fl. Indo-Chine 5: 873. 1929
Paul Alfred Pételot (1885-1940), tvh Pháp, 1908-18 trợ lý khoa học ở Nancy, đến 1922 dạy học ở Hà nội, từ 1924 giáo sư thực vật học ở Đại học Đông dương.

Petesia P. Browne 1756 Rubiaceae
Civ. Nat. Hist. Jamaica 143, t. 2, 3 1756
Hy. *petao, petannymi* "trải ra", liên tưởng đến dáng của các nhánh.
  xem **Hedyotis** (CCVN-III/112)

Petrea L. 1753 Verbenaceae
Sp. Pl. 2: 626 1753
Robert James, Lord Petré (1710-1742), người Anh, bảo trợ thực vật học.

Petrocosmea D. Oliv. 1887 Gesneriaceae
Hooker's Icon. Pl. 18(1): , pl. 1716 1887
Hy. *petros* "đá"; *kosmos* "trang điểm".

Petrosavia Becc. 1871 Petrosaviaceae
Nuovo Giorn. Bot. Ital. 3: 7 1871
Pietro Savi (1811-1871), tvh Ý, giáo sư tvh, 1843-1871 Quản đốc Vườn Thực vật Pisa, tác giả *"Florula gorgonica"*; là em của nhà đvh và địachấthọc Ý Paolo Savi (1798-1871), và là con trai của nhà tvh Ý Gaetano Savi (1769-1844).

Petroselinum J. Hill. 1756 Apiaceae
Brit. Herb. 424–425, pl. 60 [lower left] 1756
Hy. *petroselinon* "cây Cần tây mọc trên đá", *petros* "trên đá" và *selinon* "rau mùi tây, rau cần tây"; La. *Petroselinum* hay *petroselinon* "rau mùi tây".

Petunga A. DC. 1830 Rubiaceae
Prodr. 4: 398 1830
tên ở Bengal.
  xem **Hypobathrum** (CCVN-III/168)

Petunia A.L. Juss. 1803 Solanaceae
Ann. Mus. Natl. Hist. Nat. 2: 215–216, pl. 47 1803
tên Brasil *petum* gọi cây Thuốc lá; loài gần Thuốc lá.

Peucedanum   L. 1753   Apiaceae
                     Sp. Pl. 1: 245   1753

Hy. *peukedanon, peukedanos*, tên mà Theophrastus gọi một loại Thì-là đắng; Gilbert Carter gợi ý nguồn gốc từ *peuke* "cây Thông" do có rêsin tựa như nhựa Thông, và *danos* "rang, cháy, khô nẻ", (*peukedanos* "đắng, hủy diệt"). Latin *peucedanum, i* "một loại Thì là".

Phacellaria   Benth. 1880   Santalaceae
                     Gen. Pl. 3: 219, 229   1880

Hy. *phakellos* "bó, cụm".

Phaeanthus   Hook. &Thoms., Fl. Ind. 1855   Annonaceae
                     Fl. Ind. 146   1855

Hy. *phaeo* "sậm màu"; *anthos* "hoa".

Phaeomeria   (Ridl.) Lindl. ex K. Schum. 1904   Zingiberaceae
                     Pflanzenr. IV. 46(Heft 20): 259 1904

Hy. *phaios*: tối → tím đậm; *meris, meros* "phân, phần".

Phaius   Lour. 1790   Orchidaceae
                     Fl. Cochinch. 2: 517, 529   1790

Hy. *phaios* "tối, xám, ngăm đen, mờ tối"; liên tưởng đến các hoa gần như đen.

Phalaenopsis   Bl. 1825   Orchidaceae
                     Bijdr. Fl. Ned. Ind. 7: 294   1825

phalaina "bướm"; *opses* "giống như".

Phalaris   L. 1753   Poaceae
                     Sp. Pl. 1: 54   1753

tên Hy. *phalaris, phaleris* "láng chói" do Dioscorides gọi tên một loài cỏ Thóc chim; *phalaros* "có một đốm trắng, có mào", *phalos* "sáng, chói, trắng"; La. *phalaris* hay *phaleris, idis*, tên cỏ Thóc chim.

Phanera   Lour. 1790   Fabaceae
                     Fl. Cochinch. 1: 37–38 1790

Hy lạp *phaneros* "rõ" vì hoa và đế hoa rất rõ.
      xem **Bauhinia** (CCVN-I/857)

Phanrangia   Tardieu 1948   Anacardiaceae
                     Bull. Soc. Bot. France 95(5–6): 179   1948

Mẫu định danh do nhà tvh Pháp Eugène Poilane (1887-1964) tìm được ở Càná, Phanrang năm 1923 nên mang tên là *Phanrangia Poilanei Tardieu*.
xem **Mangifera** (CCVN-II/367)

| Pharus | P. Browne 1756 | Poaceae |

Civ. Nat. Hist. Jamaica 344, pl. 38, f. 3 1756
Hy. *pharos* "áo khoát, tấm vỉ, một mảnh vải".
xem **Serotochloa** (CCVN-III/630)

| Phaseolus | L. 1753 | Fabaceae |

Sp. Pl. 2: 723   1753
Hy. *phaselos* "thuyền nhỏ", trái tựa như một thuyền nhỏ; La. *phaselus* (*phasellus* và *faselus*) hay *phaseolus* (*faseolus*) gọi một thứ Đậu có trái ăn được; Đậu trắng, *phasel* (Plinius);

Phaylopsis Willd. 1800, corr. Spreng 1817 (n. & orth. cons.) Acanthaceae
Sp. Pl. 3: 4, 342 1800 [1799]
Hy. *phaulos* "không có giá trị, thon, gầy, đơn giản, tầm thường" và *opsis* "tựa như".

Phellodendron Rupr. 1857 Rutaceae
Bull. Cl. Phys.-Math. Acad. Imp. Sci. Saint-Pétersbourg 15(23): 353 1857
Hy. *phellos* "mộc thiêm, bấc, bần" và *dendron* "cây", liên tưởng đến vỏ sube của cây.

Philodendron Schott. 1829 (orth. et n. cons.) Araceae
Wiener Z. Kunst 1829(3): 780   1829
Hy. *phileo* "thích"; *dendron* "cây"; thích leo cây.

| Phlomis | L. 1753 | Lamiaceae |

Sp. Pl. 2: 584   1753
xem **Leucas** (CCVN-II/869)

| Phleum | L. 1753 | Poaceae |

Sp. Pl. 1: 59   1753
Hy. *phleos, phlous, phloun, phleon*, tên xưa gọi một loại cỏ hòa-bản mọc ở đầm lầy như các lau, sậy.
xem **Ischaemum** (CCVN-III/713)
Heteropholis (CCVN-III/730)

Phlogacanthus C.G.D. Nees in Wall. 1832 Acanthaceae
Pl. Asiat. Rar. 3: 76, 99 1832

Hy. *phlox, phlogos* "ngọn lửa" và tên giống *Acanthus* (*akantha* "gai, lông gai"), liên tưởng đến màu của hoa, vành màu cam.

Phlox   L. 1753   Polemoniaceae
Sp. Pl. 1: 151   1753
Hy. *phlox* "ngọn lửa "; tên do Theophrastus dùng vì hoa màu lửa.
La. *phlox, phlogis* gọi một loại cây có hoa màu lửa.

Phoberos   Lour. 1790   Salicaceae
Fl. Cochinch. 317   1790
Hy. *phoberos* "đáng sợ", *phobos* "sợ hãi, hoảng sợ", có lẽ liên tưởng đến những cây có gai.
xem **Scolopia** (CCVN-I/535)

Phoebe   Nees 1836   Lauraceae
Syst. Laur. 98   1836
Hy. *phoibos* "sáng"; Phoebe (Phoibe), theo thần thoại Hylạp là con gái của Kronos và Gaia, một Nữ Khổng lồ và là vợ của Nam Khổng lồ Koios (Coeus), mẹ của Leto và Asteria.

Phoenix   L. 1753   Arecaceae
Sp. Pl. 2: 1188 1753
tên Hy. *phoinix, phoinikos* của cây Chà là; do người Phoenicia đem vào Hylạp.

Pholidota   Lindl. ex Hook. 1825   Orchidaceae
Exot. Fl. 2:, ad pl. 138   1825
Hy. *pholis, pholides* "vảy, vảy cứng"; *ous, otis* "tai"; *pholidotos* "có vảy, bao phủ bởi những vảy"; lá-hoa như vảy, hoặc các bẹ bao quanh các giả-hành.

Photinia   Lindl. 1821   Rosaceae
Bot. Reg. 6: pl. 491   1820
Hy. *photeinos* "sáng chói, láng"; *phos* "ánh sáng"; lá láng, sáng chói.

Photinopteris   J. Sm. 1842   Polypodiaceae
J. Bot. (Hooker) 4: 155 1842
Hy. *photeino* "láng"; *pteris* "ráng".

Phragmites   Adans. 1763   Poaceae
Fam. Pl. 2: 34, 559   1763

Hy. *phragma* "hàng rào, công sự nổi, màn che"; *phragmite* "làm rào"; *kalamosphragmites* "hàng rào sậy"; La. *phragmites, is* một loài Sậy mọc thành hàng rào (Plinius); liên tưởng đến dạng cỏ mọc thành hàng rào dọc theo các suối.

Phreatia Lindley 1830 Orchidaceae
Gen. Sp. Orchid. Pl. 63 1830
Hy. *phreatia* "bể chứa, giếng"; liên tưởng đến các lá đài bên và môi hoa.

Phryma L. 1753 Phrymaceae
Sp. Pl. 2: 601 1753
từ nguyên không rõ.

Phrynium Willd. 1797 (n. cons.) Marantaceae
Sp. Pl. 1: 1, 17 1797
Hy. *phrynos* "con cóc"; Hy. và La. *phrynion* tên một cây cũng gọi là *poterion;* do cây mọc ở nơi bùn lầy.

Phyla Lour. 1790 Verbenaceae
Fl. Cochinch. 1: 63, 66 1790
Hy. *phyle* "bộ lạc, thị tộc, liên hiệp", có lẽ liên tưởng đến các hoa tập họp khít khao thành hoa-đầu, hoặc đến cách mọc lan rộng như thảm phủ mặt đất.

Phylacium J.J. Benn. 1840 Fabaceae
Pl. Jav. Rar. 159 1840
Hy. *phylax, phylakos* "người bảo vệ, người bảo hộ", *phylake* "canh gác trại giam", có lẽ liên tưởng đến các lá-bắc bao quanh phát-hoa.

Phylidrum Banks & Gardn. 1788 Phylidraceae
Fruct. Sem. Pl. 1: 62 1788
Hy. *phileo* "thích"; *hydro* "nước".

Phyllagathis Bl. 1831 Melastomataceae
Flora 14: 507 1831
Hy. *phylla* "lá"; *agatheos* "thần thánh, siêu phàm"; lá đẹp! Hay là Hy. *phyllon* "lá" và *agathis* "cuộn chỉ", do các lá-bắc to ở dưới các hoa-đầu, hoặc do dạng không thân và các lá mọc ra từ gốc.

Phyllanthodendron Hemsley 1898 Phyllanthaceae
Hooker's Icon. Pl. 26: sub pl. 2563–2564 1898

Hy. *phyllon* "lá", *anthos* "hoa", *dendron* "cây"; hoa mọc ra trên các diệp-thể (cladodes).
xem **Phyllanthus** (CCVN-II/195)

Phyllanthus L. 1753 Euphorbiaceae
Sp. Pl. 2: 981 1753
Hy. *phyllon* "lá"; *anthos* "hoa"; ở vài loài các hoa mọc trên những nhánh có dạng lá, các hoa xuất hiện trên những diệp-thể (cladodes).

Phylloboea C.B. Clarke 1883 Gesneriaceae
Monogr. Phan. 5: 139 1883
Hy. *phyllo* "lá", và tên giống *Boea*.

Phyllocactus Link. 1831 Cactaceae
Handbuch 2: 101831
Hy. *phyllon* "lá", và tên giống *Cactus*.
xem **Epiphyllum** (CCVN-I/721)

Phyllodermis *Phyllodesmis*Tieghem 1895 Loranthaceae
Bull. Soc. Bot. France 42: 255 1895
Hy. *phyllon* "lá"; *desmis, desmos* "dây đai, băng, bó".
xem **Taxillus** (CCVN-II/136)

Phyllostachys S.&Z. 1843 (n. cons.) Poaceae
Abh. Math.-Phys. Cl. Königl. Bayer. Akad. Wiss. 3(3): 745, pl. 5, f. 3 1843
Hy. *phyllon* "lá"; *stakus* "gié, tai của hột"; pháthoa có lá.

Phyllyrea viết đúng là *Phillyrea* L. 1763 Oleaceae
Familles des Plantes 2: 223. 1763.
Hy. φιλύρα philýra, Dioscorides dùng đặt cho cây chanh, về Theophrastus lấy gọi một loài trong giống (chi) Phillyrea.
xem **Ligustrum** (CCVN-II/888)

Phymatosorus Pic.-Ser. 1973 Polypodiaceae
Webbia 28(2): 457 1973
Hy. *phyma* "một củ nhỏ, chỗ phồng ra"; *soros* "chậu, bình, nang-quần", cũng có nghĩa "một đống", từ Akkadian *sarru, zarru* "một đống thóc", *zaru* "sàng lọc", *za'ru, zeru* "hạt ngũ cốc"; nangquần tập hợp thành mạng mịn.

Physalis L. 1753 Solanaceae
Sp. Pl. 1: 182 1753

Hy. *physa* "bong bóng"; *physallis, physallidos* "bọng túi, bong bóng, ống dẫn"; đài phù.

Physkium	Lour. 1790	Hydrocharitaceae
	Fl. Cochinch. 642, 662 1790	

xem **Vallisneria** (CCVN-III/323)

Physurus	A. Rich. ex Lindl. 1840	Orchidaceae
	Gen. Sp. Orchid. Pl. 501	*1840*

Hy. *physa* "bong bóng, bọng túi"; *oura* "đuôi", liên tưởng đến hình dạng và kích thước của cựa.

xem **Erythrodes** (CCVN-III/783)

Phytocrene	Wall. 1831 (n. cons.)	Icacinaceae
	Pl. Asiat. Rar. 3: 11 1831	

Hy. *phyton* "cây"; *crena* "lõm vào, khía răng cưa".

Phytolacca	L. 1753	Phytolaccaceae
	Sp. Pl. 1: 441 1753	

Hy. *phyton* "cây" và La. *lacca, ae* (gốc từ Ấn độ *lakh* liên tưởng đến nhựa màu đỏ thẫm) do màu của trái dùng làm màu thực vật.

Picrasma	Bl. 1825	Simaroubaceae
	Bijdr. Fl. Ned. Ind. 247 1825	

Hy. *picrasmas* "vị đắng", *pikros* "đắng"; có lẽ do vỏ cây đắng, một nguồn thuốc bạch-mộc (*quassia*).

Picria	Loureiro 1790	Scrophulariaceae
	Fl. Cochinch. 359, 392 1790	

Hy. *pikria* "vị đắng".

Picris	L. 1753	Asteraceae
	Sp. Pl. 2: 792 1753	

Hy. và La. *pikris* và *picris* gọi một rau diếp đắng.

Picroderma	Thor. ex Gagn. 1944	Meliaceae
	Notul. Syst. (Paris) 11: 165	*1944*

xem **Trichilia** (CCVN-II/391)

Pieris	D. Don 1834	Ericaceae
	Edinburgh New Philos. J. 17(33): 159 1834	

Pierides: một tên họ của thần Nàng thơ Hylạp Pieris, theo thần thoại Hylạp.

Pierreanthus   Bonati 1912   Scrophulariaceae
                Bull. Soc. Bot. Genève 4: 254   1912
Jean Baptiste Louis Pierre (1833-1905), tvh Pháp, sáng lập và là giám đốc đầu tiên của Thảo-cầm-viên Sàigòn, tác giả *"Flore forestière de la Cochinchine"*, *"Sur les plantes à caoutchouc de l'Indochine"*.

Pilea   Lindl. 1821 (n. cons.)   Urticaceae
                Coll. Bot. sub t. 4   1821
La. *pileus* hay *pilleus, i* "nón, mũ phớt", Hy. *pilos* "mũ, nón", liên tưởng đến các hoa cái, hoặc đến đài-hoa bao quanh bế-quả, hoặc đến hình dạng của một tai bao-hoa.

Piloselloides   (C.F. Less.) Jeffr. ex Cufodontis 1967   Asteraceae
                Bull. Jard. Bot. Belg. 37(3, suppl.): 1180   1967
tựa như giống *Pilosella* Hill.

Pileostigma   Saxifragaceae
                Hy. *pilos* "mũ, nón, mũ phớt, ni"; *stigma* "nuốm".

Pilostigma   Costantin 1912   Asclepiadaceae
                Fl. Indo-Chine 4: 73   1912
Hy. *pilos* "mũ, nón, mũ phớt, ni"; *stigma* "nuốm".

Pimela   Lour. 1790   Burseraceae
                Fl. Cochinch. 407   1790
    xem **Canarium** (CCVN-II/360)

Pimpinella   L. 1753   Apiaceae
                Sp. Pl. 1: 263   1753
La. *pipinella*, có lẽ từ *pepo, peponis* "trái bí đỏ", hoặc từ La. *pampinus, i* "vòi, tua cuốn" hoặc "đọt non của một dây leo".

Pinanga Bl. 1838 Arecaceae

Bull. Sci. Phys. Nat. Neerl. 1: 651838

tên Mãlai *pinang*, cũng như Penang, tên một tỉnh ở Mãlai, nghĩa là cau.

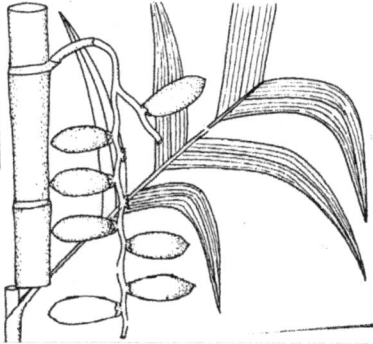

Pinanga: cau, cũng như Penang, một tỉnh ở Mãlai.

Pinellia Ten. 1839 Araceae

Atti Reale Accad. Sci. Sez. Soc. Reale Borbon. 4: 69 1839

Giovanni Vincenzo Pinelli (1535-1601), người Ý, sở hữu một vườn thực vật ở Napoli.

Pinus L. 1753 Pinaceae

Sp. Pl. 2: 1000 1753

tên La. xưa *pinus, i* của Thông, có lẽ từ *pix, picis* "hắc-ín" (tiếng Akkad *pehum* "xảm, trét thuyền, tàu", *pihu, pehum* "thợ xảm"); ngônngữ Anglo-Saxon *pin, pinhnutu*, tiếng Phạn *pitu-daruh* "một loài Thông".

Piper L. 1753 Piperaceae

Sp. Pl. 1: 28 1753

Hy. *peperi* "hạt tiêu, hồ tiêu", La. *piper, eris*, do Tiếng Phạn *pippali, pipuli*.

Piptostylis Dalzell 1851 Rutaceae

Hooker's J. Bot. Kew Gard. Misc. 3: 33 1851

xem **Clausena** (CCVN-II/425)

Pisonia L. 1753 Nyctaginacdeae

Sp. Pl. 2: 1026 1753

Willem Piso (Guillaume Le Pois) (1611-1678), ysĩ Hòalan, tvh, dượcsĩ, du hành nghiên cứu thực vật Brazil, tiên phong trong ngành y-học nhiệt-đới, đồng tác giả với Georg Marcgrave (1610–1644) *Historia naturalis Brasiliae: De Medicina Brasiliensi* libri IV (Piso); *Historiae Rerum Naturalium Brasiliae* libri VIII (Margraff).

Pistacia   L. 1753   Anacardiaceae
                            Sp. Pl. 2: 1025 1753
La. *pistacia* tên cây Hồ trăn, La. *pistacium* và *pistaceum* và Hy. *pistakion, pistake*, tên gọi trái cây Hồ trăn.

Pistia   L. 1753   Araceae
                            Sp. Pl. 2: 963 1753
Hy. *pistos* "uống được, đẫm nước, ướt át", liên tưởng đến dạng sống thủy-sinh hoặc trôi nổi.

Pisum   L. 1753   Fabaceae
                            Sp. Pl. 2: 727 1753
La. *pisum, i* và *pisa, ae* "đậu Hà-lan, một loại đậu"; Hy. *pison*; Akkadian *pesum, pa'asum*, Hebrew *pasa* "mở toang ra", *pasam* "tách ra, nứt ra".

Pithecellobium   C.F.P. Martius 1837 (n. cons.) Fabaceae
                            Flora 20(2, Beibl.): 114 1837
Hy. *pithecos* "con khỉ"; *ellobion* "khoen tai, bông tai" (*lobos* "trái tai"), liên tưởng đến hình dạng trái cuộn quăn.

Pithecolobium   Benth. 1844   Fabaceae
                            London J. Bot. 3: 195 1844
        xem **Acacia** (CCVN-I/824)

Pittosporum   Banks ex Sol. 1788 (n. cons.) Pittosporaceae
                            Fruct. Sem. Pl. 1: 286, pl. 59, f. 7   1788
Hy. *pitta* "rêsin, hắc ín"; *spora* "hột"; bao hột như có resin.

Pityrogramma   Link 1833   Pteridaceae
                            Handbuch 3: 19–20   1833
Hy. *pituron* "vỏ, trấu, cám, gàu"; *gramma* "lằn, chữ, viết"; dạng lá, mặt dưới lá có vảy, như bột.

Placolobium   Miq. 1858   Fabaceae
                            Fl. Ned. Ind. 1(1): 1082 1858
Hy. *plax, plakos* "bánh bằng phẳng"; *lobion* "quả đậu nhỏ".

Placus   Lour. 1790   Asteraceae
Fl. Cochinch. 475, 496 1790
Hy. *plakus, plakous* "bánh bằng phẳng, hột của cây cẩm quì";
xem **Blumea** (CCVN-III/259)

Pladera   Sol. ex Roxb. 1820   Gentianaceae
Fl. Ind., ed. 1820 1: 416 1820
từ nguyên không rõ.
xem **Canscoria** (CCVN-II/681)

Plagiogyra = **Plagiogyria**   Mett. 1858   Plagiogyriaceae
Abh. Senckenberg. Naturf. Ges. 2: 1, 268   1858
Hy. *plagios* "xéo"; *gyros* "quay tròn, xoắn".

Plagiopetalum   Rehder 1917   Melastomataceae
Pl. Wilson. 3(3): 452–453   1917
Hy. *plagios* "xéo"; *petalum* "cánh hoa".

Planchonella   Pierre 1890   Sapotaceae
Not. Bot. 34   1890
Jules Émile Planchon (1823-1888), tvh Pháp, giáo sư tvh ở Gent
và Nancy, đồng-chủbiên *Flore des Serres et des jardins de
l'Europ*e. 1849-1881; từ 1844 đến 1848 làm trợ lý cho William
Jackson Hooker ở Kew.

Plantago   L. 1753   Plantaginaceae
Sp. Pl. 1: 112   1753

La. *planta* "cây"; *ago* "tác
động": cây có vị thuốc;
planta, ae "bàn chân"; cây
mọc dựa đường, giống như
dấu chân do lá mọc sát mặt
đất.

Plantago: bàn chân vì lá mọc thẳng
sát mặt đất. Mã đề: dấu chân ngựa.

Platanthera   Rich. 1817   Orchidaceae
             De Orchid. Eur. 20, 26, 35   1817
Hy. *platys* "rộng" và *anthera* "bao phấn": bao phấn rộng.

Platanus   L. 1753   Platanaceae
             Sp. Pl. 2: 999   1753
Hy. *platus* "rộng", *platanos* do Theophrastus và Dioscorides gọi
tên cây nầy; La. *platanus* tên do Plinius gọi cây Ngô đồng; lá
rộng, nhánh ngang.

Platea   Bl. 1826   Icacinaceae
             Bijdr. Fl. Ned. Ind. 646 1825 [1826]
Hy. *platys* "rộng, dẹp"; nuốm rộng.

Platycarya   Siebold & Zucc. 1843   Juglandaceae
     Abh. Math.-Phys. Cl. Königl. Bayer. Akad. Wiss. 3(3): 741   1843
Hy. *platys* "rộng", và *karyon* "quảhạch, quảnhân cứng"; liên
tưởng đến các quả hạch nhỏ có cánh.

Platycerium   Desv. 1827   Polypodiaceae
             Mém. Soc. Linn. Paris 6: 213   1827
Hy. *platys* "rộng"; *keras* "sừng"; *platykeros* và La. *platyceros*,
otis "sừng dàn trải rộng, sừng dẹp rộng"; do hình dạng của các lá
hữu thụ.

Platycladus   Spach 1841   Cupressaceae
             Hist. Nat. Vég. 11: 333 1841
Hy. *platys* "rộng, dẹp"; *klados* "nhánh"; nhánh hoặc thân dẹp.
             xem **Thuja** (CCVN-I/225)

Platycodon   Alp. de Cand. 1830   Campanulaceae
             Monogr. Campan. 125–127, pl. 3, f. A   1830
Hy. *platys* "rộng"; *kodon* "chuông"; liên tưởng đến các hoa.

Plecospermum   Trécul 1847   Moraceae
             Ann. Sci. Nat., Bot., sér. 3, 8: 124   1847
Hy. *pleko* "xoắn, vặn, quấn"; *sperma* "hột".

Plectocomia   Mart. ex Bl. 1830   Arecaceae
             Syst. Veg. (ed. 15 bis) 7(2): 1333   1830
Hy. *plektos* "xếp nếp, bện"; *kome* "chùm tóc".

Plectranthus   L'Hérit 1788 (n. cons.)   Lamiaceae
Stirp. Nov. 84 verso   1788
Hy. *plektron* "cựa"; *anthos* "hoa"; vì phần gốc của ống vành phù ra.

Pleiogynium   Engl. 1883   Anacardiaceae
Monogr. Phan. 4: 255   1883
Hy. *pleion* "nhiều"; *gyne* "phụ nữ, cái".

Pleiospermum = **Pleiospermium**   Sw. 1916   Rutaceae
J. Wash. Acad. Sci. 6: 427   1916
Hy. *pleios* "nhiều, đầy"; *sperma* "hột".

Pleocnemia   C. Presl 1836   Dryopteridaceae
Tent. Pterid. 183, pl. 7, f. 12   1836
Hy. *pleo, pleos* "đầy đủ, hoàn toàn, chu cấp"; *cnemi, cnemis* "phủ ngoài, che đậy".

Pleomele   Salisb. 1796   Agavaceae
Prodr. Stirp. Chap. Allerton 245 1796
Hy. *pleon* "nhiều", *pleos* "đầy" và *melon* "phì quả, quả mập" hay *meli* "mật ong", liên tưởng đến bản chất của trái.

Pleopeltis   Humb. & Bonpland ex Willdenow 1810 Polypodiaceae
Sp. Pl. 5: 211   1810
Hy. *pleos* "nhiều"; *pelte* " cái khiên", liên tưởng đến các trắc-ty.
        xem **Lepisorus** (CCVN-I/102)

Pleuromanes   Presl 1851   Hymenophyllaceae
Abh. Königl. Böhm. Ges. Wiss., ser. 5, 6: 618   1851
Hy. *pleura, pleuron* "gân, ở bên", và La. xưa *mānēs*, có lẽ từ *mānis* "tốt".
        xem **Crepidomanes** (CCVN-I/76)

Pleurostylia   W. & Arn. 1834   Celastraceae
Prodr. Fl. Ind. Orient. 1: 157   1834
Hy. *pleuron* "gân"; *stylo, stylos* "vòi nhụy".

Pluchea   Cassini 1817   Asteraceae
Bull. Sci. Soc. Philom. Paris 1817: 31   1817
Noël-Antoine Pluche (1688-1761), người Pháp, tu viện trưởng, thnh, tác giả *Le spectacle de la nature.* [8 vols.] Paris 1732–1750, *De Linguarum artificio et doctrina.* Paris 1751 và *Histoire du*

Ciel, considéré selon les idées des Poètes, des Philosophes, et de Moïse. Paris 1739–1741.

Plumbago   L. 1753   Plumbaginaceae
             Sp. Pl. 1: 151   1753
Tên La., có lẽ từ *plumbum* "chì"; *ago* "như"; cây xưa trị độc của chì.

Plumeria   L. 1753   Apocynaceae
             Sp. Pl. 1: 209   1753
Charles Plumier (1646-1704), tusĩ người Pháp, thnh, tvh, họasĩ tvh, thám hiểm vùng Tây Ấn (Martinique, Guadeloupe và Haiti, tác giả *Description des plantes de l'Amérique.* Paris 1693, *Nova plantarum americanarum genera.* Paris 1703.

Pneumatopteris   Nakai 1933   Thelypteridaceae
             Bot. Mag. (Tokyo) 47(555): 179 1933
Hy. *pneuma, pneumatos* "hơi thở, thở, gió", *pneo* "thổi, thổi hơi, thở"; *pteris* "ráng".

Poa   L. 1753   Poaceae
             Sp. Pl. 1: 67   1753
tên Hy. xưa *poa, poie, poia* "cỏ, thảm cỏ".

Podocarpus   L'Hérit. ex Pers. 1807 (n. cons.) Podocarpaceae
             Syn. Pl. 2(2): 580   1807
Hy. *podos* "chân"; *carpos* "trái", liên tưởng đến bề dài của cọng (cuống) trái.

Podochilopsis   Guillaumin   1963   Orchidaceae
             Bull. Mus. Natl. Hist. Nat., sér. 2 34: 478
tựa như *Podochilus* Blume.
             xem **Adenoncos** (CCVN-III/962)

Podochilus   Bl. 1825   Orchidaceae
             Bijdr. Fl. Ned. Ind. 7: 295   1825
Hy. *poos, podos* "chân"; *cheilos* "môi".

Podophyllum   L. 1753   Berberidaceae
             Sp. Pl. 1: 505   1753
Hy. *pous, podos* "chân"; *phyllon* "lá"; lúc đầu là *Anapodophyllum* (*Ana*: vịt, ngỗng); La. *anas, anatis* "con vịt"; do lá giống chân của vịt, ngỗng.

Pogonotrophe Miq. 1847 Moraceae
London J. Bot. 6: 525 1847
xem **Ficus** (CCVN-II/571)

Pogonatherium = **Pogonatherum** P. de Beauv. 1812 Poaceae
Ess. Agrostogr. 56, 176, pl. 11, f. 7 1812
Hy. *pogon* "râu"; *ather* "râu ở ngọn hạt thóc"; do hình dạng của phát-hoa.

Pogonia Juss. 1789 Orchidaceae
Gen. Pl. 65–66 1789
xem **Nervilia** (CCVN-III/793)

Pogostemon Desfontaines 1815 Lamiaceae
Mém. Mus. Hist. Nat. 2: 154 1815
Hy. *pogon* "có râu"; *stemon* "tiểunhụy"; liên tưởng đến các chỉ của tiểunhụy.

Poikilospermum Zipp. ex Miq. 1864 Urticaceae
Ann. Mus. Bot. Lugduno-Batavi 1: 203 1864
Hy. *poikilos* "lốm đốm, nhiều màu, lẫn màu"; *sperma* "hột".

Poilania Gagn. 1924 Asteraceae
Bull. Soc. Bot. France 71: 56 1924
Eugène Poilane (1887-1964), lính Pháp, đến Nam kỳ năm 1909, thu mẫu thực vật cho Bảo Tàng thiên nhiên Paris từ 1917 theo yêu cầu của Auguste Jean Baptiste Chevalier, sau đó là thành viên của Sở Thủy Lâm rồi Viện Nghiên cứu Nông nghiệp ở Sàigòn, thám hiểm và thu mẫu ở Nam bộ, Campuchia, Trung bộ, Lào, Bắc bộ; năm 1935 đi từ Sapa dọc theo biên giới Bắc bộ đến sông Mêkong. Đến năm 1943 đã thu được khoảng 35 000 số hiệu tiêu-bản.
xem **Sphaeromorpha** (CCVN-III/265)

Poilanidora = **Poilanedora** Gagn. 1948 Capparaceae
Bull. Soc. Bot. France 95(1): 27 1948
Eugène Poilane (1887-1964), nhà thu mẫu thực vật ở Việt Nam (xem tiếp ở tên giống *Poilania*).

Poilannammia C. Hansen 1987 [1988] Melastomataceae
Bull. Mus. Natl. Hist. Nat., B, Adansonia, sér. 41987 [1988]
Eugène Poilane (1887-1964), nhà thu mẫu thực vật ở Việt Nam (xem tiếp ở tên giống *Poilania*).

Poilaniella   Gagnepain 1925   Euphorbiaceae
Bull. Soc. Bot. France 72: 467   1925
Eugène Poilane (1887-1964), nhà thu mẫu thực vật ở Việt Nam
(xem tiếp ở tên giống *Poilania*).
xem Trigonostemon (CCVN-II/274)

Poinciana   L. 1753   Fabaceae
Sp. Pl. 1: 380   1753
Philippe de Longvilliers de Poincy (1583-1660), Pháp, Thống đốc
ở Antilles, tk. 17.
xem Delonix và **Caesalpinia** (CCVN-I/840)

Poinsettia   Graham 1836   Euphorbiaceae
Edinburgh New Philos. J. 20(2): 412–413   1836
Joel Roberts Poinsett (1779-1851), nhà ngoại giao Mỹ gốc Pháp,
Tổng lãnh sự ở Chilê, Argentina, 1825-30 đại sứ ở Mêxicô; tvh
nghiệp dư, đem *Euphorbia pulcherrima* vào Mỹ năm 1825.
xem Euphorbia (CCVN-II/287)

Polanisia   Raf. 1819   Capparaceae
Amer. J. Sci. (New York) ed. 2, 1(4): 378–379   1819
nhiều tiểu-nhụy không đều nhau.
xem Cleome (CCVN-I/598)

Polia   Lour. 1790   Caryophyllaceae
Fl. Cochinch. 97, 164   1790
Từ nguyên không rõ.
xem Polycarpaea (CCVN-I/739)

Polianthes   L. 1753   Agavaceae
Sp. Pl. 1: 316   1753
Hy. *poli, polio, polios*: "xám, xanh mét" trắng; *anthos* "hoa".

Pollia   Thunbg. 1781   Commelinaceae
Nov. Gen. Pl. 1: 11   1781
Jan van der Poll (tk. 18) Tổng Lãnh sự Hòa lan, bảo trợ cho Carl
Peter Thunberg.

Pollinia   Sprengel 1815   Poaceae
Pl. Min. Cogn. Pug. 2: 10   1815
Ciro (Cyrus, Siro) Pollini (1782-1833), người Ý, ysĩ, tvh (chuyên
Đài thực vật, Địa y, Tảo), giáo sư tvh ở Verona, bạn của Giovanni

Zantedeschi, tác giả sách *'Flora Veronensis Quam in Prodromum Florae Italiae Septentrionalis', 'Sulle alghe ...'*
xem **Eulalia** (CCVN-III/698)

Polyalthia   Bl. 1830   Annonaceae
Fl. Javae Annonac.: 68 1830
Hy. *poly* "nhiều"; *althein, althaimo* "điều trị, chữa bịnh"; do được sử dụng trong y-học cổ truyền bản địa.

Polybotrya   Humb. & Bonpl. ex Willd. 1810   Dryopteridaceae
Sp. Pl. 5(1): 99 1810
xem **Bolbitis** (CCVN-I/196)

Polycarpaea   Lamk. 1792 (n. cons.)   Caryophyllaceae
J. Hist. Nat. 2: 3, 5, pl. 25   *1792*
Hy. *poly* "nhiều"; *carpos* "trái"; có nhiều trái.

Polycarpon   L. 1759   Caryophyllaceae
Syst. Nat. (ed. 10) 2: 881   *1759*
Hy. *poly* "nhiều"; *carpos* "trái".

Polychroa   Lour. 1790   Urticaceae
Fl. Cochinch. 538–539 1790
Hy. *Poly* "nhiều", *chroa* "màu", thân, lá thường đỏ.
xem **Pellionia** (CCVN-II/596)

Polygala   L. 1753   Polygalaceae
Sp. Pl. 2: 701   1753
Hy. *poly* "nhiều"; *gala* "sửa"; *polygalon*, tên Hy. xưa do Dioscorides sử dụng; La. *polygala, ae*do Plinius gọi tên cây nầy.

Polygonatum   P. Mill. 1754   Liliaceae
Gard. Dict. Abr. (ed. 4) vol. 3   1754
Hy. *poly* "nhiều"; *gonu* "đầu gối", liên tưởng đến các căn hành; La. *polygonaton, i* một tên do Plinius gọi cây *Convallaria polygonatum* L.

Polygonum   L. 1753   Polygonaceae
Sp. Pl. 1: 359   1753

Hy. *poly* "nhiều"; *gonu* "đầu gối"; *polygonon, polygonos*, liên tưởng đến thân cây phù hoặc có nhiều khớp; La. *polygonos, polygonus, polygonium* hay *polygonon*, do Plinius gọi một cây, *herba sanguinalis* hay *sanguinaria* Nghệ.

Polygonum odoratum: rau răm, thân nhiều lóng.

Polydontia   Blume 1826   Rosaceae
Bijdr. Fl. Ned. Ind. 1104   1826
Hy. *poly* "nhiều"; *odous, odontos* "răng".
     xem **Prunus** (CCVN-I/805)

Polyosma   Bl. 1826   Saxifragaceae
Bijdr. Fl. Ned. Ind. 13: 658   1826
Hy. *poly* "nhiều"; *osma* "mùi".

Polypodium   L. 1753   Polypodiaceae
Sp. Pl. 2: 1082 1753
Hy. *polypodion, polys* "nhiều" và *podion* "chân nhỏ", *pous, podos* "chân", liên tưởng đến các sẹo trên căn hành; La. *polypodium(-ion)* do Plinius gọi một loại ráng (dương xỉ).

Polypogon   Desf. 1798   Poaceae
Fl. Atlant. 1: 66 1798
Hy. *poly* "nhiều"; *pogon* "râu".

Polyscias   J.R. & J.A.P. Forst 1775   Araliaceae
Char. Gen. Pl. 63, pl. 32   1775
Hy. *polys* "nhiều"; *skias* "tầng, lớp, tán lá"; *skia* "bóng mát, bóng râm", *polyskios* "rất râm mát, rậm rạp", liên tưởng đến tán nhiều lá, tàng rậm, hoặc các tán hoa.

Polyspora	Sweet ex G. Don 1825	Theaceae
	News Lit. Fashion 2: 205	*1825*
	xem **Gordonia**(CCVN-I/432)	

Polystichum Roth 1800 Dryopteridaceae
Tent. Fl. Germ. 3(1): 31, 69–70 1800
Hy. *poly* "nhiều"; *stichos* "dãy, hàng" nangquần nhiều hàng.

Polytoca R. Br. 1838 Poaceae
Pl. Jav. Rar. 20 1838
Hy. *poly* "nhiều"; *tokos* "sinh đẻ, ra đời", *polytokia* "sự mắn đẻ", có nhiều thế hệ con cháu.

Polytrema C.B. Cl. 1908 Acanthaceae
J. Asiat. Soc. Bengal, Pt. 2, Nat. Hist. 74: 692   1908
Hy. *poly* "nhiều"; *trema* "lỗ thủng, lỗ hổng".

Polytrias Hack. 1887 Poaceae
Nat. Pflanzenfam. 2(2): 24 *1887*
Hy. *poly* "nhiều"; *tria, treis* "3, chia làm 3".

Pomatocalpa Breda 1829 Orchidaceae
Gen. Sp. Orchid. Asclep. [29]:, t. [15] 1829
Hy. *pomatos* "tách, chén uống nước"; *calpe* "bình rót" do môi hoa có túi sâu.

Pometia J.R. & J.A.G. Forst. 1775 Sapindaceae
Char. Gen. Pl. 55   1775
Pierre Pomet (1658-1699), tvh Pháp, bào chế thuốc, dược sĩ của triều đình Pháp, tác giả *Droguier curieux...* Paris 1709 và *Histoire générale des drogues.* Paris 1694.

Poncirus Raf. 1838 Rutaceae
Sylva Tellur. 143   1838
từ Pháp *poncire* gọi cam đắng của Nhật.

Pongamia Vent. 1803 (n. cons.) Fabaceae
Jard. Malmaison   1803
tên Mãlai.
xem **Derris** (CCVN-I/900)

Pontederia L. 1753 Pontederiaceae
Sp. Pl. 1: 288   1753

Giulio Pontedera (1688-1757), ysĩ Ý, triết gia, giáo sư tvh và Giám đốc Vườn thực vật ở Padua.

xem **Hydrocharis** (CCVN-II/323)
Eichhornia (CCVN-II/467)

Popowia   Endl. 1839   Annonaceae
Gen. Pl. 831   1839
Johannes Siegmund Valentin Popowitsch (1705-1774), người Áo, giáo sư tiếng Đức và Ngôn ngữ học ở Đại học Vienna (Wien), quan tâm đến Sinh học (Thực vật học, Nấm, Hải miên); tác giả *Versuch einer Vereinigung der Mundarten in Deutschland.* Wien 1780,

Populus   L. 1753   Salicaceae
Sp. Pl. 2: 1034 1753
tên La. xưa *populus* hay *popplum* của cây bạch dương, *arbor populi* (cây của thứ-dân, của quần chúng); Hy. *pelea, ptelea, apellon* "cây dương đen"; Akkadian *papallu* "cành non, chồi, mầm", *apellum, alpu, ablu* "con trai".

Porana   N.L. Bur. 1768   Convolvulaceae
Fl. Indica 51, pl. 21, f. 1 1768
tên ở vùng Đông-Ấn.

Porpax   Lindley 1845   Orchidaceae
Edwards's Bot. Reg. 31(Misc.): 62   1845
Hy. *porpax, porpakos* "cán, tay cầm của cái khiên"; do hình dạng của hoa, hoặc do lá hình thuôn, hoặc do các giả-hành.

Porphyra   Lour. 1790   Verbenaceae
Fl. Cochinch. 1: 63, 69 1790
xem **Callicarpa** (CCVN-II/816)

Porphyroscias   Miq. 1867   Apiaceae
Ann. Mus. Bot. Lugduno-Batavi 3: 62   1867
xem **Angelica** (CCVN-II/487)

Portulaca   L. 1753   Portulacaceae
Sp. Pl. 1: 445   1753
La. *portulaca, porcilaca, porcillaca* tên do Plinius dùng gọi rau Sam *Portulaca oleracea* L., có lẽ nguồn gốc từ La. *portula, ae* "cửa nhỏ", do cách mở như cánh cửa của trái.

Potameia   Du Petit-Thouars 1806   Lauraceae

Gen. Nov. Madagasc. 5 1806
potamos "rạch".

Potamogeton   L. 1753   Potamogetonaceae
                         Sp. Pl. 1: 126   1753

Hy. *potamos* "rạch"; *geiton* "gần", *potamogeiton* "gần rạch", liên
tưởng đến trú quán thủy sinh của cây trong thiên nhiên; La.
potamogeton và *potamogiton* do Plinius dùng gọi một loài cỏ thủy
sinh.

Potentilla   L. 1753   Rosaceae
                        Sp. Pl. 1: 495   1753

La. từ giảm nhẹ nghĩa của *potens, potentis* "mạnh"; khá mạnh, do
dược tính làm khỏe của 1 loài.

Pothos   L. 1753   Araceae
                    Sp. Pl. 2: 968   1753

tên ở Sri Lanka: *potha.*

Pottsia   Hook. & Arn. 1837   Apocynaceae
                     Bot. Beechey Voy. 198   1841 [1837]

John Potts (-1822), tvh, nghiêncứu thực vật Trungquốc và
Bengal, thu mẫu cho Horticultural Society ở Luân đôn.

Pourthiaea   Decne. 1874   Rosaceae
                      Nouv. Arch. Mus. Hist. Nat. 10: 125, 146   1874

J. A. Pourthié (1830-1866), giáo sĩ Pháp, truyền giáo ở Hàn quốc.
thu mẫu thực vật và động vật.
          xem **Photinia** (CCVN-I/773)

Pouteria   Aubl. 1775   Sapotaceae
                      Hist. Pl. Guiane 1: 85–86, pl. 33   1775

tên Nam-Mỹ.

Pouzolzia   Gaud.-Beaupr. 1826 [1830]   Urticaceae
                       Voy. Uranie 503   1826 [1830]

Pierre Marie Casimir de Pouzolz (1785-1858), tvh Pháp, tác giả
"Flore du département du Gard; ou description des plantes... ",
Montpellier, Paris 1862 và *"Catalogue des plantes qui croissent
naturellement dans le Gard".* Nîmes 1842.

Prasium   L. 1753   Lamiaceae
                   Sp. Pl. 2: 601   1753

La. *prasion* và *prasium* do Plinius gọi một loài cỏ, bạc hà đắng *Marrubium*; Hy. *prasion* do Theophrastus gọi một loài bạc hà đắng *Marrubium*.
xem **Gomphostemma** (CCVN-II/875)

Pratia   Gaud.-Beaupr. 1825   Campanulaceae
Ann. Sci. Nat. (Paris) 5: 103   1825
Charles-Louis Prat-Bernon (-1817), đi theo thuyền trưởng Louis Claude de Saulces de Freycinet và các nhà khoa học Prosper Justin de Brégeas, Marie Joseph Alphonse Odet-Pellion, Charles Gaudichaud-Beaupré trong chuyến du hành khoa học vòng quanh địa cầu trên tàu *Uranie*, và chết vài hôm sau khi tàu trương buồm khởi hành.

Premna   L. 1771 (n. cons.)   Lamiaceae
Mant. Pl. 2: 154, 252   1771
Hy. *premnon* "gốc cây, thân cụt, cội"; các loài nhỏ cây.

Prenanthes   L. 1753   Asteraceae
Sp. Pl. 2: 797   1753
Hy. *Prenes* "nằm úp, nằm sống soài, bò"; *anthos* "hoa"; liên tưởng đến các hoa-đầu.
xem **Ixeris** (CCVN-III/309)

Pridania   Gagn. 1938   Menispermaceae
Bull. Soc. Bot. France 85: 170   1938
xem **Pycnarrhena** (CCVN-I/333)

Primula   L. 1753   Primulaceae
Sp. Pl. 1: 142   1753
La. *primus, primulus* "đầu tiên"; trổ sớm lúc xuân; *Primula veris*, tên thời Trung cổ gọi cây bông Cúc.

Prismatomeris   Thw. 1856   Rubiaceae
Hooker's J. Bot. Kew Gard. Misc. 8: 268 1856
Hy. *prismatos* "răng nhọn"; *meros* "phần" đài có răng nhỏ.

Pristimera   Miers 1872   Celastraceae
Trans. Linn. Soc. London 28: 330, 360   1872
Hy. *prizo, prio* "cái cưa, xẻ răng cưa"; *meris, meros* "phần", liên tưởng đến các phần của hoa.
xem **Reissantia** (CCVN-II/157)

Proboscidea   Schmidel 1763   Martyniaceae
Icon. Pl., ed. Keller 49, t. 12–13 1763
Hy. *pro-boskis* (*pro-boskein*, kiếm thức ăn), mõm, đầu-vòi, tựa như vòi voi.

Procris   Comm. ex A.L. Juss 1789   Urticaceae
Gen. Pl. 403   1789
Công chúa, con của vua Athenes, có một cung thần, sau chết vì cung thần ấy.

Pronephrium   Presl. 1851   Thelypteridaceae
Abh. Königl. Böhm. Ges. Wiss., ser. 5, 6: 618–619   1851
Hy. *pro* "trước, cho"; *nephros* "thận".

Prosaptia   Presl. 1836   Polypodiaceae
Tent. Pterid. 165–166, pl. 6, f. 19, 25   1836
Hy. *prosapto* "buộc chặt, gắn chặt".

Prosartema   Gagnep. 1924   Euphorbiaceae
Bull. Soc. Bot. France 71: 876   1924 [1925]
xem **Trigonostemon** (CCVN-II/274)

Prosthesia   Blume 1826   Violaceae
Bijdr. Fl. Ned. Ind. 866   1826
xem **Rinorea** (CCVN-I/553)

Protomarattia   Hayata 1919   Marattiaceae
Bot. Gaz. 67(1): 88   1919
Hy. *protos* "đầu tiên" và tên giống *Marattia* Sw., tặng nhà tvh Ý (Francesco Giovanni) (Gaetano) Giovanni Francesco Maratti (Joannes Franciscus Marattius), 1723-1777, giáo sĩ, giáo sư ở Đại học Roma.
xem **Archangiopteris** (CCVN-I/40)

Prunella   L. 1753   Lamiaceae
Sp. Pl. 2: 600   1753
tên bị sửa đổi từ *Brunella*, tiếng Đức *Braüne* (La. *prunum*), gọi cây được các thầy thuốc Đức dùng vào các tk 15, 16 để trị bệnh.

Prunus   L. 1753   Rosaceae
Sp. Pl. 1: 473 1753
Tên La. xưa *prunus* gọi cây mận; Hy. *Proumne* "cây mận", *proumnon* "quả mận".

Pseudechinolaena　　　Stapf 1919　　　　　　　Poaceae
   Fl. Trop. Afr. 9: 494　　1919
 Hy. *pseudo* "giả, trại", và tên giống *Echinolaena*.

Pseudelephantopus　　Rohr 1792　　　　　　　Asteraceae
   Skr. Naturhist.-Selsk. 2(1): 214–216　　1792
 Hy. *pseudes* "giả, trại", và tên giống *Elephantopus*.

Pseuderanthemum　　　　　Radlk. 1883　　　　　Acanthaceae
   Sitzungsber. Math.-Phys. Cl. Königl. Bayer.
   Akad. Wiss. München 13(2): 282　1883
  Hy. *pseudo* "giả, trại", và tên giống *Eranthemum* L..

Pseudocyclosorus　　　Ching 1963　　　　　　Thelypterridaceae
   Acta Phytotax. Sin. 8(4): 322–324　　1963
 Hy. *pseudo* "giả, trại", và tên giống *Cyclosorus*.

Pseudodissochaeta　　Nayar 1969　　　　　　Melastomataceae
   J. Bombay Nat. Hist. Soc. 65: 557　　　1969
 Hy. *pseudo* "giả, trại", và tên giống *Dissochaeta*.

Pseudodracontium　　N.E. Brown 1882　　　　Araceae
   J. Bot. 20: 193　1882
  Hy. *pseudo* "giả, trại", và tên giống *Dracontium*.

Pseudognaphalium　　Kirp. 1950　　　　　　　Asteraceae
 Trudy Bot. Inst. Akad. Nauk S.S.S.R., Ser. 1, Fl. Sist. Vyssh. Rast. 9: 33　1950
  Hy. *pseudes* "giả, trại", và tên giống *Gnaphalium* L..
  xem **Gnaphalium** (CCVN-III/268)

Pseudomussaenda　　Wernham　1916　　　　　Rubiaceae
   J. Bot. 54: 298　1916
  Hy. *pseudo* "giả, trại" và Mussaenda.
  xem **Mussaenda** (CCVN-III/147)

Pseudophegopteris　　　Ching 1963　　　　　Thelypteridaceae
   Acta Phytotax. Sin. 8(4): 313–314　　　1963
 Hy. *pseudo* "giả, trại" và tên giống *Phegopteris.*

Pseudopogonatherum　　A. Cam. 1921　　　　Poaceae
   Ann. Soc. Linn. Lyon, sér. 2 68: 204–205　1921 [1922]
 Hy. *pseudo* "giả, trại", và tên giống *Pogonatherum* Beauv.

Pseudoraphis W. Griff. 1851 Poaceae
Not. Pl. Asiat. 3: 29–30 1851
Hy. *pseudo* "giả, trại"; *raphis* "cái kim".

Pseudosarcolobus Cost. 1912 Apocynaceae
Fl. Indo-Chine 4: 77 1912
Hy. *pseudo* "giả, trại", và tên giống *Sarcolobus*.

Pseudosorghum A. Cam. 1921 (?) Poaceae
Bull. Mus. Hist. Nat. (Paris) 26: 662 1920
Hy. *pseudo* "giả, trại",và tên giống *Sorghum*.

Pseudostachyum Munro 1868 Poaceae
Trans. Linn. Soc. London 26(1): 141, pl. 4 1868
Hy. *pseudo* "giả, trại"; *stachys, stachyum* "gié-hoa".

Pseudotrophis Warbg. 1891 Moraceae
Bot. Jahrb. Syst. 13(3–4): 294–295 1891
Hy. *pseudo* "giả, trại"; *trophis* "thức ăn".

Pseudoxytenanthera Soderstr. & R.P. Ellis 1988 Poaceae
Smithsonian Contr. Bot. 72: 52 1988
Hy. *pseudes* "giả, trại" và tên giống *Oxytenanthera*.

Pseuduvaria Miq. 1858 Annonaceae
Fl. Ned. Ind. 1(2): 32 1858
Hy. *pseudo* "giả, trại", và tên giống *Uvaria*.

Psidium L. 1753 Myrtaceae
Sp. Pl. 1: 470 1753

La. *psidium* từ tên Hy. *psidion* "lựu"; nạc, trái đỏ nhiều hột như Lựu.

Psidium: ổi nạc đỏ như lựu.

Psilanthus J.D. Hook. 1873 n. cons.) Rubiaceae
Hooker's Icon. Pl. 1129 1873
Hy. *psilo* "mỏng, trần truồng"; *anthos* "hoa".

Psilotrichopsis C.C. Towns. 1974 Amaranthaceae
Kew Bull. 29: 464 1974
Hy. *psilo*: "mỏng, trần truồng"; tựa như giống *Psilotrichum*.

Psiloesthes Benoist 1936 Acanthaceae
Notul. Syst. (Paris) 5: 112 1936
Hy. *psilo* "mỏng, trần truồng"; *esthes* "quần áo, y phục, lớp phủ ngoài".

Psilotrichum Bl. 1825-6 Amaranthaceae
Bijdr. Fl. Ned. Ind. 544 1825 [1826]
Hy. *psilo* "mỏng, trần truồng"; *trichos* "lông",

Psilotum O. Swartz 1800 Psilotaceae
J. Bot. (Schrader) 1800(2): 8, 109 1801
Hy. *psilo* "trần"; không lá, không lông.

Psophocarpus Necker ex A.P. de Cand. 1825 (n. cons.) Fabaceae
Prodr. 2: 403 1825
Hy. *psophos* "tiếng ồn, âm thanh"; *karpos* "trái"; khi trái nứt mạnh, có tiếng kêu!

Psoralea L. 1753 Fabaceae
p. Pl. 2: 762 1753
Hy. *psoraleos* "có mụn cơm, có gàu, có vảy mốc"; *psora* "ghẻ lở"; liên tưởng đến các đốm tuyến và rêsin trên cây.

Psychotria L. 1759 (n. cons.) Rubiaceae
Syst. Nat. (ed. 10) 2: 929, 1122, 1364 1759
Hy. *psyche* "sinh mạng, linh hồn"; *thrope* "thức ăn"; giải khát, tĩnh dưỡng, liên hệ đến các dược tính nổi tiếng của vài loài; món ăn vào làm say hồn. Hy. *psychotria* "tăng sinh khí, làm vui vẻ, hồ hởi", hoặc *psyche* "linh hồn, sinh mạng" và *iatria* "chữa bịnh, thuốc", liên tưởng đến tính chữa lành của vài loài; hoặc La. do Linné sửa đổi và đặt ra từ chữ Hy. *psychotrophon, psychros* "lạnh" và *trophe* "thức ăn", một tên mà Patrick Browne (1720-1790) đã dùng rồi để mô tả một taxon ở Jamaica; La. *psychotrophon, i* do Plinius dùng gọi cây hoắc hương.

Ptelea   L. 1753   Rutaceae
Sp. Pl. 1: 118   1753
tên Hy. *ptelea* của cây Du.
      xem **Harpullia** (CCVN-II/327) Sapindaceae

Pteridium   Gled. ex Scop. 1760 (n. cons.)   Dennstaedtiaceae
Fl. Carniol. 169–170   1760
Hy. *pteris* "ráng". *Pteridion*, từ giảm nhẹ nghĩa của Hy. *pteris* "ráng", từ chữ *pteron* "cánh, lông vũ"; tiếng Phạn *pat* "bay", *patara* "sự bay".

Pteridrys   (C. Chr.) C. Chr. & Ching 1934   Dryopteridaceae
Bull. Fan Mem. Inst. Biol., Bot. 5(3): 129–130   1934
Có lẽ từ Hy. *pteris, pteridos* "ráng", và *drys* "cây sồi".

Pterygota   Schott & Endl. 1832   Malvaceae
Melet. Bot. 32   1832

Pterilema   Reinw. 1828 [1825]   Juglandaceae
Syll. Pl. Nov. 2: 13   1828 [1825]
      xem **Engelhardia** (CCVN-II/609)

Pteris   L. 1753   Pteridaceae
Sp. Pl. 2: 1073 1753
Hy. pteris "ráng, dương xỉ"; La. *pteris, pteridis* gọi một loài dương xỉ.

Pternandra   W. Jack 1822   Melastomataceae
Malayan Misc. 2(7): 60 1822
Hy. *pterna, pteren* "gót"; *aner, andros* "đực, tiểunhụy" bao phấn dạng tựa như gót chân.

Pternopetalum   Fr. 1885   Apiaceae
Nouv. Arch. Mus. Hist. Nat., sér. 2 8: 246   1885
Hy. *pterna* "gót"; *petalon* "cánh hoa".

Pterocarpus   N.J. Jacq. 1763 (n. cons.)   Fabaceae
Herb. Amboin. 10   1754
Hy. *pteros* "cánh"; *carpos* "trái"; trái có cánh.

Pterocarya   Kunth 1824   Juglandaceae
Ann. Sci. Nat. (Paris) 2: 345   1824

Hy. *pteron* "cánh"; *carya* "quả hạch, quả nhân cứng"; quả nhân cứng (=quả hạch) có cánh.

Pterocaulon Elliott 1824 Asteraceae
Sketch Bot. S. Carolina 2(4): 323–324 1824 [1823]
Hy. *pteron* "cánh"; *kaulos* "thân, nhánh"; thân cây có cánh.

Pteroceras Hasselt ex Hassk. 1842 Orchidaceae
Flora 25(2, Beibl): 6 1842
Hy. *pteron* "cánh"; *keras* "sừng", do có các phụ bộ ở gốc của môi hoa.

Pterocymbium R. Br. 1844 Malvaceae
Pterocymbium 219 1844
Hy. *ptero* "cánh"; *kymbe* "tàu, thuyền", *kymbos* "xoang, hốc", liên tưởng đến các bầu noãn.

Pterolobium R.Br. ex W. & Arn. 1834 (n. cons.) Fabaceae
Prodr. Fl. Ind. Orient. 283 1834
Hy. *ptero* "cánh"; *lobus* "trái, giáp quả"; trái (giáp quả) có cánh.

Pterospermum Screb. 1791 (n. cons.) Malvaceae
Gen. Pl. 2: 461 1791
Hy. *ptero* "cánh"; *sperma* "hột"; hột có cánh.

Pterospermum: lòng mán hột có cánh.

Pteroptychia Bremek. 1944 Acanthaceae
Verh. Kon. Ned. Akad. Wetensch., Afd. Natuurk., Tweede Sect. 41(1): 303 1944
Hy. *pteron* "cánh"; *ptyche* "nếp gấp".

Pterygocalyx Maxim. 1859 Gentianaceae
Mém. Acad. Imp. Sci. St-Pétersbourg Divers Savans 9: 198 1859
Hy. *pteryx, pterygos* " cánh nhỏ"; *kalyx* "đài hoa", đài-hoa hình
chuông, hình ống có 4-cánh.

Pterygota Schott & Endlicher 1832 Sterculiaceae
Melet. Bot. 32 1832
Hy. *pterygotos* "winged", *pteron* "cánh", liên tưởng đến các hột có
cánh.
xem **Sterculia** (CCVN-I/504)

Ptychopyxis Miq. 1861 Euphorbiaceae
Fl. Ned. Ind., Eerste Bijv. 402 1861
Hy. *ptyches* "quấn"; *pyxis* "nang quả".

Ptychosperma Labill. 1809 Arecaceae
Mém. Cl. Sci. Math. Inst. Natl. France 1808(2): 252–2531809
Hy. *ptyche, ptychos* "quấn"; *sperma* "hột"; tử y quấn.

Ptychotis W.D.J. Koch 1824 Apiaceae
Nova Acta Phys.-Med. Acad. Caes. Leop.-Carol. Nat. Cur. 12: 124 1824
xem **Trachyspermum** (CCVN-II/482)

Ptyssiglottis T. And. 1860 Acanthaceae
Enum. Pl. Zeyl. 235 1864 [1860]
Hy. *ptysis* "phun nước bọt"; *glottis* "lưỡi".

Pueraria A. DC. 1825 Fabaceae
Ann. Sci. Nat. (Paris) 4: 97 1825
Marc Nicolas Puerari (1765-1845), tvh Thụysĩ ở Copenhagen,
giáo viên.

Pulicaria J. Gaertn. 1791 Asteraceae
Fruct. Sem. Pl. 2(3): 461–462, pl. 173, f. 7 1791
La. *pulicaria* tên một cây còn được gọi là *psyllion*, tính từ La.
pulicarius và *pulicaris* "thuộc về con bọ chét", *herba pulicaria,
ae* (*pulex, icis* "con bọ chét"), được cho là xua đuổi bọ chét.

Punica L. 1753 Punicaceae
Sp. Pl. 1: 472 1753

La. *puniceus* "thành Carthage (ở Tunisia) "; Lựu do Lamã đem từ Carthage về châu Âu, tên La. *malum punicum* "trái táo Carthage", *Punicus, a, um,* từ chữ *Poenus, i* "dân xứ Carthage", *Poenus, a, um* "người xứ Carthage", *Poeni, orum* "người Phoenicia, Carthage"; Hy. *Phoinix* "người xứ Phoenicia".

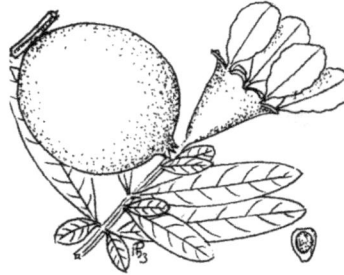

Punica granatum: Lựu.

Putranjiva Wallich 1826 Euphorbiaceae
Tent. Fl. Napal. 2: 61 1826
tên tiếng Phạn *putra* "con trai" và *juvi* "sự thịnh vượng, sự sống"; *Ficus benjamina* L. ở Ấn độ cũng là *putra-juvi*.
xem **Drypetes** (CCVN-II/218)

Pycnarrhena Munro ex Hook.f& Thoms. 1855 Menispermaceae
Fl. Ind. 1: 206 1855
Hy. *pyknos* "dày, nhiều, đông đúc, đặc, rắn chắc"; *arrhen* "đực", các hoa đực mọc gom thành bó.

Pycnospora R. Br. Ex R.W. & Arn. 1834 Fabaceae
Prodr. Fl. Ind. Orient. 197 1834
Hy. *pyknos* "dày, nhiều, đông đúc, đặc, rắn chắc"; *spora, sporos* "hột".

Pycreus P. de Beauv. 1816 Cyperaceae
Fl. Oware 2: 48 1816
tên đảo chữ cái từ tên giống *Cyperus*.
xem **Cyperus** (CCVN-III/557)

Pygeum J. Gaertn. 1788 Rosaceae
Fruct. Sem. Pl. 1: 218 1788
Hy. *pyge* "mông, mông đít", liên tưởng đến hình dạng của trái.
xem **Prunus** (CCVN-I/807)

Pygmaeopremna　　E.D. Merr. 1910　　　　Verbenaceae
　　　　　　　　　　Philipp. J. Sci., C. 5: 225　　*1910*
Hy. *pygmaios* "lùn tịt", và tên giống *Premna* L., Hy. *premnon* "gốc đốn của một cây, gốc thân cây".

Pyracantha　　　　M.J. Roem. 1847　　　　Rosaceae
　　　　　　　　　　Fam. Nat. Syn. Monogr. 3: 104, 219–220　1847
Hy. *pyrakantha*, từ *pyr* "lửa" và *akantha* "gai"; nhánh có gai, trái màu đỏ.

Pyrenacantha　　　W.J. Hook. 1830 (n. cons.)　　Icacinaceae
　　　　　　　　　　Bot. Misc. 2(4): 107　　1830
Hy. *pyren* "nhân cứng của trái"; *pyrena* "đá"; *akantha* "gai", liên tưởng đến nội quả bì của trái.

Pyrenaria　　　　　Bl. 1826　　　　　　Theaceae
　　　　　　　　　　Bijdr. Fl. Ned. Ind. 17: 1119　　*1826*
Hy. *pyren* "nhân cứng của trái"; liên tưởng đến trái.

Pyrethrum　　　　　Zinn. 1757　　　　　Asteraceae
　　　　　　　　　　Cat. Pl. Hort. Gott. 414, [454]　*1757*
Hy. *pyrethron* "cây chữ ma *Parietaria*", *pyretos* "bịnh sốt, nóng bỏng", *pyr* "lửa", liên tưởng đến rễ cây *Anacyclus pyrethrum*; La. *pyrethrum* hay *pyrethron* tên gọi một Cúc La mã, một loài *Anthemis*.
　　　　xem **Tanacetum** (CCVN-III/284)

Pyrostegia　　　　K.B. Presl. 1845　　　　Bignoniaceae
　　　　　　　　　　Abh. Königl. Böhm. Ges. Wiss., ser. 5, 3: 523　1845
Hy. *pyr* "lửa"; *stega* "mái che"; môi trên của vành màu lửa.

Pyrranthus　　　　　Jack. 1822　　　　　Rhizophoraceae
　　　　　　　　　　Malay Miscel. 2, 7 (1822) 57
Hy. *pyrros* "đỏ, ngọn lửa"; *anthos* "hoa"; hoa đỏ rực như lửa.
　　　　xem **Lumnitzera** (CCVN-II/110)　Rhizophoraceae

Pyrrosia　　　　　Mirbel 1802　　　　　Polypodiaceae
　　　　　　　　　　Hist. Nat. Vég. 3: 471　*1803 [1802]*
Hy. *pyrros* "màu lửa, vàng đỏ, đỏ, màu hung".

Pyrus   L. 1753   Rosaceae
                 Sp. Pl. 1: 479   1753

La. *pirum, pyrum* "trái lê", *pirus, pyrus* "cây lê", Akkadian *pir'um, per'um*, Hebrew *peri* "trái, con cháu".

. . . .

Q

Quadripterygium Tard. 1948 Celastraceae
  Bull. Soc. Bot. France 95(5–6): 179–180 *1948*
  quadri "4"; *pterygium* "cánh nhỏ".

Quamoclit Mill. 1754 Convolvulaceae
  Gard. Dict. Abr. (ed. 4) 1754
  tên gọi dây Tóc-tiên *Ipomoea quamoclit* ở Mêxicô;
    xem **Ipomoea** (CCVN-II/789)

Quassia L. 1762 Simaroubaceae
  Sp. Pl. (ed. 2) 1: 553 *1762*
  Graman Coissi hay Quassi, tên một người nô lệ ở Surinam, đã khámphá ra dượctính của *Quassiaamara*, năm 1730; ở Surinam dùng vỏ trị sốt.

Quercifilix Copel. 1928 Tectariaceae
  Philipp. J. Sci. 37(4): 408 *1928*
  Quercus và *filix* "ráng".
    xem **Tectaria** (CCVN-I/179)

Quercus L. 1753 Fagaceae
  Sp. Pl. 2: 994 *1753*
  tên La. xưa gọi giống cây Sồi, từ Ârập *al-qurq*.

Quiducia Gagnep. 1948 Carlemanniaceae
  Bull. Soc. Bot. France 95(1): 33 1948
    xem **Silvianthus** (CCVN-III/222)

Quinaria Lour. 1790 Rutaceae
  Fl. Cochinch. 272 *1790*
    xem **Clausena** (CCVN-II/425)

Quinquelobus Benj. 1847 Plantaginaceae
  Linnaea 20: 316 *1847*
  quinque "5"; *lobus* "thùy".
    xem **Limnophila** (CCVN-II/907)

Quisqualis L. 1762 Combretaceae
  Sp. Pl. (ed. 2) 1: 556 *1762*
  quis "ai"; *qualis* "cái gì"; do sự thay đổi màu sắc của hoa.

R

Racemobambos   Holttum 1956   Poaceae
                  Gard. Bull. Singapore 15: 268 1956
La. *racemos, i* "chùm hoa" (mỗi hoa có cuống gắn rời rạc dọc theo cọng phát-hoa), và tên giống *Bambos* Retz.
     xem **Vietnamosasa** (CCVN-III/605)

Radermachera   Zoll. & Mor. 1855   Bignoniaceae
                  Syst. Verz. 3: 53 1855
Jacobus Cornelius Matthaeus Radermacher (1741-1783), tvh Hòalan, sưu tập thực vật ở Java, quan chức ở Đông Ấn thuộc Hòalan, bảo trợ khoa học, sáng lập *Bataviaasch Genootschap van Kunsten en Wetenschappen*, tác giả *Naamlijst der planten.* Batavia 1780-1782.

Radermachia   Thunb. 1776   Moraceae
                  Kongl. Vetensk. Acad. Handl. 37: 251 1776
Jacobus Cornelius Matthaeus Radermacher (1741-1783), tvh Hòalan, v.v. (xem tiếp ở trên: Radermachera).
     xem **Artocarpus** (CCVN-II/546)

Randia   L. 1753   Rubiaceae
                  Sp. Pl. 2: 1192 1753
Isaac Rand (1674-1743), tvh Anh, bào chế thuốc, làm vườn, hội viên Royal Society, Giámđốc đầu tiên và giảng viên tvh của Chelsea Physic Garden thuộc Hiệp Hội các nhà Bàochế thuốc, một trong những Vườn Thực vật danh tiếng nhất châu Âu tk. 18.

Ranunculus   L. 1753   Ranunculaceae
                  Sp. Pl. 1: 548 1753
La. *ranunculus* "ếch nhỏ", từ giảm nhẹ nghĩa của *rana* "ếch"; do mọc nơi ẩm lầy.

Rapanea   Aublet 1775   Myrsinaceae
                  Hist. Pl. Guiane 1: 121, pl. 46 1775
     tên ở Guyana.

Raphanus   L. 1753   Brassicaceae
                  Sp. Pl. 2: 669 1753
La. tên giống của ra-đi (Cải đỏ), từ gốc Hy. *raphanos.*

Raphidophora Hassk. 1844 Araceae
Cat. Horto Bogor. 58 1844
Hy. *raphis, raphido* "cây kim"; *phora* "mang".

Raphidospora Nees 1832 Acanthaceae
= **Rhaphidospora** Nees 1832 *Pl. Asiat. Rar. 3: 77, 115 1832*
Hy. *rhaphis, rhaphidos* "cây kim"; *spora, sporos* "hột, bào tử".

Raphiolepis Lindl. 1820 (n. & orth. cons.) Rosaceae
= **Rhaphiolepis** *Bot. Reg. 468. 1820.*
Hy. *raphion* "kim nhỏ"; *lepis* "vảy"; lá hoa nhọn hay nhỏ như kim

Raphistemma Wall. 1831 Apocynaceae
Pl. Asiat. Rar. 2: 50, pl. 163 1831
Hy. *rhaphis, rhaphidos* "cây kim"; *stemma* "vòng hoa"; vành có vảy nhọn

Rapina = Rapinia Loureiro 1790 Campanulaceae
Fl. Cochinch. 127 1790
René Rapin (1621-1687), giáosĩ Pháp, tvh, ngữ học và thisĩ.
xem **Sphenoclea** (CCVN-III/99)

Rauwenhoffia Scheffer 1885 Annonaceae
Ann. Jard. Bot. Buitenzorg 2: 211885)
Nicolaas Willem Pieter Rauwenhoff (1826-1909), tvh Hòalan, sinhlýhọc thực vật; năm 1871 kế vị F.A.W. Miquel ở Utrecht; 1871-1896 giáo sư TVH và giám đốc Vườn thực vật ở Utrecht.

Rauwolfia Gled. 1764 Apocynaceae
Syst. Veg. (ed. 15 bis) 212 1764
Leonhard Rauwolf (1540-1596), ysĩ Đức, tvh, duhành, thu mẫu thực vật vùng Cận Đông, du nhập càphê vào châu Âu.

Ravenala Adans. 1763 Strelitziaceae
Fam. Pl. 2: 67 1763
tên cây ở Madagascar.

Razumovia Spreng. 1807 Orobanchaceae
Mant. Prim. Fl. Hal. 45 1807
Alexei Kirillowitsch Rasumowsky (Razoumowsky) (1748-1822), quí tộc Nga, tvh.
xem **Centranthera** (CCVN-II/925)

Reevesia Lindl. 1827 Malvaceae
Quart. J. Sci. Lit. Arts 2: 112 1827
John Reeves (1774-1856), tvh Anh ở Quảngchâu, Trungquốc, gởi nhiều mẫu thực vật về nước Anh.

Rehderodendron Hsu-Hu 1932 Styracaceae
Sinensia: 109
Alfred Rehder (1863-1949), giám đốc Thảotậpviện Arnold Arboretum, Massachusetts, Hoakỳ, giáo sư Lâm-học ở Đại học Harvard, tác giả *Manual of Cultivated Trees and Shrubs*.

Rehmannia Liboschitz ex Fisch. & Mey. 1835(n. cons.) Orobanchaceae
Index Seminum (St. Petersburg) 1: 36 1835
Joseph Rehmann (1799-1831), ysĩ và tvh Nga gốc Đức ở Saint Petersburg, giáo sư ở Đại học Moscow, ysĩ riêng của hoàng-đế Alexander đệ Nhất. Chết vì bệnh dịch tả năm 1831.

Reinwardtia Dumortier 1822 Linaceae
Comment. Bot. 19 1822
Caspar Georg Carl Reinwardt (1773-1854), ysĩ và thnh (Thực vật học, Hóa học, Dược học) Hòalan gốc Đức, sáng lập và giám đốc đầu tiên Vườn Thực vật Buitenzorg (Bogor) ở Java, năm 1823 giám đốc Vườn Thực vật Leyden.
xem **Tirpitzia** (CCVN-II/309)

Reissantia N. Hallé 1958 Celastraceae
Bull. Mus. Hist. Nat. (Paris) ser. 2. 30: 466 1958
tên do đảo chữ cái từ Charles Tisserant (1886-1962), linhmục và tvh Pháp, thu mẫu thực vật ở châu Phi.

Remirea Aublet 1775 Cyperaceae
Hist. Pl. Guiane 1: 44, pl. 16 1775
tên của cỏ này ở Guyana.

Remusatia H.W. Schott 1832 Araceae
Melet. Bot. 18 1832
Jean-Pierre Abel Rémusat (1785-1832), ysĩ và tvh, đông-phương-học và Hán-học, Quản thủ Thư viện quốc gia Pháp, giáo sư Hán ngữ ở Collège de France, tác giả *"Essai sur la langue et la littérature chinoises"*.

Renanthera Lour. 1790 Orchidaceae
Fl. Cochinch. 2: 516, 521 1790

La. *renes* "thận"; *anthera* "bao phấn" do hình baophấn hay phấnkhối.

Reptonia	A. DC. 1844	Sapotaceae

Prodr. 8: 153   *1844*

Humphry Repton (1752-1818), người Anh kiến trúc sư cảnh quan và vườn cảnh, tác giả *'Landscape Gardening'*.
xem **Sarcosperma** (CCVN-I/641)

Restiaria	Lour. 1790	Rubiaceae

Fl. Cochinch. 639   *1790*

La. *restiarius, ii* "thợ làm dây thừng".
xem **Uncaria** (CCVN-III/139)

Restio	Rottbøll 1772 (n. cons.)	Restionaceae

Descr. Pl. Rar. 9   *1772*

La. *restio, restionis* "dây thừng" ở Nam Phi dùng như dây thừng.
xem **Lepironia** (CCVN-III/568)

Retinodendron	Korth. 1840	Dipterocarpaceae

Verh. Nat. Gesch. Ned. Bezitt., Bot... 55. 1840

Hy. *rhetine* "rêsin"; *dendron* "cây".
xem **Vatica** (CCVN-I/445)

Rhabdia	Martius 1827	Boraginaceae

Nov. Gen. Sp. Pl. 2: 136 1827

Hy. *rabdo, rabdos* "gậy".
xem **Rotula** (CCVN-II/806)

Rhabdosia = **Rabdosia** (Bl.) Hassk. 1842   Lamiaceae

Flora 25. Beibl. 2: 25   *1842*

Hy. *rhabdo, rhabdos* "gậy, như cây gậy".

Rhaeo   C.B. Clarke 1881   Commelinaceae

Monogr. Phan. 3: 316. 1881= *Rhoeo* Hance ex Walpers 1853 (or. var.)
Ann. Bot. Syst. 3: 659 1852 [53]

Hy. *reo* "chảy", (từ nguyên không rõ, nhưng có thể liên tưởng đến nhựa nhầy).
xem **Tradescantia** (CCVN-III/372)

Rhamnella   Miq. 1867   Rhamnaceae

Prol. Fl. Japon. 218   *1867*

Rhamnus nhỏ, từ giảm nhẹ nghĩa với vĩ ngữ giống cái.

Rhamnoneuron   Gilg. 1894   Thymelaeaceae
                          Nat. Pflanzenfam. 3(6a): 245   *1894*
          gân của *Rhamnus*.

Rhamnus   L. 1753   Rhamnaceae
                          Sp. Pl. 1: 193   1753
          tên Hylạp.

Rhaphidophora   Hassk 1842   Araceae
                          Flora 25(Beibl. 2): 11   1842
          Hy. *raphidos* "kim"; *phoro* "mang".

Rhaphis   Lour. 1790   Poaceae
                          Fl. Cochinch. 538, 552 1790
          Hy. *rhaphis* "kim".
                    xem **Chrysopogon** (CCVN-III/707)

Rhapis   L.f. ex W. Ait. 1789   Arecaceae
                          Hort. Kew. 3: 473   1789
          Hy. *rhaphis* "kim"; có lẽ do lá phụ nhọn.

Rheum   L. 1753   Polygonaceae
                          Sp. Pl. 1: 371   1753
          tên Hy. *reon* của cây theo Galen, và *rha, ra* theo Dioscorides, từ
          một tên tiếng Ba-tư gọi rễ cây đại hoàng (*Rheum*).

Rhinacanthus   Nees 1832   Acanthaceae
                          Pl. Asiat. Rar. 3: 76, 108   *1832*
          Hy. *rhinos* "mũi"; *akanthos* "hoa"; dạng của hoa.

Rhizophora L. 1753 Rhizophoraceae
Sp. Pl. 1: 443 1753

Hy. *Rhiza* "rễ"; *phora* "mang"; cây có rễ chân nôm.

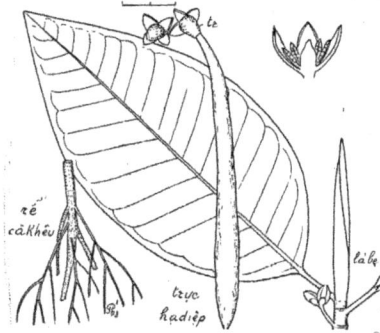

Rhizophora: Đước, cây mang rễ lộ khỏi mặt nước.

Rhodamnia Jack 1822 Myrtaceae
Malayan Misc. 2(7): 48 1822
Hy. *rhodon* "hường"; *amnion* "màng ối, cái bát", liên tưởng đến các trái non màu đỏ, hoặc Hy. *rhodamnos, rhadamnos* "nhánh nhỏ, chồi, cành non", do tầm vóc nhỏ của cây.

Rhododendron L. 1753 Ericaceae
Sp. Pl. 1: 392 1753
Hy. *rhodon* "hường"; *dendron* "cây".

Rhodoleia Champ. ex W.J. Hook 1850 Hamamelidaceae
Bot. Mag. 76: , pl. 4509 1850
Hy. *rhodon* "hường"; *leios* "láng, không gai"

Rhodomyrtus (A.DC) Reichb. 1841 Myrtaceae
Deut. Bot. Herb.-Buch 177 1841
Hy. *rhodo* "đỏ"; *myrtus* "cây sim".

Rhoiptelea Diels & Hand.-Mazz. 1932 Rhoipteleaceae
Repert. Spec. Nov. Regni Veg. 30: 75 1932
La. *rhoicus, a, um* "thuộc về cây sơn, *Rhus*"; *ptelea* "cây Du", cây có tuyến tiết nhựa resin thơm.

Rhopalephora Hassk. 1864 Commelinaceae

Bot. Zeitung (Berlin) 22: 58   1864
Hy. *rhopalon* " hình chùy"; *phora* "mang".

Rhopalocnemis   Junghuhn 1841   Balanophoraceae
Nov. Actorum Acad. Caes. Leop.-Carol. Nat. Cur. 18(Suppl. 1): 233 1841
Hy. *rhopalon* "hình chùy"; *cnemis* "cái bao, bọc".

Rhus   L. 1753   Anacardiaceae
Sp. Pl. 1: 265   1753
tên Hy. của cây sơn.

Rhynchelytrum   Nees 1836   Poaceae
Nat. Syst. Bot. 378, 446 1836
Hy. *rhynches* "mỏ"; *elytron* "bao, vỏ, cánh cứng".

Rhynchodia   Benth. 1876   Apocynaceae
Gen. Pl. 2: 719 1876
Hy. *rhynchos* "sừng, mỏ"; *odes* "dạng như".

Rhynchogyna   Seidenf. & Garay 1973   Orchidaceae
Bot. Tidsskr. 68: 88   1973
Hy. *rhynchos* "sừng, mỏ, vòi"; *gyne* "cái, nữ, cơ quan cái".

Rhynchosia   Lour. 1790   Fabaceae
Fl. Cochinch. 2: 425 [as Phynchosia], 460   1790
Hy. *rhynchos* "mỏ", có mũ; dạng của lườn.

Rhynchospermum   Reinw. 1828   Asteraceae
Syll. Pl. Nov. 2: 7   1828 [1825]
Hy. *rhynchos* "mỏ"; *sperma* "hột".

Rhynchospora   Vahl 1806, corr. Willd. 1809 (orth.&n. cons.)   Cyperaceae
Enum. Pl. 2: 229   1805
Hy. *rhynchos* "mỏ"; *spora* "hột, bào tử"; bế-quả có một mỏ rõ rệt.

Rhynchostylis   Blume 1825   Orchidaceae
Bijdr. Fl. Ned. Ind. 7: 285, 434 1825
Hy. *rhynchos* "mỏ"; *stylo, stylos* "vòi nhụy".

Rhynchotechum   Bl. 1826   Gesneriaceae
Bijdr. Fl. Ned. Ind. 775 1826
= **Rhynchothechum** Endl. 1841
Ench. 349. 1841

= **Rhynchothecum**   R. Br. 1840
>   *Pl. Jav. Rar. 122. 1840.*

Hy. *rhynchos* "sừng, mỏ"; *theke* "hộp, ngăn, nang", liên tưởng đến các trái.

Ricinodendron   Muell.-Arg. 1864   Euphorbiaceae
>   *Flora 47: 533   1864*

Ricinus và *dendron* "đại mộc", cây có lá dạng tựa *Ricinus*.

Ricinus   L. 1753   Euphorbiaceae
>   *Sp. Pl. 2: 1007 1753*

tên La. của cây: *ricinus* "con ve"; hột dạng giống như con ve.

Ricinus: hột giống như con ve.

Rickiella = Rikliella   J. Raynal 1973   Cyperaceae
>   *Adansonia ser. 2, 13(2): 154   1973*

Martin Albert Rikli (1868-1951), tvh Thụysĩ, địalý tvh, du hành và sưu tập thực vật, theo học A. Engler và Simon Schwendener (1829-1919) ở Berlin, 1906-1930 Quản thủ Bảo tàng Thực vật ở Zurich.
>   xem **Scirpus** (CCVN-III/509)

Ricota = Ricotia   L. 1763   Brassicaceae
>   *Sp. Pl. (ed. 2) 2: 912   1763*

Có lẽ đặt theo tên của Ricot, một tvh Pháp ít được biết đến.
>   xem **Rorippa** (CCVN-I/604)

Rinorea   Aublet 1775   Violaceae

Hist. Pl. Guiane 1: 235, pl. 93 *1775*

có nghĩa: hầu như tối tăm, hoặc từ một tên thông thường ở Guyane thuộc Pháp; hoặc từ Hy. *rhis, rhinos* "mũi" và *oros* "đồi, núi"; hoặc liên tưởng đến các bao phấn.

Rissoa Arn. 1836 Rutaceae

Nova Acta Phys.-Med. Acad. Caes. Leop.-Carol. Nat. Cur. 18: 324. 1836
Joseph Antoine Risso (1777-1845), bào chế thuốc và thnh (đvh, tvh) Pháp, đồng tác giả với Pierre Antoine Poiteau về "*Histoire naturelle des orangers*".
xem **Atalantia** (CCVN-II/427)

Rivea = Rivia Choisy 1833 Convolvulaceae

Mém. Soc. Phys. Genève 6: 407 1833
Auguste de la Rive (1801-1873), thnh Thụysĩ, giáo sư Vạn vật học ở Genève, tác giả "*Traité d'électricité théorique et appliqués*".

Robinia L. 1753 Fabaceae

Sp. Pl. 2: 722 1753
Jean Robin (1550-1629), tvh Pháp, quản lý Vườn và dược thảo cho các vua Pháp Henry III, Henry IV và Louis XIII, làm việc ở Jardin des Plantes ở Paris; đồng tác giả với Pierre Vallet "*Le Jardin du roy très chrestien Henry IV*"; tác giả "*Catalogus stirpium tam indigenarum exoticarum quam*" liệt kê 1 300 loài trồng năm 1601; xây dựng một Vườn thực vật cho Đại học Y-khoa Paris năm 1597.
xem **Tephrosia** (CCVN-I/891)

Robiquetia Gaudich. 1829 Orchidaceae

Voy. Uranie 426 *1826 [1829]*
Pierre-Jean Robiquet (1780-1840), nhà Bào chế thuốc và Hóahọc Pháp, năm 1806 cùng với Louis Nicolas Vauquelin (1763-1829) khám phá ra nhiều hóa chất hữu cơ, như asparagin từ Măng tây, amygdalin từ *bitter almonds* (1830, cùng với Antoine Francois Boutron-Charlard), codein/morphin từ cây Nha phiến (1832), và cafein (1821); từ năm 1811 giảng dạy ở Trường Bách-Khoa và Trường Dược ở Paris.

Rondeletia L. 1753 Rubiaceae

Sp. Pl. 1: 172 1753

Guillaume Rondelet (1507-1566), ysĩ Pháp và tvh, đvh, ngư-học, giáo sư y-khoa rồi Hiệu trưởng Khoa Y ở Đại học Montpellier, Pháp; hai quan tâm chính của ông là Y-học và Cá.

xem **Greenia** (CCVN-III/131)
Tarenna (CCVN-III/185)

Rorippa Scopoli 1760 Brassicaceae
Fl. Carniol. 520 1760
tên Anh xưa *rorippen* được latinhhóa.

Rosa L. 1753 Rosaceae
Sp. Pl. 1: 491 1753
Tên La. *rosa, rosae* của Hường.

Roscoea Sm. 1806 Zingiberaceae
Exot. Bot. 2: 97, pl. 108 1806
William Roscoe (1753-1831), luật-gia Anh, chủ ngân hàng, tvh, sáng lập Vườn Thực vật Liverpool, tác giả *"Monandrian plants of the order Scitamineae"*.

xem **Cautleya** (CCVN-III/438)

Rostellularia Reichb. 1837 Acanthaceae
Handb. Nat. Pfl.-Syst. 190 1837
La. *rostellum* "mỏ nhỏ".

Rotala L. 1771 Lythraceae
Mant. Pl. 2: 143–144, 175 1771
La. xưa *rotalis* "có bánh xe, như bánh xe"; *Rotala*: từ giảm nhẹ nghĩa của *rota* "bánh xe"; liên tưởng đến các lá mọc vòng (luân-sinh).

Rothia Persoon 1807 (n. cons.) Fabaceae
Syn. Pl. 2: 638, [659] 1807
Albrecht Wilhelm Roth (1757-1834), ysĩ và tvh Đức, tác giả thực-vật-chí Đức *"Tenetamen florae germanica"* và thực-vật-chí Đông Ấn *"Navae plantarum species praesertim Indiae oriental"*.

Rothmannia Thunbg 1776 Rubiaceae
Kongl. Vetensk. Acad. Handl. 37: 65 1776
Georg Rothman(n) (1739-1778), ysĩ và tvh Thụyđiển, bạn của Carl Peter Thunberg và cả hai đều là học trò của Linné; 1773-76 thu mẫu thực vật ở Tunisie và Lybie; dịch các tác phẩm của Voltaire (Pháp) và Alexander Pope (Anh) sang tiếng Thụyđiển.

Rottboellia L.f. 1780 (n. cons.) Poaceae
Suppl. Pl. 13, 114 *1781 [1782]*
Christen Friis Rottböll (Rottboell) (1727-1797), ysĩ và tvh Đanmạch, học trò của Linné, giáo sư y-khoa, giám đốc Vườn Thực vật Copenhagen.

Rottlera Willd. 1797 Euphorbiaceae
Gött. J. Naturwiss. 1(1): 7 *1797*
Johan Peter Röttler (1749-1836), tvh, gốc Đức, sinh và lớn lên ở Strasbourg, Pháp, theo dòng truyền-giáo Đanmạch, thu hơn 2 000 mẫu thực vật ở Ấn độ và Sri Lanka, một số ít mẫu ở vùng Cape, sau khi chết tất cả mẫu được chuyển cho Vườn Thực vật Kew.
xem **Mallotus** (CCVN-II/253)

Rotula Loureiro 1790 Boraginaceae
Fl. Cochinch. 1: 121 *1790*
La. *rotula*: tựa như một bánh xe nhỏ, từ giảm nhẹ nghĩa của *rota*, *rotae* "hình bánh xe", phẳng và tròn.

Rouchera Hallier f. 1923 Linaceae
Beih. Bot. Centralbl. 39(2): 48. 1923
= *Roucheria* Planchon 1847 *London J. Bot. 6: 141* *1847*
Jean Antoine Roucher, 1745-1794, thisĩ Pháp.
xem **Indorouchera** (CCVN-II/310)

Roupala Aublet 1775 Proteaceae
Hist. Pl. Guiane 1: 83, t. 32 *1775*
Từ tên điạphương ở Guyana.
xem **Helicia** (CCVN-II/14)

Roupellia Wall. & Hook. ex Benth. 1849 Apocynaceae
Bot. Mag. 75: , 4466 *1849*
Gia-tộc Roupell, đặc biệt là Charles Roupell ở Charleston, South-Carolina và các người cháu: Dr Roupell ở Luânđôn, Thomas Boone Roupell phục vụ ở Côngty Đông Ấn và vợ là Arabella Elizabeth Roupell nhũ danh Piggott (1817-1914) nghệ sĩ thực vật tác giả "*Specimens of the Flora of South Africa by a Lady*".
xem **Strophanthus** (CCVN-II/707)

Rourea Aubl. 1775 (n. cons.) Connaraceae
Hist. Pl. Guiane 1: 467, pl. 187 1775
tên ở Guyana : *aroura*.

Roureopsis Pl. 1850 Connaraceae
Linnaea 23: 423 *1850*
tựa như *Rourea*.

Roystonea = **Roystonia** O.F. Cook 1900 Arecaceae
Science, n.s. 12(300): 479 *1900*
Roy Stone (1836-1905), kỹsư và tướng của quânđội Mỹ trong cuộc Nội chiến và trong chiến tranh giữa Tâybannha và Hoa kỳ, xây dựng cầu đường ở Puerto Rico.

Rubia L. 1753 Rubiaceae
Sp. Pl. 1: 109 *1753*
Hy. *ruber* "đỏ".

Rubus L. 1753 Rosaceae
Sp. Pl. 1: 492 *1753*
tên La. xưa *rubus* "cây Mâm xôi"; *ruber* "đỏ" vài loài cho phẩm đỏ.

Rudbeckia L. 1753 Asteraceae
Sp. Pl. 2: 906 *1753*
Olaus Johannis Rudbeck (1630-1702), ysĩ Thụy điển, giáo sư Giảiphẫu học, Thựcvật học, sáng lập Vườn Thực vật ở Uppsala năm 1655-1691, Viện trưởng Đại học; và con trai là Olaf Olai Rudbeck (1660-1740), ysĩ và thnh, cũng là giáo sư Giảiphẫu học, Thực vật học, thay cha làm giámđốc Vườn Thực vật Uppsala 1691-1740. Giống (chi) này do Linné đặt, vinh danh Rudbeck vì đã đỡ đầu ông lúc còn là sinh viên nghèo.

Ruellia L. 1753 Acanthaceae
Sp. Pl. 2: 634 *1753*
Jean de la Ruelle (1474-1537), ysĩ và tvh Pháp dưới thời François đệ Nhất, giáo sư và trưởng khoa Y của Đại học Paris, linhmục phụ tá ở nhà thờ Notre Dame de Paris, cống hiến 20 năm đời mình để dịch, chú giải và phục hồi các y-văn cổ Hylạp của Dioscorides, Hippocrates, Galen, Euclid, Celsus và Plinius; tác giả *De Natura Stirpium* (1536) gồm 3 quyển về thực vật và dược học.

Rumex L. 1753 Polygonaceae
Sp. Pl. 1: 333 *1753*
tên La. của cây có nghĩa là đầu tên; vì lá tam giác của vài loài.

Rumohra   Raddi 1819   Dryopteridaceae
Opusc. Sci. 3: 290   1819
Karl Friedrich Ludwig Felix von Rumohr (1785-1843), người
Đức, văn sĩ và chuyên về lịch sử mỹ thuật, sưu tầm cổ-vật,
khuyến khích và bảo trợ TVH.

Rungia   C.G.D. Nees 1832   Acanthaceae
Pl. Asiat. Rar. 3: 77, 109   1832
Friedlieb Ferdinand Runge (1794-1867), nhà Bàochế thuốc và
Hóa học Đức, giáo sư Hóa học ở Đại học Breslau 1826-32, sau đó
làm việc cho một công ty Hóa học gần Berlin.

Ruppia   L. 1753   Ruppiaceae
Sp. Pl. 1: 127   1753
Heinrich Bernhard Ruppius (1688-1719), ysĩ và tvh Đức, tác giả
"Flora jenensis" về hệ thực vật vùng Jena và phần lớn vùng
Thuringen.

Russelia   N.J. Jacq. 1760   Scrphulariaceae
Enum. Syst. Pl. 6, 25   1760
Alexander Russel (1715-1768), ysĩ và thnh người Scotland, làm
việc cho một công ty Anh ở Aleppo, Syria trong 13 năm, tác giả
Natural History of Aleppo; hội viên của Royal Society và thành
viên của Medical Society of London; 1759-68 ysĩ của St Thomas'
Hospital ở Luân đôn.

Ruta   L. 1753   Rutaceae
Sp. Pl. 1: 383   1753
tên Hy. xưa *rute* "cây Cửu lý hương", mùi khó chịu.

Ryparosa   Bl.1826   Flacourtiaceae
Bijdr. Fl. Ned. Ind. 600 1826
Hy. *rhyparos, ryparos* "dơ bẩn", có lẽ do các lông dơ bẩn.

....

S

Sabia Colebr. 1819 Sabiaceae
Trans. Linn. Soc. London 12: 355 *1819*
Sabja-lat, tên Ấnđộ.

Sabina Mill. 1754 Cupressaceae
Gard. Dict. Abr. (ed. 4) no. 3 *1754*
từ tên La. *herba sabina* ở miền trung nước Ý gọi cây đỗ tùng
Juniperus sabina, mà Plinius cho là có tính làm trụy thai.

Saccharum L. 1753 Poaceae
Sp. Pl. 1: 54 *1753*
Hy. *saccaron* "đường".

Sacciolepis Nash 1901 Poaceae
Man. Fl. N. States 89 *1901*
Hy. *sakkion* "túi"; *lepis* "vảy"; có vảy tựa như túi.

Saccolabium Bl. 1825 (n. cons.) Orchidaceae
Bijdr. Fl. Ned. Ind. 7: 292 *1825*
La. *saccos* "túi"; *labium* "môi".
  xem **Gastrochilus** (CCVN-III/926 – 927)
  Malleola (CCVN-III/928)
  Eparmostigma (CCVN-III/929)

Saganea Dryopteridaceae
  xem **Tectaria** (CCVN-I/176)

Sageraea Dalzell 1851 Annonaceae
Hooker's J. Bot. Kew Gard. Misc. 3: 207 1851
do tên Ấnđộ.

Sageretia A.T. Brongn. 1827 Rhamnaceae
Mém. Fam. Rhamnées 52–53, pl. 2, f. 2 *1826*
Augustin Sageret (1763-1851), tvh Pháp, địa chủ và trồng cây, lai
tạo giống cây, tác giả *"De la culture et des usages de la pomme
de terre"*, *"Pomologie physiologique ou traité du
perfectionnement de la fructification"*.

Sagina L. 1753 Caryophyllaceae
Sp. Pl. 1: 128 *1753*

La. *sagina* "béo, mập"; tính bổ, làm trừu mập.

Sagittaria	L. 1753	Alismataceae
	Sp. Pl. 2: 993 1753	

La. *sagitta* "đầu tên", do hình dạng của phiến lá.

Saguerus	Steck. 1757	Arecaceae
	Diss. de Sagu 15 1757	

từ tên mãlai *sagu* gọi cây Cọ sagu, giàu tinh bột.

xem **Arenga** (CCVN-III/412)

Salacca	Reinw. 1826	Arecaceae
	Syll. Pl. Nov. 2: 3 1828 [1825]	

do chữ Mãlai *salac*.

Salacia	L. 1771	Celastraceae
	Mant. Pl. 2: 159 1771	

Salacia trong thần thoại Lamã là nữ thần của đại dương, ngự trị biển sâu, vợ của hải thần Neptune.

Salicornia	L. 1753	Chenopodiaceae
	Sp. Pl. 1: 3 1753	

La. *sal* "muối"; *cornu* "sừng", liên tưởng đến nơi mọc và hình dạng của các đốt trên thân cây.

xem **Athrocnemum** (CCVN-I/725)

Salix	L. 1753	Salicaceae
	Sp. Pl. 2: 1015 1753	

tên La. của cây Liễu; có lẽ do Hy. σαλεύω (saleúō) "đu đưa, lắc lư", vì nhánh dịu, thòng.

Salmalia	Schott & Endl.	Malvaceae
	Melet. Bot. 35 1832	

xem **Bombax** (CCVN-I/514)

Salomonia	Lour. 1790	Polygalaceae
	Fl. Cochinch. 1, 14 1790	

Salomon, vua Dothái từ 970 đến 931 trước CN, thường được nhắc đến trong Kinh Thánh Kitô-giáo.

Salvia	L. 1753	Lamiaceae
	Sp. Pl. 1: 23 1753	

La. *salvere* "chữa khỏi, chữa lành", do dược tính.

Salvinia   Seguier 1754   Salviniaceae
Fl. Veron. 3: 52 1754
Antonio Maria Salvini, 1633-1729, nhà ngữ-học, giáo sư tiếng
Hylạp ở Đại học Florence, Ý, bạn và bảo trợ cho nhà tvh Pier
Antonio Micheli.

Samadera   Gaertn. 1791   Simaroubaceae
Fruct. Sem. Pl. 2: 352 1791
Latinh-hóa tử tên *samadarā*, một loài cây mọc ở Sri Lanka.

Samanea   (Benth.) Merr. 1916   Fabaceae
J. Wash. Acad. Sci. 6(2): 46 1916
tên ở Nam-Mỹ *zamang*.

Sambucus   L. 1753   Adoxaceae
Sp. Pl. 1: 269 1753
tên La. của cây Cơm cháy *Sambucus*, từ *sambucé* "ống sáo",
sambuca "đàn hạc", do thân cây bộng, tủy to; cũng có thể từ Hy.
sambukh do sự tương tự giữa các cành non mọc ra từ các chồi
ngủ và các dây đàn hạc.

Sanchezia   Ruiz et Pav. 1794   Acanthaceae
Fl. Peruv. Prodr. 5, t. 32 1794
José Sanchez (?- 1794), người Tâybannha, giáo sư TVH ở Trường
Y-khoa Cadiz, tvh của hoàng gia ở Vườn Thực vật thuộc Real
Colegio de Cirugia de la Armada (1748) ở Cadiz, Tâybannha.

Sandoricum   Cavan. 1789   Meliaceae
Diss. 7: 359 1789
do tên Mãlai *santoor*; tên ở Molucca: *sandori*.

Sanguisorba   L. 1753   Rosaceae
Sp. Pl. 1: 116 1753
Cầm máu, *sanguis-(sorbeo, sorbere, sorbui)* "có tính cầm máu,
làm se da".

Sanicula   L. 1753   Apiaceae
Sp. Pl. 1: 235 1753
La. *sanare* "chữa lành"; người chữa bịnh, *sano, sanare, sanavi,
sanatum* (do dược tính của cây)

Sansevieria   Thunb. 1794 (n. cons.)   Asparagaceae

Prodr. Pl. Cap. 1: [xii], 65   1794
Raimondo di Sangro (1710-1771), Hoàngtử Sansevero, quí tộc Ý
và tác giả; hoặc Pietro Antonio Sanseverino, tk. 18, bá-tước người
Ý, bảo trợ ngành trồng trọt ở Naples khoảng năm 1785.

Santalum   L. 1753   Santalaceae
Sp. Pl. 1: 349   1753
từ Ảrập *ssandal* "có ích"; từ Ba-tư *shandul* "cây đàn hương";
nhiều đồ làm từ cây này.

Sapindus   L. 1753   Sapindaceae
Sp. Pl. 1: 367   1753
La. *sappium* hay *sapinus*: một thứ resin; vì resin; hay *saepes*
"hàng rào", và *pinus* "thông"; La. *sapindus, -a, –um* "xà-phòng
Ấn độ", từ rút gọn của *sapo-indicus* (do sử dụng như xá-phòng).

Sapium   P. Br. 1756   Euphorbiaceae
Civ. Nat. Hist. Jamaica 338, Index II (11)   1756
tên của trái: do La. *sapo* "giống xà phòng", vì có nhựa nhầy, dính.

Sapria   Griff. 1849   Rafflesiaceae
Proc. Linn. Soc. Lond. 1: 216   1849
Hy. *sapro, sapros* "mục nát, thối rữa", sống trên mùn.

Saprosma   Bl. 1827   Rubiaceae
Bijdr. Fl. Ned. Ind. 956 1826-1827
Hy. *sapro, sapros* "mục nát, thối rữa"; *osma* "mùi".

Saraca   L. 1767   Fabaceae
Syst. Nat. (ed. 12) 2: 469   1767
tên Ấnđộ *sarac.*

Sarcandra   Gardn. 1845   Chloranthaceae
Calcutta J. Nat. Hist. 6: 348   1845
Hy. *sarkos* "thịt"; *andro* "đực, tiểunhụy".

Sarcanthus   J. Lindl. 1824   Orchidaceae
Bot. Reg. 10: sub t. 817 1824
Hy. *sarkos* "thịt"; *anthos* "hoa", hoa mập.
          xem   **Robiquetia** (CCVN-III/933)
                  Micropera (CCVN-III/934)
                  Cleisostoma (CCVN-III/935 – 939)
                  Peletantheria (CCVN-III/940 – 941)

Sarcocephalus   Afz. ex Sabine 1824   Rubiaceae
Trans. Hort. Soc. 5: 442 1824
Hy. *sarkos* "thịt, mềm"; *kephale* "đầu", quả-đầu mềm.
   xem **Nauclea** (CCVN-III/143)

Sarcochilus   R. Br. 1810   Orchidaceae
Prodr. 332   1810
Hy. *sarkos* "thịt, mềm"; *cheilos* "có môi".
   xem **Thrixspermum** (CCVN-III/948)

Sarcococca   Lindl. 1826   Buxaceae
Bot. Reg. 1012 1826
Hy. *sarkos* "thịt, mềm"; *coccos* "phì quả, quả mọng".

Sarcodium   Pers. 1807   Fabaceae
Synopsis Plantarum 2: 352. 1807
Hy. *sarkos* "thịt, mềm"; *kodion* "có đầu, xốp"
   xem **Clianthus** (CCVN-I/976)

Sarcoglyphis   Garay 1972   Orchidaceae
Bot. Mus. Leafl. 23(4): 200   1972
Hy. *sarkos* "thịt, mềm"; *glypho* "chạm, khắc".

Sarcolobus   R. Br. 1810 [1811]   Apocynaceae
Asclepiadeae 23   1810
Hy. *sarkos* "thịt, mềm"; *lobos* "có thùy, có trái".

Sarcopodium   Lindl. ex Paxton Paxt.   Orchidaceae
Fl. Gard. 1: 155   1853
Hy. *sarkos* "thịt, mềm"; *podion* "chân nhỏ".
   xem **Epigeneium** (CCVN-III/864)

Sarcopyramis   Wall. 1824   Melastomataceae
Tent. Fl. Napal. 32, pl. 23   1824
Hy. *sarkos* "thịt, mềm"; *pyramis* "hình nón, chop".

Sarcosperma   J.D. Hook. 1876   Sapotaceae
Gen. Pl. 2: 651, 655   1876
Hy. *sarkos* "thịt, mềm"; *sperma* "hột", hột mềm.

Sarcostemma   R. Br. 1810 [1811]   Apocynaceae
Prodr. 463   1810

Hy. *sarkos* "thịt, mềm"; *stemma* "vòng hoa", vành phụ mềm.

Sarcostigma
W. & Arn. 1833   Icacinaceae
Edinburgh New Philos. J. 14: 299   1833
Hy. *sarkos* "thịt, mềm"; *stigma* "nuốm".

Sargentodoxa
Rehd. & Wils. 1913   Lardizabalaceae
Pl. Wilson. 1(3): 350   1913
doxe "danh dự" cho giáo sư Charles Sprague Sargent (1841-1927), sáng lập và giám đốc Arnold Arboretum, Massachusetts, Hoa kỳ.

Sasa
Mak. & Shibata 1901   Poaceae
Bot. Mag. (Tokyo) 15(168): 18   1901
tên Nhật của Tre lùn.

Satureja
L. 1753   Lamiaceae
Sp. Pl. 2: 567   1753
có lẽ Hy. *saturos* "Satyr, thần dê" trong thần thoại Hylạp, do cây có tính phần dương; hoặc La. *satureia, satureiorumin* do Plinius gọi một rau ăn, từ tên Ảrập *sattur* "rau thơm".

Saurauja
Willd. 1801   Actinidiaceae
Ges. Naturf. Freunde Berlin Neue Schriften 3: 407   1801
Franz Josef Graf von Saurau (1760-1832), quí tộc và chính trị gia Áo, Thống đốc vùng Lombardia ở Ý, Đại sứ ở Madrid và Firenze (Florence), quan Chưởng ấn ở triều đình Áo, bảo trợ Khoa học.

Sauropus
Bl. 1825 [1826]   Euphorbiaceae
Bijdr. Fl. Ned. Ind. 595   1825
Hy. *sauro, saurus* "thằn lằn"; *pous* "chân"; pháthoa như chân thằn lằn.

Saururus
L. 1753   Saururaceae
Sp. Pl. 1: 341   1753
Hy. *saurus* "thằn lằn"; *oura* "đuôi"; pháthoa như đuôi thằn lằn.

Saussurea
A.D. de Cand. 1810 (n. cons.)   Asteraceae
Ann. Mus. Natl. Hist. Nat. 16: 156, 198–203, pl. 10–13   1810
Horace Bénédict de Saussure (1740-1799), nhà địa chất học Thụysĩ, nghiên cứu vùng núi Alpes, tác giả *Voyages dans les Alpes*.

Saxifraga   L. 1753   Saxifragaceae
Sp. Pl. 1: 398   1753

La. *saxum* "đá"; *frango* "làm bể, làm nứt" làm nứt đá, sống trong khe đá; có thể làm thuốc trị sạn trong túi mật, thận, bàng-quang,

Saxifragites   Gagnep. 1950   Hamamelidaceae
Notul. Syst. (Paris) 14(1): 34   1950

La. *saxifragus, a, um* "làm nứt, bể đá".
xem **Distylum** (CCVN-II/530)

Scaevola   L. 1771 (n. cons.)   Goodeniaceae
Mant. Pl. 2: 145–146   1771

La. *scaevus* "bên trái", thuận tay trái do dạng của vành (các thùy của vành lệch về một phiá, như thể bắt chước vị anh hùng Gaius Mucius (507 trước CN) đã thuyết phục vua Etruria (miền trung Ý) là Porsena, về thân phận quí tộc của mình bằng cách tự đốt bàn tay phải của mình trên ngọn lửa của bàn thờ, và nhờ đó khích cho Porsena giải hòa với Lamã. Tên La. *Scaevola* "thuận tay trái" là biệt hiệu tặng cho Mucius sau khi ông ta mất tay phải.

Scaphium   Schott. & Endl. 1832   Sterculiaceae
Melet. Bot. 33 1832

Hy. *scaphi, scapho, scaphion* "xuồng nhỏ, hình thuyền"; do hình dạng của trái.

Scepa   Lindley 1836   Euphorbiaceae
Nat. Syst. Bot. 441   1836

có lẽ từ Hy. *skepas, skepes* "che phủ, ẩn núp".
xem **Aporusa** (CCVN-II/219)

Schefflera   J.R. & J.A.G. Forster 1776 (n.cons.)   Araliaceae
Char. Gen. Pl. 23   1776

Có vài lẫn lộn về người được đề tặng tên giống cây nầy:

1)-Jacob Christoph Scheffler (1698-1742), ysĩ và tvh Balan ở Dantzig, có thể là tác giả của *Disputatio botanico-medico inauguralis de Asaro* ; hoặc

2)-Jacob Christian Scheffler (1722-1811), ysĩ Đức ở Dantzig, thnh Thực vật học, Hóa học, Khoáng vật học, cũng thu mẫu Côn trùng, Nhuyễn thể và Cá, trồng cây ngoại lai và viết về giống *Asarum*; hoặc

3)- Johann Peter Ernst von Scheffler (1739-mất: 1800-1810), ysĩ và tvh ở Leipzig (Đức), sau đó ở Warsaw (Ba lan), thu mẫu nhiều cây được Gottfried Reyger và Christian Mentzel mô tả trong *Testamen Florae Gedanensis Methodo Sexuali Adcommodatae* (1764).

Scheffleropsis Ridley 1922 Araliaceae
Fl. Malay. Penin. 1: 888 *1922*
tựa như *Schefflera.*

Schima Reinw. ex Bl. 1823 Theaceae
Catalogus 80 *1823*
do tiếng Arập *schima* "dáng, bề ngoài"; hoặc Hy. *schisma* "phân chia", *skiasma*, bông nhiều.

Schinus L. 1753 Anacardiaceae
Sp. Pl. 1: 388 *1753*
Hy. *schinos* tên gọi một cây khác cũng tiết ra nhựa dính, *Pistacia* sp.

Schisandra Michx. 1803 Schisandraceae
Fl. Bor.-Amer. 2: 218–219, pl. 47 *1803*
Hy. *schiza* "phân chia, chẻ"; *andros* "nam, đực", bao phấn bị chẻ ra.

Schismatoglottis Zoll. & Mor. 1846 Araceae
Syst. Verz. 83 *1846*
Hy. *schismatos* "mau rụng"; *glotta* "lưỡi"; phiến mo mau rụng.

Schizaea J.E. Sm. 1793 Schizaeaceae
Mém. Acad. Roy. Sci. (Turin) 5: 419, pl. 9, f. 9 *1793*
Hy. *schiza, schizein, schizo* "chẻ"; phiến xẻ.

Schizachyrium C.G.D. Nees 1829 Poaceae
Fl. Bras. Enum. Pl. 2(1): 331–332 *1829*
Hy. *schizo, schizein* "chẻ"; *achyron* "vỏ, trấu, dĩnh, mày ngoài"; mày ngoài có răng, vỏ trấu chẻ hai.

Schizo Asteraceae
Hy. *schizo* "có tua, mép, bị rạch hoặc chẻ không đều"
xem **Wedelia** (CCVN-III/273)

Schizandra = Schisandra Michx. 1803 (n. cons.) Schisandraceae
Fl. Bor.-Amer. 2: 218–219, pl. 47 *1803*
Hy. *schizo* "chẻ"; *andros* "bao phấn, tiểunhụy"; baophấn chẻ, tiểunhụy chẻ.

Schizocapsa   Hance 1881   Taccaceae
      J. Bot. 19: 292   1881
 Hy. *schizo* "chẻ"; *capsa* "hộp, túi, ngăn".
 xem **Tacca** (CCVN-III/744)

Schizophragma Sieb. & Zucc. 1838 Hydrangeaceae
      Fl. Jap. 1: 58   1838
 Hy. *schizo* "chẻ"; *phragma* "bẻ gãy, làm đứt"; thành cuả trái nứt
ra và rụng cả.

Schizostachyum C.G.D. Nees 1829 Poaceae
      Fl. Bras. Enum. Pl. 2(1): 535   1829
 Hy. *schizo* "chẻ, chia"; *stachys* "gié", do khoảng cách giữa các
gié-hoa.

Schizotorenia Yamaz. 1978 Scrophulariaceae
      J. Jap. Bot. 53: 101   1978
 Hy. *schizo, schizein* "chẻ", và tên giống *Torenia*.

Schleichera   Willd. 1806 (n. cons.) Sapindaceae
      Sp. Pl. 4: 1096 1806
 Johann Christoph Schleicher (1768-1834), tvh Thụysĩ, cũng
chuyên Đài thực vật và Nấm, thu mẫu ở Đức, Pháp, Ý và Thụysĩ,
tác giả *Catalogus plantarum in Helvetia.*

Schoenomorphus
 viết đúng: *Schaenomorphus* Thorel ex Gagnep. 1933 Orchidaceae
      Bull. Soc. Bot. France 80: 351   1933
 Hy. *schonos, schoeno* "tựa cỏ bấc"; *morphe, morphus* "hình dạng,
dáng dấp".
  xem **Tropidia** (CCVN-III/970)

Schoenoplectus (Reichb.) Palla 1888 (n. cons.) Cyperaceae
      Verh. K.K. Zool.-Bot. Ges. Wien 38: 49   1888
 Hy. *schonos, schoeno* "tựa cỏ bấc"; *plecto, plectos* "nếp gấp, dây
bện".
  xem **Scirpus** (CCVN-III/507)

Schoenorchis Blume 1825 Orchidaceae
      Bijdr. Fl. Ned. Ind. 8: 361   1825
 Hy. *schonos* "tựa cỏ bấc"; *orchis* "lan"; do lá tựa như cỏ bấc.

Schoenus   L. 1753   Cyperaceae
Sp. Pl. 1: 42   1753
Hy. xưa *schoenos* gọi những "thực vật dạng như cỏ bấc".

Schoepfia   Schreber 1789   Olacaceae
Gen. Pl. 1: 129–130   1789
Johann David Schoepf (Schoepff) (1752-1800), ysĩ Đức và thnh (tvh), 1777-83 ysĩ phục vụ trong quân đội Anh trong chiến tranh giành độc lập ở Mỹ, du hành qua các bang Pennsylvania, Maryland, North và South Carolina, quần đảo Bahamas; chủ tịch Hội đồng Y-khoa ở Ansbach và Bayreuth, tác giả *"Reise durch einige der mittleren und südlichen Vereinigten nordamerikanischen Staaten"* và *"Materia medica Americana"*.

Schoutenia   Korth. 1848   Tiliaceae
Ned. Kruidk. Arch. 1: 312–313   1848
Willem Cornelisz (Corneliszoon) Schouten (1580-1625), nhà hải hành Hòalan, 1615 thuyền trưởng trên chiếc *Eendracht* trong chuyến tìm hải trình mới đã khám phá ra Mũi Horn, nhiều hải đảo, hành lang Drake, đến Batavia (Java) năm 1616, v.v., tác giả *"Journal ou Description du Merveilleux Voyage de Guillaume Schouten"*.

Schrebera   Roxbg 1799 (n. cons.)   Oleaceae
Pl. Coromandel 2: 1   1799
Johann Christian Daniel von Schreber (1739-1810), tvh và đvh Đức, giaothiệp với - và học trò của - Linné, giáo sư Dược liệu học ở Đại học Erlangen, Chủ tịch Viện Hàn lâm khoa học Leopoldina ở Đức, thành viên Viện Hàn lâm hoàng gia Khoa học Thụy điển, Hội viên Royal Society, tác giả bộ sách nhiều quyển *"Die Säugethiere in Abbildungen nach der Natur mit Beschreibungen"* về các thú Hữu nhũ trên thế giới, *"Schreberi Novae Species Insectorvm"* về Côn trùng, và nhiều công trình khác.

Schumannianthus   Gagn. 1904   Maranthaceae
Bull. Soc. Bot. France 51: 176   1904
Karl Moritz Schumann (1851-1904), tvh, phân loại học, và đồng nghiệp hàn lâm với giáo sư Adolf Engler ở Berlin, 1880-1894 quản thủ Bảo tàng thực vật ở Berlin-Dahlem, nghiêncứu Cactaceae, Marantaceae, Chủ tịch đầu tiên của Hội Cactus (Xương rồng) ở Đức và chủ biên của Tạp Chi về Cactus, viết rất nhiều bài báo về thực vật.

Sciadophyllum　　　P. Browne 1756　　　Araliaceae
　　　　　　　　　Civ. Nat. Hist. Jamaica 190　　1756.
Có lẽ từ Hy. *skias, skiados* "vòm, tán, bóng mát" và *phyllum* "lá";
skiado-phyllon = tán lá.
　　　xem **Schefflera** (CCVN-II/493)

Sciaphila　　　Bl. 1825 [1826]　　　Triuridaceae
　　　　　　　　Bijdr. Fl. Ned. Ind. 514 1825
Hy. *skias* "rập, bóng mát"; *philos* "ưa"; ưa rập, hoại-sinh.

Scilla　　　L. 1753　　　Liliaceae
　　　　　　　Sp. Pl. 1: 308　1753
tên Hy. xưa *skilla*; La.*scilla, squilla*, tên cây Hành biển, *Urginea
maritima.*
　　　xem **Urginea** (CCVN-III/481)

Scindapsus　　　H.W. Schott. 1832　　　Araceae
　　　　　　　　Melet. Bot. 21　1832
tên Hy. xưa *skindaphos* gọi một cây tựa như dây Thường xuân.

Scirpodendron　　　Zipp. ex Kurz 1869　　　Cyperaceae
　　　　　J. Asiat. Soc. Bengal, Pt. 2, Nat. Hist. 38: 84　1869
tên giống *Scirpus* và *dendron* "cây".

Scirpus　　　L. 1753　　　Cyperaceae
　　　　　　　Sp. Pl. 1: 47　1753
tên La. xưa gọi một loài Lác.

Sclerachne　　　R. Br. 1838　　　Poaceae
　　　　　　　Pl. Jav. Rar. 15 1838
Hy. *scleros* "cứng"; *achne* "dĩnh".

Scleria　　　P. Bergius 1765　　　Cyperaceae
　　　　　Kongl. Vetensk. Acad. Handl. 26: 142, pl. 4–5　1765
Hy. *scleros* "cứng"; trái cứng.

Scleroglossum　　　v.Av.R. 1912　　　Polypodiaceae
　　　　　Bull. Jard. Bot. Buitenzorg, sér. 2 2(7): 37–39　1912
Hy. *scleros* "cứng"; *glossum* "lưỡi"; lá hình lưỡi, dầy cứng.

Scleropyrum　　　Arn. 1838 (n.cons.)　　　Santalaceae
　　　　　　　Mag. Zool. Bot. 2: 549　1838
Hy. *scleros* "cứng"; *pyros* "lúa mì, lữa".

Sclerostachya   (And. ex Hack.) A. Cam. 1922   Poaceae
Fl. Indo-Chine 7: 243   1922
Hy. *scleros* "cứng"; *stachys* "gié".

Sclerostylis   Blume 1825   Rutaceae
(Bijdr. Fl. Ned. Ind. 133 1825)
Hy. *scleros* "cứng, khô"; *stylos* "vòi nhụy".

Scolophyllum   T. Yamaz. 1978   Scrophulariaceae
J. Jap. Bot. 53(4): 100   1978
Hy. *scolop* "gai"; *phyllum*"lá"; hay Hy. *skolex* "hình giun, trùng"; phyllum "lá".

Scolopia   Schreb. 1789   Flacourtiaceae
Gen. Pl. 1: 335 1789
Hy. *scolop* "gai".

Scoparia   L. 1753   Scrophulariaceae
Sp. Pl. 1: 116   1753
La. *scopae, scoparum* "tựa như chổi", dùng làm chổi.

Scrophularia   L. 1753   Scrophulariaceae
Sp. Pl. 2: 619   1753
La. *scrophula* (*scrofa, scrophae*): xưa trị *scrofula* (bịnh lao các hạch bạch huyết, thường là các hạch ở cổ); nhiều loài được dùng để trị bệnh nầy.

Scurrula   L. 1753   Loranthaceae
Sp. Pl. 1: 110   1753
La. *scurrula, ae* "anh hề nhỏ", từ giống cái giảm nhẹ nghĩa của *scurra, ae* "vệ binh, người thích ăn diện"; *scurrantis speciem praebere* "kiểu vẻ hề ăn bám" (Quintus Horatius Flaccus).

Scutellaria   L. 1753   Lamiaceae
Sp. Pl. 2: 598   1753
Scutellaria "diã"; La. *Scutella* "khiên nhỏ", phần lõm của đài đồng trưởng trên trái.

Scutia (Comm. ex A. DC) A.T. Brongn.1827 (n. cons.) Rhamnaceae
Ann. Sci. Nat. (Paris) 10: 362   1827
La. *scutum, i* "cái khiên", do hình thù của dĩa mật.

Scutula	Lour. 1790	Melastomataceae
	Fl. Cochinch. 223, 235 1790	

La. *scutula, ae* "dĩa nhỏ, một vật hình thoi", liên tưởng đến đài-hoa.
>   xem **Memecylon** (CCVN-II/102)

Scyphellandra	Thw. 1858	Violaceae
	Enum. Pl. Zeyl. 21 1858	

Hy. *skyphos* "cái ly"; *andra* "phần đực".
>   xem **Rinorea** (CCVN-I/554)

Scyphiphora	C.F. Gaertn. 1806	Rubiaceae
	Suppl. Carp. 91, pl. 196, f. 2 1806	

Hy. *skyphos* "cái ly"; *phero, phora, phoros* "mang".

Sebastiana	K.P.J. Sprengel 1820	Euphorbiaceae
	Neue Entdeck. Pflanzenk. 2: 1181820	

Francesco Antonio Sebastiani (1782-1821), ysĩ và tvh Ý, giáo sư TVH ở Đại học, 1813-20 giám đốc Vườn Thực vật ở Roma, viết chung với Ernesto Mauri về Thảm thực vật vùng Roma, và tác giả "*Florae romanae*".

Sebifera	Lour. 1790	Lauraceae
	Fl. Cochinch. 602, 637 1790	

La. *sebum-fero* "tạo chất mỡ, có sáp".
>   xem **Litsea** (CCVN-I/360)

Secamone	R. Br. 1810	Asclepiadaceae
	Prodr. 464 1810	

từ tên Ảrập *squamona* gọi cây *Secamone aegyptiaca*.

Sechium	P. Browne 1756 (n. cons.)	Cucurbitaceae
	Civ. Nat. Hist. Jamaica 355 1756	

tên Trung Mỹ, *chacha*.

Securidaca	L. 1759 (n. cons.)	Polygalaceae
	Syst. Nat. (ed. 10) 2: 1151, 11551759	

La. *securis* "cái rìu nhỏ"; dạng của trái có cánh.

Securinega	Comm. ex Juss. 1789 (n. cons.)	Euphorbiaceae
	Gen. Pl. 388 1789	

La. *secur* "cái rìu", *negare* "không, từ chối"; do vài loài có gỗ cứng.

Sedum L. 1753 Crassulaceae
Sp. Pl. 1: 430 1753
La. *sedo* "ngồi"; cây dính, bám vào đá, tường.

Seguiera Adans. 1763 Phytolaccaceae
Fam. Pl. 2: 443 1763
= *Seguieria* Loefling 1758 Phytolaccaceae
Iter Hispan. 176, 191 1758
Jean Francois Seguier (1703-1784), tvh Pháp ở Nîmes, sử gia, nhà du hành, khảocổ học, thư tịch thực vật, thiên văn học, học với Antoine de Jussieu, tác giả *Bibliotheca botanica.* Hagae Comitum 1740.
xem **Tetracera** (CCVN-I/407)

Sehima Forskål 1775 Poaceae
Fl. Aegypt.-Arab. 178 1775
từ Ảrập *saehim* hay *sehim*, tên thông thường gọi cây *Sehima ischaemoides* Forssk. thu ở làng Al Hadiyah, Yemen ["*Yemen in montibus ad Hadie*"], 1763.

Selaginella P. Beauv. 1805 Selaginellacae
Prodr. Aethéogam. 101 1805
Từ giảm nhẹ của *Selago*; một giống Quyển bá.

Selinum L. 1762 (n. cons.) Apiaceae
Sp. Pl. (ed. 2) 1: 350–351 1762
tên Hy. *selinon* của một loài tựa như cần tây có cánh hoa bóng láng. xem **Cnidium** (CCVN-II/485)

Selliguea Bory de St Vincent 1824 Polypodiaceae
Dict. Class. Hist. Nat. 6: 587–588 1824
Alexandre François Gilles (1784-1845), thường gọi là Sellligue (do đảo chữ cái từ tên riêng), kỹ sư và thnh Pháp, phát triển kính hiển vi tiêu sắc.

Semecarpus L.f. 1782 Anacardiaceae
Suppl. Pl. 25, 182 1781 [1782]
Hy. *semeion* "vết, đốm, dấu"; *carpus* "trái"; do dùng dịch trái để làm, in dấu trên vải.

Senecio L. 1753 Asteraceae
Sp. Pl. 2: 866 1753

tên La. của giống, từ *senex, senis* "ông già"; hoađầu là một chùy tròn (có lông mào) trắng như đầu ông già.

Senna   Mill. 1754   Fabaceae
                Gard. Dict. Abr. (ed. 4) vol. 3   1754
từ tên Ảrập *sana* gọi lá và trái có tính nhuận trường.
        xem **Cassia** (CCVN-I/848)

Sericocalyx   Bremek. 1944   Acanthaceae
                Verh. Kon. Ned. Akad. Wetensch., Afd. Natuurk.,
                Tweede Sect. 41(1): 157   1944
Hy. *serikos* "tơ"; *kalyx, kalykos* "đài-hoa", đài-hoa có nhiều lông tơ.

Serissa   Comm. ex Juss. 1789   Rubiaceae
                Gen. Pl. 209   1789
tên Ấnđộ gọi cây *Serissa foetida*.

Serotochloa   Judz. 1984   Poaceae
                Phytologia 56(4): 299   1984
La. *serotinus -a -um* "nở vào mùa thu, muộn"; *sero, serius* (trổ hoa, ra trái); *chloe* "cỏ hòa bản".

Serpicula   L.1767   Haloragaceae
                (Syst. Nat. (ed. 12) 2: 608, 620. 1767)
        xem **Hydrilla** (CCVN-III/319) Hydrochatitaceae

Sesamum   L. 1753   Pedaliaceae
                Sp. Pl. 2: 634   1753
từ tên Hy. *sesamon, sasamon, saamon, sesame* và Ảrập *simsim* của Mè. La. *sesamum, sisamum,* một cây có dầu, *sesima* hay *sesama* một tên khác gọi cây Thầu dầu; Hebrew *shemen* "dầu"; Akkadian *samas-sammu, samsammu*.

Sesbania   Scopoli 1777 (n. cons.)   Fabaceae
                Intr. Hist. Nat. 308–309 1777
tên Ảrập *sisaban, seshban, saisaban* hay *sesaban*.

Sesuvium   L. 1759 ?   Aizoaceae
                Syst. Nat. (ed. 10) 2: 1052, 1058, 1371   1759
từ nguyên không rõ.

Setaria   P. de Beauv. 1812 (n. cons.)   Poaceae

Ess. Agrostogr. 51, 178, pl. 13, f. 3   *1812*
La. *seta, setae* "tơ"; pháthoa có nhiều tơ.

Severina = Severinia   Tenore ex Endl. 1842   Rutaceae
          Gen. Pl. Suppl. 2: 83   *1842*
Marco Aurelio Severino (1580-1656), ysĩ Ý, giáo sư Giải phẫu
học và khoa phẫu thuật ở Naples.

Shorea   Roxb. Ex C.F. Gaertner 1805   Dipterocarpaceae
          Fruct. Sem. Pl. 3: 47   *1805*
John Shore, Nam tước Teignmouth (1751-1834), nhà quản trị
phục vụ trong Công ty Đông Ấn thuộc Anh, 1793-97 chủ nhiệm
văn phòng Thống đốc ở Ấnđộ.

Shuteria   W. & Arn. 1834 (n. cons.)   Fabaceae
          Prodr. Fl. Ind. Orient. 207   *1834*
James Shuter (?-1826), ysĩ, thnh và tvh Anh, bạn của nhà phẫu
thuật và tvh Robert Wight (1796–1872), thu nhiều mẫu thực vật ở
vùng Madras, Ấn độ; 1819 Hội viên Linnean Society, 1822 thnh
của Chính phủ Anh ở Madras, Ấn độ.

Sicyos   L. 1753   Cucurbitaceae
          Sp. Pl. 2: 1013 1753
= *Sycios* Medik. 1753
          Hy. *sikyos* "dưa chuột hoang, dây bầu"; La. *sycion agron* "một
          thực vật, còn gọi là *cucumis anguinus*".
          xem **Sechium** (CCVN-I/576)

Sida   L. 1753   Malvaceae
          Sp. Pl. 2: 683   *1753*
tên Hy. *side* mà Theophrastus gọi Súng trắng (*Nymphea alba*), và
cũng gọi tên cây Lựu.

Sideritis   L. 1753   Lamiaceae
          Sp. Pl. 2: 574   *1753*
tên Hy. *sideritos* gọi những cây dùng đắp những vết thương do vũ
khí bằng kim loại gây ra.
          xem **Elsholtzia** (CCVN-II/859)

Sideroxylon   L. 1753   Sapotaceae
          Sp. Pl. 1: 192   *1753*
Hy. *sideros-xylon* = gỗ cứng như sắt.
          xem **Sinosideroxylon** (CCVN-I/637)

Siegesbeckia   L. 1753   Asteraceae
Sp. Pl. 2: 900   1753
Johann Georg Siegesbeck (1686-1755), ysĩ và tvh Đức, 1736 giámđốc Vườn Thực vật ở Saint Petersburg do hoàng hậu Anna nước Nga thành lập; ông thường chỉ trích và chống đối Linné.

Siliquamomum   Baill. 1895   Zingiberaceae
Bull. Mens. Soc. Linn. Paris 2: 1193   1895
La. *siliqua* "giác quả", và tên giống *Amomum*.

Silvianthus   J.D. Hooker 1868   Carlemanniaceae
Hooker's Icon. Pl. 11: 36   1868
La. *silva, silvae* "rừng, hoang"; *anthus* "hoa".

Sinapis   L. 1753   Brassicaceae
Sp. Pl. 2: 668   1753
Hy. *sinapi*, do Theophrastus gọi mù-tạc. La. *sinapis, sinape* hay *sinapi* gọi mù-tạc.

Sinarundinaria   Nakai 1935   Poaceae
J. Jap. Bot. 11(1): 1   1935
La. *sino* "Trungquốc", và tên giống *Arundinaria*.

Sindora   Miq. 1861   Fabaceae
Fl. Ned. Ind., Eerste Bijv. 1: 2871861
chữ Indonesia *sindoer* hay *sindur*.

Sinocalamus   McClure   Poaceae
Lingnan Univ. Sci. Bull. 9: 66   1940
Hy. *sino* "Trung quốc"; *kalamos* "sậy".

Sinosideroxylon   (Engl.) Aubréville 1963   Sapotaceae
Adansonia, n.s. 3: 32   1963
Hy. *sino* "Trung quốc", và tên giống *Sideroxylon*.

Siphonanthus   L. 1753   Verbenaceae
Sp. Pl. 1: 109   1753
Hy. *siphon* "ống"; *anthos* "hoa"; hoa hình ống.
xem **Clerodendrum** (CCVN-II/835)

Siphonia   Rich. ex Schreber   Euphorbiaceae
Gen. Pl. 2: 656 1791

Hy. *siphon* "ống".
xem **Hevea** (CCVN-II/271)

Siphonodon	Griff. 1844	Celastraceae
	Calcutta J. Nat. Hist. 4: 246	*1844*

Hy. *siphon* "ống"; *odon* "răng".

Siphonostegia	Benth. 1835	Orobanchaceae
	Edwards's Bot. Reg. 203	*1835*

Hy. *siphon* "ống"; *stegia, stego, stegos* "có mái che".

Sison	L. 1753	Apiaceae
	Sp. Pl. 1: 252 1753	

Hy. *sinon, sison* "rau mùi tây", *Sison Amomum* (Dioscorides), *sinon agrios* để gọi *peukedanon*; La. *sison agrion* một cây còn gọi là *peucedanos* và *pinastellus*.
xem **Cryptotaenia** (CCVN-II/486)

Sisymbrium = Sysimbrium	L. 1753	Brassicaceae
	Sp. Pl. 2: 657 1753	

tên Hy. xưa *sisymbrion, sisymbron* gọi nhiều loài Cải hoang, rau thơm, các loài *Mentha*; La. *sisymbrium, ii* "một loại cỏ dâng thần Vệ nữ" (Plinius, Ovidius).
xem **Rorippa** (CCVN-I/604)

Sisyrinchium	L. 1753	Iridaceae
	Sp. Pl. 2: 954 1753	

Sisyrinchium, sisyrinchium "mõm heo", tên do Theophrastus dùng *"sisyrinchion"* (*sys* "heo", *rynchos* "mõm") gọi một loài *Iris*, mà heo dùng mõm để bới các củ lên ăn.
xem **Eleutherine** (CCVN-III/505)

Sisyrolepis	Radlk. 1905	Sapindaceae
	Bull. Herb. Boissier, sér. 2, 5: 222 1905	

Hy. *sisyri* "heo, lợn"; *lepis* "vảy".

Skimmia	Thunb. 1783 (n. cons.)	Rutaceae
	Nov. Gen. Pl. 3: 57 1783	

từ tên tiếng Nhật *miyami shikimi* hoặc *ashiki-mi*, xấu, độc, hoặc trái cây có hại.

Slackia	Griff. 1845	Arecaceae
	Calcutta J. Nat. Hist. 5: 468	*1845*

Henry Slack (? – trước 1845) nhận được nhiều giải thưởng về TVH, Hóa học và Y-học.

Sloanea L. 1753 Elaeocarpaceae
Sp. Pl. 1: 512 1753
Sir Hans Sloane (1660-1753), ysĩ và tvh Ireland, sáng lập British Museum và Chelsea Physic Garden, 1712 ysĩ riêng của Hoàng hậu Anne, 1727-1741 Chủ tịch Royal Society, chủ biên *Philosophical Transactions* của Royal Society.

Smilax L. 1753 Smilacaceae
Sp. Pl. 2: 1028 1753
tên Hy. xưa *smilax, smilakos (milax, milakos)* gọi nhiều dây leo có gai; tên La. *smilax, acis* do Plinius gọi dây leo *Smilax aspera* L., nhưng cũng chỉ cây Thủy tùng và một loài cây Sồi; hoặc theo truyền thuyết Hylạp, Smilax là một nữ thần, trong cuộc tình cách trở với một thanh niên phàm tục là Crocus sau đó bị biến thành hoa Nghệ tây, còn nữ thần kia bị biến thành dây leo có nhiều gai.

Smithia W. Aiton 1789 (n. cons.) Fabaceae
Hort. Kew. 3: 496 1789
Sir James Edward Smith (1759-1828), ysĩ và tvh Anh, viết về thực-vật-chí Hylạp, người sáng lập và Chủ tịch đầu tiên của Linnean Society of London.

Smitinandia Holttum 1969 Orchidaceae
Gard. Bull. Singapore 25(1): 105 1969
Tem Smitinand (1920-1995), tvh Tháilan, giám đốc Sở Lâm nghiệp hoàng gia Tháilan, chuyên phân loại học họ Lan, cộng tác với Gunnar Seidenfaden.

Soja Moench 1794 Fabaceae
Methodus 153, index 1794
tên thông thường gọi các hột Đậu nành.
    xem **Glycine** (CCVN-I/949)

Solanum L. 1753 Solanaceae
Sp. Pl. 1: 184 1753
La. *solanum* có lẽ là tên gọi cây Lù lù đực *Solanum nigrum*; *solanum* cũng là tên mà Plinius nói về một cây độc *strychnos*, gốc từ La. *sol, solis* "mặt trời, ánh nắng" những cây của nắng, hay *solago, inis* "một cây còn được gọi là *heliotropium*". Nhiều gợi ý khác từ La. *solor, aris, atus sum, ari* "làm dịu, xoa dịu, dỗ dành",

do tác dụng làm đỡ đau của cây, tên La. xưa *solamen, inis* "khuyên giải, an ủi, trấn an", *Solanum* "người khuyên giải", *solor, solavi, solatus.*

Solena   Lour. 1790   Cucurbitaceae
                          Fl. Cochinch. 477, 514 1790
Hy. *solen* "ống, hình ống"; tiểunhụy thành ống.

Solenospermum   Zoll. 1857   Celastraceae
                          Natuurk. Tijdschr. Ned.-Indie 14: 168   1857
Hy. *solen* "ống, hình ống"; *sperma* "hột".
          xem **Lophopetalum** (CCVN-II/155)

Solidago   L. 1753   Asteraceae
                          Sp. Pl. 2: 878   1753
La. *solidare* hay *solidum agere*: làm vững, làm lành vết thương; *solido* "nối lại, làm đầy đủ", solidus "đầy đủ, nguyên vẹn, vững chắc", do có tác dụng chữa lành vết thương, vết loét; *Solidago* "hợp nhất", từ *solido, solidare*, động từ dùng ở dạng danh từ với vĩ ngữ giống cái.

Soliva   Ruiz & Pav. 1794   Asteraceae
                          Fl. Peruv. Prodr. 113, pl. 24   1794
Salvador Soliva (1750-1793), ysĩ và tvh Tâybannha, ngự-y của triều đình Tâybannha, giáo sư TVH ở Madrid.

Sonchus   L. 1753   Asteraceae
                          Sp. Pl. 2: 793   1753
Hy. *sonchos, sonkos, sogkos, sogchos*, do Theophrastus gọi cây rau diếp dại; La. *sonchus, i* do Plinius gọi cây *Sonchus oleraceus* L., "rau diếp dại".

Sonerila   Roxb. 1820 (n. cons.)   Melastomataceae
                          Fl. Ind., ed. 1820 1: 180 1820
tên Malabar *soneri-la* do van Rheede sử dụng trong *Hortus Indicus Malabaricus. 9: t. 65. 1689, suwarna* "có màu sắc thật đẹp", và *ila* "là", liên tưởng đến các lá của *Sonerila wallichii* Benn.; hoặc từ *sona* "đỏ" và *aralah* "cong xuống, cúi xuống", do hình dạng của lá.

Sonneratia   L. 1782 (n. cons.)   Sonneratiaceae
                          Suppl. Pl. 38, 252   1781 [1782]

Pierre Sonnerat (1744-1841), thnh và tvh Pháp, quan chức thuộc địa, thu mẫu thực vật ở Tân Ghinê, Réunion, Mauritius, Moluccas, Trungquốc, Ấn độ, Sri-lanka, Philippines, bán đảo Mãlai, Madagascar, vùng Cape Town (Nam Phi); giao thiệp với Joseph Banks, thu mẫu cho Michel Adanson; tác giả *"Voyage à la Nouvelle Guinée"* thuật lại chuyến thám hiểm Molucca lần thứ hai do Pierre Poivre tổ chức, và *"Voyage aux Indes orientales et à la Chine"* gồm 2 tập nhận xét các quốc gia đã thăm viếng kể từ 1774; bỏ ra 18 năm sưu tập chất liệu cho một công trình lớn thứ ba với dự kiến tựa sách là *"Nouveau Voyage aux Indes Orientales"*, nhưng bản thảo và phần lớn các sưu tập bị mất trong chiến tranh tàn phá vùng Pondichery (Ấnđộ) nơi ông từng trú ngụ.

Sophora　　　　L. 1753　　　　　　　Fabaceae
　　　　　　　　Sp. Pl. 1: 373　1753
　　tên Ảrập *sophera* hoặc *sufayra*.

Sopubia　　　　F. Hamilt. ex D. Don 1825　　Orobanchaceae
　　　　　　　　Prodr. Fl. Nepal. 88　1825
　　từ tên ở Ấnđộ hay Nepal; hoặc tên do đảo chữ cái của tên giống *Bopusia* Presl (Scrophulariaceae).

Sorbus　　　　L. 1753　　　　　　　Rosaceae
　　　　　　　　Sp. Pl. 1: 477　1753
　　La. *sorbere* "ăn", *sorbum* "trái Thanh lương trà"; trái ăn được.

Sorghum　　　　Moench. 1794 (n. cons.)　　Poaceae
　　　　　　　　Methodus 207　1794
　　La. thời Trung-cổ *sorgum*, do nguồn gốc từ tiếng Ý *sorgo, soricum, surgus, suricum* (tk.12), *surico* (tk.10), do tiếng Latinh nói *suricum granum* "hạt thóc từ Syria", từ *Suria*, một từ biến thể của *Syria*.

Spalanthus　　　　Walp. ?　　　　　　Combretaceae
　　　　　　　　Repert. 2: 68.
　　　　xem **Quisqualis** (CCVN-II/110)

Sparganium　　　L. 1753　　　　　　　Typhaceae
　　　　　　　　Sp. Pl. 2: 971　1753
　　Hy. *sparganion*, do Dioscorides gọi tên 1 loài thủysinh; *sparganon* "dải băng, băng lót"; do hình thù của lá.

Sparganophora = Sparganophorus   Boehmer   1760   Asteraceae
      Def. Gen. Pl. (ed. 3) 154, 560   *1760*
Hy. *sparganon* "dải băng, băng lót"; *phoreo* "mang".
    xem **Struchium** (CCVN-III/234)

Spathiphyllum   H.W. Schott 1832   Araceae
      Melet. Bot. 22   *1832*
Hy. *spathe* "mo"; *phyllon* "lá", do mo giống hình lá.

Spathodea   P. de Beauv. 1805   Bignoniaceae
      Fl. Oware 1: 46–47   *1805*
Hy. *spathe* "mo" và *odes* "tựa như", do hình thù của đài-hoa.

Spathodeopsis   Dop   1930   Bignoniaceae
      Compt. Rend. Hebd. Séances Acad. Sci. 189: 1096   *1930*
tên giống *Spathodea*, và *opsis* "tựa như".
    xem **Fernandoa** (CCVN-III/91)

Spathoglottis   Bl. 1825   Orchidaceae
      Bijdr. Fl. Ned. Ind. 8: 400   *1825*
Hy. *spathe* "mo"; *glottis* "lưỡi" , do thùy giữa của môi.

Spatholirion   Ridley 1896   Commelinaceae
      J. Bot. 34: 329   1896
Hy. *spathe* "mo"; *leirio, lirion* "huệ trắng".

Spatholobus   Hassk. 1842   Fabaceae
      Flora 25(2) (Beibl.): 52.1842
Hy. *spathe* "mo"; hay *spaton* "dao phết"; *lobus* "trái", do hình thù của trái.

Spermacoce   L. 1753   Rubiaceae
      Sp. Pl. 1: 102   *1753*
Hy. *sperma* "hột"; *akoke* "mũi nhọn"; liên tưởng đến các trái.
    xem **Dioda** (CCVN-III/219)
      Borreria (CCVN-III/219 – 220)

Sphaenoclea = Sphenoclea   J. Gaertn. 1788 (n. cons.) Campanulaceae
      Fruct. Sem. Pl. 1: 113, pl. 24, f. 5   *1788*
Hy. *sphen* "cái nêm"; *kleio* "đóng, khép, vây quanh"; do cách tự-khai của trái hoặc hình dạng của trái; hay *sphenos-klaina* "chén hình nêm", do hình thù của đài-hoa.

Sphaeranthus L. 1753 Asteraceae
Sp. Pl. 2: 927   1753
Hy. *sphaeros* "tròn"; *anthos* "hoa"; do các hoa-đầu tập họp thành chụm hình cầu.

Sphaerocaryum C.G.D. Nees ex Hook. 1896 Poaceae
Fl. Brit. India 7(22): 246   1897
Hy. *sphaira* "quả cầu" *sphaeros* "tròn"; *karyon* "quả nhân cứng, quả hạch", liên tưởng đến các hột hình cầu.

Sphaerocarya Wall. 1824 Santalaceae
Fl. Ind., ed. 1820 2: 371 1824
Hy. *sphaira* "quả cầu" *sphaeros* "tròn"; *karyon* "quả nhân cứng, quả hạch".
xem **Scleropyrum** (CCVN-II/126)

Sphaerocionium Presl. 1843 Hymenophyllaceae
Hymenophyllaceae 33, t. 4, f. B, t. 10, f. B–C   1843
Hy. *sphaeros* "tròn"; *cion, kion* "dựng đứng, đứng thẳng".

Sphaeromorpha= **Sphaeromorphaea** A.P. de Cand. 1838 Asteraceae
Prodr. 6: 140   1837 [1838]
Hy. *sphaeros* "tròn"; *morphe, morpho* "dạng, bề ngoài".

Sphaerostephanos J. Sm. 1839 Thelypteridaceae
Gen. Fil. (Hooker) , pl. 24   1839
Hy. *sphaeros* "tròn"; *stephane, stephanos* "đội mũ miện, đội vòng hoa".

Sphenodesma = **Sphenodesme** Jack. 1820 Verbenaceae
Malayan Misc. 1(1): 19 1820
Hy. *sphenos* "cái nêm"; *desme* "chuỗi"; dạng của pháthoa.

Sphenomeris Maxon 1913 Lindsaeaceae
J. Wash. Acad. Sci. 3(5): 144   1913
Hy. *sphen, spheno, sphenos* "cái nêm, hình nêm"; *meri, meris* "phần"; liên tưởng đến các miếng của phiến lá.

Spilanthes N.J. Jacquin 1760 Asteraceae
Enum. Syst. Pl. 8, 28   1760
Hy. *spilos* "vết màu, nhuộm màu", *anthos* "hoa"; hoa có đốm màu, do các vết màu trên đế hoa của vài loài.

Spinacia   L. 1753   Chenopodiaceae
Sp. Pl. 2: 1027 1753
Spinacia "có gai", *spina* "gai"; từ Ảrâp *isbanakh, isfenah, isfanak, isfinaj*; La. thời Trung cổ gọi là *spinacium*; do trái có khi có u nhọn.

Spinifex   L. 1771   Poaceae
Mant. Pl. 163, 300   1771
La. *spina* "gai"; *fero* "mang".

Spiradiclis   Bl. 1827   Rubiaceae
Bijdr. Fl. Ned. Ind. 975 1826-1827
Hy. *speira* "vòng"; *diklis* "gấp nếp hai lần".

Spiraea   L. 1753   Rosaceae
Sp. Pl. 1: 489   1753
Hy. *speira* "một xoắn ốc", *speireia* "vòng hoa " do Theophrastus gọi một cây thường làm vòng hoa. La. *spiraea, ae*: tên một loài cỏ từng được dùng kết vòng hoa.

Spiranthes   L.C. Rich. 1817 (n. cons)   Orchidaceae
De Orchid. Eur. 28–29, 36–37   1817
Hy. *spiros* "quấn"; *anthos* "hoa"; do phát-hoa hình xoắn ốc.

Spirella   Cost. 1912   Apocynaceae
Fl. Indo-Chine 4: 78   1912
Hy. *speira* "quấn", "cuộn xoắn nhỏ".

Spirodela   Schleiden 1839   Araceae
Linnaea 13: 391   1839
Hy. *speira* "quấn"; *delos* "rõ ràng"; rễ nhiều dễ thấy, do cách nảy chồi của tản.

Spirolobium   Baill. 1889 (n. cons.)   Apocynaceae
Bull. Mens. Soc. Linn. Paris 1: 773   1889
Hy. *speira* "quấn"; *lobos* "thùy, giáp-quả".

Spondias   L. 1753   Anacardiaceae
Sp. Pl. 1: 371   1753
tên Hy. xưa *spondias* hay *spodias* (*spodos, spodia* "cây Tần bì *Fraxinus*") gọi cây mận hoang dại; liên tưởng đến quả mận; trái giống quả mận.

Sponia　　　　　　Comm. ex Decne. 1834　　　Ulmaceae
　　　　　　　　　Nouv. Ann. Mus. Hist. Nat. 3: 498　　1834

Jacob (Jacques) Spon (1647-1685), ysĩ Pháp, nhà khảo cổ, du hành và tiên phong thăm dò các công trình kiến trúc Hylạp; tác giả *"Recherche des antiquités et curiosités de la ville de Lyon"*, *"Histoire de la république de Genève"*, *"Voyage d'Italie, de Dalmatie, de Grèce et du Levant, fait aux années 1675 et 1676"*, *"Recherches curieuses d'antiquité"* và *"Miscellanea eruditae antiquitatis"*. Chết vì bệnh lao phổi lúc 38 tuổi.
　　　　　xem **Trema** (CCVN-II/536)

Sporobolus　　　　　R. Br. 1810　　　　　　　Poaceae
　　　　　　　　　Prodr. 169　　1810

Hy. *spora, sporos* "hột nhỏ, bào tử"; *ballo, bolis, bolos, bolus* "đổ khuôn", *boleo, bollein* "ném, bắn"; *Sporobolus*: bắn, tống hột ra, *spora-(bolo, ballein)*; hột trồi ra từ một bọc chất nhầy.

Sporoxeia　　　　　W.W. Smith 1917　　　Melastomataceae
　　　　　　　　　Notes Roy. Bot. Gard. Edinburgh 10(46): 69–70 1917
Hy. *sporo* "hột nhỏ"; vi-tử.

Stachycraker　　　　　　　　　　　　　Flacourtiaceae
　　　　　　xem **Osmelia** (CCVN-I/543)

Stachygynandrum　　　P. Beauv.ex Mirb. 1803　　Selaginellaceae
　　　　　　　　　Hist. Nat. Vég. 3: 477　　1803
Hy. *stachys* "gié", *gyne* "nữ, cái"; *aner, andros* "đực"; gié mang bàotửnang cái và đực.
　　　　　xem **Selaginella** (CCVN-I/26)

Stachyphrynium　　　K.M. Schum. 1902　　　Marantaceae
　　　　　　　　　Pflanzenr. IV. 48(Heft 11): 45　　1902
Hy. *stachys* "gié" và *phrynos* "con ếch", hoặc tên giống *Phrynium*; liên tưởng đến nơi mọc của cây.

Stachys　　　　　　L. 1753　　　　　　　　Lamiaceae
　　　　　　　　　Sp. Pl. 2: 580　　1753
Hy. *stachys* "gié, bông cỏ, bông bắp"; La. *stachys, yos* "cây bạc hà lá dài", liên tưởng đến phát-hoa.

Stachytarpheta　　　Vahl 1804 (n. cons.)　　　Verbenaceae
　　　　　　　　　Enum. Pl. 1: 205–210　　1804

Hy. *stachys* "gié"; *tarphis* "dày", *tarpheios* "rậm"; gié nhiều hoa dày đặc.

Stachyurus   Sieb. & Zucc, 1836   Stachyuraceae
Fl. Jap. 1: 42   1836
Hy. *stachys* "gié"; *oura* "đuôi"; dạng của chùm.

Stahlianthus   Kuntze 1891   Zingiberaceae
Revis. Gen. Pl. 2: 697   1891
Helene Kuntze, nhũ danh von Stahl, con gái của H. von Stahl, Cố vấn cấp cao nhà nước ở Stuttgart, vợ của tvh Carl Ernst Otto Kuntze Đức (1843-1907).

Stapelia   L. 1753   Apocynaceae
Sp. Pl. 1: 217   1753
Johannes Bodaeus van Stapel (1602-1636), ysĩ và tvh Hòa lan ở Amsterdam, đã công bố các hình vẽ và mô tả các loài *Stapelia* đầu tiên được khám phá và trồng đầu tiên ở châu Âu; ý định chính của ông là công bố một bản dịch và ghi chú tác phẩm "*Peri phyticon historion*" của Theophrastus, nhưng lại chết trước khi hoàn tất; thực sự là người cha của ông là Egbert Bodaeus Stapelius đã biên tập và ấn hành công trình nầy với tựa là "*Theophrasti Eresii de Historia Plantarum*" vào năm 1644.

Statice   L. 1753 (n. rej.)   Plumbaginaceae
Sp. Pl. 1: 274   1753
Hy. *statikos* có nghĩa là "làm se, thu liễm".

Stauntonia   DC. 1817   Lardizabalaceae
Syst. Nat. 1: 511, 513   1818 [1817]
Sir George Leonard Staunton (1737-1801), người Ireland, ysĩ, nhà ngoại giao và du hành, 1760-79 hành nghề ysĩ ở Grenada; 1781-84 đồng hành và thư ký của Lord Macartney ở Madras, Ấn độ và 1792-94 ở Trungquốc, tác giả "*An authentic account of an embassy ... to the emperor of China*".

Stauranthera   Benth. 1835   Gesneriaceae
Scroph. Ind. 57 1835
Hy. *stauros* "chéo, hình chữ thập"; *anthera* "baophấn".

Staurochilus   Ridl. Ex Pfitz. 1900   Orchidaceae
Nat. Pflanzenfam. 2(II–IV): 16   1900
Hy. *stauros* "chéo"; *cheilos* "môi".

Staurogyne　　　　　Wall. 1831　　　　　Acanthaceae
　　　　　　　Pl. Asiat. Rar. 2: 80　　1831
Hy. *stauros* "chéo"; *gyne* "cái, bầu noãn"; nuốm hình chữ thập.

Stauropsis　　　　　Reichb.f. 1860　　　　　Orchidaceae
　　　　　　　Hamburger Garten-Blumenzeitung 16: 117　1860
Hy. *stauros* "chéo"; *opsis* "tựa như", do hình dạng của hoa, với môi hình chữ thập.
　　　　xem **Arachnis** (CCVN-III/966)

Stegnogramma　　　　　Bl. 1828　　　　　Thelypteridaceae
　　　　　　　Enum. Pl. Javae 2: 172 1828
Hy. *stegno, stegnos* "được che phủ, có mái che"; *gramma* "viết, lằn"; nang-quần phủ thành hàng.

Stegosia　　　　　Lour. 1790　　　　　Poaceae
　　　　　　　Fl. Cochinch. 1: 34, 51 1790
Hy. *stege, stegos* "mái che, nơi ẩn núp, vỏ bọc".
　　　　xem **Rottboellia** (CCVN-III/731)

Stelechocarpus　　　　　(Bl.) Hook.f & Thoms. 1855　　　Annonaceae
　　　　　　　Fl. Ind. 1: 94　　1855
Hy. *stelechos* "cành, tán rễ, gốc mọc chồi"; *stele* "trụ, cột, phần lõi của thân cây", và *karpos* "trái".

Stelis　　　　　Swartz 1799　　　　　Orchidaceae
　　　　　　　J. Bot. (Schrader) 1799(2): 239, pl. 2, f. 3　　1799 [1800]
Hy. *stelis, stelidos* "cây tầm gửi", các Lan nầy cũng phụ sinh trên cây gỗ.
　　　　xem **Sunipia** (CCVN-III/842)

Stellaria　　　　　L. 1753 (n. rej.)　　　　　Caryophyllaceae
　　　　　　　Sp. Pl. 1: 421　　1753
La. *stella, a*e "ngôi sao", *stellaris, e* "có nhiều sao, như sao"; do dạng của hoa.

Stemodia　　　　　L. 1759　　　　　Scrophulariaceae
　　　　　　　Syst. Nat. (ed. 10) 2: 1091, 1118, 1374　1759
Hy. *stemon* "tiểuunhụy"; *dis* "hai, đôi", liên tưởng đến các bao phấn.

Stemona　　　　　Lour. 1790　　　　　Stemonaceae

Fl. Cochinch. 2: 401, 404   1790
Hy. *stemon* "tiểunhụy"; các tiểunhụy thò ra và dẹp như lá.

Stemonurus   Bl. 1825   Stemonuraceae
Bijdr. Fl. Ned. Ind. 648 1825
Hy. *stemon* "tiểunhụy"; *oura* "đuôi", các tiểunhụy mọc chụm thành búi.

Stenochlaena   J. Sm. 1842   Blechnaceae
J. Bot. (Hooker) 4: 149 1842
Hy. *stenos* "hẹp"; *chlaina* "áo choàng, bao"; bao hẹp, không có baomô; do các bàotửnang phủ trọn diện tích các thứ-diệp thụ hình dài hẹp.

Stenolobium   D. Don 1823   Bignoniaceae
Edinburgh Philos. J. 9: 264   1823
Hy. *stenos* "hẹp"; *lobos* "thùy, giáp quả".
xem **Tecoma** (CCVN-III/86)

Stenotaphrum   Trinius 1822   Poaceae
Fund. Agrost. 175   1820 [1822]
Hy. *stenos* "hẹp"; *taphros* "rãnh, mương"; *steno-taphros* "chỗ lõm cạn", do các gié-hoa nằm lún trong các xoang của sóng (cọng) phát-hoa.

Stephania   Lour. 1790   Menispermaceae
Fl. Cochinch. 598, 608 1790
Christian Friedrich Stephan (1757-1814), ysĩ và tvh Đức, giáo sư Hóa học và TVH ở Moscow, từ 1811 giám đốc Viện Lâm nghiệp ở Saint Petersburg, tác giả *Icones plantarum mosquensium.* Mosquae 1795; có gởi mẫu thực vật đến Carl Ludwig Willdenow. Cũng có thể từ Hy. *stephen* "đội mũ miện", hoặc *stephanos* "vòng hoa, mũ miện", liên tưởng đến sự liên hợp của các tiểunhụy, hoặc hình dạng của hột.

Stephegyne   Korth. 1842   Rubiaceae
Verh. Natuurl. Gesch. Ned. Overz. Bezitt. 160   1842
Hy. *stephos* "vòng hoa"; *gyne* "nữ, bầu noãn".
xem **Mitragyne** (CCVN-III/138)

Sterculia   L. 1753   Sterculiaceae
Sp. Pl. 2: 1007 1753

Sterculius: một thần Lamã lo về bón phân và phân bón; La. *stercus, oris* "phân thú vật, phân bón", do mùi thúi của hoa và lá ở giống cây nầy.

Stereochilus   Lindley   Orchidaceae
          J. Proc. Linn. Soc., Bot. 3: 38   1859
Hy. *stereo* "cứng, chắc, khít"; *cheilos* "môi", do hình dạng và kết cấu của môi.

Stereospermun   Cham. 1832   Bignoniaceae
          Linnaea 7: 720 1832 [1833]
Hy. *stereo* "chắc, cứng"; *sperma* "hột"; hột cứng.

Steudnera   K.H.E. Koch 1862   Araceae
          Wochenschr. Vereines Beförd. Gartenbaues Königl.
          Preuss. Staaten 5: 114   1862
Dr. Hermann Steudner (1832-1863), ysĩ và tvh Đức, thám hiểm và thu mẫu thực vật ở Ethiopia và Eritrea; 1861-1862 tham gia chuyến thám hiểm sông Nil đến hồ Tana và Khartoum, rồi năm sau tháp tùng bà Alexandrina Tinné trong chuyến thám hiểm trên sông Nil Trắng, nhưng lâm bịnh sốt rét và chết ở Sudan.

Stictocardia   H.G. Hallier 1893   Convolvulaceae
          Bot. Jahrb. Syst. 18(1–2): 159–160   1894 [1893]
Hy. *stiktos* "có đốm"; *kardia* "hình tim"; lá có đốm.

Stigmarota   Lour. 1790   Flacourtiaceae
          Fl. Cochinch. 601, 633, 1790
La. *stigma* "dấu, đốm, nuốm"; *rota* "hình bánh xe".
          xem **Flacourtia** (CCVN-I/541)

Stilago   L. 1767   Euphorbiaceae
          Syst. Nat. (ed. 12) 2: 597   1767
          xem **Antidesma** (CCVN-II/224)

Stipa   L. 1753   Poaceae
          Sp. Pl. 1: 78   1753
Stipa "xơ", Hy. *stuppeion, stupa, stuposus* (người Hylạp dùng các phát-hoa hình lông vũ, làm chất xơ để xảm ghe thuyền và bịt kín các khe hở). La. *stuppa, stipa* "xơ, xơ dây thừng".
          xem **Spinifex** (CCVN-III/688)

Stipellaria   Benth. 1854   Euphorbiaceae

Hooker's J. Bot. Kew Gard. Misc. 6: 2   1854
tên giảm nhẹ nghĩa của *stipula* "lá kèm": *stipella* "lá kèm nhỏ"
thêm vào các lá kèm.
xem **Alchornia** (CCVN-II/257)

Stixis   Lour. 1790   Capparaceae
Fl. Cochinch. 1: 290, 295   1790
Hy. *stizo, stizein* "châm chích", *stixis* "lỗ đâm, lỗ châm".

Stranvaesia   Lindl. 1837   Rosaceae
Edwards's Bot. Reg. 23: pl. 1956   1837
William Thomas Horner Fox-Strangways (1795-1865), Earl of
Ilchester, tvh và nhà ngoại giao Anh, tùng sự ở nhiều đại-sứ-quán
ở châu Âu (Saint Petersburg, Constantinople, Naples, Den Haag,
Vienna).

Stratiotes   L. 1753   Hydrocharitaceae
Sp. Pl. 1: 535   1753
Hy. *stratiotes* "lính", do dạng lá như lưỡi gươm.
xem **Enhalus** (CCVN-III/319)

Stravadium   Juss. 1789   Lecythidaceae
Gen. Pl. 326   1789
xem **Barringtonia** (CCVN-II/23)

Streblus   Loureiro 1790   Moraceae
Fl. Cochinch. 2: 754   1790
Hy. *streblos* "vặn vẹo"; do nhánh hoặc thân vặn vẹo; cũng có thể
từ La. *strebula, ae*và *strebula (stribula), orum* "thịt ở vùng hông",
liên tưởng đến phần gốc của trái.

Strelitzia   Banks 1789   Strelitziaceae
Hort. Kew. 1: 285   1789
Nữ công tước Charlotte de Mecklenburg-Strelitz (1744-1818),
hoàng hậu (Sophia Charlotte) của vua George III, Anh; bà cũng là
một tvh nghiệp dư đã giúp bành trướng các Vườn Thực vật Kew;
loài Thiên-điểu *Strelitzia reginae* vinh danh bà đã đến Anh vào
năm 1733.

Streptocaulon   R. Wight & Arn. 1834   Apocynaceae
Contr. Bot. India 64   1834
Hy. *streptos* "quấn"; *caulon* "thân".

Streptolirion   Edgew. 1845   Commelinaceae
Proc. Linn. Soc. Lond. 1: 254   1845
Hy. *streptos* "quấn"; *lirion* "huệ"; do bản chất của phát-hoa.

Striga   Loureiro 1790   Orobanchaceae
Fl. Cochinch. 1: 22   1790
Latin *striga* "luống, sọc, vệt cỏ bị cắt, một dãy"; Latin *striga*
(*strix, strigis*) "mụ phù thủy, xấu như quỷ"; *strigosa* "như có lông
nhám"; *strigosus* "thưa thớt" (lông đứng và cứng); liên tưởng đến
độ nhám ráp và cách mọc của cây.

Strobilanthes   Bl. 1826   Acanthaceae
Bijdr. Fl. Ned. Ind. 781, 796   1826
Hy. *strobilos* "chùy"; *anthos* "hoa"; dạng của pháthoa như chùy,
các lá và lá-bắc bao che các hoa.

Strophanthus   A. DC. 1802   Apocynaceae
Bull. Sci. Soc. Philom. Paris 3: 122   1802
Hy. *strophe* "xoắn, vặn, quay", *strophos* "dây quấn", *strephein*
"xoắn lại, cuộn lại"; *anthos* "hoa"; cánh hoa hoặc các thùy của
cánh hoa quấn xoắn.

Strophioblachia   Boerlage 1900   Euphorbiaceae
Handl. Fl. Ned. Ind. 3(1): 194, 235   1900
Hy. *strophe* "xoắn, quay", và tên giống *Blachia*.

Struchium   P. Br. 1756   Asteraceae
Civ. Nat. Hist. Jamaica 1765, 312–313, pl. 34, f. 2
từ nguyên không rõ.

Strychnos   L. 1753   Loganiaceae
Sp. Pl. 1: 189   1753
Hy. *strychnon, strychnos* "cay, đắng", gọi nhiều cây độc; La.
strychnos hay *trychnos* gọi một loài Ớt mả (Lu lu đực). Linné
dùng lại tên La. *Strychnos* cho cây Mã tiền.

Stussenia   C. Hansen 1985   Melastomtaceae
Willldenowia 1985, 15: 175
Trong tài liệu gốc trên đây, tác giả Carlo Hansen không giải thích
từ nguyên của tên giống (chi) nầy.

Stylidium   Lour. 1790   Cornaceae
Fl. Cochinch. 219, 220 1790

Hy. *stylidion* "cột nhỏ"; vòi và tiểu nhụy dính.

Styllingia   Willd. 1809   Euphorbiaceae
 Enumeratio Plantarum Horti Botanici Berolinensis, ... 996. 1809
 xem **Sapium** (CCVN-286)

Stylosanthes   O. Sw. 1788   Fabaceae
 Prodr. 7, 108 1788
 Hy. *stylos* "cột, vòi nhụy"; *anthos* "hoa"; các hoa có vòi nhụy dài.

Styphelia   J.E. Sm. 1795   Ericaceae
 Spec. Bot. New Holland 45 1795
 Hy. *styphelos* "cứng"; lá cứng.

Styrax   L. 1753   Styracaceae
 Sp. Pl. 1: 444 1753
 La. *stiria* "nhễu đặc"; nhựa chảy ra đặc lại; *styrax* hay *storax, acis*
 tên cây *Styrax officinalis* L. mà cũng là từ gọi rêsin của cây,
 storax; tên Hy. xưa *styrax, styrakos*, sửa đổi từ tên Ảrập *assthirak*
 của cây *Styrax officinalis* L..

Suaeda   Forssk. ex Scop. 1777 (n. cons.)   Amaranthaceae
 Intr. Hist. Nat. 333 1777
 tên Ảrập *suiwed-mullah* của loài *S. baccata*.

Sumbaviopsis   J.J. Sm. 1910   Euphorbiaceae
 Meded. Dept. Landb. Ned.-Indië 10: 13, 356 1910
 tựa như giống *Sumbavia*.

Sunipia   Buch.-Ham.ex Lindley 1826 Orchidaceae
 Orchid. Scelet. 14, 21, 25 1826
 tên thông thường *sunipiang* ở Nepal hoặc ở Ấn độ/Himalaya.

Suregada   Roxb. ex Rottler 1803   Euphorbiaceae
 Ges. Naturf. Freunde Berlin Neue Schriften 4: 206 1803
 tên Ấnđộ *soora gade*.

Suriana   L. 1753   Surianaceae
 Sp. Pl. 1: 284 1753
 François Joseph Donat de Surian (1650-1691), người Pháp, ysĩ,
 nhà hóa học và tvh, 1689-90 cùng đi với Charles Plumier trong
 chuyến du khảo ở Caribê, thu mẫu thực vật trong khi Plumier vẽ
 hình và mô tả.

Suringaria   Pierre 1886   Symplocaceae
                            Bull. Mens. Soc. Linn. Paris 1: 635. 1886
Willem Frederik Reinier Suringar (1832-1898), ysĩ và tvh Hòa
lan; 1862-98 giáo sư TVH ở Leiden kế vị Willem Hendrik de
Vriese; từ 1871 giám đốc Thảo tập viện kế vị Friedrich Anton
Wilhelm Miquel; từng du hành đến Surinam, Guyana, Trinidad,
Antilles thuộc Hòa lan; viết về Bảo tàng Thực vật ở Leiden, Tảo ở
Nhật bản, Địa lý thực vật học.
            xem **Symplocos** (CCVN-I/667)

Susum   Blume ex Schult. & Schult. f. 1830   Hanguanaceae
                            Syst. Veg. (ed. 15 bis) 7(2): xcv,1493   1830
có lẽ từ La. *susum, sursum* "hướng lên, ở trên cao".
            xem **Hanguana** (CCVN-III/743)

Swertia   L. 1753   Gentianaceae
                            Sp. Pl. 1: 226   1753
Emanuel Sweert (1552-1612), trồng tỉa Hòalan, cũng hành nghề
hoa cảnh, dược thảo, chuyên trồng các loài có giò hành, quản trị
các vườn cho Hoàng đế Rudolf II ở Vienna, tác giả và minh họa
sách "*Florilegium Amplissimum et Selectissimum*" (1612).

Swietenia   N.J. Jacq. 1760   Meliaceae
                            Enum. Syst. Pl. 4, 20   1760
Gerard van Swieten (1700-1772), người Hòa lan gốc Áo, ysĩ và
nhà bào chế thuốc, học trò của Herman Boerhaave, 1745 trở thành
ysĩ riêng của hoàng hậu Áo Maria Theresa, 1749 Hội viên Royal
Society, 1751 thành viên nước ngoài của Viện Hàn Lâm hoàng
gia Khoa học Thụy điển, 1754 sáng lập Vườn Thực vật của Đại
học Vienna, sáng lập Trường Y-khoa đầu tiên ở Vienna, rồi sau
đó làm Giám đốc Phân Khoa Y của Đại học Vienna.

Swintonia   Griff.1846   Anacardiaceae
                            Proc. Linn. Soc. Lond. 1: 283   1846
George Swinton (1780-1854), quan chức Anh và thông ngôn,
1802 phục vụ ở Công ty Đông Ấn, 1827 Tổng thư ký Hành chính
ở Bengal, bạn của William Griffith, thu và gởi mẫu thực vật cho
Nathaniel Wallich.

Sycopsis   O. Oliv. 1860   Hamamelidaceae
                            Trans. Linn. Soc. London 23: 83, pl. 8   1860
Hy. *syke, sykon* "cây Sung", *opsis* "tựa như"; dạng như cây Sung.

Symintonia   Steenis 1952   Hamamelidaceae
    Acta Bot. Neerl. 1: 444 1952
  Colin Fraser Symington (1905-1943), thực vật lâm học Anh, 1927-42 tvh ở Viện Nghiên cứu Lâm nghiệp ở Kepong Malaysia, sau đó (1942-43) ở Nigeria.

Sympantaea   Euphorbiaceae
  Hy. *syn* "cùng với"; *pante, panto* "đầy đủ".

Symphyllia   Baillon 1858   Euphorbiaceae
    Étude Euphorb. 473 1858
  Hy. *syn* "cùng với"; *phyllon* "lá", do bản chất của các lá.
   xem **Epiprinus** (CCVN-II/265)

Symphytum   L. 1753   Boraginaceae
    Sp. Pl. 1: 136 1753
  Hy. *symphyo* "mọc chung" và *phyton* "cây", *Symphytum* "cây mọc chung nhau", *sym-phyton* (*sumphyton*, tên mà Dioscorides gọi cây Se (*Symphytum*). La. *symphyton, i* do Plinius gọi cây Se.

Symplocos   N.J. Jacq. 1760   Symplocaceae
    Enum. Syst. Pl. 5, 24 1760
  Hy. *symplokê* "mối quan hệ, đoàn kết, phối hợp", *symplokos* "bện, ôm, quấn" (*syn* "với, chung nhau" và *pleko* "xoắn, vặn, cuộn lại, trói, gấp lại"; tiểu nhụy dính nhau ở gốc.

Synaptea   Kurz   Dipterocarpaceae
    J. As. Soc. Bengal 39(2): 65. 1870
  Hy. *syn* "cùng với, chung nhau"; *apto* "buộc chặt".
   xem **Vatica** (CCVN-I/445)

Syndiclis   J.D. Hook. 1886   Lauraceae
    Hooker's Icon. Pl. 16: , pl. 1515 1886
  Hy. *syn* "dính"; *diclis* "gấp nếp hai lần".

Synedrella   J. Gaertn. 1791 (n. cons.)   Asteraceae
    Fruct. Sem. Pl. 2(3): 456 1791
  Hy. *synedrion* (*syn* "dính, cùng với, chung nhau"; *hedra* "chỗ ngồi, ghế") "ngồi chung nhau, hội đồng", do các hoa chụm thành bó.

Syngramma   J. Smith. 1845   Pteridaceae
London J. Bot. 4: 168–169   *1845*
Hy. *syn* "dính"; *gramma* "lần, chữ".

Synostemon   F. Muell. 1858   Euphorbiaceae
Fragm. 1: 32   *1858*
Hy. *syn* "dính"; *stemon* "tiểu nhụy".
xem **Sauropus** (CCVN-II/212)

Synotis   (C.B. Clarke) C. Jeffrey & Y.L. Chen 1984   Asteraceae
Kew Bull. 39(2): 285   *1984*
Hy. *syn* "dính"; *otis* "tai".

Syntherisma   Walter 1788   Poaceae
Fl. Carol. 76   *1788*
Hy. *syn* và *therizo* "cắt, gặt cỏ, cắt tóc", *syntherizo* "gặt, thu hoạch chung".
xem **Digitaria** (CCVN-III/679)

Sytodium = Sitodium   Parkinson 1773   Moraceae
J. Voy. South Seas 45   *1773*
Hy. *sitos* "lúa mì"; trái giàu bột.
xem **Artocarpus** (CCVN-II/546)

Syzygium   P. Browne exGaertn. 1788   Myrtaceae
Fruct. Sem. Pl. 1: 166–167, pl. 33, f. 1   *1788*
Hy. *syzygos* "dính lại, cặp đôi" (do *syn* "dính", và *zygon, zygos* "cái ách"); nhánh hoặc lá cặp đôi, hoặc lá đài dính thành chóp.

....

T

Tabebuia   Gomes ex A. Dc. 1838   Bignoniaceae
Biblioth. Universelle Geneve sér. 2. 17: 130–131 1838
từ tên thông thường ở Brasil: *Tabebuia, tabebuya* hay *taiaveruia.*

Tabernaemontana   L. 1753   Apocynaceae
Sp. Pl. 1: 210   1753
Jacob Theodore Mueller von Bergzabern, tự là *Tabernaemontanus* "quán rượu trên núi" (1520-1590), ysĩ và tvh Đức, ở Heidelberg.

Tacca   J.R. & J.A.G. Forster 1776   Taccaceae
Char. Gen. Pl. 35. 1775
từ tên Mãlai *taka.*

Tadehagi   H. Ohashi   1973   Fabaceae
Ginkgoana , 1973,1: 280
xem **Desmodium** (CCVN-I/919)

Taeniophyllum   Blume 1825   Orchidaceae
Bijdr. Fl. Ned. Ind. 7: 355   *1825*
Hy. *tainia* "dải, ruy băng"; *phyllon* "lá".

Taeniostachyum = Teinostachyum Munro 1829   Poaceae
Flora Brasiliensis seu Enumeratio Plantarum 2: 535. 1829
Hy. *tainia* "dải, ruy băng" hoặc teino "căng ra, duỗi ra"; *stachys* "gié"; do các gié khá dài.

Taenitis   Willd. ex Schkur. 1805   Pteridaceae
Kl. Linn. Pfl.-Syst. 1: 20 1804
Hy. *tainia* "dải, ruy băng, sợi, băng"; nang quần tập họp thành đường dài.

Tagetes   L. 1753   Asteraceae
Sp. Pl. 2: 887   1753
Tages: một thần Etrusca của âm phủ và là cháu của Jupiter theo thần thoại Lamã.

Tainia   Bl. 1825   Orchidaceae
Bijdr. Fl. Ned. Ind. 354 1825

Hy. *tainia* "dải, băng, ruy băng"; dạng của môi.

Talauma	Juss. 1789	Magnoliaceae
	Gen. Pl. 281 *1789*	

tên địaphương ở vùng Antilles, châu Mỹ.

xem **Magnolia** (CCVN-I/236)

Talinum   Adans. 1763   Portulacaceae

Fam. Pl. 2: 245, 609   1763

có lẽ từ một tên thông thường *tali* gọi một loài ở Senegal (châu Phi); hoặc từ Hy. *thaleia* "đầy hoa, nở hoa, sum sê", *thalia* "hoa, ra hoa".

Tamarindus   L. 1753   Fabaceae

Sp. Pl. 1: 34   1753

Hy. *tamer* "chàlà"; *hindi* "Ấnđộ"; Ảrập *tamr-hindi*, Chàlà ấn độ.

Tamarix   L. 1753   Tamaricaceae

Sp. Pl. 1: 270   1753

tên La. *tamariscus*, một vùng ở sông Tambo (*Tamaris*), Tâybannha; hoặc từ tiếng Do thái cổ *tamar* gọi một cây Cọ.

Tanacetum   L. 1753   Asteraceae

Sp. Pl. 2: 843   1753

Hy. *athanasia* "bất diệt"; hoa lâu héo, hay cây dùng trong tẩm thây; La. *tanazita*, cùng gốc với từ *athanasia*, Cúc ngải (*Tanacetum*) được chèn giữa các cuộn giấy tẩm liệm thây để xua đuổi sâu rận.

Tapeinidium   (K.B. Presl) C. Christ. 1906   Dennsdtaedtiaceae

Index Filic. 10: 631   1906

Hy. *tapeinos* "thấp tầm vóc nhỏ", cây lùn.

Tapiscia   D. Oliv. 1890   Staphyleaceae

Hooker's Icon. Pl. 20: , pl. 1928 1890

tên do đảo chữ cái của *Pistacia*.

Taractogenos = Taraktogenos   Hassk.   Flacourtiaceae

Natuurk. Tijdschr. Ned.-Indië 10: 127   1855

Hy. *taraktos* "bị khuấy rối"; *genos* "dân tộc, quốc gia, chủng tộc, loại".

xem **Hydnocarpus** (CCVN-I/540)

Taraxacum   G.H. Weber 1780 (n. cons.)   Asteraceae
Prim. Fl. Holsat. 56   1780
Hy. *taraxos* "quấy rầy, xáo trộn, lầm lẫn"; *okos* "trị"; trị nhiều bệnh do xáo trộn trong cơ thể; tiếng Ba-tư: *tarashqum, tarkhashqun, talkh chakok* "cỏ đắng"; từ tên Ả-rập *tarahshaqun, tarakhshagog* "quấy rầy", hoặc *talkhchakok*, một cỏ đắng.

Tardiella   Gagn. 1954   Flacourtiaceae
Notul. Syst. (Paris) 1954,15: 32
Marie-Laure Tardieu-Blot (1902-1998), ysĩ Pháp, bào chế thuốc và tvh, từ 1932 làm việc ở Bảo tàng thiên nhiên quốc gia ở Paris, thu mẫu và nghiên cứu thực vật nhiệt đới của châu Phi, Madagascar và Đông dương, tác giả hay đồng tác giả nhiều bộ sách thực vật chí như *"Flore de la Nouvelle-Calédonie et dépendances"*, *"Flore de Madagascar et des Comores"*, *"Flore générale de l'Indochine"*.
    xem **Casearia** (CCVN-I/544)

Tarenna   J. Gaertn. 1788   Rubiaceae
Fruct. Sem. Pl. 1: 139, pl. 28   1788
Tarana, tên thông thường ở Sri Lanka.

Tarphochlamys   Bremek. 1944   Acanthaceae
Verh. Kon. Ned. Akad. Wetensch., Afd. Natuurk., 1944, Tweede Sect. 41(1): 156
Hy. *tarphys* "dày"; *chlamys, chlamyd* "áo choàng, được choàng lên", do phát-hoa có lá-hoa kết lợp dày, kín.

Taxillus   V. Tieghem 1895   Loranthaceae
Bull. Soc. Bot. France 42: 256   1895
La. *taxillus, i* "con súc sắc nhỏ", hoặc từ giảm nhẹ nghĩa của tên giống *Taxus*.

Taxodium   L.C. Richard 1810   Taxodiaceae
Ann. Mus. Natl. Hist. Nat. 16: 298   1810
Taxus "tên giống cây thông đỏ" và *eidos, odes* "dạng"; lá dạng thông đỏ.

Taxotrophis   Bl. 1856   Moraceae
Mus. Bot. 2: 77 1856
Hy. *taxo, taxi* "sắp xếp, phân loại"; *trophe* "thức ăn".

Taxus   L. 1753   Taxaceae

Sp. Pl. 2: 1040 1753
tên Latinh xưa *taxus* gọi cây thông đỏ.

Tecoma   Juss. 1789   Bignoniaceae
         Gen. Pl. 139   1789
tên Mêxicô: *tecomaxochitl.*

Tectaria   Cavanille 1799   Dryopteridaceae
         Anales Hist. Nat. 1(2): 115   1799
La. *tectum* "mái che" và vĩ ngữ tính từ -*aria*; có bao mô trọn vẹn.

Tectona   L.f 1782 (n. cons.)   Lamiaceae
         Suppl. Pl. 20, 151   1781 [1782]
Hy. *tekton, onos* "thợ mộc"; tiếng Bồ-đào-nha *teca*, tiếng Malabar, Ấnđộ *tekka*hay *theku, tekku* gọi cây Giá tị.

Teijsmanniodendron   Koord. 1904   Lamiaceae
         Ann. Jard. Bot. Buitenzorg 19: 19   1904
Johannes Elias Teijsmann (Teysmann) (1808-1882), tvh Hòa lan, Quản thủ Vườn thực vật Buitenzorg, Java.

Telanthera   R. Br. 1818   Amaranthaceae
         Narr. Exped. Zaire 477 1818
Hy. *tele* "xa, cách xa"; *anthera* "bao phấn";
      xem **Alternanthera** (CCVN-I/732)

Telectadium   Baill. 1889   Apocynaceae
         Bull. Mens. Soc. Linn. Paris 2: 801   1889
Hy. *tele* "xa, cách xa", và tên giống *Ectadium* E. Mey.

Telosma   Coville 1905   Apocynaceae
         Contr. U.S. Natl. Herb. 9: 384–385   1905
Hy. *tele* "xa"; *osma* "mùi"; mùi thơm bay xa.

Tenagocharis   Hochstetter 1841   Alismataceae
         Flora 24: 369   1841
Hy. *tenagos* "cạn, nước cạn"; *charis* "thú vị", cây đẹp ở nước cạn.

Teonongia   Stapf 1911   Moraceae
         Hooker's Icon. Pl. 1911, 30: sub t. 2947
      Từ nguyên không rõ.
         xem **Streblus** (CCVN-II/543)

Tephrosia   Pers. 1807 (n. cons.)   Fabaceae
Syn. Pl. 2(2): 328   *1807*
Hy. *tephros* "màu tro"; lá màu tro.

Teramnus   P. Br. 1756   Fabaceae
Civ. Nat. Hist. Jamaica 290   *1756*
Hy. *teramna, teremna, teramnon, teremnon* "mái nhà, phòng, nhà", *teramon* "mềm, dịu"; La. *teramon* hay *teramum* mà Plinius gọi một cây mọc ở gần Philippi; *trabs, trabis, trabes* "gỗ, cây gỗ, cây xà dưới mái nhà".

Terminalia   L. 1767   Combretaceae
Syst. Nat. (ed. 12) 2: 665, 674   *1767*
La. *terminus, terminalis* "ở chót"; lá mọc chụm ở chót nhánh. *Terminus* cũng là tên của một thần Lamã quản trị các biên giới, và *Terminalia* là lễ hội tưởng niệm vào ngày 23 tháng Hai.

Terniola   Tulasne 1852   Tritischaceae
Arch. Mus. Hist. Nat. 6: 189   *1852*
La. *ternio, ternionis* "số ba".
   xem **Dalziella** (CCVN-II/19)

Ternstroemia   Mutis. ex L.f. 1782 (n. cons.) 1871   Theaceae
Suppl. Pl. 39, 264   *1781 [1782]*
Christopher Ternström (1703-1746), giáo sĩ và thnh Thụy điển, học trò của Linné, dukhảo ở Trungquốc và Đông-Nam Á, tuyên úy của Côngty Đông Ấn Thụy điển, tvh, giảng viên, tác giả *De Alandia*. Upsaliae 1739, thu mẫu cho Linné, chết sớm năm 1746 ở Côn Đảo trong chuyến thám hiểm bờ biển Nam Việtnam, nhật ký của ông được công bố với tựa đề "*En resa mellan Europa och Sydostasien år 1746*".

Tetracera   L. 1753   Dilleniaceae
Sp. Pl. 1: 533   *1753*
Hy. *tetra* "4"; *keras* "sừng"; nang-quả có 4 sừng.

Tetractomia   Hook.f. 1875   Rutaceae
Fl. Brit. India 1: 490   *1875*
   xem **Tetradium** (CCVN-II/413)

Tetradium   Lour. 1790   Rutaceae
Fl. Cochinch. 1: 91–92   *1790*

Hy. *tetra, tetras* "bốn"; *tetradion* là một đội lính gác, thường gồm có bốn người; La. *tetradium, ii* "số 4, bộ bốn"; đài và vành tứ phân;

Tetragonia   L. 1753   Aizoaceae
                        Sp. Pl. 1: 480   1753
Hy. *tetra*: "4"; *gonia* "cạnh, góc"; trái có 4 cạnh.

Tetragonocalamus   Nakai 1933   Poaceae
                        J. Jap. Bot. 9(2): 86, 88–89   1933
Hy. *tetra* "bốn, 4"; *gonia* "góc", và tên giống *Calamus*; thân tre có bốn góc.

Tetrameles   R. Br. 1826   Datiscaceae
                        Narr. Travels Africa 2: 230(App. 25)   1826
Hy. *tetras, tetra* "bốn"; *melos* "một phần, chi, phiến", liên tưởng đến các thùy của đài-hoa, hoa tứ-phân.

Tetranthera   Jacq. 1797   Lauraceae
                        Pl. Hort. Schoenbr. 1: 59, t. 113 1797
Hy. *tetras, tetra* "bốn"; *anthera* "bao phấn".
        xem **Litsea** (CCVN-I/358)

Tetrapanax   K.H.E. Koch 1859   Araliaceae
                        Wochenschr. Gärtnerei Pflanzenk. 2: 371   1859
Hy. *tetra* "bốn"; tên giống *Panax*; hoa như *Panax* và chụm 4.

Tetrapilus   Lour. 1790   Oleaceae
                        Fl. Cochinch. 2: 599, 611   1790
Hy. *tetra* "bốn"; *pilos* "nón, nón phớt, mũ, lông, tóc".
        xem **Olea** (CCVN-II/886)

Tetrastigma   (Miq.) Pl. 1887   Vitaceae
                        Monogr. Phan. 5: 320, 423   1887
Hy. *Tetra* "bốn, 4"; *stigma* "nuốm", nuốm có 4-thùy.

Teucrium   L. 1753   Lamiaceae
                        Sp. Pl. 2: 562   1753
Hy. *teukrion*, có lẽ từ Teucer (Teukros): anh hùng và vua đầu tiên thành Troy.

Teyleria   Back. 1939   Fabaceae

Bull. Jard. Bot. Buitenzorg, 1939, sér. 3, 16: 107
Pieter Teyler van der Hulst (1702-1778), người Hòalan, chủ ngân hàng, kinh doanh tấm thảm, mạnh thường quân, sưu tập tác phẩm mỹ thuật, vật phẩm thiên nhiên và dụng cụ khoa học; bộ sưu tập của ông được trưng bày từ năm 1784 trong Bảo tàng Teyler ở Amsterdam.

Thalassia   Banks & Sol. ex Koeníg 1805   Hydrocharitaceae
Ann. Bot. (König & Sims) 2: 96   1805 [1806]
Hy. *thalassa, thalatta* "biển", thủy sinh chìm; Akkadian *apsu* "biển, nước sâu", *sala'u* "rắc, rải"; sống ở biển. Thalassa, một nữ thần biển, trong thần thoại Hylạp.

Thalia   L. 1753   Marantaceae
Sp. Pl. 2: 1193   1753
Johannes Thal (1542–1583), tvh Đức, tác giả *Sylva Hercynia* (1588); hoặc *Thalia*, từ Thale, thần nàng thơ thứ tám, chủ trì hài kịch và thơ tình tứ; là một trong ba thần Mỹ nữ và nữ thần bảo hộ các lễ hội.
xem **Donax** (CCVN-III/466)

Thalictrum   L. 1753   Ranunculaceae
Sp. Pl. 1: 545   1753
tên Hy. *thaliktron* mà Dioscorides gọi một cây khác *thallo*, có lá giống như rau mùi, mọc xanh, mọc mau.

Thea   L. 1753   Theaceae
Sp. Pl. 1: 515   1753
Latinh-hóa tên cây trà 茶 ở Trung-quốc đọc "tê", "cha" hay "chai".
xem **Camellia** (CCVN-I/424 – 432)

Thecopus   Seidenf. 1983 [1984]   Orchidacdeae
Opera Bot. 72: 101   1983 [1984]
Hy. *theke* "hộp, ngăn, bao bì"; *pous, podos* "chân"; chỉ phần gốc của trục hợp nhụy.

Thecostele   Reichb. 1857   Orchidaceae
Bonplandia (Hannover) 5: 37   1857
Hy. *theke* "hộp, chỗ chứa, đế hoa"; *stele* "cột", cột rỗng (tuyến mật hoặc bao nhụy).

Thelasis   Blume 1825   Orchidaceae
Bijdr. Fl. Ned. Ind. 1825, 8: 385
Hy. *thele* "núm vú", có lẽ liên tưởng đến hình dạng của mỏ có khía và hẹp dần.

Thelymitra   J.R. Forst. & G. Forst.   Orchidaceae
Char. Gen. Pl. 49   *1775*
Hy. *thelys* "nữ, cái"; *mitra* "mũ, kiểu tóc", liên tưởng đến ngọn của trục hợp nhụy có cánh như mũ trang sức của phụ nữ.
      xem **Habenaria** (CCVN-III/774)

Thelypteris   Schmidel 1763   Thelypteridaceae
Icon. Pl. 3: 45–48, pl. 11, 13   *1763*
Hy. *thelys* "nữ, cái"; *pteris*: "ráng".

Themeda   Forssk. 1775   Poaceae
Fl. Aegypt.-Arab. 178   *1775*
từ tên thông thường Ả rập *thaemed* gọi một cỏ hòa-bản, hoặc một mương có nước.

Theobroma   L. 1753   Sterculiaceae
Sp. Pl. 2: 782   *1753*
Hy. *theos* "thần, trời"; *broma* "thức ăn"; "thức ăn của thần"; dịch từ Aztec *cacahuatl*, trái cacao.

Thesium   L. 1753   Santalaceae
Sp. Pl. 1: 207   *1753*
tên La. xưa *thesion* và *thesium, ii*, mà Plinius gọi một loài liễu-ngư *Linaria*. Cũng có thể từ tên Theseus, một anh hùng trong thần thoại Hy lạp; *theseion* "đền thờ Theseus".

Thespesia   Sol. Ex Lour 1807 (n. cons.)   Malvaceae
*Ann. Mus. Natl. Hist. Nat. 9: 290–291, pl. 25, f. 1*1807
Hy. *thespesios* "thần thánh, kỳ diệu" thường trồng ở đình chùa ở nhiệt đới.

Thespis   A.P. de Cand. 1833   Asteraceae
Arch. Bot. (Paris) 2: 517   *1833*
Thespis: thi sĩ Hy lạp, được cho là người phát minh ra thể loại bi kịch Hy lạp (tk. 6 trước CN). "Thespis" cũng có nghĩa "nói một cách tuyệt diệu, tuyệt trần" hay "hát một cách tuyệt diệu, tuyệt trần".

| *Thevetia* | L. 1758 (n. cons.) | Apocynaceae |
| | *Opera Var. 212 1758* | |

André Thévet (1502-1592), tu-sĩ Pháp, dukhảo Brasil, Guyana.
xem **Cascabella** (CCVN-II/702)

Thismia W. Griff. 1845 [1844] Burmanniaceae
Proc. Linn. Soc. Lond. 1: 221   1844
do đảo chữ cái từ Thomas Smith (x - 1825?) chuyên gia kính
hiển vi ở Anh, làm việc chung với bạn ông là Robert Brown.

Thladiantha Bunge 1833 Cucurbitaceae
Enum. Pl. China Bor. 29–30   1833
Hy. *thlao, thlaein* "cắt, gãy, vỡ, nghiền", *thladias* "hoạn quan",
và *anthos* "hoa", do các tiểunhụy bị trụy.

Thlaspi L. 1753 Brassicaceae
Sp. Pl. 2: 645   1753
Hy. *thlaspi, thlaspis* tên một loại Cải, một xalách xoong mà các
hột, khi nghiền (*thlao, thlaein*) được dùng như gia vị; La.
thlaspi, do Cornelius Celsus và Plinius gọi một loại cải xalách
xoong.
xem **Capsella** (CCVN-I/607)

Thoracostachyum Kurz 1869 Cyperaceae
J. Asiat. Soc. Bengal, Pt. 2, Nat. Hist. 38: 75   1869
Hy. *thorax, thorakos* "yếm, áo giáp, ngực, tường bên ngoài", và
stachys "gié".

Thoreldora Pierre 1897 Rutaceae
Fl. Forest. Cochinch. ad t. 338   1897
Clovis Thorel, 1833-1911, ysĩ và tvh Pháp, sưu tầm thực vật ở
Đông dương.
xem **Glycosmis** (CCVN-II/419)

Thorelia Gagn. 1920 (n. cons.) Asteraceae
Notul. Syst. (Paris) 4: 18   1920
Clovis Thorel (1833-1911), ysĩ và tvh Pháp, sưu tầm thực vật
ở Đông dương; 1866-68 thám hiểm sông Mekong qua Angkor
Wat, Lào rồi đến Vân nam, viết *Notes médicales du voyage
d'exploration du Mékong*, gởi mẫu thực vật về Bảo tàng thiên
nhiên quốc gia Paris, tham gia vào bộ sách Thực vật chí Đông
dương. xem **Camchaya** (CCVN-III/235)

Thottea Rottbell 1783 Aristolochiaceae
Nye Saml. Kongel. Danske Vidensk. Selsk. Skr. 1783, 2: 529
Otto Graf von Thott (1703-1785/89), bộ trưởng trong chính phủ Đan mạch, Viện trưởng Đại học Kopenhagen.

Thrinax O. Sw. 1788 Arecaceae
Prodr. 4, 57   1788
Hy. *thrinax* "cái quạt"; do hình dạng của lá.

Thrixspermum Lour. 1790 Orchidaceae
Fl. Cochinch. 2: 516, 519   1790
Hy. *thrix* "tóc"; *sperma* "hột"; hột như tóc.

Thryallis C.F.P. Martius 1829 (n. cons.) Malpighiaceae
Nov. Gen. Sp. Pl. 3: 77   1829
tên mà Theophrastus dùng gọi cây khác là *Verbascum*.
xem **Galphimia** (CCVN-II/341)

Thryocephalon J.R. Forst. & G. Forst. 1775 Cyperaceae
Charact. Gen. 65   1775
xem **Kyllinga** (CCVN-III/562)

Thuarea Persoon 1805 Poaceae
Syn. Pl. 1: 110   1805
Louis Marie Aubert du Petit-Thouars (1758-1831), tvh và nhà du hành Pháp, 1792 đến Madagascar và La Réunion thu mẫu thực vật, đặc biệt là Lan, rồi đến Polynesie thuộc Pháp và Cap, cung cấp khoảng 2 000 mẫu thảo tập về Paris, viết *"Histoire des végétaux recueillis dans les îles de France, de Bourbon et de Madagascar"*, *"Histoire particulière des plantes orchidées recueillies sur les trois îles australes d'Afrique"*.

Thuja L. 1753 Cupressaceae
Sp. Pl. 2: 1002   1753
Hy. *thyia* gọi một cây có resin, gỗ thơm, hoặc một loại Bách xù (juniper), *thyo, thyein* "cúng tế", *thyon* (*thyos* nhang, hương sử dụng trong cúng bái); La. *thya* hay *thyia* từ nguồn tên Hy. của các cây *Citrus*, tính từ *thyinus, a, um* "làm bằng -, của -, cây *Citrus*".

Thunbergia Retz 1780 (n. cons.) Acanthaceae
Physiogr. Sälsk. Handl. 1(3): 163   1776 [1780]

Carl Peter Thunberg (1743-1822), ysĩ Thụy điển và giáo sư tvh và y-khoa ở Uppsala, khảocứu ở Batavia, Nhật bản, và châu Phi.

Thunia	Rchb. f. 1852	Orchidaceae
	Bot. Zeitung (Berlin) 10: 764	*1852*

Bá tước Franz Anton Graf von Thun Hohenstein (1786-1873), chính trị gia Áo, bảo trợ khoa học, tvh chuyên họ Lan.

Thylacis	Gagn. 1932	Orchidaceae
	Bull. Mus. Natl. Hist. Nat., sér. 2 4: 599 1932	

Hy. *thylakos* "túi, bao, bao tải"; môi hoa hình túi.
xem **Thrixspermum** (CCVN-III/948)

Thyrocarpus	Hance 1862	Boraginaceae
	Ann. Sci. Nat., Bot., sér. 4, 18: 225	*1862*

Hy. *thyra* "cửa, lối vào"; *karpos* "trái".

Thyrsanthera	Pierre ex Gagn. 1925[1924]	Euphorbiaceae
	Bull. Soc. Bot. France 71: 878 1924	

Hy. *thyrsos* "buồng hay chùm"; *anthera* "bao phấn".

Thyrsia	Stapf. 1917	Poaceae
	Fl. Trop. Afr. 9: 48 1917	

Hy. *thyrsos* "buồng hay chùm, chùm-xim".

Thyrsostachys	Gamble 1896	Poaceae
	Ann. Roy. Bot. Gard. (Calcutta) 7: 59–60, pl. 51 1896	

Hy. *thyrsus* "buồng hay chùm, chùm-xim"; *stachys* "gié"; có lẽ liên tưởng đến hình dạng và cách sắp xếp của phát-hoa.

Thysanolaena	Nees. 1835	Poaceae
	Edinburgh New Philos. J. 18: 180	*1835*

Hy. *thysano* "có rìa"; *chlaina* "áo choàng", do mày trên có rìa.

Thysanotus	R. Br. 1810 (n. cons.)	Liliaceae
	Prodr. 282 1810	

Hy. *thysanotos* "có rìa", cánh hoa có rìa; *thysano* "rìa", *otos* "tai".

Thysanus	Lour. 1790	Connaraceae
	Fl. Cochinch. 1: 259, 284	*1790*

Hy.*thysanos* "có rìa, núm tua".

xem **Cnestis** (CCVN-I/757)

Tieghemopanax R. Viguier 1905 Araliaceae
Bull. Soc. Bot. France 53: 305 1905
Philippe Édouard Léon van Tieghem (1839-1914), tvh Pháp,
giáo sư TVH ở Paris, tác giả *Recherches sur la structure des
Aroidées*. Paris 1867, *Traité de Botanique*. Paris 1881-1884,
và *Éléments de botanique...* Paris 1886.
xem **Polyscias** (CCVN-II/517)

Tilia L. 1753 Tiliaceae
Sp. Pl. 1: 514 1753
tên La. xưa *Tilia* của cây đoạn; do tên Hy. *elate* "cánh".

Tiliacora Colebr. 1821 Menispermaceae
Trans. Linn. Soc. London 13: 53, 67 1821
tên thông thường ở Bengal.

Timonius A.P. de Cand. 1830 (n. cons.) Rubiaceae
Prodr. 4: 461 1830
Timon: một tên cây ở Amboina; tiếng Mãlai-Indonesia *timun*:
bầu hoặc bí ngô.

Tinomiscium Miers ex Hook.f. &Thoms. 1855 Menispermaceae
Fl. Ind. 1855, 1: 205
Có thể từ La. *tinus* "một cây, *laurustinus*", và Hy. *mischos* "thân,
cuống, cọng".

Tinospora (Willd.) Miers 1851 Menispermaceae
Ann. Mag. Nat. Hist., 1851, ser. 2 7: 35, 38
Có thể từ La. *tinus* "một cây, *laurustinus*" và Hy. *sporos, spora*
"hột".

Tirania Pierre 1887 Capparaceae
Bull. Mens. Soc. Linn. Paris 1887, 1: 657
từ Hy. *tyrannia* và La. *tyrannus* "độc tài".

Tirpitza Hallier f. 1923 Linaceae
Beih. Bot. Centralbl.1923, 39(2): 5
Alfred von Tirpitz (1849-1930), Đô đốc Hải quân Đức, Bộ
trưởng dưới thời vua Wilhelm II.

Tithonia   Desfontaines ex Juss. 1789   Asteraceae
Gen. Pl. 189   1789
Tithonus là sủng thần của Aurora, nữ thần Bình minh trong thần thoại Hylạp.

Toddalia   A.L. Juss. 1789 (n. cons.)   Rutaceae
Gen. Pl. 371   1789
từ tên thông thường Malabar *kaka-toddali, kaki-toddali, koka-toddali, koka-toddali* (*kaka*: con quạ, *tudali*: dây xích thắt lưng) của cây *Toddalia asiatica* (L.) Lam.

Tolbonia   Kuntze 1891   Asteraceae
Revis. Gen. Pl. 1: 369, 1891
James Bolton (1735-1799), thnh, tvh Anh, họa viên thực vật, minh họa các dương xỉ trong *"Filices Britannicae"*, nấm trong *"An History of Fungusses growing about Halifax"*, chim trong *"Harmonia ruralis"*.
xem **Calotis** (CCVN-III/250)

Toona   (Endl.) Roem. 1846   Meliaceae
Fam. Nat. Syn. Monogr. 1: 131, 139   1846
tên thông thường chữ Ấnđộ Hindi *tun*, từ Tiếng Phạn *toon* hoặc *tunna* gọi cây *Cedrella toona* (*Toona ciliata*).

Torenia   L. 1753   Scrophulariaceae
Sp. Pl. 2: 619   1753
Olaf Torén (1718-1753), giám-mục Thụy điển, tvh, giáo sĩ tuyên-úy trong Công ty Đông Ấn Thụy điển ở Surat, Ấnđộ (1750-52) và ở Trungquốc (1748-49).

Torilis   Adans. 1763   Apiaceae
Fam. Pl. 2: 99, 612   1763
Tên giống do Michel Adanson đặt năm 1763, ý nghĩa không rõ. Có thể từ chữ *toreo* "xuyên thủng, chọc thủng" do trái có gai.

Torricellia   DC. 1830   Cornaceae
Prodromus Systematis Naturalis Regni Vegetabilis (DC.) 4: 257. 1830
Evangelista Torricelli (1608–1647), nhà vật lý học Ý và chuyên gia kính hiển vi, phát minh phong vũ biểu thủyngân.

Torulinium   Desv. Ex Ham. 1825   Cyperaceae
Prodr. Pl. Ind. Occid. 14–15   1825

La. *torulus, i* "búi tóc, gỗ dác", *torus* "sự nâng lên một ít, bề dày của cây".

Tournefortia L. 1753 Boraginaceae
Sp. Pl. 1: 140 1753
Joseph Pitton de Tournefort (1656-1708), ysĩ, thnh, tvh Pháp, giáo sư y-khoa và TVH, người đầu tiên định nghĩa khái niệm "giống" (chi), tác giả *"Institutiones rei herbariae"* (1710).

Toxicodendron P. Mill. 1754 Anacardiaceae
Gard. Dict. Abr. (ed. 4) vol. 3 1754
Hy. *toxikon* "thuốc độc"; cây độc *toxikon-dendron* (*Rhus*, Anacardiaceae), dùng để tẩm mũi tên.

Toxocarpus W. & Arn. 1834 Apocynaceae
Contr. Bot. India 61 1834
Hy. *toxicon* "độc", *carpos* "trái"; trái độc.

Trachelospermum Lemaire 1851 Apocynaceae
Jard. Fleur. 1: sub pl. 61 1851
Hy. *trachelos* "cổ", *sperma* "hột", hột có cổ dài.

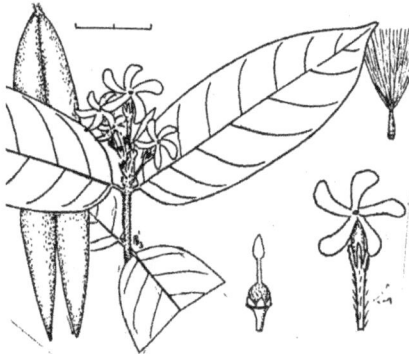

Trachelospermum: hột có cổ dài

Trachoma Garay 1972 Orchidaceae
Bot. Mus. Leafl. 23: 207 1972
Hy. *trachoma* "xù xì, lởm chởm", liên tưởng đến dáng "xù xì" với đầy những lá bắc cách xa nhau còn sót lại trên phát hoa.

Trachyspermum Link 1821 Apiaceae
Enum. Hort. Berol. Alt. 1: 267 1821
Hy. *trachy* "bờm xờm, gồ ghề"; *sperma* "hột"; hột nhám ráp, xù xì.

Tradescantia L. 1753 Commelinaceae
Sp. Pl. 1: 288   1753
Hai cha con người Anh:
1- John Tradescant (1567–1638)(cha), tvh và du hành, quản trị Vườn cho Robert Cecil (Bá tước Salisbury) và cho Sir Wotton, 1618 là nhà tvh Tây Âu đầu tiên đến nước Nga, 1630 Quản trị Vườn của hoàng gia Anh ở Oatlands.
2- John Tradescant (1608–1662)(con), thnh và tvh, du hành, thu mẫu ở Virginia, từ 1638 Quản trị Vườn cho hoàng gia ở Oatlands, tác giả *"Musaeum Tradescantianum"*. London 1656.
Bộ sưu tập riêng Tradescant's Ark của hai cha con là nền tảng của Ashmolean Museum, Oxford.

Tragia L. 1753 Euphorbiaceae
Sp. Pl. 2: 980   1753
Hieronymus (Jerome) Bock tự Tragus (1498-1554), ysĩ, thảo dược, và tvh Đức, tác giả *Kreuter Buch* (1539); một trong những người cha đẻ của TVH Đức, cùng với Brunfels và Fuchs.

Tragus Haller 1768 Poaceae
Hist. Stirp. Helv. 2: 203 1768
Hy. *tragos* "con dê", tên do Dioscorides gọi những cây mà dê ăn; Xem ở tên giống **Tragia**: Hieronymus (Jerome) Bock tự Tragus, 1498-1554, ysĩ, thảo dược, và tvh Đức, tác giả *Kreuter Buch* (1539); một trong những người cha đẻ của TVH Đức, cùng với Brunfels và Fuchs.

Trapa   L. 1753   Trapaceae
Sp. Pl. 1: 120   *1753*

tên cây củ ấu, từ rút gọn của "*calcitrapa*", tiếng Anh gọi là *caltrop*, chông sắt có 4 mũi dùng để chận ngựa.

Trapa bicornis: Ấu hai sừng.

Trema   Lour. 1790   Ulmaceae
Fl. Cochinch. 2: 539, 562–563   1790
do chữ Hy. *trema* có nghĩa là lỗ hổng, kẽ hở; hột đầy lỗ.

Trevesia   Visiani 1842[1840]   Araliaceae
Giorn. Tosc. Sc. Med. Fis. e Nat. 1: 72   1840
Enrichetta Treves de Bonfigli và gia đình ở Padoue, người Ý, tk. 19, bảo trợ khảocứu TVH.

Trewia   L. 1753, corr. L. 1754   Euphorbiaceae
Sp. Pl. 2: 1193   1753
Christoph Jakob Trew, 1695-1769, ysĩ và tvh Đức và là nhà thám hiểm.

Trianthema   L. 1753   Aizoaceae
Sp. Pl. 1: 223   1753
Hy. *treis, tria* "ba"; *anthemion* "có hoa"; hoa thường tập họp thành nhóm 3.

Trias   Lindl. 1830   Orchidaceae
Gen. Sp. Orchid. Pl. 60   1830
Hy. *treis, tria* "ba"; bao hoa 3,3 (tam-phân).

Tribulus   L. 1753   Zygophyllaceae
Sp. Pl. 1: 386   1753

La. *tribulus, tribolos, i* "chông sắt"; Hy. *tribolos, treis, tria* "3" và *bolos* "mũi nhọn", do trái giống như một chùy lởm chởm gai nhọn.

Tricalysia   A. Rich. ex DC.   Rubiaceae
                        Prodr. 4: 445   1830
Hy. *treis, tria* "ba, 3"; *kalyx, kalykos* "đài-hoa"; *tri-kalyx* ba lớp bao: vành, đài và các lá bắc con dạng đấu.

Triceros   Lour. 1790   Staphyleaceae
                        Fl. Cochinch. 100, 184   1790
Hy. *treis, tria* "ba, 3" và *keras* "sừng"; vòi nhụy như ba sừng.
          xem **Turpinia** (CCVN-II/329)

Trichilia   P. Browne 1756   Meliaceae
                        Civ. Nat. Hist. Jamaica 278   1756
Hy. *tricha, triche* "ba phần", *tricheilos* "có ba môi"; liên tưởng đến bầu noãn có 3-buồng.

Trichurus   C.C. Towns.   1974   Amaranthaceae
                        Kew Bull. 29: 466   1974
Hy. *thrix, trichos* "tóc, lông"; *oura* "đuôi".

Trichocyamos   Yakovlev 1972   Fabaceae
                        Novosti Sist. Vyss{. Rast. 9: 200 1972
Hy. *thrix, trichos* "tóc, lông"; *kyamos* "trái đậu".
          xem **Ormosia** (CCVN-I/873)

Trichodesma   R. Br. 1810   Boraginaceae
                        Prodr. 496   1810
Hy. *thrix, trichos* "tóc, lông"; *desmos* "dây buộc, dây đai"; *trichos-desma* các bao phấn trà trộn với nhiều lông.

Trichoglottis   Bl. 1825   Orchidaceae
                        Bijdr. Fl. Ned. Ind. 8: 359   1825
Hy. *trichos* "lông"; *glotta* "môi hoa", môi có nhiều lông.

Tricholaena   Schrad. 1824   Poaceae
                        Mant. 2: 8, 163 1824
Hy. *thrix, trichos* "tóc, lông"; *chlaena, chlaenion* "áo khoát"; *trichos-(ch)laina* gié-hoa phủ đầy lông.
          xem **Rhynchelytrum** (CCVN-III/677)

Tricholepis A.P. de Cand. 1833 Asteraceae
Arch. Bot. (Paris) 2: 515 *1833*
Hy. *thrix, trichos* "lông"; *lepis, lepidos* "vảy"; lá phủ đầy lông hình vảy mịn.

Trichomanes L. 1753 Hymenophyllaceae
Sp. Pl. 2: 1097 *1753*
tên Hy. xưa do Theophrastus và Dioscorides gọi một dương xỉ; *trichos* "lông"; *manos* "mềm"; *trichos-manos* "lông thưa thớt", do các trục nang quần thò ra ngoài; La. *trichomanes*, do Plinius gọi một dương xỉ tựa như *adiantum*.

Trichosanthes L. 1753 Cucurbitaceae
Sp. Pl. 2: 1008 *1753*
Hy. *trichos* "lông"; *anthos* "hoa"; do các thùy của vành có nhiều rìa.

Trichosporum D. Don 1822 Gesneriaceae
Edinburgh Philos. J. 7(13): 84–85 *1822*
Hy. *thrix, trichos* "lông"; *sporos, spora* "hột".
xem **Aeschynanthus** (CCVN-III/14)

Trichotosia Blume 1825 Orchidaceae
Bijdr. Fl. Ned. Ind. 7: 342 *1825*
Hy. *thrix, trichos* "lông"; *toxon* "cái cung, vòm"; do hình dạng của các lá đài có nhiều lông; hoặc *trichotos* "có nhiều lông", nói về những cây phụ sinh có rất nhiều lông.

Tricostularia Nees ex Lehmann 1844 Cyperaceae
Nov. Stirp. Pug. 8: 50 *1844*
Hy. *tri, treis* "ba, 3", La. *costa, costae* "gợn, gân".

Tridax L. 1753 Asteraceae
Sp. Pl. 2: 900 *1753*
tên Hy. *tridax, tridakos* "3 răng"; chót hoa môi có 3 răng; hoặc Hy. *tridaknos* "cắn 3-lần, ăn gọn bằng 3 ngoạm", tên một cây khác; Hy. *thridax* và La. *thridax, acis* "một loại rau diếp hoang".

Tridynamia Gagnep. 1950 Convolvulaceae
Notul. Syst. (Paris) 14: 26 *1950*
Hy. *treis, tria* "ba, 3"; *dynamis* "quyền, năng lực, kho dự trữ".

Trifolium   L. 1753   Fabaceae
      Sp. Pl. 2: 764 1753
La. *tri* "ba"; *fol* "lá"; cỏ ba-lá.

Trigonella   L. 1753   Fabaceae
      Sp. Pl. 2: 776 1753
từ giảm nhẹ nghĩa của La. *trigonum, i* "tam giác", *trigonus, a, um* "có 3 góc"; Hy. *trigonos*, do hình dạng của vành hoa cỏ ca-ri, nhìn từ phía trước.

Trigonospora   Holtt. 1971   Thelypteridaceae
      Blumea 19(1): 29 1971
Hy. *tri* "3", *gonia* "góc, cạnh", *spora* "bào tử"; bào tử có 3-cạnh, 3-góc.

Trigonostemon Bl. 1825, corr. Bl. 1828 (n. cons.)[1825] Euphorbiaceae
      Bijdr. Fl. Ned. Ind. 600 1825
Hy. *tri* "ba"; *gonos* "góc, cạnh"; *stemon* "tiểunhụy"; tiểunhụy có 3-cạnh.

Trigonotis   Steven 1851   Boraginaceae
      Bull. Soc. Imp. Naturalistes Moscou 24(1): 603 1851
La. *trigonum, i* "tam giác", *trigonus, a, um* "có 3 góc", do hình dạng của trái; Hy. *trigonos* "3 góc" và *ous, otos* "tai".

Trimeza = Trimezia Salisb. ex Herb. 1844   Iridaceae
      Edwards's Bot. Reg. 30: Misc. 88 1844
Hy. *treis, tria* "ba, 3"; *meizon* "lớn hơn"; các phiến ngoài của bao hoa to hơn các phiến phía trong.

Triphasia   Lour. 1790   Rutaceae
      Fl. Cochinch. 1: 152–153 1790
Hy. *triphasios* "ba lần, gấp ba" (*tri-* "ba" và *phasis* "dáng, bề ngoài"); hoa 3-phân.

Tripinna   Lour. 1790   Verbenaceae
      Fl. Cochinch. 359, 391, 1790
La. *tri-pinnatus*, có lá xẻ 3-lần hình lông chim.
    xem **Vitex** (CCVN-II/829)

Tripogon   J.J. Roem. & Scholtis 1817 Poaceae
      Syst. Veg. (ed. 15 bis) 2: 34, 600 1817

Hy. *treis* "ba"; *pogon* "râu"; do có các chụm lông ở gốc của 3 gân của mày dưới.

Tripsacum　　　　L. 1759　　　　　　　Poaceae
　　　　　　　　Syst. Nat. (ed. 10) 2: 1253, 1261, 1379　1759
Hy. *treis* "ba, 3"; *psakas* "khúc, đoạn"; *treis – sakas* "có 3 khúc, 3 đoạn", do có các khớp nối trên gié.

Tripterospermum　　Blume 1826　　　　　Gentianaceae
　　　　　　　　Bijdr. Fl. Ned. Ind. 849　1826
Hy. *treis, tria* "ba, 3", *pteron* "cánh", *sperma* "hột"; hột có ba cạnh, thường là cánh.

Tristania　　　　　R. Br. 1812　　　　　Myrtaceae
　　　　　　　　Hortus Kew. 4: 417　　1812
Hầu tước Jules Marie Claude de Tristan (1775-1861), tvh Pháp, nghiên cứu giải phẫu gỗ, hình thái học hoa và phấn hoa viết về thảm thực vật vùng Orléans, và về khí tượng học.
　　　xem **Tristaniopsis** (CCVN-II/60)

Tristaniopsis　　　Brongniart & Gris　　Myrtaceae
　　　　　　　　Bull. Soc. Bot. France 10: 371　1863
tựa như *Tristania*.

Tristellateia　　　du Petit-Thouars 1806　Malpighiaceae
　　　　　　　　Gen. Nov. Madagasc. 141806
Hy. *tri* "ba, 3"; *stella* "ngôi sao"; chùm 3 dực quả.

Tristylum = Tristylium　　Turczaninow 1858　Theaceae
　　　　　　　Bull. Soc. Imp. Naturalistes Moscou 31(1): 247　1858
Hy. *tri* "ba, 3"; *stylos* "vòi nhụy".

Tritaxis　　　　　Baillon 1858　　　　Euphorbiaceae
　　　　　　　　Baill.　Étude Euphorb. 342　　1858
Hy. *treis* "ba, 3", *taxis* "một loạt, cấp, sắp xếp"; các tiểu nhụy xếp thành luân sinh.
　　　xem **Trigonostemon** (CCVN-II/272)

Triticum　　　　　L. 1753　　　　　　Poaceae
　　　　　　　　Sp. Pl. 1: 85　　1753
La. *triticum, i* "lúa mì", *tero, -is, trivi, tritum, terere* "xay, nghiền, mang đi, thải đi".

Tritonia Ker-Gawl. 1802 Iridaceae
Bot. Mag. 581 1802

Triton "chong chóng gió"; hướng của tiểu nhụy biến thiên tùy loài. Triton, một vị thần của biển, và là con của Neptune.

Triumfetta L. 1753 Malvaceae
Sp. Pl. 1: 444 1753

Giovani Battista Trionfetti (1658-1707), tvh Ý, tác giả *"Observationes de ortu ac vegetatione Plantarum cum novarum stirpium historia iconibus illustrata.* Romae 1685 và *Syllabus plantarum horto medico Romanae Sapientiae.* 1688.

Tropaeolum L. 1753 Tropaeolaceae
Sp. Pl. 1: 345 1753

Hy. *tropaion* "chiến lợi phẩm, chiến tích"; La. *tropaeum* hay *trophaeum, i* "chiến lợi phẩm"; hình dạng lá gợi ý một cái khiên và hoa một mũ sắt;

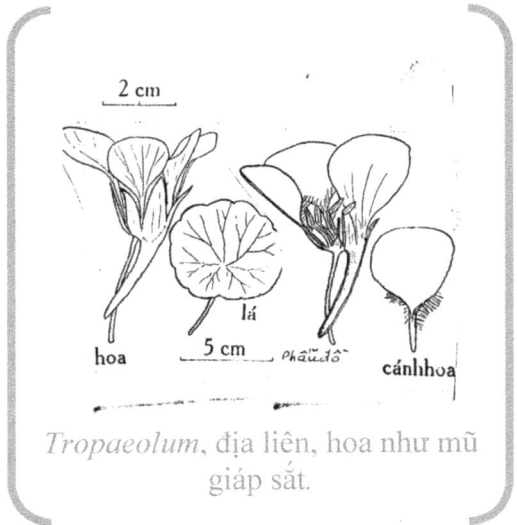

Tropaeolum, địa liên, hoa như mũ giáp sắt.

Trophis P. Browne 1756 Moraceae
Civ. Nat. Hist. Jamaica 357–358, t. 37, f. 1 1756

Hy. *trophe* "thức ăn"; gia súc ăn.
xem **Streblus** (CCVN-II/542)

Tropidia Lindley 1833 Orchidaceae
Edwards's Bot. Reg. 19: , ad t. 1618 1833

Tropidia "lườn nhỏ", từ giảm nhẹ nghĩa của Hy. *tropis, tropidos* "sống thuyền, lườn"; liên tưởng đến hình dạng của môi hoa.

Tsoongia E.D. Merr. 1923 Lamiaceae
Philipp. J. Sci. 23(3): 264–265 1923
Tsoong, Kuan-Kwang (钟观光 Chung Quán Quang) (1868-1940), giáo sư Đại học quốc gia Bắckinh, có lẽ là nhà tvh Trung quốc đầu tiên thu thập tiêu bản thực vật với quimô lớn; sưu tập của ông bắt đầu năm 1908 ở Quảngđông, tiếp theo là những chuyến thực địa ở nhiều tỉnh khác (chủ yếu là Anhuy, Chiếtgiang, Giangtây, Túxuyên, Vânnam và Sơntây).

Tsoongiodendron Chun 1963 Magnoliaceae
Acta Phytotax. Sin. 8(4): 281–283 1963
Giáosư Chung Quán Quan (鍾觀光, Tsoong Kuan-Kwang) (1868-1940), tvh Trungquốc.
Xem ở tên giống *Tsoongia*, + *dendron* "cây".

Tsuga Carriere 1855 Pinaceae
Traité Gén. Conif. 185 1855
tên Nhật bổn của cây thiết-sam *Tsuga*.

Tubocapsicum (Wettst.) Makino 1908 Solanaceae
Bot. Mag. (Tokyo) 22: 18 1908
La. *tubi-, tubus* "ống, ống dẫn", và tên giống *Capsicum*.

Tulipa L. 1753 Liliaceae
Sp. Pl. 1: 305 1753
tulipan, từ tên Ba-tư *dulbend* hay *thoulyban* "khăn xếp".

Tupidanthus J.D. Hook. & Thoms. 1856 Araliaceae
Bot. Mag. 82: , pl. 4908 1856
Hy. *tupis* "cái vồ"; *anthos* "hoa"; nụ hoa dạng như cái vồ.

Tupistra Ker-Gawler1814 Asparagaceae
Bot. Mag. 40: pl. 1655 1814
Hy. *tupis* "cái vồ"; hình thể của nuốm.

Turnera L. 1753 Turneraceae
Sp. Pl. 1: 271 1753
W. Turner (1515-1568), ysĩ và chuyên thảo dược, thnh, đvh, giáo sĩ, tác giả "*A New Herbal*". 1568.

Turpinia Ventenat 1807 (n. cons.) Staphyleaceae
Mém. Cl. Sci. Math. Inst. Natl. France 8: 3–4 1807
Pierre Jean François Turpin (1775-1840), thnh và tvh Pháp.

Turraea L. 1771 Meliaceae

Mant. Pl. 2: 150, 237 1771

nguồn gốc tên giống không rõ lắm, có thể là Giorgio della Turra (1607-1688), Ý, giáo sư TVH ở Padoua; hay Antonio Turra, Ý, 1730-1796, ysĩ và tvh, khoáng vật học, tác giả *"Istoria del arbore della China"*. Livorno 1764 và *"Florae italicae prodromus"*. Vicetiae [Vicenza] 1780.

Tylophora R. Br. 1811[1810] Asclepiadaceae

Prodr. 460 1810

Hy. *tylos* "sưng, phồng lên"; *phora, phoreo* "mang"; liên tưởng đến các phấn-khối hoặc tràng-phụ có nốt u.

Typha L. 1753 Typhaceae

Sp. Pl. 2: 971 1753

tên Hy. *typhe, tiphe* do Theophrastus gọi tên nhiều thứ cây hoặc cỏ thủy sinh dùng nhồi nệm, dồn gối; La. *tiphe, es* tên mà Plinius gọi một loại mễ cốc.

Typhonium Schott 1829 Araceae

Wiener Z. Kunst 3: 732 1829

tên Hy. xưa; cũng có thể từ *typhonos* "bão", dựa vào tên *Typhon*: ác thần khổng lồ của gió mạnh và bão tố, trong thần thoại Hylạp. Hy. *typhonios, typhonion* do Dioscorides gọi một loài oải hương.

....

U

Ugli lai giữa Quít và Bưởi 1914 Rutaceae
gốc Jamaica, dạng tiếng Anh *ugly* "xấu".

Ulmus L. 1753 Ulmaceae
Sp. Pl. 1: 225 1753
tên La. xưa của cây Du, từ Celtic *ulm*.

Uncaria Schreb. 1789 (n. cons.) Rubiaceae
Gen. Pl. 1: 125 1789
La. *uncus* "móc"; cọng phát hoa có móc câu.

Uncifera Lindl. 1858 Orchidaceae
J. Proc. Linn. Soc., Bot. 3: 39 1859
La. *uncus* "mẫu"; *fera* "mang".

Unona L. f. 1781 Annonaceae
Suppl. Pl. 44, 270 1781 [1782]
xem **Desmos** (CCVN-I/253)

Uraria Desv. 1813 Fabaceae
J. Bot. Agric. 1: 122 1813
oura "đuôi", phát hoa dài, có nhiều lá-bắc.

Urceola Roxb. 1799 Apocynaceae
Asiat. Res. 5: 169 1799
La. *urceolus, urcioli* "chén, bình, ấm"; hình thù của hoa.

Urena L. 1753 Malvaceae
Sp. Pl. 2: 692 1753
tên Malabar *aramina* gọi cây Ké hoa-đào cho sợi (*Urenalobata*).

Urginea Steinh. 1834 Asparagaceae
Ann. Sci. Nat., Bot., sér. 2 1: 321, t. 14 1834
địa danh nơi ở của bộ tộc Ảrập Ben Urgin, nơi đây gặp cây nầy lần đầu.

Urobotrya Stapf 1905 Opiliaceae
J. Linn. Soc., Bot. 37: 89 1905
uros "đuôi"; *botrys* "chùm"; hình dáng của phát hoa.

Urochloa P. de Beauv. 1812 Poaceae
Ess. Agrostogr. 52, pl. 11, f. 1 *1812*
uros "đuôi"; *chloa* "cỏ hoà-bản"; do hình thù của phát hoa.

Urophyllum K.H.E. Koch 1857 Rubiaceae
Berliner Allg. Gartenzeitung 25: 173 *1857*
Hy. *oura* "đuôi"; *phylla* "lá"; lá có đuôi.

Urostachys Herter 1923 Lycopodiaceae
Beih. Bot. Centralbl. 39(2): 249 1923
xem **Huperzia** (CCVN-I/24)

Urtica L. 1753 Urticaceae
Sp. Pl. 2: 983 *1753*
La. "lông gây ngứa" .

Utricularia L. 1753 Lentibulariaceae
Sp. Pl. 1: 18 *1753*
La. *utriculos* "chai nhỏ"; lá chìm có mang những *túi nhỏ* bắt sinh vật.

Uvaria L. 1753 Annonacedae
Sp. Pl. 1: 536 *1753*
La. *uva, uvae* "chùm nho"; trái mọc thành chùm như chùm nho.

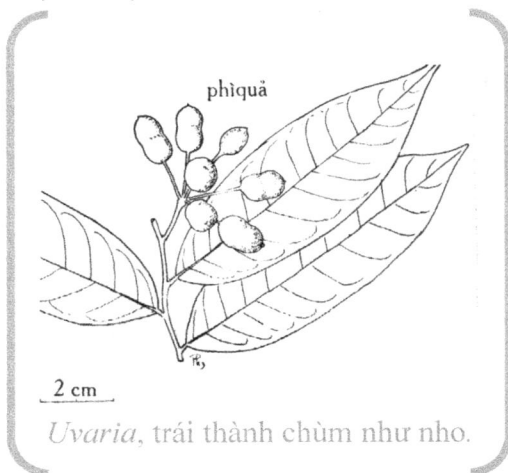

Uvaria, trái thành chùm như nho.

. . . .

V

Vaccinium   L. 1753   Ericaceae
Sp. Pl. 1: 349   1753
tên La. rất xưa của cây, nghĩa không rõ ràng; *Vaccinium* (Plinius),
tên La. của cây việt quất, sửa đổi từ chữ Hy. *hyakinthos* "cây lan
dạ hương, màu xanh tía", *Bakinthos*; tiếng Akkadian *bakkitu*
"người khóc mướn", *bakku* "sướt mướt", *bakum, bikitu* "được
thương tiếc, than khóc".

Valeriana   L. 1753   Caprifoliaceae
Sp. Pl. 1: 31   1753
La. *valere*: "mạnhkhỏe"; tên từ thời Trung cổ do dượctính của
cây. Hoặc một cây từ Valeria, tên xưa của một tỉnh của Pannonia.
Hoặc từ tên người Valerius.

Vallaris   Burm. f. 1768   Apocynaceae
Fl. Indica 51   1768
La. *vallaris, e* "thuộc về một thành lũy", *vallum, i* "tường, thành
luỹ", *vallus* "cọc, hàng rào"; dùng ở Java làm hàng rào.

Vallisneria   L. 1753   Hydrocharitaceae
Sp. Pl. 2: 1015 1753
Antonio Vallisnieri de Vallisnera, (1661-1730), ysĩ và thnh,
giáosư y-khoa ở Padua, Ý; 1705 thànhviên Royal Society of
London.

Vanda   W. Jones ex R. Br. 1820   Orchidaceae
Bot. Reg. 6: , ad pl. 506 1820
tên ở Ấnđộ.

Vandellia   P. Browne ex L. 1767   Scrophulariaceae
Syst. Nat. (ed. 12) 2: 384, 422   1767
Domenico Agostino Vandelli (1735-1816), ysĩ và tvh Ý, giáosư
Hóahọc và Vạnvậthọc ở Đạihọc Coimbra, viết "*Florae
lusitanicae et brasiliensis specimen*".
xem **Lindernia** (CCVN-II/913)

Vandopsis   Pfitzer 1889   Orchidaceae
Nat. Pflanzenfam. 2(6): 210   1889
tựa như giống *Vanda*.

Vandenboschia   Copel. 1938   Hymenophyllaceae
Philipp. J. Sci. 67(1): 51   1938
Roelof Benjamin van den Bosch (1810-1862), ysĩ và tvh Hòalan, chuyên dương xỉ và rêu của Indonesia, đồngtácgiả *"Prodromus Florae Batavae"* (1850), tácgiả *"Synopsis Hymenophyllacearum"* (1859), *"Hymenophyllaceae javanicae"* (1861).

Vangueria   A.L. Juss. 1789   Rubiaceae
Gen. Pl. 206   1789
tên Madagascar: *Voa-Vanguer* hay *vavangue.*

Vaniera   J. St.-Hil. 1805   Moraceae
Expos. Fam. Nat. 2: 307. 1805
Jacques Vanière (1664-1739), linhmục dòng Tên (Jesuit) người Pháp, thisĩ, được biết nhiều qua các tập thơ tiếng latinh, có *Praedum rusticum* ca tụng cuộc sống đồng quê.
xem **Maclura** (CCVN-II/544)

Vanilla   Mill. 1754   Orchidaceae
Gard. Dict. Abr. (ed. 4) 1754
tên giảm nhẹ nghĩa của từ Tâybannha *vaina* (La. v*agina*), *vainilla* "baonhỏ"; trái dài.

Vatica   L. 1771   Dipterocarpaceae
Mant. Pl. 2: 152, 242   1771
Thầy bói, *vates, vatis (strychnos, herbavatica,* côngdụng lặt vặt, tạp nhạp, từ làm tăng cảm giác cho đến giết chóc).

Veitchia   H. Wendl. 1868   Arecaceae
Fl. Vit. 270   1868
James Veitch junior (1815-1869), người Anh, làm vườn ươm cây ở Chelsea.

Ventilago   J. Gaertn. 1788   Rhamnaceae
Fruct. Sem. Pl. 1: 223   1788
La. *ventilo, ventilare* "phơi ra gió"; trái có cánh, pháttán nhờ gió.

Veratrum   L. 1753   Melanthiaceae
Sp. Pl. 2: 1044 1753
La. *vere-(ater, atris)* "thật sự đen"; tên La. *Veratrum* gọi cây trị điên *Helleborus.*

Verbena   L. 1753   Verbenaceae
Sp. Pl. 1: 18   1753
Verbena, ae, tên La. của một cây thiêng đối với người Lamã, "cành cây thánh, v.v.", gọi các cành lá non do các giáosĩ cầm; La. *verbenae, arum* "tàn lá, lá, đọt non và cành cây thánh, nguyệtquế, ôliu, cây sim, v.v., *verber, eris* "cái roi, roi da, gậy", *verbero, avi, atum, are* "quất, đánh bằng roi, đánh đập. Tiếng Akkad *erum, arum, harum* "cành cây", *banu* "sinhra, sảnxuất, sángtạo: nói về tính thầnthánh", *binu* "con trai"; thường dùng ở số nhiều. Cũng dùng trong các vòng hoa tang theo nghithức dântộc Celts; cũng có dùng trong y-học.

Verbesina   L. 1753   Asteraceae
Sp. Pl. 2: 901   1753
có lá tựa như ở giống (chi) *Verbena*.
     xem **Anisopappus** (CCVN-III/270)
          Blainvillea (CCVN-III/273)

Vernicia   Loureiro 1790   Euphorbiaceae
Fl. Cochinch. 2: 541, 586–587 1790
La. *vernix* "sơn, rêsin thơm"; dầu cho sơn.

Vernonia   Schreber 1791 (n. cons.)   Asteraceae
Gen. Pl. 2: 541 1791
William Vernon (1680-1711), tvh Anh, chuyên Đàithựcvật, thu mẫu thựcvật ở BắcMỹ, từ năm 1702 hội viên Royal Society.

Veronica   L. 1753   Scrophulariaceae
Sp. Pl. 1: 9   1753
có lẽ theo tên thánh nữ Veronica người lau mặt chúa Kitô.

Vetiveria   Bory de Saint Vincent 1822   Poaceae
Bull. Sci. Soc. Philom. Paris 1822: 43   1822
Latinh-hóa tên cây ở Nam Ấnđộ *vettiveru*.

Viburnum   L. 1753   Caprifoliaceae
Sp. Pl. 1: 267   1753
tên La. của cây.

Vicia   L. 1753   Fabaceae
                   Sp. Pl. 2: 734   1753

Latin *vicia, ae* "đậu
tằm", có lẽ liênquan
tới *vinco, -is, vici,
victum,   vincere*
"chiến thắng, thắng
cuộc". La. *vincio*: "tôi
níu", vì leo nhờ vòi.

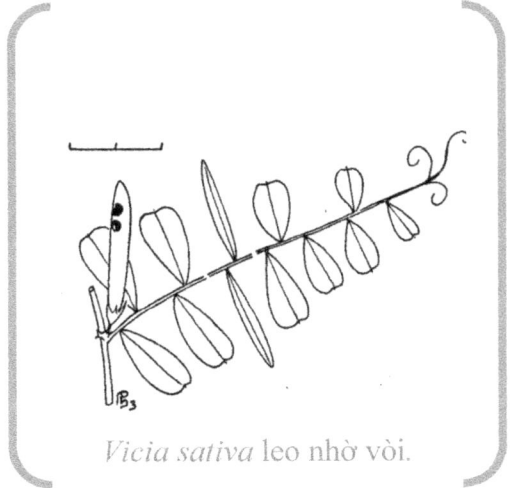

Vicia sativa leo nhờ vòi.

Vicoa   Cass. 1829   Asteraceae
                   Ann. Sci. Nat. (Paris) 17: 418   1829
Giambattista (Giovan Battista) Vico (1668-1744), nhà sửhọc và
luậthọc Ý, giáosư Tutừhọc ở Đạihọc Naples.
              xem **Pentanema** (CCVN-270)

Victoria   Lindl. 1837   Nymphaeaceae
                   Monog. 3   1837
Nữhoàng Victoria nước Anh (1819-1901).

Vietnamochloa   Veldkamp & Nowack   1994   Poaceae
Bull. Mus. Natl. Hist. Nat., Sér. 4, Misc. 16(2–4): 214, f. 1–2 1994 [1995]
vietnam "Việtnam", và *chloa* "cỏ hòabản".

Vietnamosasa   T.Q. Nguyen   1990   Poaceae
                   Bot. Zhurn. (Moscow & Leningrad) 75(2): 221   1990
vietnam "Việtnam", và *sasa*: tên một giống Trúc lùn.

Vietsenia   C. Hansen 1984   Melastomataceae
                   Bull. Mus. Natl. Hist. Nat., B, Adansonia, sér. 4 6(2): 148   1984
viet "Việtnam".

Vigna Savi 1824 Fabaceae
NuovoGiorn. Lett. 8: 113 *1824*

Vinh danh Domenico Vigna (?-1647), Ý, giáosư TVH và giámđốc Vườn Thựcvật ở Pisa.

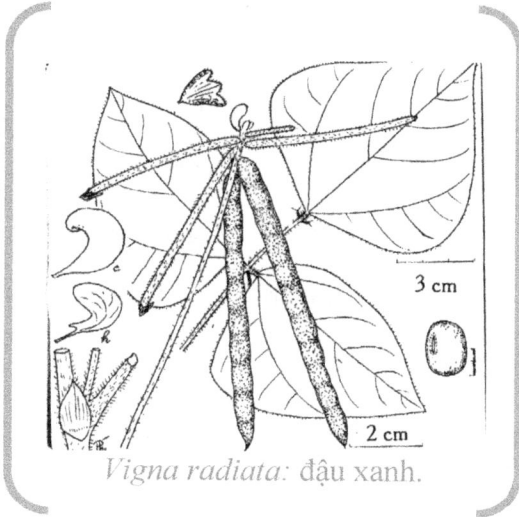

Vigna radiata: đậu xanh.

Villarsia Ventenat 1803 (n. cons.) Menyanthaceae
Choix Pl. pl. 9 *1803*

Dominique Villars (1745-1814), ysĩ và tvh Pháp, giáosư TVH và giámđốc Vườn Thựcvật ở Grenoble, tácgiả *"Histoire des plantes du Dauphiné"*.

Villebrunea Gaud.-Beaupr. exWedd. 1854 Urticaceae
Ann. Sci. Nat., Bot., sér. 4, 1: 195 *1854*

Jean-Baptiste Lefebvre de Villebrune (1732-1809), ysĩ Pháp, nhà ngônngữhọc, 1791-94 giáosư tiếng Dothái cổ ở Collège de France, làm việc ở Thưviện quốcgia Pháp, dịch nhiều sách y-khoa sang tiếng Pháp.

Vinca L. 1753 Apocynaceae
Species Plantarum. 1: 209. 1753,

La. *vinculum* "dây đai, dây buộc" (tên *vincapervinca* do dùng trong các vòng hoa). Rút ngắn từ La. *vinca per vinca* và *vica per vica, ae*, có lẽ có liênquan với *vincio, -is, vinxi, vinctum, vincire* "buộc, trói, quấn, cuộn lại", hoặc với *vinco, is, vici, vistum, vincere* "khắcphục, thắng cuộc", *pervinco, vici, victum, ere* "chinhphục hoàntoàn, hoànthành", *pervicax, acis* "nhấtquyết, ngoancố kiêntrì".

Xem **Catharanthus** (CCVN-II/692)

Vincetoxicopsis Cost. 1912 Apocynaceae
Fl. Indo-Chine 4: 103 1912
tựa như giống (chi) *Vincetoxicum*; *vincera* "thắng"; *toxicum* "độc".

Viola L. 1753 Violaceae
Sp. Pl. 2: 933 1753
tên La. *viola, violae* của bông, do Hy. *iolon* do *ion* "tím".

Viscum L. 1753 Loranthaceae
Sp. Pl. 2: 1023 1753
tên La. xưa *viscus, i* "nhựa bẫy chim, sềnsệt" gọi cây (Pháp:) *Gui*, do trái cónhựa dính.

Visenia Houtt. 1777 Sterculiaceae
Nat. Hist. 2(8): 308, t. 46, f. 3 1777
M. Houttuyn (1720-1798) không giảithích từ nguyên.
  xem **Melochia** (CCVN-I/492)

Vitex L. 1753 Lamiaceae
Sp. Pl. 2: 638 [as "938"] 1753
tên xưa mà Plinius gọi cây *Vitexagnus-castus* có nhựa thơm; có lẽ từ chữ La. *vieo, -es, -etum, -ere* "xếp nếp, bện, buộc, trói, xoắn lại, kết lại".

Vitis L. 1753 Vitaceae
Sp. Pl. 1: 202 1753
tên La. của Nho.
La. *vieo, -es, -etum, -ere* "xếp nếp, bện, buộc, trói, xoắn lại, kết lại".

Vitis vinifera: Nho.

Vittaria　　　　　　　J.E. Sm. 1793　　　　　Pteridaceae
Mém. Acad. Roy. Sci. (Turin) 5: 413, pl. 9, f. 5　1793
La. *vitta* "ruybăng, đai"; do hình thù của lá với những nang-quần xếp thành đường thẳng dài.

Volkameria　　　　　　L. 1753　　　　　　　Lamiaceae
Sp. Pl. 2: 637　1753
Johann Georg Volkamer (1662-1744), ysĩ và tvh người Đức, viết về hệ thựcvật của Nuremberg. Có thuyết cho rằng Linné đặt ra họ Volkameria để vinh danh cha ông (1616-1693), cũng cùng tên.
　　xem **Clerodendrum** (CCVN-II/835)

Vossia　　　　　　　Wall. & Griff. 1836 (n. cons.)　Poaceae
J. Asiat. Soc. Bengal 5: 572　1836
Johann Heinrich Voss (1751-1826), thisĩ Đức, dịch các tácphẩm của Homer, Viện trưởng trường ngônngữ Latinh ở Ottendorf, sau đó đến Đại học Heidelberg.

Vrydagzynea　　　　Blume 1858　　　　　Orchidaceae
Coll. Orchid. 71, pl. 17–20　1858
Theodor Daniel Vrydag Zijnen (Zynen) (1799-1863), dượcsĩ, người Hòalan ở Den Haag, viết về cây Kininh *Cinchona*.

Vulpia　　　　　　　C.C. Gmelin 1805　　　　Poaceae
Fl. Bad. 1: 8　1805
Johann Samuel Vulpius, 1760-1846, người Đức, nhà hóahọc, dược-sĩ và tvh nghiệpdư ở Stuttgart, sau đó ở Pforzheim, nghiêncứu hệ thựcvật ở Baden và Württemberg.

　　　　　　…………

W

Wahlenbergia Schrader & Roth 1821 (n. cons.)   Campanulaceae
Nov. Pl. Sp. 399–400   1821
George Wahlenberg (1780-1851), ysĩ và tvh Thụyđiển, giáosư Y-khoa và TVH ở Uppsala, tácgiả *Flora Lapponica* (1812).

Wallichia   Roxb. 1820   Arecaceae
Pl. Coromandel 3: 91   1820
Nathaniel Wallich (Nathan Wulff Wallich) (1786-1854), ysĩ và tvh Đanmạch, Giámđốc Vườn Bách Thảo Calcutta, Ấnđộ.

Walsura   Roxb. 1832   Meliaceae
Fl. Ind. (ed. 1832) 2: 386   1832
tên Tamil *walsura.*

Waltheria   L. 1753   Malvaceae
Sp. Pl. 2: 673   1753
Augustin Friedrich Walther (1688-1746), ysĩ và tvh Đức, giáosư Đạihọc và Giámđốc Vườn Bách Thảo ở Leipzig.

Washingtonia   H. Wendl. 1879 (n. cons.)   Arecaceae
Bot. Zeitung (Berlin) 37(5): 68   1879
George Washington (1732-1799), Tổngthống đầu tiên của Hoakỳ.

Webera   Schreb. 1791   Rubiaceae
Gen. Pl. 794   1791
Georg Heinrich Weber (1752-1828), ysĩ và tvh Đức, giáosư ở Đạihọc Kiel, chuyên Địa-y, Tảo, và Đàithựcvật.
xem **Tarenna** (CCVN-III/185)

Wedelia   N.J. Jacq. 1760 (n. cons,)   Asteraceae
Enum. Syst. Pl. 8, 28   1760
Johann Wolfgang Wedel (1708-1757), ysĩ và tvh Đức, tácgiả *"Tentamen botanicum, flores plantarum in classes, genera superiora & infer..."* 1744, soạn một từvựng TVH, con trai của Georg Wolfgang Wedel (1645-1721) ysĩ Đức, giáosư Y-khoa ở Jena.

Wendlandia Barthl. ex A.DC 1830 Rubiaceae
Prodr. 4: 411 1830
Johann Christoph Wendland (1755-1828), tvh Đức, con trai là
Heinrich Ludolp Wendland (1792-1869), và cháu nội là
Herman Wendland (1825-1903), ba đời nối tiếp nhau làm Giám
đốc Vườn Thựcvật Herrenhausen.

Whitfordiodendron Elmer 1910 Fabaceae
Leafl. Philipp. Bot. 2: 743 1910
Harry Nichols Whitford (1872-1941), nhà lâm-học Hoakỳ và tvh
lâmnghiệp, 1904-12 nghiêncứu rừng ở Philippin, tácgiả *"The
Forests of the Philippines"*, nghiêncứu Cao su, 1916-23 giáosư
Lâmkhoa nhiệtđới ở Đạihọc Yale.
xem **Callerya** (CCVN-I/899)

Wightia Wall. 1830 Scrophulariaceae
Pl. Asiat. Rar. 1: 71 1830
Robert Wight (1796-1872), ysĩ và tvh Scotland, sống 30 năm ở
Ânđộ, làm việc cho Côngty Đông Ấn, Quảnđốc Vườn Thựcvật
Madras, Ânđộ, tácgiả *Icones plantarum Indiae orientalis* (1840).

Wikstroemi Endl. 1833, corr. Endl. 1841 (orth. & n. cons.) Thymelaeaceae
Prodr. Fl. Norfolk. 47 1833
Johan Emanuel Wickström (1789-1856), ysĩ và tvh Thụyđiển,
lãnhđạo Bảotàng Thựcvật ở Stockholm, viết về hệ thựcvật
Stockholm.

Willughbeia Scopoli&Schreber 1789 (n. cons.) Apocynaceae
Gen. Pl. 162 1789
Francis Willughby (1635-1672), thnh và điểu-học Anh, họctròcủa
John Ray và 1663-66 du khảo với J. Ray qua châu Âu đến Ý và
Tâybannha; các côngtrình của ông được xuấtbản sau khi chết
"Ornithologiaelibri III" 1676 bởi J. Ray, *"De historiapisciumlibri
IV"* 1686 và *"History of Insects"* bởi William Derham.

Winchia A. de Cand. 1844 Apocynaceae
Prodr. 8: 326 1844
Nathaniel John Winch (1768-1838), tvh Anh (chuyên Địa-y)
1790-91 du khảo ở Pháp và Nam Âu, Tổng thư ký của Bệnhviện
Newcastle, 1803 Hộiviên Linnean Society, tácgiả *"Contributions
to the Flora of Cumberland"*, *"Flora of Northumberland and
Durham"*.

Wissadula   Medik. 1787   Malvaceae
Malvenfam. 24 1787
từ một tên thôngthường ở châu Phi.

Wolffia   Horkel ex Schleiden 1844 (n. cons.)   Lemnaceae
Beitr. Bot. 1: 233   1844
Johann Friedrich Wolff (1778-1806), ysĩ, tvh và côn-trùng-học Đức, tácgiả *"Commentatio de Lemna"* mô tả và minh họa bèo *Lemna*; côngtrình lớn nhất của ông là 5 quyển *Illustrated Description of Bugs (Icones Cimicum Descriptionibus Illustratae)*, đã được cha ông hoàn tất sau khi ông mất ở tuổi 28.

Wolfia   Dennst. 1818   Lowiaceae
SchlüsselHortusMalab. 38   1818
Ferdinand Otto Wolf (1838-1906), giáosư TVH ở Sitten; hoặc Franz Theodor Wolf, 1841-1921, nhà địachấthọc và tvh, độc khảo giống *Potentilla.*
Xem ***Eulophia*** (CCVN-III/914, Orchidaceae)

Wollastonia   DC. exDecne. 1834   Asteraceae
Nouv. Ann. Mus. Hist. Nat. 3: 414 1834
William Hyde Wollaston (1766-1828), ysĩ, nhà hóahọc và vậtlýhọc Anh, nghiêncứu bạch-kim (platin) với Smithson Tennant, khámphá ra Palladium và Rhodium, nhiều năm làm tổngthưký và Phó chủtịch Royal Society.
Xem ***Wedelia*** (CCVN-III/274)

Woodfordia   R.D. Salisbury 1806   Lythraceae
Parad. Lond. 1(2): pl. 42   1806
John Alexander Woodford (1782-1870), Sĩ quan quân đội Anh, trồng cây trong nhà kiếng rất thànhcông ở dinh cơ riêng Belmont House ở Vauxhall, Luânđôn, có một bộ sưutập nhiều cây họ Ericaceae từ vùng Cape.

Woodwardia   J. Sm. 1793   Blechnaceae
Mém. Acad. Roy. Sci. (Turin) 5: 411, pl. 9, f. 3   1793
Thomas Jenkinson Woodward (1745-1820), luậtgia Anh, thẩmphán, dânbiểu, tvh nghiệpdư, đồngtácgiả với Samuel Goodenough của *"Observations on the British Fungi"*, đóng góp với Philip Millers vào *"The Gardener's and Botanist's Dictionary".*

Wrightia R. Br. 1811 Apocynaceae

Mem. Wern. Nat. Hist. Soc. 1: 73 *1811*

William Wright (1735-1819), ysĩ hải-quân và tvh Anh, du khảo và thu mẫu thựcvật ở Jamaica (1764- 85), tácgiả nhiều côngbố về thựcvật Jamaica, tácgiả *"A botanical and medical account of the Quassia simaruba"*, khámphá loài *Cinchona jamaicensis*; bị bọn cướp lấy mất thảotập.

....

X

Xanthium   L. 1753   Asteraceae
Sp. Pl. 2: 987   1753
Hy. *xanthos* "vàng"; từ xưa, dùng nhuộm tóc màu bạch kim.

Xanthochymus   Roxb. 1804   Clusiaceae
Pl. Coromandel 2: 51   1804
Hy. *xanthos* "vàng"; *chymus* "nhựa cây"; ứa ra mủ màu vàng.
xem **Garcinia** (CCVN-I/451)

Xanthophyllum   Roxb. 1820   Polygalaceae
Pl. Coromandel 3: 81   1820
Hy. *xanthos* "vàng"; *phyllon* "lá".

Xanthophytopsis   Pit. 1922   Rubiaceae
Fl. Indo-Chine 3: 90   1922
tựa như *Xanthophytum.*
xem **Xanthophytum** (CCVN-III/129)

Xanthophytum   Reinw. ex Bl. 1827   Rubiaceae
Bijdr. Fl. Ned. Ind. 989 1826-1827
Hy. *xanthos* "vàng"; *phyton* "cây".

Xanthosoma   H.W. Schott. 1832   Araceae
Melet. Bot. 19   1832
Hy. *xanthos* "vàng"; *soma* "thân"; vài loài có mô màu vàng trong
căn-hành.

Xantolis   Rafin. 1838   Sapotaceae
Sylva Tellur. 10 1838
Hy. *xanthos* "vàng". Từ nguyên không rõ.

Xantonnea   Pierre ex Pit. 1923   Rubiaceae
Fl. Indo-Chine 3: 270   1923
Hy. *xanthos* "vàng". Từ nguyên không rõ.

Xantonneopsis   Pit. 1923   Rubiaceae
Fl. Indo-Chine 3: 274   1923
tựa như *Xantonnea.*

Xenostegia　　　　D.F. Austin & Staples　1980　Convolvulaceae
Brittonia 32(4): 533　1980
Hy. *xeno* "xa lạ, không tự nhiên, lạ kỳ"; *stegia* "mái che, phủ lên".

Xerospermum　　　　Bl. 1849　　　　　　Sapindaceae
Rumphia 3: 99　1849
Hy. *xeros* "khô"; *sperma* "hột".

Ximenia　　　　　　L. 1753　　　　　　Olacaceae
Sp. Pl. 2: 1193　1753
Francisco Ximénez (x - 1620), giáo-sĩ, thnh và tvh Tâybannha, truyềngiáo ở Florida và TrungMỹ, viết về thựcvật của Mêxicô năm 1615.

Xiphopteris　　　　Kaulf. 1820　　　　Polypodiaceae
Berlin. Jahrb. Pharm. VerbundenenWiss. 21: 35 1820
Hy. *xiphos* "gươm"; *pteris* "ráng".

Xiphopteris sikkimensis: rang như lưỡi gươm.

Xylia
Benth. 1842　　　　　Fabaceae
J. Bot. (Hooker) 4: 417–418　1842
Hy. *xylon* "gỗ"; trái cứng như gỗ.

Xylinabaria　　　　Pierre 1898　　　　Apocynaceae
Bull. Mens. Soc. Linn. Paris 1: 26　1898
Hy. *xylon* "gỗ"; *kinnabari* "nhựa đỏ"; nhũ dịch làm đông lại bằng nhiệt cho ra một chất caosu màu đỏ.

Xylinabariopsis   Pit. 1933   Apocynaceae
Fl. Indo-Chine 3: 1261 1933
tựa như *Xylinabaria* Pierre.

Xylocarpus   Koenig 1784   Meliaceae
Naturforscher 20: 2   1784
Hy. *xylon* "gỗ"; *carpos* "trái, quả".

Xylopia   L. 1759 (n. cons.)   Annonaceae
Syst. Nat. (ed. 10) 2: 1241, 1250, 1378   1759
Hy. *xylon* "gỗ"; *pikron* "đắng"; gỗ vài loài đắng.

Xylosma   J.G.A. Forsk. 1786 (n. cons.)   Salicaceae
Fl. Ins. Austr. 72   1786
Hy. *xylon* "gỗ"; *osme* "thơm"; vài loài có gỗ thơm.

Xyris   L. 1753   Xyridaceae
Sp. Pl. 1: 42   1753
Tên Hy. có nghĩa *xyron* "dao cạo": lá dẹp; tên do Dioscorides dùng cho một *Iris*.

Xyris complanata: lá dẹp như dao.

Y

Youngia Cass. 1831 Asteraceae
Ann. Sci. Nat. (Paris) 23: 88 1831

1)-Edward Young (1684-1765), thisĩ, vănsĩ Anh, có nhiều quanhệ và ảnhhưởng lớn trong giới vănhọc, dịch nhiều thứ tiếng và là giáosĩ tuyên úy của hoànggia;

2)-Thomas Young (1773-1829), người Anh, ysĩ, nhà vật-lý-học, ngônngữhọc, và Ai-cập-học, thôngthạo nhiều ngônngữ, giáosư Vật-lý-học, thànhviên của hai Viện Hànlâm Khoahọc Pháp và Thuỵđiển;

3)-khi đặt tên giống *Youngia*, có lẽ nhà tvh Pháp Alexandre Henri Gabriel de Cassini rất có ấn tượng về hai người này khi ông viết "hai người Anh danhtiếng, một người là thisĩ, người kia là nhà vật-lý-học".

Yucca L. 1753 Agavaceae
Sp. Pl. 1: 319 1753

tên Caribê của Mì (*Manihot*), do có rễ phình to nên John Gerard (1545-1612) gọi lộn như vậy !

. . . .

Z

Zala   Lour. 1790   Araceae
Fl. Cochinch. 405   *1790*
có lẽ từ La. *za* "nhiều, rất".
     xem **Pistia** (CCVN-III/367)

Zalaccella   Becc. 1908   Arecaceae
Ann. Roy. Bot. Gard. (Calcutta) 11(1): 496   *1908*
từ giảm nhẹ nghĩa của tên giống (chi) Zalacca.

Zalacca   Bl. 1830 >(Salacca Reinw. 1826)   Arecaceae
Blume in J. A. Schultes& J. H. Schultes   1830 Syst. 7: 1333. 1830
La. *za* "nhiều, rất"; *lacca* "rêsin".

Zannichellia   L. 1753   Cymodoceaceae
Sp. Pl. 2: 969   1753
Giovanni Gerolamo Zannichelli (1662-1729), ysĩ, dượcsĩ, thnh và tvh Ý ở Venise; tácphẩm *"Istoria delle piante"* được công bố sau khi ông qua đời.

Zanonia   L. 1753   Cucurbitaceae
Sp. Pl. 2: 1028 1753
Giacoma Zanoni (1615-1682), tvh ở Bologna, Ý, tácgiả *Istoria botanica* (1615).

Zantedeschia   Sprengel 1826 (n. cons.)   Araceae
Syst. Veg. [Sprengel] 3: 756, 765   1826
Giovanni Zantedeschi (1773-1846), ysĩ, dược sĩ và tvh Ý, tác giả của mười công trình về hệ thựcvật của tỉnh Brescia, giaothiệp thường xuyên với nhà tvh Đức Kurt Sprengel, người đã đặt tên giống cây này.

Zanthoxylum   L. 1753   Rutaceae
Sp. Pl. 1: 270 1753
Hy. *xanthos* "vàng"; *xylon* "gỗ".

Zea   L. 1753   Poaceae
Sp. Pl. 2: 971   1753
Từ tên Hy. *zeia, zea* của một loài mễ cốc khác, có lẽ là lúa mạch hoang hoặc cỏ cho ngựa ăn; Tiếng Phạn *yava* "lúa mạch"; La. *zea, ae* tên của lúa mì xpelta *Triticum spelta* L. .

Zebrina Schnizlein 1849 Commelinaceae
Bot. Zeitung (Berlin) 7: 870 *1849*
từ portugal *zebra*, vì lá trổ.

Zehneria Endl. 1833 Cucurbitaceae
Prodr. Fl. Norfolk. 69 *1833*
Joseph Zehner, tk. 19, người Áo, họasĩ minhhọa thựcvật, cũng thựchiện 60 bức tranh về Lưỡngcư, Cá và Côntrùng mà Ferdinand I nước Áo mua hết.

Zenia W.Y. Chun 1946 Fabaceae
Sunyatsenia 6(3–4): 195–198, f. 24–25 *1946*
Giáosư tvh H.C. Zen ở Trungquốc.

Zephyranthes Herbert 1821 (n. cons.) Amaryllidaceae
Herb. Appendix 36 *1821*
Hy. *zephyros* "gió tây"; *anthos* "hoa"; "*Zephyranthes*", cây gốc Tây phương (du nhập từ châu Mỹ).

Zerumbet Garsault 1764 Zingiberaceae
Fig. Pl. Méd. t. 33a *1764*
Từ tên thôngthường ở Ấnđộ.
xem **Catimbium** (CCVN-III/444)

Zetagyne Ridl. 1921 Orchidaceae
J. Nat. Hist. Soc. Siam 4: 118 *1921*
Hy. *zeta* vần thứ 6 trong hệ thống chữ cái Hylạp; La. *zeta*, từ gốc Hy. *zeta*, do chữ Do thái cổ *zayin*, tên vần có nghĩa "vũ khí", liên tưởng đến hình thù của vần nầy trong tiếng Do thái cổ; *gyne* "nữ, cái".
xem **Panisea** (CCVN-III/887)

Zeuxine Lindl. 1825 Orchidaceae
Orchid. Scelet. 9, 18 *1825*
Hy. *zeuxis* "bị ràng buộc, cặp vào"; do cách sắp xếp của các phiến hoa.

Zingiber Mill. 1754 Zingiberaceae
Gard. Dict. Abr. (ed. 4) vol. 3 *1754*
từ Hy. *ziggiberis* của Gừng; do Ảrập *zindschebil* "rễ"; từ Tiếng Phạn *singabera, shrigaver* "hình sừng".

Zinnia   L. 1759 (n. cons.)   Asteraceae
Syst. Nat. (ed. 10) 2: 1189, 1221, 1377 1759
Johann Gottfried Zinn (1727-1759), ysĩ và tvh Đức, giáo sư TVH và Giám đốc Vườn Thực vật ở Goettingen, tác giả *"Catalogus plantarum horti academici et agri gottingensis"*, nhưng không chấp nhận hệ thống phân loại của Linné.

Zippelia   Blume 1830   Piperaceae
Syst. Veg. (ed. 15 bis) 7(2): 1614   1830
Alexander Zippelius (1797-1828), tvh Hòalan gốc Đức, Quản trị Vườn Bách thảo Buitenzorg/Bogor, thu mẫu ở Indonesia, Molucca, Tân Ghinê và Timor.

Zizania   L. 1753   Poaceae
Sp. Pl. 2: 991 1753
Tên Hy. xưa *zizanion* "cỏ lồng vực", và từ Sumerian *zizan* "lúa mì".

Zizyphus   Adans. 1763   Rhamnaceae
Fam. Pl. 2: 304 1763
Tên Hy. xưa *zizyphon*, và từ Ảrập *zizuf* "táo", từ Ba-tư *zizafun*.

Zollingeria   S. Kurz 1872 (n. cons.) Sapindaceae
J. Asiat. Soc. Bengal 41(2): 303 1872
Heinrich Zollinger (1818-1859), tvh Thụysĩ, thámhiểm, sắp xếp tiêu bản ở Buitenzorg/Bogor với Johannes Elias Teysmann; sưu tập mẫu của ông hiện đặt ở Thảo tập viện quốc gia Hòa lan ở Leyden và Utrecht. Có đến 20 têncây, rong biển và nấm mang tên ông. Tác giả của *"Reisedurch Ostjava"*, *"Besteigung des Vulkans Tambora auf der Insel Sumbawa und Schilderung der Erupziondesselbenim Jahre 1815"*, và nhiều công bố về địa chất học, khí tượng và về các Nhuyễn thể. Mặc dầu là người Thụysĩ, nhưng ông được xem như là một côngdân Hòalan, thông thạo tiếng Hòalan, phục vụ trong chính quyền thuộcđịa của Hòalan, trọn thời gian thu mẫu là khi đang phụcvụ ở Công ty Đông Ấn thuộc Hòalan.

Zornia   J.F. Gmelin 1792   Fabaceae
Syst. Nat. 2(2): 1076, 1096 1791 [1792]
Johannes Zorn, 1739-1799, bào chế thuốc và tvh Đức, tác giả *Icones plantarum medicinallium* (1779-84) với hơn 600 hình minh họa.

Zostera   L. 1753   Zosteraceae

       Sp. Pl. 2: 968   1753

Hy. *zoster* "thắt lưng, dây đai", tên do Theophrastus gọi một thực vật ở biển.

       xem **Diplanthera** (CCVN-III/328)

Zosterostylis   Blume 1825   Orchidaceae

       Bijdr. Fl. Ned. Ind. 8: 418–419   1825

tên giống *Zostera* và *stylo, stylos* "vòi nhụy".

       xem **Cryptostylis** (CCVN-III/790)

Zoysia   Willd. 1801 (n. cons.)   Poaceae

       Ges. Naturf. Freunde Berlin NeueSchriften 3: 440–441   1801

       Karlvon Zoys (1756-1800), tvh Áo.

       . . . .

Tiểu sử tác giả

Phạm Hoàng Hộ

Sinh năm 1931 tại An Bình, Cần Thơ, Tiến sĩ Khoa học, bằng agrégé Vạn vật học, Giáo sư thật thụ tại trường Đại học Khoa học Sàigòn, Việntrưởng sáng lập viên Đại học Cần Thơ; cựu Tổng trưởng Quốc gia Giáo dục Việt Nam Cộng Hòa, nguyên Giáo sư khảo cứu tại Viện Bảo Tàng Thiên Nhiên Quốc Gia Paris, hội viên nhiều Hội Khoa học Quốc tế. Là tác giả của nhiều ấn phẩm về thực vật học Việtnam: Rong biển Việtnam (1969), Tảo Học (1972) Sinh Học Thực Vật (in kỳ tư 1973), Hiển Hoa Bi Tử (in kỳ nhì 1975), Cây Cỏ Việt Nam (1999), Cây có vị thuốc ở Việtnam (2006) ...

Lê Công Kiệt

Sinh năm 1936 tại Trà Vinh. Một trong những tiến sĩ Thực Vật Học đầu tiên, đào tạo tại Việt Nam, trong gần năm thập niên rất đắc lực trong công việc giảng dạy và quảng bá, ứng dụng thực vật học vào đời sống.
1957-1975 : Ban Thực Vật Học, Đại học Khoa học, Viện Đại học Sài Gòn.
1975-2001 : Trưởng Bộ môn Thực vật học và Sinh môi, khoa Sinh học, Đại Học Khoa Học tự nhiên, Đại Học Quốc Gia TP HCM.
Tiến sĩ Lê Công Kệt cũng là đồng tác giả nhiều sách chuyên về thực vật học: Địa Chí Tỉnh Sông Bé (1991), Chuyên Khảo về Đồng Tháp Mười: Tài Nguyên Thực Vật (1992), Kỹ Thuật Bonsai (1997), ...; khám phá loài cây mới (trầm hương *Aquilaria rugosa*, ...). Khoa học đã đặt tên loài chuối cảnh *Ensete lecongkietii* để vinh giáo sư Lê.

www.ingramcontent.com/pod-product-compliance
Lightning Source LLC
Chambersburg PA
CBHW020452030426
42337CB00011B/85